TỪ HÀN HÁN VIỆT thông dụng nhất

한자로 배우는 한국어 베트남어 1000 어휘

레휘 콰 지음

문예림

1000 TỪ HÀN HÁN VIỆT thông dụng nhất

한자로 배우는 한국어 베트남어 1000 어휘
1000 TỪ HÀN HÁN VIỆT thông dụng nhất

초판 1 쇄 인쇄 2024 년 3 월 25 일
초판 1 쇄 발행 2024 년 4 월 6 일

편저자 레휘 콰
발행인 서덕일
펴낸곳 도서출판 문예림

출판등록 1962 년 7 월 12 일 제 2-100 호
주소 경기도 파주시 회동길 366, 3 층
전화 02)499-1281~2 **팩스** 02)499-1283
홈페이지 www.moonyelim.com
이메일 info@moonyelim.com

ISBN 978-89-7482-935-3(13730)

한자로 배우는 한국어 베트남어 1000 어휘
1000 TỪ HÀN HÁN VIỆT thông dụng nhất

초판 1 쇄 인쇄 2024 년 3 월 25 일
초판 1 쇄 발행 2024 년 4 월 6 일

편저자 레휘 콰
발행인 서덕일
펴낸곳 도서출판 문예림

출판등록 1962 년 7 월 12 일 제 2-100 호
주소 경기도 파주시 회동길 366, 3 층
전화 02)499-1281~2 **팩스** 02)499-1283
홈페이지 www.moonyelim.com
이메일 info@moonyelim.com

ISBN 978-89-7482-933-9(13730)

머리말

독자 여러분 안녕하세요.

베트남어 배워야 할 필요성이 점점 더 커지고 있지만, 베트남어의 80%가 중국어에서 유래되었음에도 불구하고 우리 대다수는 여전히 어휘적인 측면에서 접근하지 못하고 있습니다.

한국어-베트남 단어를 통해 한국어에 접근하는 방법은 학습자가 더 빨리, 더 정확하게 이해하고, 더 잘 기억할 수 있도록 돕고, 어휘를 완전히 확장하거나 복습할 수 있으며, 자연스럽게 새로운 단어를 쉽게 추측할 수 있다는 점에서 유용한 점이 많습니다.
한국어를 배우는 매우 효과적인 수단이자 중간 다리 역할을 하여 우리가 한국어를 정말 효과적으로 배울 수 있도록 도와줍니다.

우리는 중국어에 뿌리를 둔 1,000 개의 한국어 공통 어휘 시스템을 성공적으로 수집하고 연구했습니다.
한정된 지면으로 가장 일반적인 어휘만 수집했습니다. 설명에는 한자, 중국-베트남어 소리, 각 단어와 문자에 관련된 예문과 마지막으로 예문의 사용법을 소개했습니다.

알파벳순(가나다순)으로 제시되어 있지만 가장 단순하고 이해하기 쉬운 어휘를 선택하여 기재하였습니다.
기재하였습니다. 이 책은 한국어 학습에 있어 가장 효과적인 결과를 얻을 수 있도록 도움을 주기를 바랍니다.
이 책을 만드는 데 도움을 주신 Nhat Minh 선생님과 Phuong Nam 선생님께 진심으로 감사드립니다.

우리는 가까운 곳이나 먼 곳의 독자들이 우리에게 추가적인 의견을 주길 바랍니다.

참고문헌 : Tran Van Chanh, Sino-Nom 사전

레휘 콰

Lời nói đầu

Xin chào tất cả quý vị độc giả.

Nhu cầu học tiếng Hàn Quốc đang ngày càng trở nên nhiều hơn, Tuy nhiên, đến hiện nay, mặc dù trong tiếng Hàn có 80% là từ gốc Hán nhưng đại đa số chúng ta vẫn chưa tiếp cận với tiếng Hàn trên phương diện thuộc vùng văn hóa chữ Hán,

Phương thức tiếp cận tiếng Hàn qua từ Hán Việt có rất nhiều điều hữu ích, Nó sẽ giúp cho người học hiểu nhanh hơn, chính xác hơn, ghi nhớ tốt hơn và hoàn toàn có thể mở rộng hoặc ôn tập từ vựng của mình một cách tự nhiên, có thể đoán từ mới dễ dàng, Hay nói cách khác, từ gốc Hán là phương tiện rất hiệu quả để học tiếng Hàn, nó giống như một cây cầu trung gian, giúp chúng ta học tiếng Hàn thực sự hiệu quả,

Sau một thời gian nghiên cứu, chúng tôi đã tập hợp và nghiên cứu thành công hệ thống 1000 từ vựng tiếng Hàn thông dụng có từ gốc Hán, Do phạm vi giới hạn, chúng tôi chỉ tập hợp những từ vựng thông dụng nhất, phần giải thích sẽ gồm chữ Hán, âm Hán Việt, các ví dụ liên quan đến từng từ, chữ và cuối cùng sẽ là phần ví dụ sử dụng,

Sách được trình bày theo vần ABC (가나다 순) nhưng sẽ lựa chọn những từ vựng đơn giản và dễ hiểu nhất để trình bày. Có thể nói đây là quyển sách đầu tiên nghiên cứu về hệ thống này và hy vọng sẽ giúp cho các bạn đạt hiệu quả học tiếng Hàn hiệu quả nhất. Trân trọng cảm ơn hai cô giáo Nhật Minh và Phương Nam đã hỗ trợ để thực hiện quyển sách này,

Rất mong bạn đọc gần xa góp ý bổ sung,

Trân trọng,
Lê Huy Khoa Kanata

Ghi chú: Phần ý nghĩa từ gốc Hán, có trích lục từ từ điển Hán Nôm của tác giả Trần Văn Chánh.
TỰ HỌC TIẾNG HÀN TẠI WWW.KANATA.EDU.VN

1000 TỪ HÀN HÁN VIỆT thông dụng nhất

MỤC LỤC

1000 TỪ HÀN HÁN VIỆT thông dụng nhất

ㄱ

가격 (價格 Giá cách)

가 Giá	Giá trị, giá cả, giá tiền, 가치 giá trị, 고가제품 cao giá chế phẩm (hàng đắt tiền, hàng hiệu), 동가 đồng giá (cùng giá), 진가 chân giá (giá thật, giá trị thật), 원가 nguyên giá (giá gốc, giá thành), 물가 vật giá, 단가 đơn giá, 품가 phẩm giá, 유가 du giá (giá dầu).
격 Cách	Cách thức, tiêu chuẩn, khuôn phép, phương pháp, 규격 quy cách, 성격 tính cách, 격식 cách thức (nghi thức), 인격 nhân cách, 불합격 bất hợp cách (không đạt chuẩn), 자격 tư cách.
Giải nghĩa	Mức độ về giá, giá tiền, giá cả.
Cách sử dụng	~인상 tăng giá, ~인하 giảm giá, ~변동 biến động giá cả, ~수준 mức giá, ~안정 ổn định giá cả, ~조작 thao túng giá, ~조정 điều chỉnh giá, ~책정 xác định giá, ~체계 hệ thống giá cả, ~통제 kiểm soát giá cả, ~표 bảng giá, ~협정 hiệp định về giá, 시판~ giá thương mại, ~차등 chênh lệch về giá.

가구 (家具 Gia cụ)

가 Gia	Nhà, nơi ở, nơi cư trú, thuộc về nhà ở, gia đình, người làm việc gì đó, 가정 gia đình, 가족 gia tộc (thành viên trong gia đình), 가풍 gia phong, 가보 gia bảo, 가산 gia sản, 가사 gia sự (việc nhà), 가도 gia đạo, 가내 gia nội (trong nhà), 가전 gia truyền, 전문가 chuyên môn gia (nhà chuyên môn), 가문 gia môn, 대가족 đại gia tộc, 가축 gia súc, 가훈 gia huấn, 국가 quốc gia, 귀가 quy gia (quay về nhà),
구 Cụ	Đồ dùng, cái, chiếc, thuật, kể, 도구 đạo cụ, 가구 gia cụ (đồ dùng trong gia đình), 기구 khí cụ (vật dụng, thiết bị), 완구 ngoạn cụ (đồ chơi), 구체적 cụ thể đích (chi tiết, cụ thể), 어구 ngư cụ, 공구 công cụ.
Giải nghĩa	Đồ đạc trong gia đình, dụng cụ hay đồ nội thất.
Cách sử dụng	~상 cửa hàng nội thất, 외제~ hàng nội thất nước ngoài, ~가 딸린[안 딸린] 방 phòng có [không có] nội thất, ~ 5 점 năm món nội thất, ~가 많다[적다] nhiều [ít] nội thất.

가구 (家口 Gia khẩu)

가 Gia	Nhà, nơi ở, nơi cư trú, thuộc về nhà ở, gia đình, người làm việc gì đó, 가정 gia đình, 가족 gia tộc (thành viên trong gia đình), 가풍 gia phong, 가보 gia bảo, 가산 gia sản, 가사 gia sự (việc nhà), 가도 gia đạo, 가내 gia nội (trong nhà), 가전 gia truyền, 전문가 chuyên môn gia (nhà chuyên môn), 가문 gia môn, 대가족 đại gia tộc, 가축 gia súc, 가훈 gia huấn, 국가 quốc gia, 귀가 quy gia (quay về nhà)

구 Khẩu — Miệng, cửa, 식구 thực khẩu (miệng ăn), 인구 nhân khẩu, 입구 (nhập khẩu) lối vào, cửa vào, 돌파구 đột phá khẩu (lối đột phá), 창구 song khẩu (cửa sổ hoặc quầy giao dịch, quầy làm việc), 구호 khẩu hiệu, 구령 khẩu lệnh.

Giải nghĩa — Thành viên trong gia đình, miệng ăn hoặc hộ gia đình.

Cách sử dụng — ~수 số lượng thành viên trong gia đình, ~주 chủ nhà, 일곱 ~가 사는 동네 khu phố có 7 hộ gia đình, 여러 ~가 세들어 살다 nhiều hộ gia đình thuê nhà sống.

가능 (可能) Khả năng)

가 Khả — Có thể, được, đủ, 불가능 bất khả năng, 불가항력 bất khả kháng.

능 Năng — Sức, có tài cán, bản lãnh, 기능 kỹ năng, 능동 năng động, 능력 năng lực, 만능 vạn năng, 재능 tài năng, 본능 bản năng.

Giải nghĩa — Tính khả thi, có khả năng, sự có thể.

Cách sử dụng — 실행 ~한 계획 kế hoạch có thể thực hiện được, ~한 범위 trong phạm vi có thể, nếu có thể, ~한다면 nếu có thể.

가사 (歌词 Ca từ)

가 Ca — Bài hát, khúc ca, ca, 가곡 ca khúc, 가수 ca thủ (ca sĩ), 가요 ca dao, 국가 quốc ca.

사 Từ — Lời, chữ, từ, tiếng, lời văn, 동사 động từ, 명사 danh từ, 형용사 hình dung từ (tính từ), 답사 đáp từ (lời đáp lại) (thư trả lời), 사전 từ điển.

Giải nghĩa — Lời bài hát, ca từ.

Cách sử dụng — ~집 quyển sách lời bài hát, ~를 외우다 học thuộc lời bài hát, ~를 알다 biết lời bài hát.

가사 (家事 Gia sự (việc nhà)

가 Gia — Nhà, nơi ở, nơi cư trú, thuộc về nhà ở, gia đình, người làm việc gì đó, 가정 gia đình, 가족 gia tộc (thành viên trong gia đình), 가풍 gia phong, 가보 gia bảo, 가산 gia sản, 가사 gia sự (việc nhà), 가도 gia đạo, 가내 gia nội (trong nhà), 가전 gia truyền, 전문가 chuyên môn gia (nhà chuyên môn), 가문 gia môn, 대가족 đại gia tộc, 가축 gia súc, 가훈 gia huấn, 국가 quốc gia, 귀가 quy gia (quay về nhà).

사 Sự — Việc, công việc, việc xảy ra, 당사자 đương sự giả (đương sự, đối tượng), 사무실 sự vụ thất (văn phòng) (văn phòng), 공사 công sự, 국사 quốc sự (việc nước), 군사 quân sự, 기사 ký sự, 대사 đại sự (việc lớn), 만사 vạn sự.

Giải nghĩa — Việc nhà, việc gia đình.

Cách sử dụng — ~형편으로 lý do việc gia đình, ~를 돌보다 trong coi việc gia đình, ~에 얽매이다 bị việc nhà ràng buộc.

가수 (歌手 Ca thủ)

가 Ca — Bài hát, khúc ca, ca, 가곡 ca khúc, 가요 ca dao, 국가 quốc ca.

수 Thủ	Tay, cầm, giữ, tài ba, tay nghề, 수공 thủ công, 선수 tuyển thủ, 수어 thủ ngữ (ngôn ngữ bằng tay), 고수 cao thủ, 적수 địch thủ, 포수 pháo thủ, 사수 xạ thủ, 명수 danh thủ (người giỏi, người nổi tiếng).
Giải nghĩa	Người làm nghề ca hát, ca sĩ
Cách sử dụng	인기~ ca sĩ được yêu thích. 여~ nữ ca sĩ. 유명한 ~ ca sĩ nổi tiếng, 신인 ca sĩ mới, kd 초대 ~ ca sĩ được mời, ~가 되다 thành ca sĩ, ~로 데뷔하다 ra mắt làm ca sĩ.

간식 (間食 Gian thực)

간 Gian	Khoảng không gian, giữa, trong khoảng, 기간 kỳ gian (thời hạn, thời gian), 당분간 đương phân gian (tạm thời,), 간격 gian cách (khoảng cách giữa), 중간 trung gian, 공간 không gian, 형제간 huynh đệ gian (mối quan hệ anh em), 인간 nhân gian.
식 Thực	Ăn, thức ăn, 식생활 thực sinh hoạt (chuyện ăn uống), 식중독 thực trúng độc (ngộ độc thực phẩm), 급식 cấp thực (cung cấp thức ăn/ bữa ăn), 번식 phồn thực (sinh sản), 분식 phấn thực (thức ăn dạng bột), 시식 thí thực (nếm thử), 음식 ẩm thực, 식량 thực lương (lương thực), 식후 thực hậu (sau khi ăn), 식품 thực phẩm, 식탁 thực trác (bàn ăn), 식비 thực phí (tiền ăn), 식욕 thực dục (ham ăn).
Giải nghĩa	Bữa ăn nhẹ, ăn qua loa, ăn giữa buổi, món ăn phụ, đồ ăn nhẹ, đồ ăn vặt.
Cách sử dụng	~을 먹다 ăn nhẹ, 빵을 ~으로 먹다 ăn bánh giữa buổi, ~시간 thời gian ăn xế.

간판 (看板 Khán bản)

간 Khán •	Xem, đọc, nhìn, 간호 khán hộ (xem và chăm sóc), 간병 khán bệnh (chăm sóc bệnh nhân).
판 Bản	Tấm , miếng, 판권 bản quyền, 간판 khán bản (bảng quảng cáo), 안내판 án nội bản (bảng hướng dẫn), 게시판 yết thị bản (bảng hướng dẫn), 광고판 quảng cáo bản (bảng quảng cáo).
Giải nghĩa	Cái miếng gỗ, sắt để cho người khác nhìn thấy, biển, bảng, bảng quảng cáo, bảng hiệu vv
Cách sử dụng	①Tấm bảng, tấm biển quảng cáo. ~을 내걸다 treo biển. ~을 내리다 hạ biển. (게시판). ②Giả vờ, lấy danh nghĩa. 그들은 식당~을 내걸고 스파이 활동을 했다 họ giả vờ làm nhà hàng nhưng thực ra là hoạt động gián điệp.

감기 (感氣 Cảm khí)

감 Cảm	Mắc phải, nhận thấy, cảm động, tinh thần, 감수성 cảm thụ tính (tính nhạy cảm), 감각 cảm giác, 감격 cảm kích, 감동 cảm động, 감상 cảm tưởng, 감정 cảm tình, 공감 cộng cảm (thông cảm), 다감 đa cảm, 독감 độc cảm (cúm), 동감 đồng cảm, 실감 thật cảm (cảm giác thật), 악감 ác cảm, 예감 dự cảm, 용감 dũng cảm, 쾌감 khoái cảm.

기 Khí	Khí, hơi, trạng thái, 기상 khí tượng, 공기 không khí, 기후 khí hậu, 기압 khí áp, 용기 dũng khí, 경기구 khinh khí cầu, 생기 sinh khí (sức sống), 고기압 cao khí áp (khí áp cao), 기색 khí sắc (sắc mặt), 기관 khí quản.
Giải nghĩa	Bệnh cảm, cảm.
Cách sử dụng	~약 thuốc cúm, 지독한 ~ cảm nặng, ~에 걸리다 bị cảm, ~ 예방주사 tiêm phòng chống cảm.

감사 (感谢 Cảm tạ)

감 Cảm	Mắc phải, nhận thấy, cảm động, tinh thần, 감수성 cảm thụ tính (tính nhạy cảm), 감각 cảm giác, 감격 cảm kích, 감동 cảm động, 감상 cảm tưởng, 감정 cảm tình, 공감 cộng cảm (thông cảm), 다감 đa cảm, 독감 độc cảm (cúm), 동감 đồng cảm, 실감 thật cảm (cảm giác thật), 악감 ác cảm, 예감 dự cảm, 용감 dũng cảm, 쾌감 khoái cảm.
사 Tạ	Biết ơn, cảm ơn, nhận lỗi, tạ lỗi, 사례 tạ lễ, 사은 tạ ân (cảm ơn), 사은품 tạ ân phẩm (quà tặng tri ân), 사의 tạ ý (ý cảm ơn)
Giải nghĩa	Sự cảm ơn.
Cách sử dụng	~말씀을 한다 nói lời cảm ơn, ~의 표시로 bày tỏ lòng cảm ơn, ~의 마음 tấm lòng cảm ơn, 진심으로 ~하다 chân thành cảm ơn.

감소 (減少 Giảm thiểu)

감 Giảm	Giảm xuống, rút bớt, làm cho ít đi, trừ, 감량 giảm lượng (giảm cân), 감면 giảm miễn (miễn giảm), 감속 giảm tốc, 감자 giảm tư (giảm vốn), 가감 gia giảm.
소 Thiểu	Ít, không nhiều, hiếm, 미소 vi thiểu (rất ít), 소수민족 thiểu số dân tộc (dân tộc thiểu số), 소량 thiểu lượng (lượng ít, ít), 최소 tối thiểu, ít nhất, 다소 đa thiểu (ít nhiều).
Giải nghĩa	Sự giảm bớt, ít lại,
Cách sử dụng	수입~ giảm thu nhập, 20% ~하다 giảm 20%, 급격히 ~하고 있다 đang giảm rất mạnh, 인구~ giảm dân số.

강 (江 Giang)

강 Giang	Con sông, sông lớn, sông cái, 강산 giang sơn (sông núi, thiên nhiên), 강북 giang bắc (phía bắc sông Hán), 강남 giang nam (phía nam sông Hán), 강안 giang ngạn (bờ sông), 장강 trường giang, 강수 giang thủy (nước sông).
Giải nghĩa	Dòng sông
Cách sử dụng	~가 bờ sông, ~을 끼고 dọc theo dòng sông, ~을 건너다 băng qua sông, 이 ~은 황해로 흐른다 sông này chảy ra biển Hoàng Hải, ~상류 thượng lưu sông, 메콩~ sông Mê Kông. 강남 (江南 Giang nam)
강 Giang	Con sông, sông lớn, sông cái, 강산 giang sơn (sông núi, thiên nhiên), 강북 giang bắc (phía bắc sông Hán), 강안 giang ngạn (bờ sông), 장강 trường giang, 강수 giang thủy (nước sông).

남 Nam Phía nam, phương nam, 남극 nam cực, 남부 Nam Bộ, 남방 nam phương (phương nam), 남향집 nam hướng (nhà hướng nam).

Giải nghĩa Phía Nam con sông và tên của một quận ở Seoul.

Cách sử dụng ①Phía Nam sông, ~구역 khu vực phía nam con sông (Hán).

②Tên một quận ở Seoul, phía Nam con sông Hán, gọi là Kangnam, ~역 ga Kangnam, ~ 스타일 Kangnam style, ~ 아파트 시세 tình hình giá cả chung cư khu Kangnam.

강변 (江邊 Giang biên)

강 Giang Con sông, sông lớn, sông cái, 강산 giang sơn (sông núi, thiên nhiên), 강북 giang bắc (phía bắc sông Hán), 강남 giang nam (phía nam sông Hán), 강안 giang ngạn (bờ sông), 장강 trường giang, 강수 giang thủy (nước sông).

변 Biên Lề, rìa, bờ, biên giới, bên cạnh, 변경 biên cảnh (biên cương, biên giới), 해변 hải biên (bờ biển), 주변 chu biên (xung quanh), 도로변 đại lộ biên (lề đường).

Giải nghĩa Bờ sông, mép sông.

Cách sử dụng Bờ sông, ~도로 đường ven sông, ~의 식당 nhà hàng ven sông. 강북 (江北 Giang bắc)

강의 (講義 Giảng nghĩa)

강 Giảng Giải thích, thuyết minh cho rõ, trình bày, 강당 giảng đường, 강사 giảng sư (giáo viên), 강연 giảng diễn, 대강 đại giảng (dạy thay), 휴강 hưu giảng (sự nghỉ dạy).

의 Nghĩa Ý nghĩa, nội dung, 다의 đa nghĩa, 대의 đại nghĩa, 동의 đồng nghĩa, 명의 danh nghĩa, 의무 nghĩa vụ, 사회주의 xã hội chủ nghĩa.

Giải nghĩa Việc giảng dạy, bài giảng.

Cách sử dụng Bài giảng, sự giảng bài, ~방법 phương pháp giảng bài, ~실 phòng học, ~준비 chuẩn bị bài giảng, 영어로 ~하다 giảng bài bằng tiếng Anh.

강제 (强制 Cưỡng chế)

강 Cưỡng Ép, buộc, gò ép, 강간 cưỡng gian (hiếp dâm), 강도 cưỡng đạo (ăn cướp, cướp giật).

제 Chế Làm ra, chế tạo, hạn chế, ngăn cấm, 억제 ức chế, 제한 chế hạn (hạn chế), 제품 chế phẩm, 제정 chế định, 제작 chế tác, 제어 chế ngự, 제약 chế ước (quy định), 제법 chế pháp (cách làm), 제도 chế độ, 자제 tự chế, 복제 phục chế.

Giải nghĩa Sự cưỡng chế, sự bắt ép, ép buộc.

Cách sử dụng Sự ép buộc, miễn cưỡng, ~결혼 kết hôn bắt buộc, ~관리 quản lý cưỡng chế, ~ 보험 bảo hiểm bắt buộc, ~집행 cưỡng chế chấp hành, ~철거 cưỡng chế di dời.

개발 (開發 Khai phát)

개 Khai Mở rộng, nở ra, triển khai, 개관 khai quán (khai trương), 개국 khai quốc, 개막 khai mạc, 개척 khai thác, 개통 khai thông (mở ra), 공개 công khai, 전개 triển khai.

발 Phát — Tốt lên, bắt đầu làm gì, sắp sửa chuyển động, 출발 xuất phát, 재발 tái phát, 자발 tự phát, 발휘 phát huy, 발효 phát hiệu (có hiệu lực), 발행 phát hành, 발표 phát biểu (công bố, thông báo), 발전 phát triển, 발전 phát điện, 발음 phát âm, 발열 phát nhiệt (sốt), 발생 phát sinh, 발병 phát bệnh, 발명 phát minh, 발광 phát quang (phát sáng), 발견 phát kiến (phát hiện).

Giải nghĩa Sự khai phá, sự khai hoang, sự khai khẩn, sự phát triển.

Cách sử dụng ①Tìm kiếm, khai thác, 유전~ tìm kiếm giếng dầu. ②Làm cho phát triển, phát triển, ~하다, ~도상국가 các nước đang phát triển, 세계~은행 ngân hàng phát triển thế giới, ~자 người phát minh, người tìm ra, 경제~ phát triển kinh tế, 경제~5 개년계획 kế hoạch hóa 5 năm phát triển kinh tế, 유엔~계획 Tổ chức phát triển LHQ (UNDP), 새로 ~한 기술 kỹ thuật mới phát minh, 신제품을 ~하다 phát triển sản phẩm mới, 기술~ phát triển kỹ thuật, 자신의 능력~ phát triển năng lực của bản thân.

개인 (個人 Cá nhân)

개 Cá — Đơn, lẻ, riêng, 개별 cá biệt, 개성 cá tính, 개체 cá thể.

인 Nhân — Người, con người, dân chúng, 인물 nhân vật, 인권 nhân quyền, 인사 nhân sự, 노인 lão nhân (người già), 인간 nhân gian, 인구 nhân khẩu, 인력 nhân lực, 부인 phu nhân, 군인 quân nhân, 미인 mỹ nhân, 범인 phạm nhân, 살인 sát nhân, 상인 thương nhân, 애인 ái nhân (người yêu), 여인 nữ nhân, 은인 ân nhân.

Giải nghĩa Cá nhân, một con người đơn lẻ.

Cách sử dụng Cá nhân, ~의 [적] thuộc về (có tính) cá nhân, ~적인 문제 vấn đề của tính cá nhân, ~감정 tình cảm cá nhân, ~소득 thu nhập cá nhân, ~의견 ý kiến cá nhân, ~자격으로 trình bày bằng tư cách cá nhân, ~으로서는 về mặt cá nhân.

개천절 (開天節 Khai thiên tiết)

개 Khai — Mở rộng, nở ra, triển khai, 개관 khai quán (khai trương), 개국 khái quốc, 개막 khai mạc, 개척 khai thác, 개통 khai thông, 공개 công khai, 전개 triển khai.

천 Thiên — Bầu trời, trời, không gian, tự nhiên, 천문학 thiên văn học, 노천 lộ thiên, 천당 thiên đường, 천명 thiên mệnh (mệnh trời), 천부 thiên phú, 천사 thiên sứ (thiên thần), 천생 thiên sinh (trời sinh), 천성 thiên tính (trời phú), 천연 thiên nhiên, 천자 thiên tử, 천재 thiên tai, thiên tài, 천추 thiên thu (ngàn năm), 천하 thiên hạ.

절 Tiết — Khoảng thời gian, ngày lễ, tết, mùa, 동절 đông tiết (mùa đông), 하절 hạ tiết (mùa hè), 단오절 Đoan ngọ tiết (tết đoan ngọ), 춘절 xuân tiết (tiết xuân), 명절 danh tiết (ngày lễ), 시절 thì tiết (thời điểm), 일년사절 nhất niên tứ tiết (một năm bốn mùa), 계절 quý tiết (mùa).

Giải nghĩa Ngày khai thiên, ngày khái quốc, lễ quốc khánh Hàn Quốc (ngày 3/10).

Cách sử dụng ~ 기념 행사 Chương trình kỷ niệm ngày Quốc khánh Hàn quốc.

거리 (距離 Cự ly)

거	Cự	Khoảng cách, 거금 cự kim (cách đây).
리	Ly	Chia ra, xa cách, lìa tan, chia li, 이별 ly biệt (chia tay), 이산 li tán, 이향 ly hương, 이혼 ly hôn, 격리 cách ly, 분리 phân ly.
Giải nghĩa		Cự ly, khoảng cách.
Cách sử dụng		원~ viễn cự ly (cự ly xa), 장~ trường cự ly (cự ly dài), 사~ xạ cự ly (cự ly bắn), 단~ đoản cự ly (cự ly ngắn), ~감 giảm giác xa cách, ~ 측정기 máy đo cự ly, 비행~ cự ly bay, 장~전화 điện thoại đường dài, 일정한 ~에 ở một cự ly nhất định, 안전 ~를 유지하다 duy trì mức khoảng cách an toàn.

건강 (健康 Kiện khang)

건	Kiện	Khỏe mạnh, giỏi giang, sức khỏe, 보건 bảo kiện (bảo vệ sức khỏe), 건승 (kiện thắng) khỏe mạnh, 건전 kiện toàn (khỏe mạnh, lành mạnh),
강	Khang	Khỏe mạnh, bình an, giàu có, 안강 an khang (khỏe mạnh).
Giải nghĩa		Sự khỏe mạnh, sức khỏe.
Cách sử dụng		~한 사람 người mạnh khỏe, ~한 상태 tình trạng sức khỏe tốt, ~관리 giữ gìn sức khỏe, ~법 cách giữ gìn sức khỏe, ~식품 thực phẩm tốt cho sức khỏe, ~제 (劑) thuốc bổ, ~증명서 giấy chứng nhận sức khỏe, ~진단 kiểm tra sức khỏe, ~에 좋다 tốt cho sức khỏe, ~에 해롭다 có hại cho sức khỏe, ~을 유지하다 duy trì sức khỏe, ~을 증진하다 tăng cường sức khỏe, ~을 회복하다 phục hồi sức khỏe, ~을 잃다 mất sức khỏe, ~미 vẻ đẹp khỏe mạnh.

건물 (建物 Kiến vật)

건	Kiến	Dựng, xây, lập lên, đưa ra ý kiến, 건립 kiến lập (tạo lập), 건설 kiến thiết (xây dựng), 건의 kiến nghị, 건조 kiến tạo, 건축 kiến trúc.
물	Vật	Đồ vật, sự vật, người, thế gian, 인물 nhân vật, 선물 thiện vật (quà tặng), 건물 kiến vật (tòa nhà), 식물 thực vật, 동물 động vật, 유물 di vật, 박물관 bác vật quán (bảo tàng), 뇌물 lộ vật (vật hối lộ), 생물학 sinh vật học, 물질 vật chất, 물가 vật giá, 물품 vật phẩm, 물체 vật thể, 물리 vật lý, 사물 sự vật.
Giải nghĩa		Tòa nhà, căn nhà, nhà, vật thể kiến trúc.
Cách sử dụng		높은 ~ tòa nhà cao, 세계최고 ~ tòa nhà cao nhất thế giới, 콘크리트~ tòa nhà bằng bê tông, ~을 신축하다 xây mới tòa nhà, ~을 짓다 xây tòa nhà.

검색 (檢索 Kiểm tác)

검	Kiểm	Tra, xét, lục, 검사 kiểm tra, 검정 kiểm định, 점검 điểm kiểm (kiểm tra), 검거 kiểm cử (bắt giữ), 검열 kiểm duyệt, 검토 kiểm thảo.

색	Tác	Lục lọi, tìm kiếm, tìm tòi, 탐색 tham tác (tìm kiếm, dò, điều tra), 수색 sưu tác (tìm kiếm).
Giải nghĩa		Sự kiểm tra, sự tra xét, sự khám xét
Cách sử dụng		①Sự kiểm soát, kiểm tra, truy tìm, ~하다, ~에 걸리다 bị bắt khi kiểm tra, ~을 당하다 bị lục soát. ②Tìm kiếm (trên máy tính, sách vở). 컴퓨터~ tìm trên máy tính, 자료~ tìm kiếm dữ liệu, 정보~ tìm kiếm thông tin.

게시판 (揭示板 Yết thị bản)

게	Yết	Mở, giơ cao, bóc, trưng bày, 게양 yết dương (giơ cao cờ), 게재 yết tài (đăng tải).
시	Thị	Tỏ, rõ, thông báo, biểu hiện, 표시 biểu thị (thể hiện), 암시 ám thị, 고시 cáo thị, 지시 chỉ thị, 명시 minh thị (nhìn rõ), 시위 thị uy.
판	Bản	Tấm , miếng, 판권 bản quyền, 간판 khán bản (bảng quảng cáo), 안내판 án nội bản (bảng hướng dẫn), 광고판 quảng cáo bản (bảng quảng cáo).
Giải nghĩa		Bảng thông báo, bảng tin.
Cách sử dụng		~제작 làm bảng tin, 학교~ bảng tin trường, ~에 올리다 đăng lên bảng tin, ~에 게재된다 được đăng lên bảng tin.

결과 (结果 Kết quả)

결	Kết	Gắn, nối, chấm dứt, kết thúc, 결국 kết cục, 결단 kết đoàn, 결론 kết luận, 결말 kết mạt (kết thúc), 결연 kết duyên (kết nghĩa), 결혼 kết hôn, 연결 liên kết.
과	Quả	Quả nhiên, trái cây, trái, kết cục, 결과 kết quả, 성과 thành quả, 인과 nhân quả, 과보 quả báo, 과연 quả nhiên.
Giải nghĩa		Kết quả, hệ quả, cái thu được, cái thu về.
Cách sử dụng		좋은 ~가 나온다 có kết quả tốt, 최종~ kết quả cuối cùng, 원인과~ nguyên nhân và kết quả, 그 ~ (로서) kết quả là, 필연적 ~로서 một kết quả tất yếu, 지금까지 ~로 보아 nhìn kết quả cho đến hiện nay, 뜻밖의 ~가 되다 có kết quả ngoài dự đoán, 반대~를 가져오다 mang lại kết quả ngược lại, 선거~ kết quả bầu cử, 시험~ kết quả thi.

결국 (結局 Kết cục)

결	Kết	Gắn, nối, chấm dứt, kết thúc, 결국 kết cục, 결단 kết đoàn, 결론 kết luận, 결말 kết mạt (kết thúc), 결연 kết duyên (kết nghĩa), 결혼 kết hôn, 연결 liên kết
국	Cục	Phần, bộ phận, tình hình, tình thế, 우체국 bưu đệ cục (bưu điện), 방송국 phóng tống cục (đài phát thanh), 사무국 sự vụ cục (bộ phận văn phòng), 편집국 biên tập cục (ban biên tập).
Giải nghĩa		Rốt cuộc, cuối cùng, kết cục.
Cách sử dụng		~이 좋지 않다 kết cục không tốt, ~ 어떻게 될까 kết cục như thế nào? ~ 모두 경찰서에 연행되었다 kết cục tất cả bị cảnh sát bắt giữ, ~ 실패로 끝났다 kết cục thất bại, ~ 성공했다 cuối cùng đã thành công.

결석 (缺席 Khuyết tịch)

결	Khuyết	Vắng, thiếu, chỗ thiếu sót, chỗ không hoàn hảo, 결근 khuyết cần (không đi làm), 결점 khuyết điểm, 보결 bổ khuyết (bổ sung vào chỗ thiếu), 결례 khuyết lễ (thất lễ), 결함 khuyết hãm (thiếu sót, sai, nhầm).
석	Tịch	Chỗ ngồi, vị trí, ghế (trong nghị trường), 수석졸업 thủ tịch tốt nghiệp (tốt nghiệp thủ khoa), 좌석 tọa tịch (chỗ ngồi), 즉석 tức tịch (tại chỗ, tại nơi), 참석 tham tịch (tham gia), 안석 an tịch (an tọa), 주석 chủ tịch, 입석 lập tịch (chỗ đứng, vé đứng).

Giải nghĩa Sự vắng mặt.

Cách sử dụng ~하다, ~률 tỷ lệ vắng mặt, ~자 người vắng mặt, ~재판 phiên tòa vắng mặt, ~판결 xử vắng mặt, ~이 잦다 hay vắng mặt, 오후 수업에 ~하다 vắng mặt buổi học chiều.

결심 (決心 Quyết tâm)

결	Quyết	Quyết tâm, nhất định, quyết đoán, phải, xét đoán, xác định, 결승전 quyết thắng chiến (trận chung kết), 결정 quyết định, 판결 phán quyết, 해결 giải quyết, 표결 biểu quyết, 자결 tự quyết, 해결책 giải quyết sách (phương án giải quyết), 결심 quyết tâm.
심	Tâm	Trái tim, tấm lòng, tâm tính, trung tâm, tính, 무관심 vô quan tâm (không quan tâm), 결심 quyết tâm, 내심 nội tâm, 성심 thành tâm, 심장 tâm tạng (tim), 심정 tâm tình, 안심 an tâm, 애국심 ái quốc tâm (lòng yêu nước), 자비심 từ bi tâm (lòng từ bi), 중심 trung tâm, 중심 trọng tâm.

Giải nghĩa Sự quyết tâm, lòng quyết tâm.

Cách sử dụng ~하다, ~이 흔들리고 있다 quyết tâm bị lung lay, 굳은 ~ quyết tâm vững chắc, 아직 ~이 서지 않다 chưa quyết tâm, 자기의 ~을 굳게 지키다 giữ vững quyết tâm.

결혼 (結婚 Kết hôn)

결	Kết	Gắn, nối, chấm dứt, kết thúc, 결국 kết cục, 결단 kết đoàn, 결론 kết luận, 결말 kết mạt (kết thúc), 결연 kết duyên (kết nghĩa), 결혼 kết hôn, 연결 liên kết
혼	Hôn	Cưới, lấy vợ hoặc chồng, 혼인 hôn nhân, 성혼 thành hôn, 이혼 li hôn, 만혼 mãn hôn (kết hôn muộn), 구혼 cầu hôn, 결혼 kết hôn, 약혼 ước hôn (đính hôn), 혼례 hôn lễ, 재혼 tái hôn, 혼수 hôn thú, 신혼 tân hôn.

Giải nghĩa Kết hôn, cuộc hôn nhân

Cách sử dụng ~하다, ~식 lễ kết hôn, ~신고 đăng ký kết hôn, ~기념일 ngày kết hôn (kỷ niệm ngày cưới), ~청첩장 thiệp cưới, 국제~hôn nhân quốc tế, ~의상 áo cưới, ~반지 nhẫn cưới, ~비용 chi phí cưới xin, ~선물 món quà kết hôn, ~적령기 tuổi lập gia đình, ~중매 mai mối hôn nhân, ~피로연 tiệc cưới, A 과 ~하다 lấy ai, cưới ai, 그는 25 세에 ~했다 anh ta lấy vợ lúc 25 tuổi, ~을 승낙하다 chấp nhận kết hôn, ~을 약속하다 hứa hôn, ~을 축하하다 chúc mừng đám cưới, ~을 주선하다 sắp xếp hôn nhân, ~생활 cuộc sống hôn nhân.

경고 (警告 Cảnh cáo)

경	Cảnh	Nhắc nhở, cảnh báo, đề phòng, phòng ngừa, 경각 cảnh giác, 경비 cảnh bị, 경계 cảnh giới, 경보 cảnh báo, 경찰 cảnh sát.
고	Cáo	Nói cho biết, nhắc nhở, trình, gửi, kiện, 권고 khuyến cáo, 광고 quảng cáo, 공고 công cáo (công bố), 고소 cáo tố (kiện ra tòa), 보고서 báo cáo thư (bản báo cáo).

Giải nghĩa Sự cảnh cáo, sự cảnh báo

Cách sử dụng ~하다, ~장 giấy cảnh cáo, ~등 đèn cảnh báo, ~발사 bắn cảnh cáo, ~를 받다 nhận cảnh cáo, 엄중한 ~를 내리다 đưa ra một cảnh báo nghiêm khắc, 그에 게 잘못을 되풀이하지 말라고 ~했다 tôi đã cảnh cáo anh ta không được lặp lại lỗi lầm.

경기 (競技 Cạnh kỹ)

경	Cạnh	Ganh, đua, tranh đua, 경쟁 cạnh tranh, 경마 cạnh mã (đua ngựa), 경주 cạnh tẩu (chạy đua)
기	Kỹ	Nghề, tay nghề, tài nghệ, tài năng, 기능공 kỹ năng công (thợ có tay nghề), 기술 kỹ thuật, 기사 kỹ sư.

Giải nghĩa Trận thi đấu, việc thi thố tay nghề nào đó, cuộc đấu, trận đấu

Cách sử dụng ~하다, ~장 sân vận động, 국립~장 sân vận động quốc gia, 실내~ 장 sân thi đấu trong nhà, ~에 이기다[지다] thắng trận thua trận, ~를 포기하다 bỏ thi đấu, 축구~ trận bóng đá, ~결과 kết quả trận đấu,

경력 (經歷 Kinh lịch)

경	Kinh	Đường dọc, làm, phụ trách, kinh sách, mạch máu, trải nghiệm, 경영자 kinh doanh giả (người kinh doanh), 뇌신경 não thần kinh (thần kinh não), 경도 kinh độ, 경비 kinh phí, 경제 kinh tế, 경험 kinh nghiệm, 불경 Phật kinh (kinh Phật), 성경 Thánh kinh, 경도 kinh độ, 경제 kinh tế, 경영 kinh doanh, 경험 kinh nghiệm
력	Lịch	Trải qua, vượt qua, tờ lịch, quá trình, 역사 Lịch sử, 음력 âm lịch, 양력 dương lịch, 이력 lý lịch, 달력 lịch tháng, 월력 nguyệt lịch (lịch tháng), 연력 niên lịch (lịch năm), 내력 lai lịch.

Giải nghĩa Kinh nghiệm công tác, kinh nghiệm làm việc,

Cách sử dụng Kinh nghiệm làm việc, ~있다 có kinh nghiệm làm việc, ~자 người có kinh nghiệm, ~이 있다 có kinh nghiệm công tác, ~이 짧다 kinh nghiệm làm việc ít, ~을 쌓다 tích lũy kinh nghiệm.

경로 (徑路 Kinh lộ)

경	Kinh	Đường dọc, làm, phụ trách, kinh sách, mạch máu, trải nghiệm, 경영자 kinh doanh giả (người kinh doanh), 뇌신경 não thần kinh (thần kinh não), 경도 kinh độ, 경비 kinh phí,

경제 kinh tế, 경험 kinh nghiệm, 불경 Phật kinh (kinh Phật), 성경 Thánh kinh, 경도 kinh độ, 경제 kinh tế, 경영 kinh doanh, 경험 kinh nghiệm

로 Lộ — Đường cái, đường đi, phương pháp, đường lối, 육로 lục lộ (đường bộ), 수로 (thủy lộ) đường thủy, 노상 (lộ thượng) trên đường, 노면 lộ diện (mặt đường), 노숙 lộ túc (trú ngoài đường), 노점상 lộ điếm thương (cửa hàng bán lề đường), 노숙자 lộ túc giả (người vô gia cư), 대로 đại lộ, 국로 quốc lộ, 노비 lộ phí.

Giải nghĩa — Con đường, đường đi, phương thức, các bước

Cách sử dụng — 외교~ con đường ngoại giao, 같은 ~를 밟다 đi cùng con đường như nhau, 감염~ con đường lây nhiễm, 사회발달의 ~ con đường phát triển của xã hội.

경영 (競泳 Cạnh vịnh)

경 Cạnh — Ganh, đua, tranh đua, 경쟁 cạnh tranh, 경마 cạnh mã (đua ngựa), 경주 cạnh tẩu (chạy đua)

영 Vịnh — 접영 điệp vịnh (bơi bướm), 수영 thủy vịnh (bơi dưới nước), 배영 bối vịnh (bơi ngửa), 자유영 tự do vịnh (bơi tự do), 평영 bình vịnh (bơi ếch)

Giải nghĩa — Sự thi bơi

Cách sử dụng — Bơi thi, thi bơi, ~하다, ~대회 cuộc thi bơi, ~선수 vận động viên bơi lội, 장거리~ thi bơi lội cự li dài,

경영 (經營 Kinh doanh)

경 Kinh — Đường dọc, làm, phụ trách, kinh sách, mạch máu, trải nghiệm, 경영자 kinh doanh giả (người kinh doanh), 뇌신경 não thần kinh (thần kinh não), 경도 kinh độ, 경비 kinh phí, 경제 kinh tế, 경험 kinh nghiệm, 불경 Phật kinh (kinh Phật), 성경 Thánh kinh, 경도 kinh độ, 경제 kinh tế, 경영 kinh doanh, 경험 kinh nghiệm

영 Doanh — Mưu cầu, quản lý, kiếm sống, mưu sinh, 비영리 phi doanh lợi (phi lợi nhuận), 국영 quốc doanh (nhà nước vận hành), 영업 doanh nghiệp, 자영 tự doanh (tự kinh doanh)

Giải nghĩa — Việc kinh doanh, sự kinh doanh

Cách sử dụng — Kinh doanh, vai trò kinh doanh, thương mại, ~하다, ~계 giỏi kinh doanh, ~자 người kinh doanh, ~권 quyền kinh doanh, ~대학 đại học thương mại, ~방침 phương châm kinh doanh, ~법 cách kinh doanh, ~수완[능력] biện pháp [năng lực] kinh doanh, ~전략 chiến lược kinh doanh, ~진 ban điều hành, ban kinh doanh, ~학석사 Thạc sĩ Quản trị Kinh doanh, ~형태 hình thức kinh doanh, ~이 잘되다 làm ăn tốt.

경우 (境遇 Cảnh ngộ)

경 Cảnh — Biên giới, nơi, chỗ, chốn, hoàn cảnh. 경계선 cảnh giới tuyến (đường ranh giới), 입경 nhập cảnh, 출경 xuất cảnh, 변경 biên cảnh (biên cương, biên giới).

우 Ngộ — Gặp gỡ, đối xử, mắc phải, cơ hội, 대우 đãi ngộ (đối xử), 불우 bất ngộ (không may, bất hạnh).

Giải nghĩa Trường hợp, hoàn cảnh, tình huống

Cách sử dụng Trường hợp, hoàn cảnh, tình hình, 필요한 ~trong trường hợp cần thiết, 지금의 ~ trong trường hợp hiện nay, 어떤 ~에도 trong trường hợp, 어떤~에는 trong một số trường hợp, ~따라서 tùy trường hợp, 그런 ~에는 trong trường hợp như vậy, 최악의 ~에는 trong trường hợp xấu nhất, 비가올 ~ 소풍은 취소한다 trong trường hợp mưa thì sẽ hủy đi picnic, 긴급한 ~에는 trong trường hợp khẩn cấp, 이 규칙은 모든 ~에 적용된다 nguyên tắc này dùng cho mọi trường hợp, 너의 ~는 예외로 한다 trường hợp của anh là ngoại lệ, 그 사람의 ~ trong trường hợp của anh ấy, 이런~에는 vào trường hợp này như thế nào, 특별한 ~ trường hợp đặc biệt.

경제 (經濟 Kinh tế)

경 Kinh — Đường dọc, làm, phụ trách, kinh sách, mạch máu, trải nghiệm, 경영자 kinh doanh giả (người kinh doanh), 뇌신경 não thần kinh (thần kinh não), 경도 kinh độ, 경비 kinh phí, 경제 kinh tế, 경험 kinh nghiệm, 불경 Phật kinh (kinh Phật), 성경 Thánh kinh, 경도 kinh độ, 경영 kinh doanh.

제 Tế — Làm được việc, nên, xong, giúp đỡ, 경제력 kinh tế lực (sức mạnh kinh tế), 경제학 kinh tế học, 국제화 quốc tế hóa, 경제 kinh tế, 국제 quốc tế.

Giải nghĩa Nền kinh tế, tính kinh tế, môn kinh tế

Cách sử dụng Kinh tế, ~가 nhà kinh tế, ~개발 phát triển kinh tế, ~개발 5 개년계획 kế hoạch 5 năm phát triển kinh tế, ~공황 khủng hoảng kinh tế, ~구조 cấu trúc nền kinh tế, ~기반 nền tảng kinh tế, ~대국 cường quốc kinh tế, ~동향 tình hình kinh tế, ~력 sức mạnh kinh tế, ~면 và mặt kinh tế, ~사정 [상태] tình hình [trạng thái] kinh tế, ~성장 tăng trưởng kinh tế, ~성장률 tỷ lệ tăng trưởng kinh tế, 고도의 ~성장 tăng trưởng kinh tế cao, ~안정 ổn định kinh tế, ~자립 tự lập kinh tế, ~활동 hoạt động kinh tế.

경찰 (警察 Cảnh sát)

경 Cảnh — Răn bảo, nhắc nhở, đề phòng, phòng ngừa, 경고 cảnh cáo, 경보 cảnh báo.

찰 Sát — Nhìn xem kĩ càng, tìm tòi, điều tra, 순찰 tuần sát, 진찰 chẩn sát, 관찰 quan sát.

Giải nghĩa Quan sát cảnh báo, cảnh sát

Cách sử dụng ~견 chú cảnh sát, ~관 nhân viên cảnh sát, ~관 파출소 đồn cảnh sát, ~기동 순찰대 cảnh sát tuần tra cơ động, ~대학 đại học cảnh sát, ~청 sở cảnh sát, ~의 보호 sự bảo vệ của cảnh sát, ~에 신고하다 khai báo cảnh sát, ~에 넘기다 giao cho cảnh sát, ~순찰차 xe tuần tra cảnh sát.

경치 (景致 Cảnh trí)

경 Cảnh — Tình huống, tình trạng, cảnh đẹp, 경관 cảnh quan, 경치 cảnh trí, 야경 dạ cảnh (cảnh ban đêm),

치 Trí Đặt, để, trạng thái, tình trạng, 배치 bài trí, 위치 vị trí, 장치 trang trí.

Giải nghĩa Phong cảnh, cảnh vật, cảnh quan

Cách sử dụng 시골~ phong cảnh miền quê, 겨울~ cảnh mùa thu, 좋은 ~cảnh đẹp, ~가 좋다 cảnh quan đẹp, 서울의 ~ cảnh Seoul.

계급 (階級 Giai cấp)

계 Giai Ngôi, bậc, ngôi thứ, đẳng cấp, 단계 đoạn giai (giai đoạn), 계층 giai tầng (tầng bậc, giai cấp)

급 Cấp Thứ bậc, bậc học, bậc thềm, 고급 cao cấp, 직급 chức cấp, 초급 sơ cấp, 중급 trung cấp, 상급 thượng cấp, 하급 hạ cấp, 승급 thăng cấp, 진급 tiến cấp, 계급 giai cấp, 등급 đẳng cấp (thứ bậc, xếp hạng), 유급 lưu cấp (ở lại lớp), 특급 đặc cấp, 동급 đồng cấp.

Giải nghĩa Cấp bậc, giai cấp.

Cách sử dụng ①Cấp bậc, giai cấp, ~사회 giai cấp xã hội, ~의식 ý thức giai cấp, ~제도 chế độ giai cấp, ~투쟁 đấu tranh giai cấp, 모든 ~의 사람들 người của tất cả giai cấp, ~이 없는 사회 xã hội không có giai cấp, 상류~의 가족 gia đình thuộc giai cấp thượng lưu, 지배~ giai cấp thống trị, 지식~ giai cấp tri thức, 무산~ giai cấp vô sản, 노동자~ tầng lớp lao động, 상류 [중류, 하류]~ giai cấp thượng lưu [trung lưu, hạ lưu], ~을 형성 hình thành giai cấp, ~의 차별을 철폐[타파] 하다 xóa bỏ [đả phá] sự phân biệt giai cấp. ②Cấp bậc, 한 ~승진하다 lên một bậc, ~이 높다 cấp bậc cao, ~이 다르다 cấp bậc khác nhau.

계속 (繼續 Kế tục)

계 Kế Mưu mẹo, phép tính, công cụ tính, tiếp nối, 계획 kế hoạch, 계책 kế sách, 생계 sinh kế (kế sinh nhai), 모계 mưu kế, 고육지계 khổ nhục chi kế (khổ nhục kế) 미인계 mỹ nhân kế, 계략 kế lược, 계승 kế thừa, 계모 kế mẫu (mẹ kế), 계부 kế phụ (cha kế), 계위 kế vị, 묘계 diệu kế, 설계 thiết kế.

속 Tục Nối liền, liên tiếp, nối liền, 연속 liên tục, 지속 trì tục.

Giải nghĩa Tiếp tục, liên tục.

Cách sử dụng ~하다, 이야기를 ~하다 kể tiếp chuyện, 일을 ~하다 tiếp tục công việc, ~되는 장마 những cơn mưa tiếp tục, ~적 (으로) một cách liên tiếp, liên tục, có tính liên tục, ~하여 tiếp theo, 불행이 ~되다 phát hành có liên tục, 학업을 ~하다 tiếp tục theo con đường học hành, 전람회는 5 월 20 일까지 ~열린다 triển lãm mở liên lục đến ngày 20 tháng 5, 앞 페이지에서 ~ tiếp theo trang trước, 다음 20 페이지에 ~ xem tiếp trang 20, 다음호에 ~ tiếp kỳ sau.

계열사 (系列社 Hệ liệt xã)

계 Hệ Ngành, nhánh, phân khoa, 가계 gia hệ, 계통 hệ thống, 관계 quan hệ.

열 Liệt Bày ra, hạng, hàng, chia ra, 배열 bài liệt (bài trí, trưng bày), 열전 liệt truyện, 열거 liệt cử (kể ra),

사 Xã 사교 xã giao, 사회 xã hội, 사원 xã viên (nhân viên), 공사 công xã (công ty nhà nước), 사장 xã trưởng (giám đốc công ty), 지사 chi xã (chi nhánh công ty), 본사 bổn xã (công ty mẹ), 출판사 xuất bản xã (nhà xuất bản), 신문사 tân văn xã (tòa soạn báo), 항공사 hàng không xã (hãng hàng không).

Giải nghĩa Công ty thành viên, công ty con, chi nhánh

Cách sử dụng ~를 설립하다 thành lập công ty con, ~사장단 회의 cuộc họp của giám đốc các công ty thành viên.

계절 (季節 Quý tiết)

계 Quý Mùa, thời kỳ cố định trong năm, 하계 hạ quý (mùa hè), 동계 đông quý (mùa đông),

절 Tiết Khoảng thời gian, ngày lễ, tết, mùa, 동절 đông tiết (mùa đông), 하절 hạ tiết (mùa hè), 단오절 Đoan ngọ tiết (tết đoan ngọ), 춘절 xuân tiết (tiết xuân), 명절 danh tiết (ngày lễ), 시절 thì tiết (thời điểm), 일년사절 nhất niên tứ tiết (một năm bốn mùa), 계절 quý tiết (mùa).

Giải nghĩa Mùa, thời kỳ,

Cách sử dụng 일년 4~ một năm 4 mùa, ~고용 tuyển dụng theo mùa, ~ 근로자 người lao động theo mùa vụ, ~ 풍 gió mùa, ~에 관계없이 không liên quan đến mùa, ~의 별미 món ngon từng mùa.

계좌번호 (計座番號 Kế tọa phiên hiệu)

계 Kế Mưu mẹo, phép tính, công cụ tính, tiếp nối, 계획 kế hoạch, 계책 kế sách, 생계 sinh kế (kế sinh nhai), 모계 mưu kế, 고육지계 khổ nhục chi kế (khổ nhục kế) 미인계 mỹ nhân kế, 계략 kế lược, 계승 kế thừa, 계모 kế mẫu (mẹ kế), 계부 kế phụ (cha kế), 계속 kế tục (tiếp tục), 계위 kế vị, 묘계 diệu kế, 설계 thiết kế.

좌 Tọa Chỗ ngồi, ghế ngồi, ngôi, tòa, ngọn, 좌담 tọa đàm, 좌석 tọa tịch (chỗ ngồi), 좌선 tọa thiền (ngồi thiền), 좌욕 tọa dục (tắm ngồi).

번 Phiên Lần, lượt, phiên, gấp, phiên dịch, 번호 phiên hiệu, 번지 phiên địa, 당번 đang phiên (ca trực), 매번 mỗi phiên (mỗi lần, hằng lần), 학번 học phiên (mã năm học), 번호판 phiên hiệu bản (bảng số xe), 전화번호 điện thoại phiên hiệu (số điện thoại)

호 Hào Tên riêng, tên gọi, danh xưng, hiệu lệnh, dấu hiệu, 비밀번호 bí mật phiên hiệu, 신호등 tín hào đăng (đèn giao thông), 기호 ký hào (ký hiệu),

Giải nghĩa Mã số tài khoản, số tài khoản.

Cách sử dụng 은행계좌번호 số tài khoản ngân hàng, 계좌를 트다 mở tài khoản, 예금계좌 tài khoản tiền gửi, 계좌 이체 kết chuyển tài khoản, 계좌명 tên tài khoản.

계획 (計劃 Kế hoạch)

계 Kế — Mưu mẹo, phép tính, công cụ tính, tiếp nối, 계획 kế hoạch, 계책 kế sách, 생계 sinh kế (kế sinh nhai), 모계 mưu kế, 고육지계 khổ nhục chi kế (khổ nhục kế) 미인계 mỹ nhân kế, 계략 kế lược, 계승 kế thừa, 계모 kế mẫu (mẹ kế), 계부 kế phụ (cha kế), 계속 kế tục (tiếp tục), 계위 kế vị, 묘계 diệu kế, 설계 thiết kế.

획 Hoạch — Phân chia, nét vẽ, tính toán, thiết kế, trù liệu, vạch ra, 기획 xí hoạch (đề án), 획득 hoạch đắc (giành được).

Giải nghĩa — Kế hoạch.

Cách sử dụng — ~경제 kinh tế kế hoạch, ~생산 sản xuất theo kế hoạch, ~자 người làm kế hoạch, ~적(인) có tính kế hoạch, 10 년 ~으로 theo kế hoạch 10 năm, 국가적 ~ kế hoạch có tính quốc gia, ~의 변경 thay đổi kế hoạch, 경제개발 5 개년 ~ kế hoạch phát triển kinh tế 5 năm, 장기~ kế hoạch dài hạn.

고모 (姑母 Cô mẫu)

고 Cô — Cô gái chưa chồng hoặc mẹ chồng, mẹ vợ, cô ruột.

모 Mẫu — Mẹ, giống cái, lớn, chỉ căn nguyên, 부모 phụ mẫu, 모국 mẫu quốc, 노모 lão mẫu (mẹ già), 산모 sản mẫu (sản phụ), 계모 kế mẫu (mẹ kế), 모유 mẫu nhũ (sữa mẹ), 학부모 học phụ mẫu (phụ huynh học sinh)

Giải nghĩa — Em hoặc chị gái Cha

Cách sử dụng — ~부 dượng, 작은 ~ cô em cha, 첫째 ~ cô thứ nhất, 큰 ~ cô lớn.

고민 (苦悶 Khổ muộn)

고 Khổ — Chịu đựng vất vả, cực nhọc, thử thách, vị đắng, 고뇌 khổ não (khó xử), 고난 khổ nan (khổ nạn)

민 Muộn — Buồn bực, khổ não, buồn bã, 번민 phiền muộn, 우민 ưu muộn (ưu phiền)

Giải nghĩa — Sự lo lắng, khổ não, cực nhọc, phải suy nghĩ

Cách sử dụng — ~하다, 마음의 ~sự lo lắng trong lòng, 사랑의~ lo lắng yêu đương, 큰~이 있다 có nỗi lo lắng lớn, ~ 상담 tư vấn nỗi lo lắng, ~을 털어놓다 giãi bày nỗi lo lắng, 취업 문제로 ~이 많다 nhiều lo lắng về vấn đề xin việc, 자금 부족을 ~하다 lo lắng vấn đề về vốn.

고생 (苦生 Khổ sinh)

고 Khổ — Chịu đựng vất vả, cực nhọc, thử thách, vị đắng, 고뇌 khổ não (khó xử), 고난 khổ nan (khổ nạn)

생 Sinh — Sinh ra, sự sống, sản xuất ra, học trò, người có ăn học, 발생 phát sinh, 생활 sinh hoạt, 학생 học sinh, 선생 tiên sinh (giáo viên, ông, bà), 생산 sinh sản (sản xuất), 생계 sinh kế (kế sinh nhai), 위생 vệ sinh, 생존 sinh tồn, 기생충 ký sinh trùng, 생명 sinh mệnh, 생동 sinh động, 생물 sinh vật

Giải nghĩa — Vất vả, cực nhọc, khổ nan.

Cách sử dụng ~하다, ~길 con đường vất vả, ~주머니 người khốn khổ, 가난으로 인한 ~ vất vả vì nghèo, ~해서 번돈 tiền vất vả kiếm được, ~을 견디다 chịu đựng vất vả, ~이 많다 nhiều vất vả, 온갖~을 겪다 gặp nhiều vất vả, 가족을 부양하느라 ~하다 vất vả vì phụ dưỡng gia đình, 병으로 ~하다 khổ sở vì bệnh tật, ~한 보람이 있었다 có kết quả cho sự vất vả, ~시키다 làm cho ai vất vả.

고속 (高速 Cao tốc)

고 Cao — Cao, đắt, cao thượng, thanh cao, nhiều, hơn, 고속 cao tốc, 고도 cao độ, 고층 cao tầng, 고온 cao ôn (nhiệt độ cao), 제고 đề cao (nâng cao), 고등학교 cao đẳng học hiệu (trường cấp 3), 고급 cao cấp, 고속도로 cao tốc đạo lộ (đường cao tốc), 고혈압 cao huyết áp, 최고급 tối cao cấp (cao nhấp nhất).

속 Tốc — Tốc độ, nhanh, chóng, mau, 고속 cao tốc, 속력 tốc lực,변속 biến tốc, 과속 quá tốc (quá tốc độ), 가속 gia tốc, 감속 giảm tốc.

Giải nghĩa Cao tốc, tốc độ cao.

Cách sử dụng ~기관 máy tốc độ cao, ~버스 xe buýt cao tốc, ~열차 tàu cao tốc, 최~으로 달리다 chạy với tốc độ cao nhất, ~도로 đường cao tốc, ~버스 터미널 bến xe cao tốc, ~ 버스 xe buýt nhanh, xe buýt cao tốc.

고유 (固有 Cố hữu)

고 Cố — Một mực, kiên quyết, bền chắc, khăng khăng, 고체 cố thể (chất rắn), 견고 kiên cố, 고집 cố chấp.

유 Hữu — Có, đã, xảy ra, có được, đầy đủ, 유리 hữu lợi (có lợi), 보유 bảo hữu (có, mang, sở hữu), 소유 sở hữu, 유죄 hữu tội (có tội), 유한 hữu hạn, 유기 hữu cơ, 유의 hữu nghị.

Giải nghĩa Cố hữu, có từ rất lâu đời, có tính chất truyền thống, lâu đời,

Cách sử dụng ~하다, ~명사 danh từ cố hữu, 그 지방~의 식물 thực vật lâu đời của địa phương đó, 그들의 ~한 말 ngôn ngữ cố hữu của họ, 동양~의 풍속 phong tục truyền thống của phương Đông, 베트남 ~의 전통문화 văn hóa truyền thống lâu đời của Việt Nam.

고전 (古典 Cổ điển)

고 Cổ — Ngày xưa, cũ, xưa, quá khứ, 고궁 cổ cung, 고서 cổ thư, 고금 cổ kim (xưa và nay), 고물 cổ vật (đồ cổ).

전 Điển — Quy tắc, pháp độ, chuẩn tắc, mẫu, lễ nghi, sách được cho là mẫu mực, 백과사전 bách khoa từ điển (từ điển bách khoa), 법전 pháp điển (bộ luật chuẩn), 자전 tự điển, 전형 điển hình, 경전 kinh điển.

Giải nghĩa Lâu ngày, lâu năm, cổ, cổ điển

Cách sử dụng ~극 kịch cổ điển, ~문학 văn học cổ điển, ~학자 học giả về cổ điển, ~ 음악 âm nhạc cổ điển, ~음악을 감상하다 thưởng thức âm nhạc cổ điển, 서양 ~음악의 역사 lịch sử âm nhạc cổ điển phương Tây.

고집 (固執 Cố chấp)

고 Cố — Một mực, kiên quyết, bền chắc, khăng khăng, rắn, 고체 cố thể (chất rắn), 견고 kiên cố, 고집 cố chấp.

집 Chấp — Cầm, nắm, giữ, thi hành, thực hiện, 집행 chấp hành, 집착 chấp trứ (quyến luyến).

Giải nghĩa Cố chấp, bướng bỉnh, khăng khăng.

Cách sử dụng ~하다, ~쟁이[통이] bướng bỉnh, ~이 세다 cố chấp, bướng bỉnh, 자기 의견을 ~하다 cố chấp ý kiến của mình, ~을 부리다 bướng, ~을 버리다 bỏ tính bướng, ~을 피우다 giữ tính bướng, 황소처럼 ~이 세다 bướng như bò.

고통 (苦痛 Khổ thống)

고 Khổ — Cảnh huống khó chịu đựng, vất vả, cực nhọc, thử thách, 고뇌 khổ não (khó xử), 고난 khổ nan (khổ nạn)

통 Thống — Đau đớn, quá mức, đau thương, 치통 xỉ thống (đau răng), 두통 đầu thống (đau đầu), 복통 phúc thống (đau bụng), 골통 cốt thống (đau xương).

Giải nghĩa Khổ và đau, nỗi đau.

Cách sử dụng ~을 참다 chịu đau, ~없이 죽다 chết không đau, 정신적[육체적]~ nỗi đau tinh thần [thể xác], ~스럽다 đau đớn, ~을 느끼다 cảm nhận sự đau khổ, ~을 주다 gây đau khổ cho ai, làm cho ai đau khổ, ~을 없애다 xóa đi sự đau khổ, ~이 사라졌다 nỗi đau đi qua.

고하 (高下 Cao hạ)

고 Cao — Cao, đắt, cao thượng, thanh cao, nhiều, hơn, 고속 cao tốc, 고도 cao độ, 고층 cao tầng, 고온 cao ôn (nhiệt độ cao), 제고 đề cao (nâng cao), 고등학교 cao đẳng học hiệu (trường cấp 3), 고급 cao cấp, 고속도로 cao tốc đạo lộ (đường cao tốc), 고혈압 cao huyết áp, 최고급 tối cao cấp (cao nhấp nhất).

하 Hạ — Dưới, ít hơn, bên dưới, rơi xuống, 상하 thượng hạ (trên dưới), 천하 thiên hạ, 수하 thủ hạ (thuộc hạ), 지하철 địa hạ thiết (tàu điện ngầm), 하류 hạ lưu, 지하 địa hạ (dưới lòng đất), 하층 hạ tầng (tầng dưới), 하락 hạ lạc (giảm xuống, rơi xuống), 이하 dĩ hạ (dưới), 하반기 hạ bán kỳ (sáu tháng cuối năm), 연하 niên hạ (ít tuổi hơn).

Giải nghĩa Cao thấp, trên dưới, lên xuống,

Cách sử dụng 지위의 ~를 불문하고 bất kể chức vụ cao thấp, 시세의 ~가 심하다 sự lên xuống giá cả bất bình thường, 값은 ~간에 내가 사겠다 tôi sẽ mua không kể giá cao hay thấp, 나이의 ~ tuổi cao tuổi ít, 신분의 ~ thân phận cao thấp.

고향 (故鄕 Cố hương)

고	Cố	Gốc của mình đã có từ trước, cũ, 고국 cố quốc (tổ quốc), 고인 cố nhân.
향	Hương	Quê quán, quê nhà, làng, thôn quê, 타향 tha hương, 향수병 hương sầu bệnh (nỗi nhớ quê), 이향 tha hương, 귀향 quy hương (về quê).
Giải nghĩa		Quê hương cũ, cố hương, quê hương.
Cách sử dụng		~방문 về thăm quê hương, 제 2 의 ~ quê hương thứ hai, ~을 멀리 떠나서 rời xa quê hương ~을 떠나다 rời quê hương, ~에 돌아가다 quay trở lại quê hương, ~을 떠난 지 몇 년이나 되느냐 Anh xa quê mấy năm rồi?

고혈압 (高血壓 Cao huyết áp)

고	Cao	Cao, đắt, cao thượng, thanh cao, nhiều, hơn, 고속 cao tốc, 고도 cao độ, 고층 cao tầng, 고온 cao ôn (nhiệt độ cao), 제고 đề cao (nâng cao), 고등학교 cao đẳng học hiệu (trường cấp 3), 고급 cao cấp, 고속도로 cao tốc đạo lộ (đường cao tốc), 고혈압 cao huyết áp, 최고급 tối cao cấp (cao nhấp nhất).
혈	Huyết	Máu, có quan hệ máu mủ, 출혈 xuất huyết, 혈관 huyết quản, 혈통 huyết thống, 혈맥 huyết mạch.
압	Áp	Đè, ép, nén, bức bách, 수압 thủy áp (áp lực nước), 압박 áp bách (áp bức)
Giải nghĩa		Cao huyết áp.
Cách sử dụng		~증 bệnh cao huyết áp, ~환자 bệnh nhân cao huyết áp, 나는 ~이다 Tôi bị cao huyết áp.

곤란 (困難 Khốn nạn)

곤	Khốn	Khó, gian nan, khổ sở, nghèo túng, 빈곤 bần khốn (nghèo khó), 피곤 bì khốn (mệt mỏi).
란/난	ㄴ Nan	Khó khăn, khó, tai nạn, 취업난 tựu nghiệp nan (vấn nạn thất nghiệp), 난해 nan giải (khó hiểu), 난처 nan xử (khó xử), 난치병 (nan trị bệnh) bệnh khó chữa.
Giải nghĩa		Khốn khó, trở ngại, khó khăn khi làm gì.
Cách sử dụng		~하다, 재정~ khó khăn về tài chính, ~한 문제 một vấn đề khó khăn, ~한 사람 một người khó tính, ~한 일 việc khó làm, 생활이 ~하다 cuộc sống khó khăn, 호흡에 ~을 느끼다 cảm thấy khó thở, ~을 극복하다 khắc phục khó khăn, 이해하기 ~하다 khó hiểu, 그 분쟁은 해결하기 ~하다 khó giải quyết một tranh chấp.

공경 (恭敬 Cung kính)

공	Cung	Kính trọng, tôn kính, phép chắp tay làm lễ, 공손 cung tốn (lễ phép và khiêm tốn).
경	Kính	Tôn trọng, thận trọng, 경어 kính ngữ, 불경 bất kính, 존경 tôn kính, 경축 kính chúc, 경례 kính lễ.
Giải nghĩa		Cung kính, kính trọng.

Cách sử dụng ~하다, ~할 만한 đáng kính trọng, 스승을 ~하다 kính trọng thầy, 어른을 ~하다 kính trọng người lớn, 부모를 ~하다 cung kính bố mẹ.

공공 (公共 Công cộng)

공 Công — Chung, công, công bằng, thuộc nhà nước, cân bằng, 공개 công khai, 공공 công cộng, 공권 công quyền, 공안 công an, 공중 công chúng, 공익 công ích, 공무 công vụ.

공 Cộng — Cùng, chung, tổng số, 공감 cộng cảm (đồng cảm), 공동 cộng đồng, 공산 cộng sản.

Giải nghĩa Công cộng, của chung, thuộc xã hội.

Cách sử dụng ~교통요금 tiền phí giao thông công cộng, ~도서관 thư viện công cộng, ~이익 lợi ích công cộng, ~의 복지 phúc lợi công cộng, ~시설 cơ sở vật chất công cộng, ~위생 vệ sinh công cộng, ~재산 tài sản công cộng, ~기관 cơ quan nhà nước.

공무원 (公務員 Công vụ viên)

공 Công — Chung, công, công bằng, thuộc nhà nước, cân bằng, 공개 công khai, 공공 công cộng, 공권 công quyền, 공안 công an, 공중 công chúng, 공익 công ích, 공무 công vụ.

무 Vụ — Việc làm, công tác, làm, 사무실 sự vụ thất (văn phòng) , 국무 quốc vụ, 사무 sự vụ (công việc), 업무 nghiệp vụ.

원 Viên — Người, gã, kẻ, viên, 위원 ủy viên, 회원 hội viên, 교원 giáo viên, 인원 nhân viên, 공무원 công vụ viên (viên chức), 회사원 hội xã viên (nhân viên), 선원 thuyền viên, 당원 đảng viên.

Giải nghĩa Công chức nhà nước.

Cách sử dụng ~법 luật công chức, 국가~ công chức nhà nước, 지방~ công chức địa phương, ~이 되다 trở thành công chức, 중앙~교육원 trường đào tạo viên chức trung ương, 고급~ viên chức cao cấp, 국가 ~ viên chức nhà nước, 지방~ viên chức địa phương, ~이 되다 trở thành viên chức nhà nước, ~급여 lương công chức nhà nước, 고위직 ~ công chức cấp cao, ~으로 일하다 làm việc công chức.

공부 (工夫 Công phu)

공 Công — Công lao, thành tích, sự nghiệp, thành tựu, 공업 công nghiệp, 공과 công quả, 공신 công thần, 공용 công dụng, 공예품 công nghệ phẩm (hàng thủ công mỹ nghệ), 농공업 nông công nghiệp.

부 Phu — Chỉ chung người bình thường, người làm việc lao động, đàn ông, 대장부 đại trượng phu, 어부 ngư phu (ngư dân), 광부 khoáng phu (thợ mỏ), 농부 nông phu (nông dân), 장부 trượng phu.

Giải nghĩa Học hành, học, bản lĩnh, trình độ.

Cách sử dụng ~하다, ~를 잘하다 học giỏi, ~를 못하다 học kém, 열심히 ~하다 chăm học, 한국어를 ~하다 học tiếng Hàn, ~방 phòng học, ~벌레 mọt sách, 시험~ học thi, ~시간 thời gian học, 법률을 ~하다 học về luật, ~를 게을리하다 lười học, ~를 너무 해서 병이 나다 học nhiều quá phát bệnh, ~를 시키다 cho đi học, 그는 매일 밤늦게까지 ~한다 ngày nào anh ta cũng học đến khuya, 동생은 연세대에서 ~하고 있다 em trai tôi đang học đại học Yonsei.

공연 (公演 Công diễn)

공	Công	Chung, công, công bằng, thuộc nhà nước, cân bằng, 공개 công khai, 공공 công cộng, 공권 công quyền, 공안 công an, 공중 công chúng, 공익 công ích, 공무 công vụ.
연	Diễn	Trình bày trước công chúng, diễn ra, đóng vai, 강연 giảng diễn, 연극 diễn kịch, 연기 diễn kĩ (diễn xuất), 연설 diễn thuyết, 연주 diễn tấu (trình diễn nhạc cụ), 연출 diễn xuất, 재연 tái diễn, 조연 trợ diễn.
Giải nghĩa		Biểu diễn công khai, công diễn, biểu diễn, diễn xuất, trình diễn.
Cách sử dụng		~하다, 첫~buổi trình diễn đầu tiên, 정기~ biểu diễn định kỳ, ~중 đang trình diễn, 축하~ trình diễn chúc mừng, ~일정 lịch công diễn.

공장 (工場 Công trường)

공	Công	Công nhân, thợ, công việc, giỏi tay nghề, 공산품 công sản phẩm (hàng công nghiệp), 공예품 công nghệ phẩm (hàng thủ công mỹ nghệ), 공장 công trường (nhà máy), 공구 công cụ, 공정 công trình (quy trình), 분공 phân công, 공사 công sự (công trình).
장	Trường	Chỗ đông người tụ tập hoặc làm việc, sân khấu, chợ, sân, 입장 nhập trường (vào sân, vào hội trường), 비행장 phi hành trường (sân bay), 운동장 vận động trường (sân vận động), 극장 kịch trường (rạp hát, sân khấu), 농장 nông trường, 시장 thị trường, 광장 quảng trường, 경기장 cạnh kỹ trường (sân thi đấu).
Giải nghĩa		Nơi, chỗ sản xuất, nhà máy, công xưởng.
Cách sử dụng		~근로자 người lao động ở các nhà máy, ~설비 thiết bị công xưởng, ~위생 vệ sinh công xưởng, ~장 xưởng trưởng, ~폐쇄 đóng cửa nhà máy, ~폐수 nước thải từ các nhà máy, ~관리 quản lý nhà máy, 자동차 ~ nhà máy sản xuất xe ô tô, 조립~ xưởng lắp ráp, 하청~ nhà máy thầu phụ.

공책 (空冊 Không sách)

공	Không	Chỗ trống, không làm gì cả, rỗng, trời, 공간 không gian, 항공기 hàng không cơ (máy bay), 공군 không quân, 공기 không khí, 진공 chân không.
책	Sách	Sách, sổ, mưu kế, 대책 đối sách, 방책 phương sách, 상책 thượng sách, 정책 chính sách, 책방 sách phòng (phòng sách, tiệm sách)
Giải nghĩa		Quyển vở chưa ghi chép gì, quyển vở.
Cách sử dụng		~열 권 mười quyển vở, 예쁜 ~ một quyển vở đẹp, ~ 표지 bìa quyển vở.

공통 (共通 Cộng thông)

공	Cộng	Cùng, chung, như nhau, tổng số, 공산당 cộng sản đảng (Đảng cộng sản), 공감 cộng cảm, 공동 cộng đồng.
통	Thông	Xuyên qua, truyền khắp, tóm tắt, phổ biến, 통고 thông cáo (thông báo), 통례 thông lệ (thường lệ), 보통 phổ thông, 통상 thông thường, 통상 thông thương (thương mại), 통속 thông tục, 통용 thông dụng, 통역 thông dịch, 통신 thông tin, 통보 thông báo, 교통 giao thông, 통화 thông thoại (nói chuyện điện thoại), 통관 thông quan, 통과 thông qua.

Giải nghĩa Chung, cộng chung.

Cách sử dụng ~하다, ~법 luật thông thuộc, ~어 từ ngữ thông dụng, ~의식 ý thức chung, ~의 이해[목적] sự nhận thức [mục đích] chung, ~점이 있다 [없다] có [không có] điểm chung, ~적 tính chất chung.

공항 (空港 Không cảng)

공	Không	Chỗ trống, không làm gì cả, rỗng, trời, 공간 không gian, 항공기 hàng không cơ (máy bay), 공군 không quân, 공기 không khí, 진공 chân không.
항	Cảng	Nhánh sông hoặc vùng biển cho tàu bè đậu, bến tàu, 무역항 mậu dịch cảng, 항구도시 cảng khẩu đô thị (thành phố cảng), 해항 hải cảng.

Giải nghĩa Sân bay.

Cách sử dụng ~에 마중 나가다 ra sân bay đón, 국제~ sân bay quốc tế, 국내~ sân bay quốc nội, ~출입국관리소 văn phòng xuất nhập cảnh sân bay, 그 비행기는 ~을 떠났다 máy bay đã rời sân bay, 내가 당신을 마중하러 ~에 나가겠다 tôi ra sân bay đến đón bạn.

공휴일 (公休日 Công hưu nhật)

공	Công	Chung, công, công bằng, thuộc nhà nước, cân bằng, 공개 công khai, 공공 công cộng, 공권 công quyền, 공안 công an, 공중 công chúng, 공익 công ích, 공무 công vụ.
휴	Hưu	Nghỉ ngơi, thôi, dừng, 연휴 liên hưu (nghỉ dài ngày), 휴관 hưu quán (đóng cửa tòa nhà), 휴일 hưu nhật (ngày nghỉ), 휴업 hưu nghiệp (nghỉ kinh doanh), 휴직 hưu chức (tạm nghỉ việc).
일	Nhật	Mặt trời, ngày, ban ngày, hằng ngày, 일정 nhật trình (lịch trình), 일기 nhật ký, 일상 nhật thường (hằng ngày), 생일 sinh nhật, 당일 đương nhật (trong ngày), 평일 bình nhật (ngày thường), 청천백일 thanh thiên bạch nhật, 주일 chủ nhật.

Giải nghĩa Ngày nghỉ lễ, ngày nghỉ do pháp luật quy định (chủ nhật, lễ tết vv)

Cách sử dụng ~은 1 년에 며칠 있느냐 một năm có mấy ngày nghỉ lễ? ~에 관한 법률 quy định pháp luật về ngày nghỉ lễ, ~ 대체 휴무 nghỉ bù ngày lễ, 국정~ ngày nghỉ do nhà nước quy định.

과외 (課外 Khóa ngoại)

과	Khóa	Giờ học, môn học, bài học, 과제 khóa đề (bài toán), 과정 khóa trình, 제 1 과 đệ nhất khóa (bài số 1).
외	Ngoại	Ngoài, bên ngoài, phía ngoài, 외국 ngoại quốc, 제외 trừ ngoại (trừ ra), 해외 hải ngoại, 외교 ngoại giao, 외모 ngoại mạo (ngoại hình), 외계인 ngoại giới nhân (người ngoài hành tinh), 외식 ngoại thực (ăn ở ngoài).
Giải nghĩa		Ngoại khóa, học thêm.
Cách sử dụng		~교육 giáo dục ngoại khóa, ~공부 học thêm, ~강의 dạy thêm, ~수업 học thêm. ~열풍 trào lưu học thêm, ~비 phí học thêm.

과장 (科長 Khoa trưởng)

과	Khoa	Chuyên ngành, khoa, bộ môn, hạng mục, 과학 khoa học, 치과 xỉ khoa (nha khoa), 외과 ngoại khoa, 안과 nhãn khoa (khoa mắt), 법과 pháp khoa (khoa luật), 내과 nội khoa 과목 khoa mục (môn, hạng mục), 소아과 tiểu nhi khoa (khoa nhi), 교과서 giáo khoa thư (sách giáo khoa), 산부인과 sản phụ nhân khoa (khoa sản phụ), 비과학적 phi khoa học đích (không có tính khoa học).
장	Trưởng	To, lớn, đứng đầu, 단장 (đoàn trưởng), 대대장 đại đội trưởng, 장녀 trưởng nữ, 성장 thành trưởng (trưởng thành) (trưởng thành), 홍보실장 (hoẳng báo thất trưởng) trưởng phòng quảng cáo, 회장 hội trưởng, 사장 xã trưởng (giám đốc công ty), 총장 tổng trưởng (hiệu trưởng).
Giải nghĩa		Trưởng phòng, trưởng khoa.
Cách sử dụng		학~ trưởng khoa, ~으로 임명된다 được bổ nhiệm làm trưởng khoa, ~계급 cấp bậc trưởng phòng, 대리에서 ~으로 từ phó phòng lên trưởng phòng.

과학 (科學 Khoa học)

과	Khoa	Chuyên ngành, khoa, bộ môn, hạng mục, 과학 khoa học, 치과 xỉ khoa (nha khoa), 외과 ngoại khoa, 안과 nhãn khoa (khoa mắt), 법과 pháp khoa (khoa luật), 내과 nội khoa, 과목 khoa mục (môn, hạng mục), 소아과 tiểu nhi khoa (khoa nhi), 교과서 giáo khoa thư (sách giáo khoa), 산부인과 sản phụ nhân khoa (khoa sản phụ), 비과학적 phi khoa học đích (không có tính khoa học).
학	Học	Nghiên cứu, học tập, hiểu, lĩnh hội, 학생 học sinh, 대학 đại học, 학력 học lực, 학문 học vấn, 화학 hóa học, 과학 khoa học, 문학 văn học, 입학 nhập học, 언어학 ngôn ngữ học, 철학 triết học, 심리학 tâm lí học, 경제학 kinh tế học.
Giải nghĩa		Khoa học.
Cách sử dụng		~적 có tính khoa học, 비~적 phi khoa học, ~기술 khoa học kỹ thuật, ~기술원 viện khoa học kỹ thuật, ~자 nhà khoa học, ~지식 tri thức khoa học, ~기술협력협정 Hiệp định khoa học và kỹ thuật, ~의 진보 sự tiến bộ của khoa học, ~을 응용하다 ứng dụng

khoa học, ~기술 용어 từ chuyên dụng về khoa học kỹ thuật, ~연구 nghiên cứu khoa học, 공상 ~영화 phim khoa học viễn tưởng.

관객 (觀客 Quan khách)

관 Quan — Ngắm nhìn, thưởng thức, cảnh tượng, 관광 quan quang (du lịch), 관측 quan trắc, 개관적 khách quan đích (tính khách quan), 관찰 quan sát.

객 Khách — Khách hàng, hành khách, người ngoài, người ở trọ, 객관 khách quan, 객관성 khách quan tính (tính khách quan), 객지 khách địa (đất khách), 객체 khách thể., 관객 quan khách (khán giả), 관광객 quan quang khách (du khách), 식객 thực khách(khách đến ăn), 객실 khách thất (phòng ở của khách), 고객 cố khách (khách hàng), 청객 thỉnh khách (khách mời).

Giải nghĩa Khách đến xem, khán giả, người xem.

Cách sử dụng ~석 ghế khán giả, ~수 số lượng khán giả, 그 연극은 ~이 대단히 많았다 [적었다] vở kịch ấy có rất nhiều (ít) khán giả.

관계 (關係 Quan hệ)

관 Quan — Liên quan, liên hệ, dính lýu, cửa, ải, ô vào, 관련 quan liên, 해관 hải quan, 관세 quan thuế, 연관 liên quan, 관계 quan hệ, 무관 vô quan (không liên quan), 유관기관 cơ quan hữu quan.

계 Hệ — Liên quan, dính líu, buộc, ràng buộc, 계장 hệ trưởng, 이해관계 lợi hại quan hệ

Giải nghĩa Liên quan, quan hệ.

Cách sử dụng ①Liên quan, quan hệ, ~하다, ~기관 cơ quan có liên quan, ~당국 cơ quan chính quyền, ~당사자 đương sự có liên quan, ~법규 những quy định của pháp luật liên quan, ~자 người có liên quan, 베트남 한국~ quan hệ Việt Nam và Hàn Quốc, 남녀~ quan hệ nam nữ, ~정상화 bình thường hóa quan hệ, ~가 깊다 có mối quan hệ chặt chẽ, 인간~ quan hệ con người, 스트레스와~되는 병 bệnh có liên quan đến stress, 인과~ quan hệ nhân quả, 에 ~없이 không có liên quan, ~가 있다[없다] có [không có] liên quan, ~를 끊다 cắt mối quan hệ, 우호~를 맺다[유지하다] thiết lập[duy trì] quan hệ hữu nghị, 너는 그와 어떤~냐 cậu có quan hệ gì với anh ta? 나는 그 범죄와~가 없다 tôi không có liên quan với tên tội phạm đó, 그는 그녀와~있다 Anh ta có quan hệ với cô gái đó, 외교~ quan hệ ngoại giao. ②Tham gia vào, ~하다, 이것은 자네가 ~할 일이 아닐세 chuyện ấy là chuyện không cần phải tham gia vào. ③Quan hệ tình dục, ~를 가지다 có quan hệ tình dục với nhau.

관광 (觀光 Quan quang)

관 Quan — Ngắm nhìn, cảnh tượng, liên quan, cách nhìn, quan điểm, 관계 quan hệ, 낙관 lạc quan, 세계관 thế giới quan, 객관 khách quan, 관객 quan khách, 비관 bi quan, 주관

chủ quan, 기관 cơ quan, 관찰 quan sát, 관념 quan niệm, 관점 quan điểm, 관람 quan lãm (tham quan, ngắm cảnh), 참관 tham quan, 인생관 nhân sinh quan, 가치관 giá trị quan.

광 Quang — Ánh sáng, phong cảnh, rực rỡ, sáng tỏ, 야광 dạ quang, 형광 huỳnh quang, 광경 quang cảnh, 광도 quang độ, 광복 quang phục, 광명 quang minh, 광음 quang âm, 광합 quang hợp, 광학 quang học, 발광 phát quang.

Giải nghĩa — Du lịch, tham quan.

Cách sử dụng — ~하다, ~을 가다 đi du lịch, ~객 khách du lịch, ~객의 유치 thu hút khách du lịch, 외국인 ~ khách du lịch nước ngoài, ~지 địa điểm du lịch, ~단 đoàn du lịch, ~사업 ngành du lịch, 베트남~협회 Hiệp hội du lịch Việt Nam, ~시즌 mùa du lịch, ~회사 công ty du lịch, ~객 khách du lịch, ~국 nước du lịch, ~기념품 quà kỉ niệm du lịch, ~도시 thành phố du lịch, ~명소 nơi tham quan du lịch, ~버스 xe để khách đi du lịch, ~사증 visa du lịch, ~시설 cơ sở hạ tầng du lịch, ~안내 (서) sách hướng dẫn du lịch, 시내~ tham quan thành phố.

관습 (慣習 Quán tập)

관 Quán — Thói quen, quen, 관성 quán tính, 관행 quán hành (tập tục, thói quen), 관례 quán lệ (phong tục, thói quen, tiền lệ).

습 Tập — Học đi học lại, luyện tập, quen, 습관 tập quán, 습속 tập tục, 실습 thực tập, 연습 luyện tập, 학습 học tập, 습성 tập tính.

Giải nghĩa — Thói quen, tập quán, phong tục, tập tục, quy ước.

Cách sử dụng — ~적 (인) có tính thói quen, ~에 의하여 theo tập tục, 오랜~을 지키다 giữ gìn tập tục lâu đời, 베트남의 오랜 ~ tập tục lâu đời của Việt Nam.

관심 (關心 Quan tâm)

관 Quan — Liên quan, liên hệ, dính lýu, cửa, ải, ô vào, 기관 cơ quan, 관계자 quan hệ giả (người có liên quan), 관련 quan liên, 해관 hải quan, 관세 quan thuế, 연관 liên quan, 관계 quan hệ, 무관 vô quan (không liên quan), 유관기관 cơ quan hữu quan.

심 Tâm — Trái tim, tấm lòng, tâm tính, trung tâm, tính, 무관심 vô quan tâm (không quan tâm), 결심 quyết tâm, 내심 nội tâm, 성심 thành tâm, 심장 tâm tạng (tim), 심정 tâm tình, 안심 an tâm, 애국심 ái quốc tâm (lòng yêu nước), 자비심 từ bi tâm (lòng từ bi), 중심 trung tâm, 중심 trọng tâm.

Giải nghĩa — Quan tâm, chú ý.

Cách sử dụng — ~사항 nội dung quan tâm, …에 ~이 있다[없다] có [không] quan tâm tới, ~을 끌다 lôi kéo sự quan tâm, 깊은~을 갖다 có sự quan tâm sâu sắc, ~사 mối quan tâm, 일반의 ~ 대상이 되다 trở thành mối quan tâm của một người, 정치에 ~을 가지다 có quan tâm đến chính trị, 외모에 ~을 두다 quan tâm đến hình thức, 그들은 환경문제에 ~이

없다 họ không quan tâm đến vấn đề môi trường, 나는 그녀에 대한 ~이 없어졌다 tôi không còn quan tâm đến cô ấy.

관용 (慣用 Quán dụng)

관	Quán	Thói quen, quen, 관성 quán tính, 관행 quán hành (tập tục, thói quen), 관례 quán lệ (phong tục, thói quen, tiền lệ).
용	Dụng	Dùng, sử dụng, công hiệu, hiệu quả, 반작용 phản tác dụng, 사용 sử dụng, 용구 dụng cụ, 신사용 dùng cho đàn ông, 숙녀용 dùng cho phụ nữ, 이용 lợi dụng, 남용 lạm dụng, 작용 tác dụng, 신용 tín dụng, 실용 thực dụng, 부작용 phụ tác dụng (tác dụng phụ).
Giải nghĩa		Thông dụng, hay dùng.
Cách sử dụng		~구[어] câu[từ] thông dụng, quán dụng ngữ, ~수단 cách thông dụng, ~영어 tiếng anh thông dụng ~되고 있다 được sử dụng nhiều.

광고 (廣告 Quảng cáo)

광	Quảng	Mở rộng, phổ biến rộng rãi, truyền bá, rộng lớn, 광대 quảng đại, 광덕 quảng đức, 광장 quảng trường.
고	Cáo	Bảo, nói cho biết, lời nói hoặc văn bản báo cho mọi người biết, 보고 báo cáo, 고별 cáo biệt, 경고 cảnh cáo, 선고 tuyên cáo, 항고 kháng cáo, 피고 bị cáo, 원고 nguyên cáo (nguyên đơn).
Giải nghĩa		Thông báo rộng rãi cho biết, quảng cáo.
Cách sử dụng		~하다, 신문에 ~하다 quảng cáo lên báo, 구직구인 ~ quảng cáo tìm người, ~기구 công cụ quảng cáo, ~쪽지 tờ quảng cáo, ~판 tấm biển quảng cáo, ~업 ngành quảng cáo, ~란 mục quảng cáo, ~료 chi phí quảng cáo, ~비 phí quảng cáo, ~효과 hiệu quả quảng cáo, 전면~ quảng cáo toàn diện, 신문에 ~를 내다 quảng cáo lên báo, 구인 ~를 내다 đăng quảng cáo tìm người.

교과서 (教科書 Giáo khoa thư)

교	Giáo	Dạy dỗ, truyền thụ, tôn giáo, đạo, 교황 giáo hoàng, 교당 giáo đường, 교육 giáo dục, 교회 giáo hội, 종교 tông giáo (tôn giáo) 회교 hồi giáo, 교훈 giáo huấn, 교과 giáo khoa, 교리 giáo lý, 천주교 thiên chúa giáo, 공교 khổng giáo, 교안 giáo án.
과	Khoa	Chuyên ngành, khoa, bộ môn, hạng mục, 과학 khoa học, 치과 xỉ khoa (nha khoa), 외과 ngoại khoa, 안과 nhãn khoa (khoa mắt), 법과 pháp khoa (khoa luật), 내과 nội khoa 과목 khoa mục (môn, hạng mục), 소아과 tiểu nhi khoa (khoa nhi), 교과서 giáo khoa thư (sách giáo khoa), 산부인과 sản phụ nhân khoa (khoa sản phụ), 비과학적 phi khoa học đích (không có tính khoa học).
서	Thư	Sách, thư tín (thư từ), đơn, giấy tờ, văn kiện, 독서 độc thư (đọc sách), 문서 văn thư (giấy tờ, tài liệu), 계약서 khế ước thư (hợp đồng), 보고서 báo cáo thư (bản báo cáo),

	서류 thư loại (tài liệu), 서신 thư tín (thư từ), 서기 thư ký (bí thư), 도서 đồ thư (sách vở).
Giải nghĩa	Sách giáo khoa.
Cách sử dụng	디지털 ~ sách giáo khoa số, ~ 발행사 đơn vị phát hành sách giáo khoa, 고등학교 ~ sách giáo khoa cấp 3, ~ 구입 mua sách giáo khoa.

교수 (教授 Giáo thụ)

교 Giáo	Dạy dỗ, truyền thụ, tôn giáo, đạo, 교황 giáo hoàng, 교당 giáo đường, 교육 giáo dục, 교회 giáo hội, 종교 tông giáo (tôn giáo) 회교 hồi giáo, 교훈 giáo huấn, 교과 giáo khoa, 교리 giáo lý, 천주교 thiên chúa giáo, 공교 khổng giáo, 교안 giáo án, 교과서 giáo khoa thư (sách giáo khoa).
수 Thụ	Cho, trao cho, dạy, 전수 truyền thụ, 수업 thụ nghiệp (dạy).
Giải nghĩa	①Giáo sư. ②Cách giảng dạy.
Cách sử dụng	그는 S 대학 영문학 ~이다 anh ta làm giáo viên tiếng anh trường đại học S, ~직 Chức giáo viên, nghề giáo viên, 수학~ giáo viên toán học, ~하다, ~법 phương pháp giảng dạy.

교실 (教室 Giáo thất)

교 Giáo	Dạy dỗ, truyền thụ, tôn giáo, đạo, 교황 giáo hoàng, 교당 giáo đường, 교육 giáo dục, 교회 giáo hội, 종교 tông giáo (tôn giáo) 회교 hồi giáo, 교훈 giáo huấn, 교과 giáo khoa, 교리 giáo lý, 천주교 thiên chúa giáo, 공교 khổng giáo, 교안 giáo án, 교과서 giáo khoa thư (sách giáo khoa).
실 Thất	Nhà, buồng, phòng, 실내 thất nội (trong phòng), 화장실 hóa trang thất (phòng vệ sinh), 교실 giáo thất (phòng học), 연구실 nghiên cứu thất (phòng nghiên cứu), 욕실 dục thất (phòng tắm), 탈의실 thoát y thất (phòng thay đồ), 회의실 hội nghị thất (phòng họp), 사무실 sự vụ thất (văn phòng) (văn phòng), 객실 khách thất (phòng ở của khách).
Giải nghĩa	Phòng học, lớp học, giờ hoc, tiết học.
Cách sử dụng	① 215 호~ phòng học số 215, 우리~ 은 2 층에 있다 phòng học của chúng ta ở tầng hai, ~안에 trong phòng học, ~ 청소 당번 trực dọn vệ sinh phòng học. ② Tiết học, 서예 tiết học thư pháp, 피아노 ~ tiết học piano.

교외 (郊外 Giao ngoại)

교 Giao	Ngoại ô, vùng ngoại thành, ngoại thành, 근교 cận giao (vùng ngoại ô), 남교 nam giao (ngoại thành phía nam).
외 Ngoại	Ngoài, bên ngoài, phía ngoài, 외국 ngoại quốc, 제외 trừ ngoại (trừ ra), 해외 hải ngoại, 외교 ngoại giao, 외모 ngoại mạo (ngoại hình), 외계인 ngoại giới nhân (người ngoài hành tinh), 외식 ngoại thực (ăn ở ngoài).
Giải nghĩa	Ngoại ô, ngoài thành phố.

Cách sử dụng ~거주자 người sống ở ngoại ô, ~생활 cuộc sống ngoại ô, ~에 ở ngoại ô, ~에 있다 nằm ở ngoại ô, 호치민시~에 살다 sống ở ngoại ô thành phố Hồ Chí Minh, ~로 나가다 đi ra ngoại ô thành phố.

교통 (交通 Giao thông)

교 Giao Qua lại, chỗ tiếp nhau, cùng nhau, tình bạn, trao đổi, 외교 ngoại giao, 교통 giao thông, 교역 giao dịch, 교접 giao tiếp, 교감 giao cảm, 교류 giao lưu, 친교 thân giao, 교전 giao chiến, 교통비 giao thông phí (phí đi lại), 교통편 giao thông tiện (phương tiện giao thông).

통 Thông Xuyên qua, truyền khắp, tóm tắt, phổ biến, 통고 thông cáo (thông báo), 통례 thông lệ (thường lệ), 보통 phổ thông, 통상 thông thường, 통상 thông thương (thương mại), 통속 thông tục, 통용 thông dụng, 통역 thông dịch, 통신 thông tin, 통보 thông báo, 교통 giao thông, 통화 thông thoại (nói chuyện điện thoại), 통관 thông quan, 통과 thông qua.

Giải nghĩa Giao thông, đi lại.

Cách sử dụng ~난 ùn tắc giao thông, ~량 lượng giao thông, ~망 mạng lưới giao thông, ~마비 tê liệt giao thông, ~비 phí giao thông, ~법 luật giao thông, ~사고 tai nạn giao thông, ~사고로 죽다 chết vì tai nạn giao thông, ~신호 tín hiệu giao thông, ~질서 trật tự giao thông, ~표지 bảng hiệu giao thông, ~위반하다 vi phạm luật giao thông, ~체증 tắc nghẽn giao thông, ~이 편리한[불편한] giao thông thuận tiện [bất tiện], ~이 혼잡하다 giao thông phức tạp, ~사정 tình hình giao thông, ~안전운동 phong trào an toàn giao thông, ~방송 chương trình phát thanh về giao thông.

교통비 (交通費 Giao thông phí)

교 Giao Qua lại, chỗ tiếp nhau, cùng nhau, tình bạn, trao đổi, 외교 ngoại giao, 교통 giao thông, 교역 giao dịch, 교접 giao tiếp, 교감 giao cảm, 교류 giao lưu, 친교 thân giao, 교전 giao chiến, 교통비 giao thông phí (phí đi lại), 교통편 giao thông tiện (phương tiện giao thông).

통 Thông Xuyên qua, truyền khắp, tóm tắt, phổ biến, 통고 thông cáo (thông báo), 통례 thông lệ (thường lệ), 보통 phổ thông, 통상 thông thường, 통상 thông thương (thương mại), 통속 thông tục, 통용 thông dụng, 통역 thông dịch, 통신 thông tin, 통보 thông báo, 교통 giao thông, 통화 thông thoại (nói chuyện điện thoại), 통관 thông quan, 통과 thông qua.

비 Phí Phí, chi phí, tiền, tốn, chi tiêu, 학비 học phí, 기숙비 ký túc phí (tiền ký túc xá), 식비 thực phí (tiền ăn) 교통비 giao thông phí (tiền xăng xe), 접대비 tiếp đãi phí (phí tiếp khách), 생활비 sinh hoạt phí (chi phí sinh hoạt), 통신비 thông tin phí (chi phí liên lạc), 낭비 lãng phí, 경비 kinh phí, 학비 học phí, 인건비 nhân kiện phí (phí nhân công), 치료비 trị liệu phí (tiền điều trị), 참가비 tham gia phí (phí tham gia).

Giải nghĩa Chi phí giao thông, chi phí đi lại.

Cách sử dụng		~를 지급하다 chi trả tiền chi phí đi lại, ~가 많이 든다 nhiều chi phí đi lại, ~ 지원 hỗ trợ tiền phí đi lại.

교포 (僑胞 Kiều bào)

교	Kiều	Ở nhờ nơi khác (hay nước khác), tạm thời, người sống ở nước ngoài, 화교 Hoa kiều, 한교 Hàn kiều, 교민 kiều dân (kiều bào).
포	Bào	Bào thai, bao bọc, ruột thịt, 동포 đồng bào, 세포 tế bào, 간세포 gan tế bào (tế bào gan)
Giải nghĩa		Kiều bào.
Cách sử dụng		재미~ kiều bào sống tại Mỹ, 해외~ kiều bào ở nước ngoài, 베트남 재외 ~ kiều bào Việt Nam sống ở nước ngoài, ~ 이세 thế hệ kiều bào thứ hai.

구별 (區別 Khu biệt)

구	Khu	Chia ra, phân biệt hoặc quận, khu vực hành chính, vùng hoặc, 구역 khu vực, 구획 khu hoạch (qui hoạch), 구축 khu trục, 특구 đặc khu, 강남구 giang nam khu (quận Kangnam).
별	Biệt	Khác biệt, phân ra, lạ, xa cách, 별명 biệt danh, 이별 ly biệt (chia tay), 사별 tử biệt 개별 cá biệt, 전별 tiễn biệt, 특별 đặc biệt.
Giải nghĩa		Phân biệt, khác biệt, khác nhau.
Cách sử dụng		~하다, ~없이 không phân biệt, 남녀노소의 ~없이 không phân biệt già trẻ gái trai, 와~하여 phân biệt với, 공사를 분명히 ~하다 phân biệt công tư rõ ràng, 와[를]~하기 힘들다 khó phân biệt với, ~을 하지 않다 không phân biệt, 선악을 ~할 수 있다 có thể phân biệt thiện ác.

구체적 (具體) Cụ thể đích

구	Cụ	Đồ dùng, cái, chiếc, thuật, kể, 도구 đạo cụ, 가구 gia cụ (đồ dùng trong gia đình), 기구 khí cụ (vật dụng, thiết bị), 완구 ngoạn cụ (đồ chơi), 구체적 cụ thể đích (chi tiết, cụ thể), 어구 ngư cụ, 공구 công cụ.
체	Thể	Thân mình, hình thể, hình trạng, dạng, bản chất, 체력 thể lực, 체면 thể diện, 체격 thể cách (thân hình), 신체 thân thể, 체온 thể ôn (nhiệt độ cơ thể), 체육 thể dục, 체제 thể chế, 체질 thể chất, 체현 thể hiện, 체험 thể nghiệm, 체중 thể trọng (trọng lượng cơ thể).
적	Đích	Thuộc về, tiêu chuẩn, tính, có tính chất, 객관적 khách quan đích (tính khách quan), 소극적 tiêu cực đích (tính chất tiêu cực), 근본적 căn bản đích (về mặt cơ bản), 대표적 đại biểu đích (có tính đại diện), 지속적 trì tục đích (có tính liên tục), 긍정적 khẳng định đích (tính tích cực), 구체적 cụ thể đích (tính cụ thể), 적극적 tích cực đích (tính tích cực).
Giải nghĩa		Tính cụ thể, cụ thể, chi tiết.

Cách sử dụng ~으로 cụ thể, một cách cụ thể, ~으로 말하면 nói một cách cụ thể, ~인개념 khái niệm cụ thể, ~인예를 들다 lấy một ví dụ cụ thể, 좀더~으로 말해 주세요 hãy nói cụ thể hơn nữa, 나는 그가 유죄라는 ~인 증거를 가지고 있다 tôi có chứng cứ cụ thể anh ta là người có tội, 아직 아무것도 ~으로 결정되어 있지 않다 chưa có gì được quyết định cụ thể cả.

구하다 (求—Cầu)

구 Cầu Xin, mong muốn, 구직 cầu chức (xin việc), 구혼 cầu hôn, 요구 yêu cầu, 욕구 dục cầu (nhu cầu), 청구 thỉnh cầu, 구인 cầu nhân (tìm người).

Giải nghĩa Tìm, kiếm.

Cách sử dụng ①Tìm, kiếm. 방을 ~ tìm phòng. 설명을 ~ tìm lời giải thích. 조언을 ~ xin lời khuyên, tìm lời khuyên. 점원을 ~ tìm đại lý, tìm người bán hàng. 인재를 ~ tìm kiếm nhân tài. 아르바이트할 사람을 구함『bảng』Tìm người làm thêm. 그 회사는 숙련공을 구하고 있다 công ty ấy tìm người có tay nghề. 일자리를 ~ tìm việc. 사람을 ~ tìm người. 행복을 ~ tìm hạnh phúc. ②Mua. 차표가 ~ mua vé. 구할 수 없다 không thể tìm được, không thể mua được. 서울에서 구한 물건 vật mua ở Seoul.

국가 (國家 Quốc gia)

국 Quốc Đất nước, chỉ chung lãnh thổ, dân chúng và chính quyền, thuộc về quốc gia, 국가 quốc gia, 국방 quốc phòng, 국립 quốc lập (công lập), 국영 quốc doanh (nhà nước vận hành), 국적 quốc tịch, 국내 quốc nội (trong nước), 국외 quốc ngoại (ngoài nước), 국제 quốc tế, 국회 quốc hội, 국사 quốc sự, 국기 quốc kỳ, 국화 quốc hoa, 국민 quốc dân, 국책 quốc sách, 조국 tổ quốc, 외국 ngoại quốc.

가 Gia Nhà, nơi ở, nơi cư trú, thuộc về nhà ở, gia đình, người làm việc gì đó, 가정 gia đình, 가족 gia tộc (thành viên trong gia đình), 가풍 gia phong, 가보 gia bảo, 가산 gia sản, 가사 gia sự (việc nhà), 가도 gia đạo, 가내 gia nội (trong nhà), 가전 gia truyền, 전문가 chuyên môn gia (nhà chuyên môn), 가문 gia môn, 대가족 đại gia tộc, 가축 gia súc, 가훈 gia huấn, 국가 quốc gia, 귀가 quy gia (quay về nhà).

Giải nghĩa Quốc gia, nhà nước, đất nước, nước.

Cách sử dụng ~적 có tính quốc gia, ~경제 kinh tế quốc gia, ~기관 cơ quan nhà nước, ~의 주권 chủ quyền quốc gia, 독재~ quốc gia độc tài, ~대표팀 đội tuyển quốc gia, ~보안법 luật an ninh quốc gia, 사회주의 ~ nước xã hội chủ nghĩa, ~안전[안보] an toàn [an ninh] quốc gia, ~적 운동 cuộc vận động có tính quốc gia, ~적인 행사 buổi lễ có tính quốc gia, ~는 재정위기에 직면해 있다 đất nước đang đối diện với nguy cơ tài chính, ~공무원 nhân viên nhà nước, ~관리 quản lý nhà nước, ~권력 quyền lực nhà nước, ~비상사태 tình trạng đất nước nguy cấp, ~사업 dự án cấp quốc gia, ~정보원 viện tình báo quốc gia.

국립 (國立 Quốc lập (công lập)

국	Quốc	Đất nước, chỉ chung lãnh thổ, dân chúng và chính quyền, thuộc về quốc gia, 국가 quốc gia, 국방 quốc phòng, 국립 quốc lập (công lập), 국영 quốc doanh (nhà nước vận hành), 국적 quốc tịch, 국내 quốc nội (trong nước), 국외 quốc ngoại (ngoài nước), 국제 quốc tế, 국회 quốc hội, 국사 quốc sự, 국기 quốc kỳ, 국화 quốc hoa, 국민 quốc dân, 국책 quốc sách, 조국 tổ quốc, 외국 ngoại quốc,
립	Lập	Dựng lên, gây dựng, tạo nên, 사립 tư lập (tư nhân thành lập), 국립 quốc lập (công lập), 시립 thị lập, 대립 đối lập, 삼권분립 tam quyền phân lập.

Giải nghĩa Quốc lập (công lập), nhà nước lập ra, công lập.

Cách sử dụng ~공원 công viên quốc gia, ~은행 ngân hàng nhà nước, ~학교 trường công lập, 반~학교 trường bán công lập, ~대학교 trường đại học quốc gia.

국악 (國樂 Quốc nhạc)

국	Quốc	Đất nước, chỉ chung lãnh thổ, dân chúng và chính quyền, thuộc về quốc gia, 국가 quốc gia, 국방 quốc phòng, 국립 quốc lập (công lập), 국영 quốc doanh (nhà nước vận hành), 국적 quốc tịch, 국내 quốc nội (trong nước), 국외 quốc ngoại (ngoài nước), 국제 quốc tế, 국회 quốc hội, 국사 quốc sự, 국기 quốc kỳ, 국화 quốc hoa, 국민 quốc dân, 국책 quốc sách, 조국 tổ quốc, 외국 ngoại quốc.
악	Nhạc	Âm nhạc, tiết điệu, ca nhạc, 음악회 âm nhạc hội (lễ hội âm nhạc), 악보 nhạc phổ, 악기 nhạc khí, 성악 thanh nhạc, 고악 cổ nhạc (nhạc ngày xưa).

Giải nghĩa Âm nhạc của một dân tộc, âm nhạc của một đất nước, quốc nhạc.

Cách sử dụng 국립~원 viện âm nhạc dân tộc quốc gia, ~에 심취하다 say mê quốc nhạc.

국어 (國語 Quốc ngữ)

국	Quốc	Đất nước, chỉ chung lãnh thổ, dân chúng và chính quyền, thuộc về quốc gia, 국가 quốc gia, 국방 quốc phòng, 국립 quốc lập (công lập), 국영 quốc doanh (nhà nước vận hành), 국적 quốc tịch, 국내 quốc nội (trong nước), 국외 quốc ngoại (ngoài nước), 국제 quốc tế, 국회 quốc hội, 국사 quốc sự, 국기 quốc kỳ, 국화 quốc hoa, 국민 quốc dân, 국책 quốc sách, 조국 tổ quốc, 외국 ngoại quốc,
어	Ngữ	Nói chuyện, bàn luận, lời lẽ, tiếng nói, lời nói, 어조 ngữ điệu, 어감 ngữ cảm, 주어 chủ ngữ, 보어 bổ ngữ, 언어 ngôn ngữ, 외국어 ngoại quốc ngữ (tiếng nước ngoài), 한국어 Hàn Quốc ngữ (tiếng Hàn Quốc).

Giải nghĩa Quốc ngữ, thứ tiếng nói, ngôn ngữ của một dân tộc.

Cách sử dụng ~교사 giáo viên quốc ngữ. 수개 ~를 말하는 사람 người nói nhiều thứ tiếng. 수개~로 번역되다 được dịch ra nhiều thứ tiếng. ~교과서 sách giáo khoa quốc ngữ. ~사전 từ điển quốc ngữ.

국외 (國外 Quốc ngoại)

국 Quốc — Đất nước, chỉ chung lãnh thổ, dân chúng và chính quyền, thuộc về quốc gia, 국가 quốc gia, 국방 quốc phòng, 국립 quốc lập (công lập), 국영 quốc doanh (nhà nước vận hành), 국적 quốc tịch, 국내 quốc nội (trong nước), 국외 quốc ngoại (ngoài nước), 국제 quốc tế, 국회 quốc hội, 국사 quốc sự, 국기 quốc kỳ, 국화 quốc hoa, 국민 quốc dân, 국책 quốc sách, 조국 tổ quốc, 외국 ngoại quốc,

외 Ngoại — Ngoài, bên ngoài, phía ngoài, 외국 ngoại quốc, 제외 trừ ngoại (trừ ra), 해외 hải ngoại, 외교 ngoại giao, 외모 ngoại mạo (ngoại hình), 외계인 ngoại giới nhân (người ngoài hành tinh), 외식 ngoại thực (ăn ở ngoài).

Giải nghĩa — Ngoài nước, ra nước ngoài.

Cách sử dụng — ~로 보내다 gửi ra nước ngoài, ~추방 xuất ra khỏi nước, ~로 수출하다 xuất khẩu ra, ~로 도망가다 trốn ra nước ngoài.

국회 (國會 Quốc hội)

국 Quốc — Đất nước, chỉ chung lãnh thổ, dân chúng và chính quyền, thuộc về quốc gia, 국가 quốc gia, 국방 quốc phòng, 국립 quốc lập (công lập), 국영 quốc doanh (nhà nước vận hành), 국적 quốc tịch, 국내 quốc nội (trong nước), 국외 quốc ngoại (ngoài nước), 국제 quốc tế, 국회 quốc hội, 국사 quốc sự, 국기 quốc kỳ, 국화 quốc hoa, 국민 quốc dân, 국책 quốc sách, 조국 tổ quốc, 외국 ngoại quốc.

회 Hội — Nhóm, hợp lại, cuộc họp, đoàn thể, ban, dịp, 사회 xã hội, 국회 quốc hội, 회담 hội đàm, 회의 hội nghị, 회사 hội xã (công ty), 회장 hội trưởng (chủ tịch nhóm, trưởng nhóm), 위원회 ủy viên hội (ủy ban), 토론회 thảo luận hội (buổi thảo luận), 대회 đại hội, 협회 hiệp hội, 회견 hội kiến (phỏng vấn, gặp gỡ), 사회생활 xã hội sinh hoạt (sinh hoạt ngoài xã hội).

Giải nghĩa — Quốc hội.

Cách sử dụng — 제 5 회~ quốc hội khoá 5. ~사무처 văn phòng quốc hội. ~상인위원회 Ủy bạn thường vụ Quốc hội. ~의원 nghị viên quốc hội, đại biểu quốc hội, nghị sĩ. 정기[특별, 임시]~ quốc hội định kỳ [đặc biệt, tạm thời]. ~를 소집[해산]하다 triệu tập [giải mã] quốc hội. ~가 개회[폐회] 중이다 Khai mạc (bế mạc) kỳ họp quốc hội. ~ (부)의장 (phó) Chủ tịch quốc hội. ~예산결산 위원회 Uỷ ban ngân sách quốc hội. ~의사당 toà nhà quốc hội. ~의원 입후보자 Ứng cử viên đại biểu quốc hội, nghị sĩ.

군대 (軍隊 Quân đội)

군 Quân — Binh lính, binh chủng, bộ đội, 해군 hải quân, 군종 quân chủng, 군량 quân lương, 군수 quân nhu, 공군 không quân, 군용 quân dụng, 군함 quân hạm (chiến hạm), 군항 quân cảng, 군사 quân sự, 군비 quân bị, 군벌 quân phiệt, 군복 quân phục.

대 Đội — Hàng, đoàn người, một số người có tổ chức, 군대 quân đội, 부대 bộ đội, 대오 đội ngũ, 대원 đội viên, 대형 đội hình, 소대 tiểu đội, 중대 trung đội, 대대 đại đội.

Giải nghĩa Quân đội.

Cách sử dụng ~에 들어가다 vào quân đội, ~생활 cuộc sống quân đội, ~식으로 theo kiểu quân đội, ~행진곡 khúc quân hành, ~에 가다 đi bộ đội.

군인 (軍人 Quân nhân)

군 Quân — Binh lính, binh chủng, bộ đội, 해군 hải quân, 군종 quân chủng, 군량 quân lương, 군수 quân nhu, 공군 không quân, 군용 quân dụng, 군함 quân hạm (chiến hạm), 군항 quân cảng, 군자 quân tử, 군사 quân sự, 군적 quân tịch, 군비 quân bị, 군벌 quân phiệt, 군복 quân phục.

인 Nhân — Người, con người, dân chúng, 개인 cá nhân, 인물 nhân vật, 인권 nhân quyền, 인사 nhân sự, 노인 lão nhân (người già), 인간 nhân gian, 인구 nhân khẩu, 인력 nhân lực, 부인 phu nhân, 군인 quân nhân, 미인 mỹ nhân, 범인 phạm nhân, 살인 sát nhân, 상인 thương nhân, 애인 ái nhân (người yêu), 여인 nữ nhân, 은인 ân nhân.

Giải nghĩa Quân nhân, bộ đội.

Cách sử dụng ~출신 xuất thân từ lính, 직업~ quân nhân chuyên nghiệp, 직업~bộ đội chuyên nghiệp, 재향[퇴역]~ cựu chiến binh, ~사회 xã hội quân nhân, ~생활 cuộc sống quân nhân, ~정신 tinh thần quân nhân.

권 (巻 Quyển)

Giải nghĩa Quyển (sách, vở vv), cuốn.

Cách sử dụng ①Quyển (sách, vở vv), 책 한 ~một quyển sách, 제 1~quyển một. ②Cuốn, cuộn (phim), 5~으로 된영화 phim có 5 cuộn.

권력 (權力 Quyền lực)

권 Quyền — Thế lực, quyền hạn, quyền thế, cân nhắc, 권신 quyền thần, 권한 quyền hạn, 직권 chức quyền, 권력 quyền lực, 권능 quyền năng, 권리 quyền lợi, 권세 quyền thế, 판권 bản quyền, 전권 toàn quyền, 정권 chính quyền, 권위 quyền uy, 실권 thực quyền.

력 Lực — Sức, lực, sức lực, khả năng đạt tới, khỏe, 수력 thuỷ lực, 속력 tốc lực, 세력 thế lực, 병력 binh lực, 주력 chủ lực, 합력 hợp lực, 노력 nỗ lực, 능력 năng lực, 폭력 bạo lực, 협력 hiệp lực, 권력 quyền lực, 인력 nhân lực, 효력 hiệu lực, 학력 học lực.

Giải nghĩa Quyền lực.

Cách sử dụng ~이 있는 사람 người có quyền lực, ~과 돈 quyền và tiền, ~을 장악하다 nắm quyền, ~욕 tham vọng quyền lực, ~투쟁 đấu tranh giành quyền lực, ~이 없는 không có quyền lực, 국가 ~quyền lực nhà nước, ~과 재력 quyền lực và sức mạnh tài chính, ~을 재멋대로 휘두르다 sử dụng quyền lực vô tội vạ, tự theo ý mình, ~을 남용하다 lạm dụng quyền lực, ~을 다투다 đấu tranh giành quyền lực, ~가 [자] người có quyền lực, ~균형 cân bằng quyền lực.

귀국 (歸國 Quy quốc)

귀	Quy	Trở về, về, trả lại, kết cục, thuộc về, 귀천 quy thiên, quy tiên (mất), 귀죄 quy tội, 귀회 quy hồi, 귀복 quy phục, 귀항 quy hàng.
국	Quốc	Đất nước, chỉ chung lãnh thổ, dân chúng và chính quyền, thuộc về quốc gia, 국가 quốc gia, 국방 quốc phòng, 국립 quốc lập (công lập), 국영 quốc doanh (nhà nước vận hành), 국적 quốc tịch, 국내 quốc nội, 국외 quốc ngoại (ngoài nước), 국제 quốc tế, 국회 quốc hội, 국사 quốc sự, 국기 quốc kỳ, 국화 quốc hoa, 국민 quốc dân, 국책 quốc sách, 조국 tổ quốc, 외국 ngoại quốc.
Giải nghĩa		Về nước.
Cách sử dụng		~하다, ~길에 오르다 lên đường về nước, ~중에 있다 đang trên đường về nước, ~명령을 받다 nhận được lệnh về nước.

규모 (規模 Quy mô)

규	Quy	Khuôn phép, luật lệ, lề thói, 규정 quy định, 정규 chính quy, 법규 pháp quy, 규칙 quy tắc, 규칙적으로 quy tắc đích (một cách đều đặn, có tính quy tắc).
모	Mô	Khuôn mẫu, bắt chước, phỏng theo, 보범 mô phạm, 모방 mô phỏng, 모형 mô hình.
Giải nghĩa		Quy mô, phạm vi, giới hạn.
Cách sử dụng		~를 확장하다 mở rộng quy mô, ~를 축소하다 thu nhỏ quy mô, ~가 크다 quy mô lớn, 대[소]~로 quy mô [lớn] nhỏ, 전국적[세계적]인 ~로 quy mô toàn quốc [toàn thế giới], 저 공장은 상당히 ~가 크다 quy mô của nhà máy ấy là tương đối lớn.

극장 (劇場 Kịch trường (rạp hát, sân khấu)

극	Kịch	Vở kịch, tuồng, trò, 비극 bi kịch, 연극 diễn kịch, 악극 nhạc kịch, 가극 ca kịch.
장	Trường	
Giải nghĩa		Kịch trường, nhà hát, rạp hát, sân khấu.
Cách sử dụng		국립~ nhà hát quốc gia, 원형~nhà hát hình tròn, 야외 ~ sân khấu ngoài trời.

근로 (勤勞 Cần lao)

근	Cần	Chăm chỉ, cần cù, cố hết sức, 근로자 cần lao giả (người lao động), 근무 cần vụ (làm việc), 야근 dạ cần (làm đêm), 외근 ngoại cần (làm ngoài), 퇴근 thoái cần (tan ca), 근면 cần mẫn (chăm chỉ), 근왕 cần vương (giúp vua), 근로 cần lao (lao động), 출근 xuất cần (đi làm).

로/노 Lao — Làm việc, lao động, khó nhọc, vất vả, 공로 công lao, 과로 quá lao (quá sức), 노동 lao động, 노무 lao vụ (lao động), 노사관계 lao sử quan hệ (quan hệ giữa người lao động và chủ doanh nghiệp).

Giải nghĩa Lao động, làm việc, cần lao (lao động),

Cách sử dụng ~하다, ~계급 giai cấp lao động, ~법 luật lao động, ~시간 thời gian làm việc, ~계약서 hợp đồng lao động, ~자 người lao động, ~자의 날 ngày người lao động, ~표장 giấy khen lao động giỏi, ~계층 tầng lớp lao động, ~의욕 tinh thần ý chí làm việc, ~자의 복지 phúc lợi cho người lao động, 여성 ~자 lao động nữ, ~조건 điều kiện làm việc.

근무 (勤務 Cần vụ)

근 Cần — Chăm chỉ, cần cù, cố hết sức, 근로자 cần lao giả (người lao động), 근무 cần vụ (làm việc), 야근 dạ cần (làm đêm), 외근 ngoại cần (làm ngoài), 퇴근 thoái cần (tan ca), 근면 cần mẫn (chăm chỉ), 근왕 cần vương (giúp vua), 근로 cần lao (lao động), 출근 xuất cần (đi làm).

무 Vụ — Công việc, việc làm, công tác, 직무 chức vụ, 임무 nhiệm vụ, 공무 công vụ, 재무 tài vụ, 업무 nghiệp vụ, 의무 nghĩa vụ,

Giải nghĩa Làm việc, lao động.

Cách sử dụng ~하다, ~중이다 đang làm việc, ~수당 thù lao làm việc, ~시간 thù lao làm việc, ~시간 후에 sau thời gian làm việc, 야간~ làm đêm, 주간~ làm ngày, ~조건 điều kiện làm việc, ~태만 làm việc lơ là, ~태도 thái độ làm việc, 하루 8 시간 ~제 chế độ ngày làm việc 8 tiếng, 통역으로 ~하다 làm phiên dịch, ~능률 năng suất làm việc, 초과 ~수당 tiền làm thêm ngoài giờ, 해외~수당 tiền làm việc ở nước ngoài, ~처 nơi làm việc.

근처 (近處 Cận xứ)

근 Cận — Gần, bên cạnh, thân, 근시 cận thị, 근대 cận đại, 근위대 cận vệ đội (đội cận vệ), 인근 lân cận, 접근 tiếp cận.

처 Xứ — Nơi, chỗ, chốn, 출처 xuất xứ, 근처 cận xứ, 거처 cư xứ (chỗ ở), 근무처 cần vụ xứ (nơi làm việc).

Giải nghĩa Ở nơi gần, ở chỗ gần, cận, cạnh.

Cách sử dụng 학교~ gần trường, 우리 집 ~에는 서점이 많다 gần nhà tôi có nhiều hiệu sách, ~ 맛집 quán ăn ngon gần đây, 회사~ gần công ty.

금방 (今方 Kim phương)

금 Kim — Nay, hôm nay, hiện giờ, hiện tại, 금년 kim niên (năm nay), 금주 kim chu (tuần này), 금일 kim nhật (hôm nay, ngay bây giờ), 금천 kim thiên (hôm nay), 금시 kim thời (lúc này).

방 Phương — Hướng, bên, cách thức, phương pháp, 후방 hậu phương, 방향 phương hướng, 방법 phương pháp, 방위 phương vị, 방안 phương án, 방침 phương châm.

Giải nghĩa Cho đến lúc này, cho đến bây giờ, ngay bây giờ, vừa mới.

Cách sử dụng 그녀는 ~ 나갔다 cô ấy vừa đi ra xong. ~오겠다 sẽ về ngay. ~ 구워 낸 빵 bánh vừa làm xong, ~ 밥을 먹었다 vừa ăn cơm xong, ~ 온다 vừa mới tới.

금성홍기 (金星红旗 Kim tinh hồng kỳ)

금	Kim	Vàng, tiền, kim loại, 백금 bạch kim, 금액 kim ngạch (số tiền), 금자탑 kim tự tháp, 금강 kim cương, 황금 hoàng kim, 합금 hợp kim, 입금 nhập kim (bỏ tiền vào), 송금 tống kim (gửi tiền), 상금 thưởng kim (tiền thưởng), 벌금 phạt kim (tiền phạt), 보증금 bảo chứng kim (tiền đặt cọc), 금광 kim khoáng (mỏ vàng).
성	Tinh	Ngôi sao, sao Tinh, về đêm, ngôi sao điện ảnh, 위성 vệ tinh, 행성 hành tinh, 토성 thổ tinh (sao Thổ), 화성 hỏa tinh (sao Hỏa), 금성 kim tinh (sao Kim hoặc sao vàng), 목성 mộc tinh (sao Mộc), 북극성 Bắc cực tinh (sao Bắc cực), 북두칠성 Bắc đẩu thất tinh (sao Bắc đẩu)
홍	Hồng	Màu đỏ, chỉ người đẹp, màu hồng, hoa (nói chung), 홍역 hồng dịch (bệnh sởi), 홍차 hồng trà, 홍안 hồng nhan, 분홍 phấn hồng (màu hồng), 홍삼 hồng sâm, 홍옥 hồng ngọc, 연분홍 nhuyễn phấn hồng (màu hồng nhạt), 홍학 hồng hạc, 홍색 hồng sắc (màu hồng).
기	Kỳ	Lá cờ, huy hiệu, cờ, 국기 quốc kỳ, 금기시화 cầm kỳ thi họa, 백기 bạch kỳ (cờ trắng), 청기 thanh kỳ (cờ xanh), 적기 xích kỳ (cờ đỏ), 만국기 vạn quốc kỳ (cờ của tất cả các nước),

Giải nghĩa Cờ đỏ sao vàng.

Cách sử dụng ~ 의미 ý nghĩa của cờ đỏ sao vàng, 베트남의 국기는 ~이다 Quốc kỳ của Việt Nam là cờ đỏ sao vàng.

금액 (金額 Kim ngạch (số tiền)

금	Kim	Vàng, tiền, kim loại, 백금 bạch kim, 금액 kim ngạch (số tiền), 금자탑 kim tự tháp, 금강 kim cương, 황금 hoàng kim, 합금 hợp kim, 입금 nhập kim (bỏ tiền vào), 송금 tống kim (gửi tiền), 상금 thưởng kim (tiền thưởng), 벌금 phạt kim (tiền phạt), 보증금 bảo chứng kim (tiền đặt cọc), 금광 kim khoáng (mỏ vàng).
액	Ngạch	Mức, hạn chế số lượng nhất định, 총액 tổng ngạch (tổng số tiền, tổng kim ngạch (số tiền), 액수 ngạch số (số tiền), 소액 thiểu ngạch (số ít, số tiền ít), 전액 toàn ngạch (toàn số số tiền), 차액 sai ngạch (số tiền chênh lệch), 고액 cao ngạch (số tiền lớn, giá trị lớn).

Giải nghĩa Số tiền.

Cách sử dụng 큰~ số tiền lớn, 적은 ~số tiền nhỏ, 상당한 ~số tiền tương đối, ~으로 치면 3 백만동에 달한다 nếu tính bằng tiền thì lên đến 3 triệu đồng.

금지 (禁止 Cấm chỉ)

금 Cấm — Cấm đoán, không cho phép, kiêng kị, tránh, 금단 cấm đoán, 금기 cấm kỵ, 금언 cấm ngôn (không nói), 금위 cấm vệ, 금군 cấm quân, 금궁 cấm cung, 금병 cấm binh, 금과 cấm quả (trái cấm).

지 Chỉ — Ngừng, dừng, thôi, đạt đến, 폐지 phế chỉ (bãi bỏ), 제지 chế chỉ (ngưng lại).

Giải nghĩa — Cấm chỉ, cấm đoán, không cho phép.

Cách sử dụng — Cấm chỉ, nghiêm cấm, ~하다, ~법 luật cấm, ~조항 trong hạng mục cấm, 발행~ Cấm phát hành, ~되어 있다 bị cấm, 주차~cấm đỗ xe, 통행~ cấm thông hành (đi lại), 출입~cấm ra vào, 판매~cấm bán, 핵실험~운동 phong trào cấm thử vũ khí hạt nhân, 회의참석을 ~당하다 bị cấm tham gia hội nghị.

급 (級 Cấp)

급 Cấp — Thứ bậc, bậc học, bậc thềm, 고급 cao cấp, 등급 đẳng cấp (thứ bậc, xếp hạng), 직급 chức cấp, 초급 sơ cấp, 중급 trung cấp, 상급 thượng cấp, 하급 hạ cấp, 승급 thăng cấp, 진급 tiến cấp, 계급 giai cấp, 유급 lưu cấp (ở lại lớp), 특급 đặc cấp, 동급 đồng cấp.

Giải nghĩa — Cấp bậc, cấp, loại, hạng, trình độ

Cách sử dụng — Cấp bậc, cấp, loại, hạng, trình độ, khóa học 1~품 hàng loại một, 헤비~ 선수 vận động viên hạng nặng, 5 천톤~의 배 thuyền loại 5 ngàn tấn, 대사~ 회담 hội đàm cấp đại sứ, 장관~회담 hội đàm cấp bộ trưởng, 그의 노래는 프로 ~이다 bài hát của anh ta đúng là trình độ chuyên nghiệp, 그녀는 나와 동~생이다 cô ấy cùng khóa với tôi.

급하다 (急— Cấp)

급 Cấp — Vội vàng, nóng nảy, gấp rút, 긴급 khẩn cấp, 응급 ứng cấp (cấp cứu), 급류 cấp lưu (dòng chảy siết), 급성 cấp tính, 위급 nguy cấp, 급락 cấp lạc (rớt nhanh).

Giải nghĩa — Nóng, vội, cuống, gấp gáp, cấp bách.

Cách sử dụng — ①Gấp rút, 급한 일 việc gấp. 돈이 ~ cần tiền gấp. 일이 ~ việc gấp rút. 시간이 매우~ thời gian rất gấp gáp. 돈이 급하게 필요했다 cần gấp tiền. 급한 경우 trong trường hợp gấp rút. ②Nóng tính, tính vội vàng 급한 성미 nóng tính. 내 급한 성질은 고칠 수 없을 것 같다 cái tính nóng của tôi không chữa được thì phải. ③Bệnh tình nguy hiểm. 급한 병 bệnh khẩn. 급한 환자 bệnh nhân khẩn, bệnh nhân nguy hiểm. ④Góc nghiêng lớn, dốc cao. 급한 언덕[언덕길] đồi [con đường núi] dốc.

긍정 (肯定 Khẳng định)

긍 Khẳng — Được, đồng ý, bằng lòng,

정 Định — Quyết việc gì, có ý làm gì, không thay đổi, ý muốn nào đó, 규정 quy định, 지정 chỉ định, 협정 hiệp định, 부정 phủ định, 정약 định ước, 결정 quyết định, 가정 giả định, 의정 ý định, 고정 cố định, 안정 an định (ổn định).

Giải nghĩa Thỏa nhận, đồng ý, tán thành.

Cách sử dụng ①Khẳng định, ~하다, ~명제 mệnh đề khẳng định, ~적 (인) có tính khẳng định, ~적인 대답[태도] câu trả lời [thái độ] có tính khẳng định, ~도 부정도 하지 않다 không khẳng định mà cũng không phủ định, 증인은 사실을 ~했다 nhân chứng khẳng định sự thật. ②Tích cực, 인생을 ~적으로 보다 nhìn cuộc đời bằng con mắt tích cực.

기간 (期間 Kỳ gian)

기 Kỳ — Thời kỳ, lúc, thời gian, kỳ hạn, 시기 thời kỳ, 기한 kỳ hạn, 학기 học kỳ, 주기 chu kỳ, 초기 sơ kỳ, 장기 trường kỳ (dài hạn), 혼기 hôn kỳ (tuổi kết hôn).

간 Gian — Khoảng không gian, giữa, trong khoảng, 기간 kỳ gian (thời hạn, thời gian), 당분간 đương phân gian (tạm thời,), 간격 gian cách (khoảng cách giữa), 중간 trung gian, 공간 không gian, 간식 gian thực (ăn nhẹ giữa các bữa), 형제간 huynh đệ gian (mối quan hệ anh em), 인간 nhân gian.

Giải nghĩa Thời gian, khoảng thời gian, thời hạn.

Cách sử dụng thời gian, khoảng thời gian, thời hạn, 일정한 ~내에 trong thời gian nhất định, ~을 연장하다 kéo dài thời gian, 휴가 ~thời gian nghỉ phép, 짧은 ~ trong một thời gian ngắn, 전람회의 개최 ~ thời gian tổ chức triển lãm, 불조심강조 ~ thời gian phòng chống hỏa hoạn, 재학~ thời gian theo học, 접수 ~ thời gian nhận hồ sơ, 체류~ thời gian cư trú.

기계 (機械 Cơ giới)

기 Cơ — Máy, máy móc, cơ khí, dịp, then chốt, 농기계 nông cơ giới (máy nông nghiệp), 기관 cơ quan, 기구 cơ cấu (tổ chức), 기동 cơ động, 기계 cơ giới (máy móc, cơ khí), 동기 động cơ, 기기 khí cơ (máy móc), 항공기 (hàng không cơ (máy bay), 전화기 điện thoại cơ (máy điện thoại), 기동력 cơ động lực (sức cơ động).

계 Giới — Đồ dùng, bó buộc, máy móc, 기계 khí giới.

Giải nghĩa Máy móc, cơ khí, cơ giới.

Cách sử dụng Máy móc, cơ giới, ~와 같다 giống như máy, ~처럼 정확하다 chính xác như máy, ~로 bằng máy, ~를 뜯어내다 tháo máy, ~를 움직이다 cho máy chạy, ~를 조립하 lắp ráp máy, ~공 thợ máy, ~기사 kỹ sư máy, ~부품 linh kiện máy móc, ~수리공 thợ sửa máy, ~화하다 máy móc hóa, cơ khí hóa, ~공업 công nghiệp máy móc, ~기사[기술자] kỹ sư [kỹ thuật viên] máy móc, ~능률[효율] năng suất máy móc, ~력 sức máy, 이 ~는 어딘가 고장이 난 것같다 cái máy này chắc là hư ở đâu, ~로 만든 làm bằng máy, ~를

설치[설비]하다 lắp máy, ~를 조립하다 lắp ráp máy móc, ~과 (科) khoa máy móc, ~실 phòng máy, ~어 (語) từ ngữ máy móc, ~유 (油) dầu máy.

기념 (紀念 Kỷ niệm)

기	Kỷ	Ngày xưa, ghi chép, ghi nhớ, 기념 kỷ niệm, 기약 kỷ yếu, 기물 kỷ vật, 천연기념물 thiên nhiên kỷ niệm vật (quà tặng thiên nhiên), 개교기념일 khai hiệu kỷ niệm nhật (ngày kỷ niệm thành lập trường học).
념	Niệm	Mong mỏi, nhớ nhung, đọc, học, 묵념 mặc niệm, 관념 quan niệm, 개념 khái niệm, 염불 niệm Phật, 유념 lưu niệm, 전념 chuyên niệm (chuyên tâm), 신념 tín niệm (niềm tin).
Giải nghĩa		Kỉ niệm, ghi nhớ.
Cách sử dụng		~하다 làm kỷ niệm, ~사진 ảnh kỷ niệm, ~품 đồ kỷ niệm, ~행사 hoạt động mừng kỷ niệm, ~관 viện bảo tàng, ~비 bia kỷ niệm, Dien Bien Phu 승리 50 주년을 ~kỷ niệm lần thứ 50 năm chiến thắng Điện Biên Phủ, 결혼~으로 사진을 찍었다 chụp ảnh kỷ niệm đám cưới, ~수 (樹) cây lưu niệm, cây kỷ niệm, ~식 lễ kỷ niệm, ~일 ngày kỷ niệm, 창립~일 ngày kỷ niệm thành lập.

기대 (期待 Kì đãi)

기	Kỳ	Ước, hẹn, mong chờ, 기망 kỳ vọng (mong đợi).
대	Đãi	Đối đãi, đối xử, cư xử, 환대 hoan đãi, 대인관계 đối nhân quan hệ (quan hệ đối nhân xử thế), 박대 bạc đãi, 학대 ngược đãi, 대우 đãi ngộ (đối xử), 대접 đãi tiếp (tiếp đãi), 우대 ưu đãi, 초대 chiêu đãi, 후대 hậu đãi.
Giải nghĩa		Mong đợi, đợi chờ, kỳ vọng
Cách sử dụng		Chờ đợi, mong chờ, kỳ vọng, ~하다, 앞날이 ~되는 작가 một nhà văn được mọi người kỳ vọng, 을 ~하고 hy vọng vào cái gì đó, ~에 반하여 ngược với sự chờ đợi, ~에 어긋나다 trái với sự chờ đợi, ~에 부응하다 đáp ứng sự chờ đợi, 큰 ~를 걸다 đang chờ đợi, hy vọng vào, ~가 없다 không còn hy vọng gì, ~를 걸다 đặt hết hy vọng của mình vào, 너무 ~하면 실망도 크다 chờ đợi quá thất vọng cũng lớn.

기말 (期末 Kỳ mạt)

기	Kỳ	Thời kỳ, lúc, thời gian, kỳ hạn, 시기 thời kỳ, 기한 kỳ hạn, 학기 học kỳ, 주기 chu kỳ, 기일 kỳ nhật, 초기 sơ kỳ, 기간 kỳ gian (thời gian), 동기 đồng kỳ (cùng kỳ), 장기 trường kỳ (dài hạn), 혼기 hôn kỳ (tuổi kết hôn)
말	Mạt	Cuối cùng, hết, 월말 nguyệt mạt (cuối tháng), 세기말 thế kỷ mạt (cuối thế kỷ), 주말 chu mạt (cuối tuần), 연말 niên mạt (cuối năm), 종말 chung mạt (kết thúc), 말기 mạt kỳ (kỳ cuối).
Giải nghĩa		Cuối kỳ, cuối đợt.
Cách sử dụng		~결산 quyết toán cuối kỳ, ~에 vào cuối kỳ, ~시험 thi cuối kỳ, ~ 잔고 số dư cuối kỳ.

기본 (基本 Cơ bản)

기 Cơ — Nền tảng, móng, gốc, căn cứ vào, 기초 cơ sở, 기지 cơ địa (căn cứ), 기본 cơ bản, 기업 cơ nghiệp.

본 Bản — Gốc, nguồn, vốn dĩ, cuốn, quyển, 본질 bản chất, 본성 bản tính, 본능 bản năng, 일본 nhật bản, 본금 bản kim (tiền gốc), 원본 nguyên bản, 사본 tả bản (bản sao).

Giải nghĩa — Cơ bản, nền tảng, cơ sở.

Cách sử dụng — ~적 có tính cơ bản, ~조건 điều kiện cơ bản, ~금 tiền cơ bản, lương cơ bản, ~단위 đơn vị cơ bản, ~급여 lương cơ bản, ~요금 chi phí cơ bản, 영어를 ~부터 공부하다 học tiếng Anh từ cơ bản, ~원리 nguyên lý cơ bản, ~조약 điều ước cơ bản.

기분 (氣分 Khí phân)

기 Khí — Khí, hơi, trạng thái, 기상 khí tượng, 공기 không khí, 기후 khí hậu, 기압 khí áp, 용기 dũng khí, 경기구 khinh khí cầu, 생기 sinh khí (sức sống), 고기압 cao khí áp (khí áp cao), 기색 khí sắc (sắc mặt), 기관 khí quản.

분 Phân — Phân chia, phân công, tách ra, chi nhánh, 분석 phân tích, 분배 phân phối (phân chia), 분류 phân loại, 분리 phân ly, 충분 sung phân (bổ sung vào), 분야 phân dã (lĩnh vực), 분명 phân minh (rõ ràng), 분양 phân nhượng (bán bất động sản).

Giải nghĩa — Tâm trạng, cảm giác, bầu không khí.

Cách sử dụng — ①Tâm trạng, cảm giác, 유쾌[불쾌, 우울]한 ~ (으로) bằng tâm trạng thoải mái [không vui, u buồn], 울고 싶은 ~이다 tâm trạng muốn khóc, ~이 좋다 thoải mái, sảng khoái, ~이 나쁘다 khó chịu, bực bội, 책읽을 ~이 안 나다 không có tâm trạng đọc sách, ~을 상하게 하다 làm cho ai khó chịu, làm cho ai bực mình, 오늘은 ~이 어떠십니까 hôm nay anh cảm thấy thế nào ? ②Bầu không khí, 잔치~ bầu không khí lễ tiệc, 축제~ bầu không khí lễ hội.

기사 (技師 Kỹ sư)

기 Kỹ — Tài, khéo, tay nghề, 기술 kỹ thuật, 기능 kỹ năng, 기예 kỹ nghệ, 잡기 tạp kỹ (xiếc), 경기 cạnh kỹ (trận đấu), 특기 đặc kĩ (kỹ năng đặc biệt), 기교 kỹ xảo, 연기 diễn kỹ (kỹ năng diễn xuất), 기법 kĩ pháp (kỹ thuật và phương pháp), 경기장 cạnh kỹ trường (sân thi đấu).

사 Sư — Người, sư, thợ, thầy, nhà (chỉ chung người có nghề chuyên môn), 군사 quân sư, 사범 sư phạm, 사제 sư đệ, 교사 giáo sư (giáo viên), 의사 y sư, 강사 giảng sư, 목사 mục sư, 약사 dược sư (dược sĩ), 사부 sư phụ, 사모 sư mẫu, 간호사 khán hộ sư (y tá), 한의사 hàn y sư (bác sĩ đông y).

Giải nghĩa — Tài xế, kỹ sư, kỹ thuật viên.

Cách sử dụng — 버스~ tài xế xe buýt, 건축 ~ kỹ sư xây dựng, 기계~ kỹ sư máy, 항공~ kỹ sư hàng không, 전기 ~ kỹ sư điện.

기사 (記事 Ký sự)

기	Ký	Nhớ, ghi chép, dấu hiệu, sổ ghi chép, 기자 ký giả, 기억 ký ức, 일기 nhật ký, 기사 ký sự, 기음 ký âm (ghi theo âm), 기명 ký danh (ký tên), 기호 ký hiệu, 기억력 ký ức lực (trí nhớ, sức nhớ).
사	Sự	Việc, sự việc, công việc, sự nghiệp, 혼사 hôn sự, 가사 gia sự (việc nhà), 사무 sự vụ (công việc), 사정 sự tình, 형사 hình sự, 무사 vô sự, 민사 dân sự, 사고 sự cố, 시사 thời sự, 군사 quân sự, 영사관 lãnh sự quán, 사실 sự thật, 사건 sự kiện (vụ việc), 행사 hành sự (sự kiện), 사물 sự vật, 인사 nhân sự.
Giải nghĩa		Viết một sự việc nào đó, ghi chép việc xảy ra, ký sự.
Cách sử dụng		①Ký sự. 특종 ~ ký sự đặc biệt. ②Bài viết (báo), ~를 싣다 đăng bài viết, 신문~ bài báo, ~를 쓰다 viết báo, 신문에 강도사건에 대한 ~가 났다 trên bài báo có viết về vụ cướp.

기성 (既成 Ký thành)

기	Ký	Đã, đã xong, rồi, hết, dứt, 기혼 ký hôn (đã kết hôn), 기결 ký quyết (đã quyết định), 기성 ký thành (đã hoàn thành), 기혼자 ký hôn giả (người đã lập gia đình).
성	Thành	Xong, trở nên, thành, thành công, 성적 thành tích, 성립 thành lập, 구성 cấu thành, 성숙 thành thục, 성공 thành công, 성장 thành trưởng (trưởng thành), 성과 thành quả, 조성 tạo thành, 형성 hình thành, 양성 dưỡng thành (nuôi dưỡng).
Giải nghĩa		Đã hoàn thành, trước đây, cũ, đồ cũ.
Cách sử dụng		Cũ, đồ cũ, ~세대 thế hệ trước đây, ~ 복 áo quần may sẵn, ~품 hàng thành phẩm, ~정당 chính đảng hiện có, ~질서 trật tự cũ.

기숙사 (寄宿舍 Ký túc xá)

기	Ký	Phó thác, gửi, nhờ, giao, 기탁 ký thác, 기생 ký sinh, 기생충 ký sinh trùng, 기부 ký phụ (đóng góp, góp), 기증 ký tặng (tặng, tặng cho), 기부금 ký phụ kim (tiền đóng góp).
숙	Túc	Trú đêm, ở qua đêm, lưu lại, 기숙사 ký túc xá, 노숙자 lộ túc giả (người vô gia cư), 숙식 túc thực (ăn ở).
사	Xá	Quán trọ, nhà, làng, ấp, 청사 thính xá (tòa thị chính), 축사 súc xá (chuồng súc vật), 관사 quan xá (nhà công vụ), 막사 mạc xá (cái lều).
Giải nghĩa		Nơi cư trú, ngụ trú
Cách sử dụng		~생 sinh viên sống trong ký túc xá, ~생활 sinh hoạt trong ký túc xá, ~에 들어가다 vào ở trong ký túc xá, 대학 ~ ký túc xá đại học.

기술 (技術 Kỹ thuật)

기	Kỹ	Tài, khéo, tay nghề, 기술 kỹ thuật, 기능 kỹ năng, 기예 kỹ nghệ, 집기 tạp kỹ (xiếc), 경기 cạnh kỹ (môn thể thao), 특기 đặc kĩ (kỹ năng đặc biệt), 기교 kỹ xảo, 연기 diễn

kỹ (kỹ năng diễn xuất), 기법 kĩ pháp (kỹ thuật và phương pháp), 경기장 cạnh kỹ trường (sân vận động).

술 Thuật — Phương pháp, cách, sách lược, nghề, 무술 vũ thuật, 시술 thi thuật (cách làm thơ), 전술 chiến thuật, 화술 thoại thuật (cách nói chuyện), 예술 nghệ thuật, 미술 mỹ thuật, 수술 thủ thuật (phẫu thuật, mổ), 독심술 độc tâm thuật (kỹ thuật đọc tâm lý người khác), 호신술 hộ thân thuật (võ phòng thân), 학술어 học thuật ngữ (ngôn ngữ học thuật).

Giải nghĩa — Kỹ thuật, tài năng chuyên môn, kĩ năng chuyên nghiệp.

Cách sử dụng — ~제휴[협력] hợp tác kỹ thuật, ~적으로 về mặt kỹ thuật, ~상의 어려움 khó khăn về mặt kĩ thuật, ~개발 phát triển kĩ thuật, ~도입 áp dụng kỹ thuật, ~혁신 cải cách, cải mới kỹ thuật, 첨단~ kỹ thuật tiên tiến, 신~ kỹ thuật mới, ~자 thợ kỹ thuật, 건축~ kỹ thuật xây dựng, 고도의 ~ kỹ thuật cao, ~의 진보 sự tiến bộ của kỹ thuật, 외국~의 도입 áp dụng, bỏ kỹ thuật của nước ngoài vào, ~적인 지도 chỉ đạo về mặt kĩ thuật, ~이 늘다 kỹ thuật tăng lên, ~원조 viện trợ kỹ thuật, 핵심~ kỹ thuật hạt nhân.

기억 (記憶 Ký ức)

기 Ký — Nhớ, ghi chép, dấu hiệu, sổ ghi chép, 기자 ký giả, 기억 ký ức, 일기 nhật ký, 기사 ký sự, 기음 ký âm (ghi theo âm), 기명 ký danh (ký tên), 기호 ký hiệu, 기억력 ký ức lực (trí nhớ, sức nhớ).

억 Ức — Nhớ, ghi nhớ, nhớ lại, ôn, nghĩ đến, 기억 ký ức, 회억 hồi ức.

Giải nghĩa — Điều ghi nhớ, trí nhớ (trong lòng, trong đầu óc).

Cách sử dụng — ①Ký ức, trí nhớ, ~력 sức nhớ, trí nhớ, ~상실 mất trí nhớ, ~회복하다 hồi phục trí nhớ, ~의 감퇴 giảm trí nhớ, 내~에 의하면 theo tôi nhớ, 희미한 ~ ký ức mờ nhạt, 내 ~이 틀림없다면 nếu tôi nhớ không nhầm. ②Ghi nhớ, ~하다, 잘 ~해 두세요 hãy nhớ lấy nhé, 전에 어디선가 그를 한번 만난 것을 ~하고 있다 tôi nhớ là trước đây đã gặp anh ta một lần ở đâu rồi, ~ 나다 nhớ ra, ~안나다 nhớ không ra. ③Nhớ, ghi lại (máy tính), ~용량 dung lượng nhớ (máy tính).

기온 (氣溫 Khí ôn)

기 Khí — Khí, hơi, trạng thái, 기상 khí tượng, 공기 không khí, 기후 khí hậu, 기압 khí áp, 용기 dũng khí, 경기구 khinh khí cầu, 생기 sinh khí (sức sống), 고기압 cao khí áp (khí áp cao), 기색 khí sắc (sắc mặt), 기관 khí quản.

온 Ôn — Ấm áp, nhiệt độ, ôn hòa, 온수 ôn thủy (nước nóng), 온대 ôn đới, 온기 ôn khí (hơi nóng), 온천 ôn tuyền (suối nước nóng), 온화 ôn hòa. 체온 thể ôn (nhiệt độ cơ thể).

ㄴ Giải nghĩa — Nhiệt độ thời tiết

Cách sử dụng — Nhiệt độ thời tiết, ~의 변화 sự thay đổi của nhiệt độ, ~이 낮다 nhiệt độ thấp, (연)평균~ nhiệt độ bình quân (năm), ~의 급상승[급강하] nhiệt độ tăng đột ngột [giảm đột ngột], ~이 영하 5 도로 내려갔다 nhiệt độ giảm xuống còn âm 5 độ.

기자 (記者 Ký giả)

기	Ký	Nhớ, ghi chép, dấu hiệu, sổ ghi chép, 기자 ký giả, 기억 ký ức, 일기 nhật ký, 기사 ký sự, 기음 ký âm (ghi theo âm), 기명 ký danh (ký tên), 기호 ký hiệu, 기억력 ký ức lực (trí nhớ, sức nhớ).
자	Giả	Người, giả (dùng để chỉ người, vật hoặc sự việc), 학자 học giả, 작업자 tác nghiệp giả (người làm việc), 강자 cường giả (kẻ mạnh), 노약자 lão nhược giả (người già yếu), 독자 độc giả, 시청자 thị thính giả (khán thính giả), 사자 sứ giả, 기자 ký giả (phóng viên).
Giải nghĩa		Người viết báo, nhà báo, ký giả, phóng viên.
Cách sử dụng		~회견 họp báo, 여~ nữ ký giả, 수습~ nhà báo thực tập, 스포츠 ~ phóng viên thể thao, 편집~ người biên tập báo, ~단 đoàn nhà báo, ~증 thẻ nhà báo.

기차 (汽車 Khí xa)

기	Khí	Hơi nước, hơi thở, 기화 khí hóa (bốc hơi), 기선 khí thuyền (thuyền chạy bằng hơi nước).
차	Xa	Xe, chiếc xe, 자동차 tự động xa (xe ô tô), 전차 chiến xa (xe tăng), 화차 hỏa xa (tàu hỏa), 마차 mã xa (xe ngựa), 장갑차 trang giáp xa (xe thiết giáp), 차비 xa phí (tiền xe), 차량 xa lượng (xe cộ).
Giải nghĩa		Xe chạy bằng hơi nước, tàu hỏa.
Cách sử dụng		~로 가다 đi bằng tàu hỏa, ~표 vé tàu, ~시간표 bảng giá tàu, ~여행 du lịch bằng tàu hỏa, ~요금 tiền vé tàu, ~로 bằng tàu hỏa, 부산행~ tàu đi Busan, ~를 타다 đi tàu hỏa, ~에서 내리다 xuống tàu, ~를 놓치다 lỡ tàu.

기차표 (汽車票 Khí xa phiếu)

기	Khí	Hơi nước, hơi thở, 기화 khí hóa (bốc hơi), 기선 khí thuyền (thuyền chạy bằng hơi nước).
차	Xa	Xe, chiếc xe, 자동차 tự động xa (xe ô tô), 전차 chiến xa (xe tăng), 화차 hỏa xa (tàu hỏa), 마차 mã xa (xe ngựa), 장갑차 trang giáp xa (xe thiết giáp), 차비 xa phí (tiền xe), 차량 xa lượng (xe cộ).
표	Phiếu	Tấm vé, tem, phiếu, giấy, tiền giấy, 수표 thủ phiếu (ngân phiếu), 우표 bưu phiếu, 득표 đắc phiếu (giành được phiếu), 개표 khai phiếu (mở phiếu), 투표소 đầu phiếu sở (nơi bỏ phiếu), 매표소 mại phiếu sở (nơi bán vé), 가격표 giá cách phiếu (bảng giá), 차표 xa phiếu (vé xe).
Giải nghĩa		Vé tàu hỏa
Cách sử dụng		~매표소 nơi bán vé tàu, ~를 끊다 mua vé, 왕복~ vé tàu khứ hồi, ~ 예매하다 đặt mua vé tàu hỏa.

기초 (基礎 Cơ sở)

기	Cơ	Nền, móng, gốc, căn cứ vào, 기초 cơ sở, 기지 cơ địa (căn cứ), 기본 cơ bản, 기업 cơ nghiệp.
초	Sở	Hòn đá tảng, nền móng, đá tảng, tổ chức.
Giải nghĩa		Nền móng
Cách sử dụng		①Nền móng, nền, 이건물은 ~가 튼튼하다 nền tòa nhà này chắc chắn. ②Nền tảng, ~부터 배우다 học từ cơ sở, ~공사 xây dựng cơ sở, ~지식 tri thức cơ sở, ~작업 công việc cơ bản, ~과목 môn học cơ bản, 을 ~로 하여 lấy cái gì đó làm cơ sở, ~가 없는 không có nền tảng.

기혼 (既婚 Ký hôn)

기	Ký	Đã, đã xong, rồi, hết, dứt, 기혼 ký hôn (đã kết hôn), 기결 ký quyết (đã quyết định), 기성 ký thành (đã hoàn thành), 기혼자 ký hôn giả (người đã lập gia đình).
혼	Hôn	Cưới, lấy vợ hoặc chồng, 혼인 hôn nhân, 성혼 thành hôn, 이혼 li hôn, 만혼 mãn hôn (kết hôn muộn), 구혼 cầu hôn, 결혼 kết hôn, 약혼 ước hôn (đính hôn), 혼례 hôn lễ, 재혼 tái hôn, 혼수 hôn thú, 신혼 tân hôn.
Giải nghĩa		Đã lập gia đình đã kết hôn.
Cách sử dụng		~자 người đã lập gia đình, 그는 ~자다 anh ta là người đã lập gia đình, ~ 여성 phụ nữ đã lập gia đình.

기회 (機會 Cơ hội)

기	Cơ	Máy, máy móc, cơ khí, dịp, then chốt, 농기계 nông cơ giới (máy nông nghiệp), 기관 cơ quan, 기구 cơ cấu (tổ chức), 기동 cơ động, 기계 cơ giới (máy móc, cơ khí), 동기 động cơ, 기기 khí cơ (máy móc), 항공기 (hàng không cơ (máy bay), 전화기 điện thoại cơ (máy điện thoại), 기동력 cơ động lực (sức cơ động).
회	Hội	Hợp lại, cuộc họp, đoàn thể, ban, dịp, 사회 xã hội, 국회 quốc hội, 회담 hội đàm, 회의 hội nghị, 회사 hội xã (công ty), 회장 hội trưởng (chủ tịch nhóm, trưởng nhóm), 위원회 ủy viên hội (ủy ban), 토론회 thảo luận hội (buổi thảo luận), 대회 đại hội, 협회 hiệp hội, 회견 hội kiến (phỏng vấn, gặp gỡ), 사회생활 xã hội sinh hoạt (sinh hoạt ngoài xã hội).
Giải nghĩa		Thời cơ thích hợp, cơ hội
Cách sử dụng		Cơ hội, thời cơ, ~주의 chủ nghĩa cơ hội, 교육[취업]의 ~ cơ hội giáo dục [xin việc], 절호의 ~ cơ hội tuyệt vời, 다시 없는 ~ cơ hội không có lần hai, 일생에 한번 있는 ~ cơ hội chỉ đến một lần trong đời, 천재일우의 ~ cơ hội ngàn năm có một, ~있을 때마다 mỗi khi có cơ hội, ~가 있으면 nếu có cơ hội, ~가 없다 không có cơ hội, 다른[다음]~에 cơ hội lần sau, ~를 기다리다 chờ cơ hội, ~를 놓치다 bỏ lỡ cơ hội, ~를 잡다 nắm lấy cơ hội, ~를 주다 tạo cơ hội, ~를 이용하다 tận dụng cơ hội.

기후 (氣候 Khí hậu)

기 Khí — Khí, hơi, trạng thái, 기상 khí tượng, 공기 không khí, 기후 khí hậu, 기압 khí áp, 용기 dũng khí, 경기구 khinh khí cầu, 생기 sinh khí (sức sống), 고기압 cao khí áp (khí áp cao), 기색 khí sắc (sắc mặt), 기관 khí quản.

후 Hậu — Thời gian, hình hình, tình thế, thời tiết.

Giải nghĩa Khí hậu, thời tiết

Cách sử dụng ~조건 điều kiện khí hậu, 온화한[해양성, 대륙성]~ khí hậu ôn hòa [đại dương, đại lục], 열대성~ khí hậu có tính nhiệt đới, ~의 변화 sự thay đổi của khí hậu, 해양성~의 영향을 받다 chịu ảnh hưởng của khí hậu biển, 금년의 ~은 변화가 심하다 khí hậu năm nay thay đổi thất thường, 변덕스러운 ~ khí hậu thất thường.

ㄴ

낙관 (樂觀 Lạc quan)

낙 Lạc — Sung sướng, vui mừng, thích thú, 낙원 lạc viện, 쾌락 khoái lạc, 극락 cực lạc, 안락 an lạc, 히락 hỉ lạc.

관 Quan — Xem, quan sát, cách nhìn, quan điểm, cảnh tượng, 객관 khách quan, 관객 quan khách, 비관 bi quan, 주관 chủ quan, 관심 quan tâm, 기관 kỳ quan, 낙관 lạc quan, 관찰 quan sát, 관념 quan niệm, 관점 quan điểm, 관람 quan lãm (tham quan ngắm cảnh), 참관 tham quan.

Giải nghĩa Nhìn sự việc luôn vui vẻ, lạc quan,

Cách sử dụng Có tính lạc quan, lạc quan, ~적인생각 suy nghĩ có tính lạc quan, 지나치게 ~적이다 quá lạc quan, 너무 ~하지 마라 Đừng lạc quan quá, ~을 불허하는 정세 tình thế không cho phép lạc quan, 형세를 ~하기는 아직 이르다 còn quá sớm để lạc quan.

낙엽 (落葉 Lạc diệp)

낙 Lạc — Rơi, rụng, rớt lại, 낙엽 Lạc diệp (lá rụng), 낙후 lạc hậu, 낙제 lạc đệ (thi rớt), 탈락 thoái lạc (hư hỏng, sa đọa).

엽 Diệp — Lá cây, trang giấy, trang sách, 엽록 diệp lục, 낙엽 lạc diệp, 고엽 khô diệp, 엽서 diệp thư, 엽전 diệp tiền (tiền xu), 고엽제 khô diệp tề (chất độc màu da cam), 엽록소 diệp lục tố (chất diệp lục).

Giải nghĩa Lá cây rụng, lá rụng.

Cách sử dụng ~을 지다 rụng lá, ~수 cây rụng lá, ~을 밟으면서 산책하다 đi dạo dẫm chân trên lá rụng, ~을 긁어모으다 gom lá rụng, ~기 mùa lá rụng.

난민 (難民 Nạn dân)

난	Nạn	Khó khăn, tai họa, tai ương, 재난 tai nạn, 고난 khổ nạn, 피난 tị nạn, 환난 hoạn nạn, 난인 nạn nhân, 난문 nạn vấn
민	Dân	Người dân, dân, dân gian, 식민 thực dân, 빈민 bần dân (dân nghèo), 서민 thứ dân, 시민 thị dân, 소수민족 thiểu số dân tộc (dân tộc thiểu số), 국민 quốc dân, 주민 trú dân (người dân cư trú), 민족 dân tộc, 농민 nông dân, 민원 dân nguyện, 교민 kiều dân (kiều bào).
Giải nghĩa		Dân chịu nạn, dân tị nạn
Cách sử dụng		전쟁의 ~ dân bị nạn vì chiến tranh, ~수용소 trại tị nạn, ~촌 làng tị nạn.

난로 (暖爐 Noãn lô)

난 Noãn		Ấm áp, 난방 noãn phòng (phòng có sưởi ấm), 기후 온난화 khí hậu ôn noãn hóa (hiện tượng nóng lên của trái đất).
로 Lô		Cái bếp, cái lò, 벽난로 bích noãn lộ (bếp sưởi sát tường)
Giải nghĩa		Bếp nóng, bếp, lò
Cách sử dụng		Cái lò, cái bếp, ~를 피우다 đốt lò, 가스~ lò ga, 석유~ lò dầ, 전기~ lò điện ~를 피우다 [때다] đốt lò, nhen lò.

남녀 (男女 Nam nữ)

남	Nam	Đàn ông, con trai, 남아 nam nhi (bé trai), 남자 nam tử (đàn ông), 남성 nam tính, 장남 trưởng nam, 남인 nam nhân, 남파 nam phái (phái nam), 차남 thứ nam.
녀	Nữ	Đàn bà, con gái, 자녀 tử nữ (con cái), 해녀 hải nữ, 마녀 ma nữ, 효녀 hiếu nữ (người con gái có hiếu), 궁녀 cung nữ, 손녀 tôn nữ (cháu gái).
Giải nghĩa		Trai gái, nam nữ.
Cách dùng		~ 평등 bình đẳng nam nữ, ~공학 nam nữ cộng học (nam nữ học chung với nhau, 청춘~ thanh xuân nam nữ (nam nữ trẻ trung), ~ 고용평등법 luật tuyển dụng nam nữ bình đẳng, ~ 관계 quan hệ nam nữ, ~를 불문하고 không kể nam hay nữ, ~ 공용 dùng chung cả nam và nữ, ~노소 già trẻ gái trai, ~ 차별 phân biệt nam nữ.

남부 (南部 Nam bộ)

남	Nam	Phương nam, hướng nam, 남향집 nam hướng (nhà hướng nam), 남풍 nam phong (gió nam), 남극 nam cực, 남방 nam phương (phương nam), 남북 nam bắc, 남미 Nam Mỹ.
부	Bộ	Một nơi, một phần, bộ phận, ban, cuốn, quyển, 대부분 đại bộ phận, 각부분 các bộ phận, 간부 cán bộ, 내부 nội bộ, 총무부 tổng vụ bộ (phòng tổng vụ), 투자계획부 đầu tư kế hoạch bộ (Bộ kế hoạch đầu tư).
Giải nghĩa		Nam Bộ, miền Nam,

Cách sử dụng ~사람 người miền nam, ~지역 khu vực miền nam, ~지방 khu vực miền nam, 베트남~지역 khu vực miền nam Việt Nam.

남성 (男性 Nam tính)

남 Nam Đàn ông, con trai, 남아 nam nhi (bé trai), 남자 nam tử (đàn ông), 남성 nam tính, 장남 trưởng nam, 남인 nam nhân, 남파 nam phái (phái nam), 차남 thứ nam.

성 Tính Tính chất, tính cách, mạng sống, giới tính, 인성 nhân tính, 본성 bản tính, 개성 cá tính, 활성 hoạt tính, 성질 tính chất, 성능 tính năng, 동성연애 đồng tính luyến ái.

Giải nghĩa Nam tính, có tính chất nam tính, đàn ông.

Cách sử dụng ~미 vẻ đẹp nam tính, 복 áo quần nam, ~호르몬 hóc môn nam, ~화 nam tính hóa, ~화장품 mỹ phẩm giành cho nam, ~적 매력 sức hút nam tính, ~적 아름다움 vẻ đẹp nam tính, ~용 지갑 ví dùng cho đàn ông.

남자 (男子 Nam tử)

남 Nam Đàn ông, con trai, 남아 nam nhi (bé trai), 남자 nam tử (đàn ông), 남성 nam tính, 장남 trưởng nam, 남인 nam nhân, 남파 nam phái (phái nam), 차남 thứ nam

자 Tử Con, cái, trẻ con, 자식 tử tức (con cái), 남자 nam tử, 손자 tôn tử (cháu), 제자 đệ tử, 여자 nữ tử (phụ nữ), 노자 lão tử, 자녀 tử nữ (con cái), 독자 độc tử (con một), 자궁 tử cung, 부자 phụ tử, 모자 mẫu tử, 양자 dưỡng tử (con nuôi).

Giải nghĩa Đàn ông, con trai, nam,

Cách sử dụng 멋있는 ~ một người đàn ông bảnh bao, 한 ~밖에 모르는 여자 người phụ nữ chỉ biết một người đàn ông, ~답다 ra dáng đàn ông, ~중의 ~ đàn ông nhất trong những người đàn ông, ~체면 thể diện.

남편 (男便 Nam tiện)

남 Nam Đàn ông, con trai, 남아 nam nhi (bé trai), 남자 nam tử (đàn ông), 남성 nam tính, 장남 trưởng nam, 남인 nam nhân, 남파 nam phái (phái nam), 차남 thứ nam.

편 Tiện Thuận tiện, yên ổn, quen thuộc, liền, 편의 tiện nghi, 편리 tiện lợi (thuận lợi), 편의점 tiện nghi điếm (cửa hàng tiện lợi), 편안 tiện an (thoải mái), 불편 bất tiện.

Giải nghĩa Người chồng, chồng.

Cách sử dụng ~있는 (없는) 여자 người đàn bà có (không chồng), ~에 게 충실하다 chung thủy với chồng, ~을 잃다 mất chồng, ~을 얻다 lấy chồng, có chồng, 그는 이상적인 ~입니다 anh ta là người chồng lý tưởng.

내 (內 Nội)

내 Nội Bên trong, trong lòng, tâm lý, trong vòng, 내부 nội bộ, 국내 quốc nội (trong nước), 실내 thất nội (trong phòng), 내각 nội giác (góc trong), 내규 nội quy, 내외 nội ngoại (trong và ngoài), 내심 nội tâm, 내용 nội dung, 내정 nội tình, 내과 nội khoa, 시내 thị nội (nội thành), 내시경 nội thị kính (nội soi).

Giải nghĩa Trong, trong giới hạn nào đó, trong phạm vi nào đó.

Cách sử dụng 범위~ trong phạm vi, 건물~ trong tòa nhà, 일주일~vòng một tuần, 정해진 기간~ trong thời gian quy định, 5 일 내에 tròng vòng 5 ngày, 몇일~ trong vòng mấy ngày, 기한 ~에 trong kỳ hạn.

내년 (來年 Lai niên)

내 Lai — Đến, đạt. 고진감래 (khổ tận cam lai), 장래 tương lai, 외래어 ngoại lai ngữ (từ ngoại lai), 미래 tương lai (vị lai), 내일 lai nhật (ngày mai).

년 Niên — Năm, tuổi, lứa tuổi, thời, mùa, 백년 bách niên (trăm năm), 신년 tân niên (năm mới), 연대 niên đại (thời kỳ, năm tháng), 학년 niên học (năm học), 반년 bán niên (nửa năm), 천년기 thiên niên kỷ, 미성년 (vị thành niên), 청소년 (thanh thiếu niên), 내년 lai niên (năm sau), 노년 lão niên (tuổi già), 매년 mỗi niên (mỗi năm), 성년 thành niên (người lớn), 소년 thiếu niên, 중년 trung niên.

Giải nghĩa Năm sau, năm tới.

Cách sử dụng ~삼월 tháng 3 năm sau, ~이 맘때 khoảng thời gian này năm sau, ~ 운세 vận thế sang năm, ~ 최저임금 mức lương tối thiểu sang năm, ~ 이쯤이면 nếu giờ này năm sau.

내역 (內譯 Nội dịch)

내 Nội — Bên trong, trong lòng, 내부 nội bộ, 국내 quốc nội (trong nước), 실내 thất nội (trong phòng), 내각 nội giác (góc trong), 내규 nội quy, 내외 nội ngoại (trong và ngoài), 내심 nội tâm, 내용 nội dung, 내정 nội tình, 내과 nội khoa, 시내 thị nội (nội thành), 내시경 nội thị kính (nội soi).

역 Dịch — Phiên dịch, dịch, diễn dịch (nghĩa kinh sách), 통역 thông dịch, 번역 biên dịch, 통번역 thông biên dịch, 연역 diễn dịch.

Giải nghĩa Diễn giải chi tiết, nội dung chi tiết, chi tiết.

Cách sử dụng Nội dung chi tiết, tổng khoảng mức, 여행비용의 ~ nội dung chi tiết về chi phí du lịch ~을 밝히다 làm rõ các nội dung chi tiết, 공사비~ chi tiết về chi phí thi công, 지출~ chi tiết chi tiêu.

내용 (內容 Nội dung)

내 Nội — Bên trong, trong lòng, tâm lý, 내부 nội bộ, 국내 quốc nội (trong nước), 실내 thất nội (trong phòng), 내각 nội giác (góc trong), 내규 nội quy, 내외 nội ngoại (trong và ngoài), 내심 nội tâm, 내용 nội dung, 내정 nội tình, 내과 nội khoa, 시내 thị nội (nội thành), 내시경 nội thị kính (nội soi).

용 Dung Chứa đựng, hàm chứa chấp nhận, 포용 bao dung, 용량 dung lượng, 용납 dung nạp , 용서 dung thứ.

Giải nghĩa Cái hàm chứa bên trong, nội dung, bên trong, phần ruột.

Cách sử dụng ①Nội dung, 이야기의 ~ nội dung câu chuyện, 책의 ~ nội dung sách 형식과~ nội dung và hình thức, ~이 풍부하다 nội dung phong phú, ~이 빈약하다 nội dung nghèo nàn, ~분석 phân tích nội dung, ~이 없다 không có nội dung, 사건 (의) ~ nội dung vụ việc. ②Phần chứa đựng bên trong, bên trong, ruột, 상자의~ bên trong chiếc hòm, 소포의 ~ bên trong của bưu phẩm, 가방의 ~ bên trong chiếc cặp.

내일 (來日 Lai nhật)

내 Lai Đến, đạt. 고진감래 (khổ tận cam lai), 장래 tương lai, 외래어 ngoại lai ngữ (từ ngoại lai), 미래 tương lai (vị lai), 내일 lai nhật (ngày mai).

일 Nhật Mặt trời, ngày, ban ngày, hằng ngày, 일정 nhật trình (lịch trình), 일기 nhật ký, 일상 nhật thường (hằng ngày), 생일 sinh nhật, 당일 đương nhật (trong ngày), 평일 bình nhật (ngày thường), 청천백일 thanh thiên bạch nhật, 주일 chủ nhật.

Giải nghĩa Ngày sẽ đến, ngày mai, tương lai.

Cách sử dụng ①Ngày mai, ~아침[저녁, 밤] sáng[tối, đêm] mai, ~이 내 생일이다 ngày mai là sinh nhật tôi, ~까지 해라 làm xong trước ngày mai, ~부터 시작한다 bắt đầu từ ngày mai, ~또보자 ngày mai gặp nha, 오늘 할 수 있는 일을 ~로 미루지 마라 việc hôm nay chờ đến ngày mai. ②Tương lai, ngày mai, ~의 베트남 Việt Nam của ngày mai, ~에 대비하다 chuẩn bị tương lai, ~에 대한 기대와 희망 cơ hội hy vọng vào ngày mai.

내조 (內助 Nội trợ)

내 Nội Bên trong, trong lòng, tâm lý, 내부 nội bộ, 국내 quốc nội (trong nước), 실내 thất nội (trong phòng), 내각 nội giác (góc trong), 내규 nội quy, 내외 nội ngoại (trong và ngoài), 내심 nội tâm, 내용 nội dung, 내정 nội tình, 내과 nội khoa, 시내 thị nội (nội thành), 내시경 nội thị kính (nội soi).

조 Trợ Giúp, giúp đỡ, 조사 trợ từ, 협조 hiệp trợ, 보조 bổ trợ, 외조 ngoại trợ (giúp đỡ từ bên ngoài), 원조 viện trợ, 조교 trợ giáo (trợ giảng), 조수 trợ thủ, 상조 tương trợ, 조연 trợ diễn (vai phụ), 구조 cứu trợ.

Giải nghĩa Sự giúp đỡ từ bên trong, sự giúp đỡ của người vợ với chồng, giúp chồng.

Cách sử dụng ~하다, ~의 공 công lao hỗ trợ chồng, ~를 받다 được vợ hỗ trợ, ~의 힘이 크다 sức mạnh của sự hỗ trợ từ vợ là rất lớn, ~의 덕[공]으로 nhờ đức [công] giúp chồng, 그의 성공은 부인의 ~에 힘입은 바 크다 thành công của ông ta có sự giúp đỡ lớn của người vợ.

냉면 (冷麵 Lãnh miến)

냉	Lãnh	Lạnh, lạnh lẽo, lặng lẽ, nhạt nhẽo, 냉궁 lãnh cung, 냉정 lãnh tình (lạnh lùng), 냉장고 lãnh tàng khố (tủ lạnh), 냉담 lãnh đạm, 냉차 lãnh trà (trà lạnh, trà đá), 냉수 lãnh thủy (nước lạnh), 냉전 lãnh chiến (chiến tranh lạnh), 냉방 lãnh phòng (phòng lạnh).
면	Miến	Bột gạo, mì, sợi miến, 당면 đường miến (miến), 면분 miến phấn (bột mì), 자장면 tạc tương miến (mì chachang, mì tương đậu), 온면 ôn miến (mỳ nóng).

Giải nghĩa Mì lạnh.

Cách sử dụng ~을 먹다 ăn mì lạnh, ~ 온면 mỳ lạnh mỳ nóng, ~ 맛집 quán mỳ lạnh ngon, ~ 집 quán mỳ lạnh, ~을 만들다 làm mỳ lạnh, ~ 종류 chủng loại mỳ lạnh.

냉장고 (冷藏库) Lãnh tàng khố

냉	Lãnh	Lạnh, lạnh lẽo, lặng lẽ, nhạt nhẽo, 냉궁 lãnh cung, 냉정 lãnh tình (lạnh lùng), 냉장고 lãnh tàng khố (tủ lạnh), 냉담 lãnh đạm, 냉차 lãnh trà (trà lạnh, trà đá), 냉수 lãnh thủy (nước lạnh), 냉전 lãnh chiến (chiến tranh lạnh), 냉방 lãnh phòng (phòng lạnh).
장	Tàng	Chứa, trữ, giấu, 옷장 tàng (tủ quần áo), 저장 trữ tràng (trữ, lưu, ghi), 내장 nội tàng (chứa bên trong), 외장하드 ngoại tàng hard (ổ lưu ngoài).
고	Khố	Kho chứa đồ vật, 국고 quốc khố (ngân sách), 금고 kim khố (két sắt), 차고 xa khố (nhà xe), 입고 nhập khố (nhập kho), 출고 xuất khố (xuất kho).

Giải nghĩa Tủ để chứa các đồ lạnh, tủ lạnh.

Cách sử dụng 반찬을 ~에 넣어 두다 bỏ thức ăn vào trong tủ lạnh, ~에서 시원한 맥주를 꺼내 마셨다 lấy bia lạnh trong tủ lạnh ra uống, ~ 냄새 제거하다 loại bỏ mùi của tủ lạnh, 김치~ tủ lạnh đựng kimchi, 하단 냉동형 ~ tủ lạnh có ngăn đá ở dưới, 양문형 ~ tủ lạnh loại hai cửa, 소형 ~ tủ lạnh loại nhỏ.

냥 (兩 Lạng)

Giải nghĩa ①Lạng ②Trọng lượng (= 37, 5g)

Cách sử dụng 금넉~ bốn lạng vàng, 감초 석~ ba lạng cam thảo, 은 한 ~ một lạng bạc.

년 (年 Niên)

년	Niên	Năm, tuổi, lứa tuổi, thời, mùa, 백년 bách niên (trăm năm), 신년 tân niên (năm mới), 연대 niên đại (thời kỳ, năm tháng), 학년 niên học (năm học), 반년 bán niên (nửa năm), 천년기 thiên niên kỷ, 미성년 (vị thành niên), 청소년 (thanh thiếu niên), 내년 lai niên (năm sau), 노년 lão niên (tuổi già), 매년 mỗi niên (mỗi năm), 성년 thành niên (người lớn), 소년 thiếu niên, 중년 trung niên.

Giải nghĩa Năm, tuổi.

Cách sử dụng 일~ một năm, 일~사개월 một năm bốn tháng, 1984~ vào năm 1984, 2~ 한번 hai năm một lần, 1~열두달이다 một năm 12 tháng, 2~이 되었다 đã hai năm, 2 학~ năm học thứ 2, 갑자~ năm giáp tý.

노력 (努力 Nỗ lực)

노 Nỗ Cố gắng, làm việc, cố sức,

력 Lực Sức, lực, sức lực, khả năng đạt tới, khỏe, 수력 thuỷ lực, 속력 tốc lực, 세력 thế lực, 병력 binh lực, 주력 chủ lực, 합력 hợp lực, 노력 nỗ lực, 능력 năng lực, 폭력 bạo lực, 협력 hiệp lực, 권력 quyền lực, 인력 nhân lực, 효력 hiệu lực, 학력 học lực.

Giải nghĩa Nỗ lực, gắng sức.

Cách sử dụng ~하다, 꾸준히 ~nỗ lực một cách đều đặn, 필사의 ~sự nỗ lực hết sức, 최후의 ~ sự nỗ lực sau cùng, ~하겠습니다 tôi sẽ nỗ lực, ~해 보겠습니다 tôi sẽ nỗ lực xem sao.

노선 (路線 Lộ tuyến)

노 Lộ Đường cái, đường đi lại, cách, lối, con đường, 육로 lục lộ (đường bộ), 수로 thủy lộ (đường thủy), 노상 lộ thượng (trên đường), 노면 lộ diện (mặt đường), 노숙 lộ túc (trú ngoài đường), 노점상 lộ điếm thương (cửa hàng bán lề đường), 노숙자 lộ túc giả (người vô gia cư), 대로 đại lộ, 국로 quốc lộ, 노비 lộ phí.

선 Tuyến Chỉ, sợi, dây nhỏ, dây điện, 노선 lộ tuyến, 차선 xa tuyến (đường cho xe đi), 중선 trung tuyến, 전선 điện tuyến (dây điện), 휴전선 hưu chiến tuyến (giới tuyến ngừng bắn), 무선 vô tuyến.

Giải nghĩa Tuyến đường đi, tuyến đường.

Cách sử dụng ①다낭 ~버스 các tuyến xe buýt Đà Nẵng, 항공 ~ tuyến hàng không, 지하철~ tuyến tàu điện ngầm, ~ 증설 tăng thêm các tuyến. ②Con đường, 정치 ~ con đường chính trị, 독자적인 ~을 걷다 đi con đường riêng của mình.

노소 (老小 Lão tiểu)

노 Lão Già, nhiều tuổi, già dặn kinh nghiệm, 노인 lão nhân (người già), 노자 Lão tử, 노련 lão luyện, 백년해로 bách niên giai lão, 노장 lão tướng, 생로병사 sinh lão bệnh tử, 노병 lão bệnh (bệnh già), 원로 nguyên lão, 장로 trưởng lão.

소 Tiểu Nhỏ, trẻ nhỏ, nàng hầu, 소학 tiểu học, 소맥 tiểu mạch (lúa mạch), 소설 tiểu thuyết, 소인 tiểu nhân, 소대 tiểu đội, 소뇌 tiểu não, 소강당 tiểu giảng đường (giảng đường nhỏ), 소규모 tiểu qui mô (qui mô nhỏ), 소변 tiểu tiện, 소매 tiểu mại (bán lẻ).

Giải nghĩa Già và trẻ

Cách dùng 남녀~ gái trai già trẻ, ~를 막론하고 không kể già hay trẻ, ~에 관계없이 không liên quan già hay trẻ.

노후 (老后 Lão hậu)

노 Lão — Già, nhiều tuổi, già dặn kinh nghiệm, 노인 lão nhân (người già), 노자 Lão tử, 노련 lão luyện, 백년해로 bách niên giai lão, 노장 lão tướng, 생로병사 sinh lão bệnh tử, 노병 lão bệnh (bệnh già), 원로 nguyên lão, 장로 trưởng lão.

후 Hậu — Sau, phía sau, sau này, con cháu, con nối dòng, 후예 hậu duệ, 후배 hậu bối, 후회 hậu hối (hối hận), 후과 hậu quả, 후면 hậu diện (mặt sau), 식후 thực hậu (sau khi ăn), 후방 hậu phương, 최후 tối hậu (sau cùng). 내후년 lai hậu niên (năm sau nữa), 전후 tiền hậu (trước sau).

Giải nghĩa — Sau khi già đi, tuổi già

Cách sử dụng — ~에 대비하다 đối phó với tuổi già, ~를 편하게 지내가 sống tuổi già một cách thoải mái, ~ 대책 đối sách tuổi già. ~의 낙 niềm vui tuổi già, ~보장 đảm bảo cho tuổi già, ~를 조용하고 평온하게 지내다 sống tuổi già một cách lặng lẽ và bình an.

녹음 (錄音 Lục âm)

녹/록 Lục — Ghi chép, sao chép, tuyển dụng, 기록 ký lục (ghi chép) (ghi chép), 기록 kỷ lục, 목록 mục lục, 부록 phụ lục, 회의록 hội nghị lục (văn bản cuộc họp), 녹음 lục âm (ghi âm), 녹화 lục họa (ghi hình).

음 Âm — Tiếng, thanh, giọng, nốt nhạc, 발음 phát âm, 음량 âm lượng, 고음 cao âm (âm cao), 음성 âm thanh, 음속 âm tốc (tốc độ âm thanh), 음절 âm tiết, 음향 âm hưởng, 녹음 lục âm (ghi âm), 모음 mẫu âm (nguyên âm), 음조 âm điệu, 잡음 tạp âm.

Giải nghĩa — Ghi lại âm thanh, ghi âm.

Cách sử dụng — ~하다, 테이프에 ~하다 ghi vào bảng, ~기 máy ghi âm, ~실 phòng thu âm, ~장 thiết bị ghi âm, 노래를 ~하다 ghi âm bài hát.

논문 (論文 Luận văn)

논/론 Luận — Bàn bạc, xem xét, đánh giá, trao đổi, nói, 여론 dư luận, 언론 ngôn luận, 토론 thảo luận, 이론 lý luận, 변론 biện luận, 결론 kết luận, 논쟁 luận tranh (tranh luận), 논점 luận điểm, 반론 phản luận (phản bác), 의론 nghị luận (bàn bạc).

문 Văn — Chữ, tiếng, lễ nghi, trí thức, 문화 văn hóa, 논문 luận văn, 문서 văn thư (giấy tờ, tài liệu), 문장 văn chương, 문자 văn tự, 문학 văn học, 문헌 văn hiến, 한문 Hán văn, 문화재 văn hóa tài (di sản văn hóa), 작문 tác văn (viết văn), 문호 văn hào (tác giả nổi tiếng), 문법 văn pháp (ngữ pháp), 문예 văn nghệ.

Giải nghĩa — Luận văn,

Cách sử dụng — ~ 심사하다 thẩm tra luận văn, ~을 쓰다 viết luận văn, ~지도교수 giáo sư hướng dẫn làm luận văn, 박사~ luận văn tiến sĩ, ~ 발표 thuyết trình luận văn.

농구 (篭球 Lung cầu)

농 Lung — Cái giỏ, rổ, cái lồng. 조롱 điểu lung (cái chuồng chim).

구 Cầu — Quả cầu, quả bóng, địa cầu, 농구 lung cầu (bóng rổ), 지구 địa cầu, 전구 điện cầu (bóng điện), 구면 cầu diện (mặt cầu), 구형 cầu hình (hình tròn), 안구 nhãn cầu, 혈구 huyết cầu, 남반구 nam bán cầu.

Giải nghĩa — Bóng chơi với rổ, bóng rổ.

Cách sử dụng — ~팀 đội bóng rổ, ~선수 tuyển thủ bóng rổ, bóng rổ.

농담 (弄談 Lộng đàm)

농/롱 Lộng — Đùa giỡn, trêu chọc, chơi, nghịch, 농권 lộng quyền, 조롱 trào lộng (trêu chọc, châm biếm).

담 Đàm — Bàn bạc, nói chuyện, chuyện, 회담 hội đàm, 속담 tục đàm (tục ngữ), 농담 lộng đàm (nói đùa), 악담 ác đàm (chỉ trích, nói xấu), 담판 đàm phán, 담소 đàm tiếu (nói chuyện vui), 상담 tương đàm (gặp mặt nói chuyện, tư vấn), 담화 đàm thoại, 밀담 mật đàm (nói chuyện bí mật).

Giải nghĩa — Câu nói đùa, lời nói đùa.

Cách sử dụng — ~하다, ~으로 đùa nghịch, ~을 주고 받다 đùa qua đùa lại, ~이 아니다 không phải đùa, ~이 진담이 되다 đùa thành thật, ~반 진담반 nửa đùa nửa thật, ~이 지나치다 đùa quá trớn, ~속에 진담이 있다 trong đùa có thật.

농부 (農夫 Nông phu)

농 Nông — Nghề làm ruộng, người làm ruộng, nông nghiệp, 농민 nông dân, 농촌 nông thôn, 농업 nông nghiệp, 농산물 nông sản vật, 농장 nông trường, 농구 nông cụ, 빈농 bần nông, 농기계 nông cơ giới (máy nông nghiệp), 부농 phú nông, 귀농 quy nông (về quê làm nông), 농가 nông gia (nhà nông), 농사 nông sự (việc làm nông), 농경지 nông canh địa (đất làm nông).

부 Phu — Chỉ chung người bình thường, chồng, đàn ông, 대장부 đại trượng phu, 어부 ngư phu (ngư dân), 광부 khoáng phu (thợ mỏ), 농부 nông phu (nông dân), 장부 trượng phu, 부부 phu phụ (vợ chồng).

Giải nghĩa — Người làm nông, nông dân.

Cách sử dụng — ~ 출시 xuất thân nông dân, ~에겐 땅이 생명이다 với người nông dân thì đất là mạng sống, 한국 ~ nông dân Hàn Quốc.

농사 (農事 Nông sự)

농 Nông — Nghề làm ruộng, người làm ruộng, nông nghiệp, 농민 nông dân, 농촌 nông thôn, 농업 nông nghiệp, 농산물 nông sản vật, 농장 nông trường, 농구 nông cụ, 빈농 bần nông, 농기계 nông cơ giới (máy nông nghiệp), 부농 phú nông, 귀농 quy nông (về quê làm nông), 농가 nông gia (nhà nông), 농사 nông sự (việc làm nông), 농경지 nông canh địa (đất làm nông).

사 Sự Việc, sự việc, công việc, sự nghiệp, 혼사 hôn sự, 가사 gia sự (việc nhà), 사무 sự vụ (công việc), 사정 sự tình, 형사 hình sự, 무사 vô sự, 민사 dân sự, 사고 sự cố, 시사 thời sự, 군사 quân sự, 영사관 lãnh sự quán, 사실 sự thật, 사건 sự kiện (vụ việc), 행사 hành sự (sự kiện), 사물 sự vật, 인사 nhân sự.

Giải nghĩa Việc làm nông, làm ruộng.

Cách sử dụng ~를 짓다 làm ruộng, ~일 công việc làm ruộng, ~철 mùa làm ruộng, ~꾼 người làm nông.

농촌 (農村 Nông thôn)

농 Nông Nghề làm ruộng, người làm ruộng, nông nghiệp, 농민 nông dân, 농촌 nông thôn, 농업 nông nghiệp, 농산물 nông sản vật, 농장 nông trường, 농구 nông cụ, 빈농 bần nông, 농기계 nông cơ giới (máy nông nghiệp), 부농 phú nông, 귀농 quy nông (về quê làm nông), 농가 nông gia (nhà nông), 농사 nông sự (việc làm nông), 농경지 nông canh địa (đất làm nông).

촌 Thôn Làng, xóm, thôn, ấp, xã, 촌스럽다 quê mùa, 어촌 ngư thôn (làng chài), 산촌 sơn thôn (làng trên núi), 농촌 nông thôn, 촌장 thôn trưởng (trưởng làng).

Giải nghĩa Nông thôn, làng quê.

Cách sử dụng ~전화 điện thoại nông thôn, ~진흥 chấn hưng nông thôn, ~청년 thanh niên nông thôn, ~ 사람 người ở nông thông, ~생활 cuộc sống nông thôn, ~을 떠나 도시로 가다 rời nông thôn ra thành phố, ~지역 khu vực nông thôn.

능력 (能力 Năng lực)

능 Năng Tài cán, khả năng, có thể, làm được, 가능 khả năng, 재능 tài năng, 능동 năng động, 기능 kỹ năng, 성능 tính năng, 본능 bản năng, 직능 chức năng, 능률 năng suất, 지능 trí năng (trí tuệ).

력 Lực Sức, lực, sức lực, khả năng đạt tới, khỏe, 수력 thuỷ lực, 속력 tốc lực, 세력 thế lực, 병력 binh lực, 주력 chủ lực, 합력 hợp lực, 노력 nỗ lực, 능력 năng lực, 폭력 bạo lực, 협력 hiệp lực, 권력 quyền lực, 인력 nhân lực, 효력 hiệu lực, 학력 học lực.

Giải nghĩa Năng lực, khả năng.

Cách sử dụng ~이 있다 có năng lực, 할~이 있다 có năng lực làm gì đó, ~을 발휘하다 phát huy năng lực, ~자 người có năng lực, 생산 ~năng lực sản xuất, ~을 활용하다 vận dụng, sử dụng năng lực.

능통 (能通 Năng thông)

능 Năng Tài cán, khả năng, có thể, làm được, 가능 khả năng, 재능 tài năng, 능동 năng động, 기능 kỹ năng, 성능 tính năng, 본능 bản năng, 직능 chức năng, 능률 năng suất, 지능 trí năng (trí tuệ).

통 Thông — Thông hiểu, xuyên qua, truyền khắp, tóm tắt, phổ biến, 통고 thông cáo (thông báo), 통례 thông lệ (thường lệ), 보통 phổ thông, 통상 thông thường, 통상 thông thương (thương mại), 통속 thông tục, 통용 thông dụng, 통역 thông dịch, 통신 thông tin, 통보 thông báo, 교통 giao thông, 통화 thông thoại (nói chuyện điện thoại), 통관 thông quan, 통과 thông qua.

Giải nghĩa — Thành thạo, thỉnh thoảng.

Cách sử dụng — ~하다, 영어에 ~하다 thành thạo tiếng Anh, 사무에 ~하다 thành thạo công việc văn phòng, 3 개국에 ~하다 thành thạo ba ngoại ngữ.

ㄷ

다방 (茶房 Trà phòng)

다 Trà — Cây chè , 다구 trà cụ (dụng cụ uống trà), 다

방 Phòng — Căn phòng, nhà, buồng, 하숙방 hạ túc phòng (phòng trọ), 책방 sách phòng (phòng sách), 객방 khách phòng (phòng khách ở), 독방 độc phòng (phòng đơn), 냉방 lãnh phòng (phòng lạnh).

Giải nghĩa — Phòng để uống trà, ngày nay thường gọi là quán càfê

Cách sử dụng — ~에서 만나다 gặp ở quán cà phê. ~에서 사람을 기다리다 chờ người ở phòng trà.

다양 (多樣 Đa dạng)

다 Đa — Nhiều, thừa ra, ngoài, hơn, 다수 đa số, 다재 đa tài, 다인격 đa nhân cách, 다단계 đa đoạn giai (nhiều tầng bậc, đa cấp), 다과 đa khoa, 다면 đa diện (nhiều mặt), 다의 đa nghĩa, 호사다마 hảo sự đa ma (việc tốt thì hay gặp nhiều trở ngại), 다목적 (nhiều công dụng).

양 Dạng — Kiểu, hình dáng, cách thức, 동양 đồng dạng (cùng hình dạng), 모양 mô dạng (hình dáng), 양식 dạng thức (kiểu).

Giải nghĩa — Nhiều hình ảnh, nhiều hình thức.

Cách sử dụng — ~하다, ~성 tính đa dạng, ~화 đa dạng hóa, 상품의 종류가 ~ chủng loại sản phẩm đa dạng, 취미가 ~ sở thích rất đa dạng.

다행 (多幸 Đa hạnh)

다 Đa — Nhiều, thừa ra, ngoài, hơn, 다수 đa số, 다재 đa tài, 다인격 đa nhân cách, 다단계 đa đoạn giai (nhiều tầng bậc, đa cấp), 다과 đa khoa, 다면 đa diện (nhiều mặt), 다의 đa nghĩa, 호사다마 hảo sự đa ma (việc tốt thì hay gặp nhiều trở ngại), 다목적 (nhiều công dụng).

행 Hạnh — May mắn, yêu dấu, vui mừng, 행운 hạnh vận (vận may), 덕행 đức hạnh, 품행 phẩm hạnh (nhân phẩm), 박행 bạc hạnh (không may mắn), 고행 khổ hạnh, 불행중다행 bất hạnh trung đa hạnh (trong cái rủi có cái may).

Giải nghĩa — Nhiều sự may mắn, may mắn.

Cách sử dụng — ~하다, ~스럽다, 불행중~ trong cái xui có cái may, ~히 một cách may mắn, ~히 성공하다 may mắn thành công, ~히 다친 사람은 없었다 may mắn không có ai bị thương.

단순 (單純 Đơn thuần)

단 Đơn — Đơn chiếc, cô đơn, mỗi, một, riêng, lẻ, 단위 đơn vị, 단독 đơn độc, 간단 giản đơn (đơn giản), 단순 đơn thuần, 단수 đơn số (số ít).

순 Thuần — Ròng, nguyên chất, không pha tạp, 순수입 thuần thu nhập (thu nhập ròng), 순산 thuần sản (sinh nở thuận tiện), 순금 thuần kim (vàng ròng), 순이익 thuần lợi ích (lãi ròng).

Giải nghĩa — Đơn thuần, đơn giản.

Cách sử dụng — ~하다, ~한 생활 một cuộc sống đơn giản, ~하게 생각하다 suy nghĩ một cách đơn giản, ~개념 khái niệm đơn giản, ~화 đơn giản hóa, ~한 육체노동 lao động tay chân đơn giản, 어린애처럼 ~하다 đơn giản như trẻ em vậy.

단어 (單語 Đơn ngữ)

단 Đơn — Đơn chiếc, cô đơn, mỗi, một, riêng, lẻ, 단위 đơn vị, 단독 đơn độc, 간단 giản đơn (đơn giản), 단순 đơn thuần, 단수 đơn số (số ít).

어 Ngữ — Nói chuyện, bàn luận, lời lẽ, tiếng nói, lời nói, 어조 ngữ điệu, 어감 ngữ cảm, 주어 chủ ngữ, 보어 bổ ngữ, 언어 ngôn ngữ, 외국어 ngoại quốc ngữ (tiếng nước ngoài), 한국어 Hàn Quốc ngữ (tiếng Hàn Quốc).

Giải nghĩa — Đơn vị của từ ngữ, từ, từ vựng, ngữ vựng.

Cách sử dụng — 기본 ~ từ cơ bản ~를 많이 알고 있다 biết nhiều từ, 새~ từ mới, ~를 외우다 học thuộc từ vựng.

단위 (單位 Đơn vị)

단 Đơn — Đơn chiếc, cô đơn, mỗi, một, riêng, lẻ, 단독 đơn độc, 간단 giản đơn (đơn giản), 단순 đơn thuần, 단수 đơn số (số ít).

위 Vị — Nơi, chỗ, vị trí, 학위 học vị, 위치 vị trí, 지위 địa vị, 직위 chức vị.

Giải nghĩa — Đơn vị.

Cách sử dụng — ~를 100 원으로 lấy 100 won làm đơn vị, 계산의 ~ đơn vị tính, 기본~ đơn vị cơ bản, 화폐~ đơn vị ngoại tệ.

단점 (短點 Đoản điểm)

단 Đoản	Ngắn, chết non, thiếu, khuyết điểm, chỗ yếu kém, 단문 đoản văn (bài văn ngắn), 단명 đoản mệnh, 단수 đoản thọ, 단겸 đoản kiếm, 단가 đoản ca (bài ca ngắn), 단기예금 đoản kỳ dự kim (gửi tiền ngắn hạn).
점 Điểm	시점 thời điểm, 접점 tiếp điểm, 관점 quan điểm, 결점 khuyết điểm, 약점 nhược điểm, 출발점 xuất phát điểm.
Giải nghĩa	Khuyết điểm, nhược điểm, điểm yếu.
Cách sử dụng	장점과~ ưu và nhược điểm, 장점도 있도 ~ 도 있다 ưu điểm cũng có mà nhược điểm cũng có, ~을 고치다 sửa chữa nhược điểm, 장점으로써 ~을 커버하다 ưu điểm trùm lên nhược điểm.

단체 (團體 Đoàn thể)

단 Đoàn	Hình tròn, tập hợp lại, nhóm, tập đoàn, 단결 đoàn kết, 집단 tập đoàn, 사단 sư đoàn, 군단 quân đoàn, 중단 trung đoàn, 소단 tiểu đoàn,
체 Thể	Thân thể, hình dạng, bản chất, 체력 thể lực, 육체 nhục thể (cơ thể), 주체 chủ thể, 정체 chính thể, 구체 cụ thể, 전체 toàn thể.
Giải nghĩa	Đoàn thể, tập thể.
Cách sử dụng	~로 관람하다 tham quan tập thể, ~경기 trận đấu tập thể, ~생활 sinh hoạt tập thể, ~행동 hành động tập thể, 시민~ đoàn thể nhân dân, 정치~ đoàn thể chính trị.

단풍 (丹楓 Đơn phong)

단 Đơn	Màu đỏ
풍 Phong	Cây phong
Giải nghĩa	Cây phong màu đỏ, cây phong lá đỏ.
Cách sử dụng	~이 들다 vào mùa lá phong đỏ. ~이 한창이다 lá phong đỏ vào mùa (đẹp nhất).

답장 (答狀 Đáp trang)

답 Đáp	Trả lời, báo đáp, đáp lại, 대답 đối đáp, 답례 đáp lễ, 답안 đáp án, 정답 chính đáp (đáp án đúng), 회답 hồi đáp, 답사 đáp từ (lời đáp lại), 답변 đáp biện (trả lời, phản hồi), 응답 ứng đáp, 문답 vấn đáp, 해답 giải đáp, 보답 báo đáp, 오답 ngộ đáp (trả lời sai).
장 Trang	Tờ giấy, 졸업장 tốt nghiệp trang (bằng tốt nghiệp), 감사장 cảm tạ trang (thư cảm ơn), 임명장 nhậm mệnh trang (giấy bổ nhiệm).
Giải nghĩa	Câu trả lời.
Cách sử dụng	~하다, ~을 내다 đưa ra câu trả lời, ~을 기다립니다 chờ câu trả lời, 즉시 ~해주십시오, hãy trả lời ngay cho tôi, ~보내다 gửi câu trả lời, ~을 쓰다 viết câu trả lời, ~이 오다 có câu trả lời, câu trả lời đến.

당사자 (當事者 Đương sự giả)

당 Đương	Tương ứng, ngang nhau, trực tiếp, hiện thời, 당대 đương đại, 당시 đương thời, 당일 đương nhật (trong ngày), 당연 đương nhiên, 당사 đương sự, 당임 đương nhiệm.
사 Sự	Việc, sự việc, công việc, sự nghiệp, 혼사 hôn sự, 가사 gia sự (việc nhà), 사무 sự vụ (công việc), 사정 sự tình, 형사 hình sự, 무사 vô sự, 민사 dân sự, 사고 sự cố, 시사 thời sự, 군사 quân sự, 영사관 lãnh sự quán, 사실 sự thật, 사건 sự kiện (vụ việc), 행사 hành sự (sự kiện), 사물 sự vật, 인사 nhân sự.
자 Giả	Người, dùng để chỉ người, vật hoặc sự việc, 학자 học giả, 작업자 người làm việc, 강자 cường giả (kẻ mạnh), 노약자 lão nhược giả (người già yếu), 독자 độc giả, 시청자 thị thính giả (khán thính giả), 사자 sứ giả, 기자 ký giả (phóng viên).
Giải nghĩa	Người trong vụ việc đó, người liên quan đến vụ việc đó, đương sự.
Cách sử dụng	사건~ đương sự của vụ việc, 피해 ~ đương sự bị hại, ~ 이외 출입 금지 ngoài đương sự không ai được ra vào.

당시 (當時 Đương thời)

당 Đương	Tương ứng, ngang nhau, trực tiếp, hiện thời, 당대 đương đại, 당시 đương thời, 당일 đương nhật (trong ngày), 당연 đương nhiên, 당사 đương sự, 당임 đương nhiệm.
시 Thời	Lúc, thời gian, giờ, tiếng, thời kì, 시계 thời kế (cái đồng hồ), 시간 thời gian, 시점 thời điểm, 일시 nhất thời, 시간표 thời gian biểu, 시기 thời kỳ, 시대 thời đại.
Giải nghĩa	Lúc ấy, khi ấy, đương thời.
Cách sử dụng	~의 수상 Thủ tướng đương thời, ~ 내가 없었어요 khi ấy tôi không có, ~ 그녀는 아직 학생이었다 khi ấy cô ấy còn là sinh viên, 사건 발생 ~ khi sự việc phát sinh, ~의 국제 정세 tình hình quốc tế lúc ấy, 그 ~를 회상하다 hồi tưởng lại lúc ấy.

당황하다 (唐慌 Đường hoảng)

당 Đường	Ngay lúc đó, chính lúc đó, 당돌 đường đột.
황 Hoảng	Vội vã, hấp tấp, hoảng sợ, 공황 khủng hoảng
Giải nghĩa	Sợ, vội vã, hoảng, bối rối, lúng túng, hoảng hốt.
Cách sử dụng	~케 하다 làm cho ai bối rối, ~하여 계산이 틀렸다 hoảng quá nên tính sai, 위기에

처해도 ~하지 않 다 lâm vào lúc nguy nan nhưng vẫn không hoảng hốt, ~하는 기색 nét mặt vẻ hoảng hốt.

대개 (大概 Đại khái)

대 Đại	Lớn, to, 대가족 đại gia tộc, 대강 đại cương, 대국 đại cục, 대군 đại quân, 대난 đại nạn, 대다수 đại đa số, 대란 đại loạn, 대례 đại lễ, 대양 Đại Dương, 대로 đại lộ, 대륙 đại lục, 대부분 đại bộ phận, 대중 đại chúng, 대전 đại chiến, 대장부 đại trượng phu, 대서양 Đại Tây Dương,
개 Khái	Đo đạc, bao quát, đo lường, 개념 khái niệm, 개괄 khái quát, 기개 khí khái.

Giải nghĩa Khoảng, chừng, đại khái, nói chung.

Cách sử dụng 저는 ~7 시에 일어나다 nói chung tôi thường thức dậy lúc 7h, 나는 일요일에는 ~ 집에 있습니다 thường thì chủ nhật tôi ở nhà, 그가 말한 내용은 ~ 정확하다 nội dung của anh ta nói đại khái chính xác, 그 일에 대해서는 ~ 알고 있다 tôi có biết đại khái về việc đó.

대결 (對決 Đối quyết)

대 Đối — Ngược với nhau, đối địch, chọi, 대화 đối thoại, 절대 tuyệt đối, 대인관계 đối nhân quan hệ (đối nhân xử thế), 대처능력 đối xử năng lực (năng lực ứng xử), 대응 đối ứng, 대립 đối lập, 반대 phản đối, 대조 đối chiếu, 대책 đối sách, 대상 đối tượng, 상대 tương đối, 대답 đối đáp, 대수 đối thủ, 대면 đối diện, 대질 đối chất.

결 Quyết — Quyết tâm, nhất định, quyết đoán, phải, xét đoán, xác định, 결승전 quyết thắng chiến (trận chung kết), 결정 quyết định, 판결 phán quyết, 해결 giải quyết, 표결 biểu quyết, 자결 tự quyết, 해결책 giải quyết sách (phương án giải quyết), 결심 quyết tâm.

Giải nghĩa Quyết đấu, đối đầu.

Cách sử dụng ~하다, ~정책 chính sách đối đầu, 아랍과 이스라엘의 ~ sự đối đầu giữa Arap và Ixrael, 법정 ~sự đối đầu ở tòa án, ~을 피하다 tránh đối đầu.

대기업 (大企業 Đại xí nghiệp)

대 Đại — Lớn, to, 대사 đại sứ, 대가족 đại gia tộc, 대강 đại cương, 대국 đại cục, 대군 đại quân, 대난 đại nạn, 대다수 đại đa số, 대란 đại loạn, 대례 đại lễ, 대양 Đại Dương, 대로 đại lộ, 대륙 đại lục, 대부분 đại bộ phận, 대중 đại chúng, 대전 đại chiến, 대장부 đại trượng phu, 대서양 Đại Tây Dương.

기 Xí — Mong, ngóng, 기업 xí nghiệp.

업 Nghiệp — Nghề, ngành nghề, công nghiệp, sự nghiệp, 업종 nghiệp chủng (ngành nghề), 업무 nghiệp vụ, 농업 nông nghiệp, 공업 công nghiệp, 부업 phụ nghiệp (nghề phụ)

Giải nghĩa Doanh nghiệp lớn, tập đoàn.

Cách sử dụng ~과 중소기업 Các tập đoàn và các doanh nghiệp vừa và nhỏ, ~기준 tiêu chuẩn trở thành tập đoàn, 외국계~ các tập đoàn nước ngoài, ~ 순위 bảng xếp hạng các tập đoàn.

대담 (大擔 Đại đảm)

대 Đại — Lớn, to, 대가족 đại gia tộc, 대강 đại cương, 대국 đại cục, 대군 đại quân, 대난 đại nạn, 대다수 đại đa số, 대란 đại loạn, 대례 đại lễ, 대양 Đại Dương, 대로 đại lộ, 대륙 đại lục, 대부분 đại bộ phận, 대중 đại chúng, 대전 đại chiến, 대장부 đại trượng phu, 대서양 Đại Tây Dương.

담 Đảm — Mang, gánh vác, chịu trách nhiệm, 담당 đảm đương, 담임 đảm nhiệm, 주임 chủ nhiệm, 담보 đảm bảo.

Giải nghĩa To gan, dũng cảm.
Cách sử dụng ~하다, ~하게 một cách dũng cảm, ~하게 행동하다 hành động một cách dũng cảm.

대답 (對答 Đối đáp)

대 Đối — Ngược với nhau, đối địch, chọi, 대화 đối thoại, 절대 tuyệt đối, 대인관계 đối nhân quan hệ (đối nhân xử thế), 대처능력 đối xử năng lực (năng lực ứng xử), 대응 đối ứng, 대립 đối lập, 반대 phản đối, 대조 đối chiếu, 대책 đối sách, 대상 đối tượng, 상대 tương đối, 대답 đối đáp, 대수 đối thủ, 대면 đối diện, 대질 đối chất.

답 Đáp — Trả lời, báo đáp, đáp lại, 답례 đáp lễ, 답안 đáp án, 정답 chính đáp (đáp án đúng), 회답 hồi đáp, 답사 đáp từ (lời đáp lại), 답변 đáp biện (trả lời, phản hồi), 응답 ứng đáp, 문답 vấn đáp, 해답 giải đáp, 보답 báo đáp, 오답 ngộ đáp.

Giải nghĩa Trả lời.
Cách sử dụng ~하다, ~할 말이 없다 không có gì trả lời, ~을 하지 않다 không trả lời, 호의적인 ~ câu trả lời thiện chí, 질문에 ~하다 trả lời câu hỏi, 명확[애매]한 ~을 하다 câu trả lời rõ ràng [lấp lửng], 아무런 ~이 없다 không có bất cứ câu trả lời nào, ~ 회피 lẩn tránh trả lời.

대도시 (大都市 Đại đô thị)

대 Đại — Lớn, to, 대가족 đại gia tộc, 대강 đại cương, 대국 đại cục, 대군 đại quân, 대난 đại nạn, 대다수 đại đa số, 대란 đại loạn, 대례 đại lễ, 대양 Đại Dương, 대로 đại lộ, 대륙 đại lục, 대부분 đại bộ phận, 대중 đại chúng, 대전 đại chiến, 대장부 đại trượng phu, 대서양 Đại Tây Dương.

도 Đô — Thành phố lớn, lớn, cao to, 수도 thủ đô, 도심 đô tâm (đô thị trung tâm thành phố), 도시 đô thị, 신도시 tân đô thị (đô thị mới).

시 Thị — Chợ, nơi mua bán, thành phố, 시민 thị dân (người dân thành phố), 시청 thị sảnh (tòa thị chính), 시가 thị giá (giá cả thị trường), 시내 thị nội (nội thành), 시외 thị ngoại (ngoại thành), 도시 đô thị, 시장 thị trưởng, thị trường.

Giải nghĩa Thành phố lớn.
Cách sử dụng ~ 인구 dân số đại đô thị, ~ 특징 đặc trưng của các đại đô thị, ~와 중소도시 đại đô thi và đô thị vừa và nhỏ.

대부분 (大部分 Đại bộ phận)

대 Đại — Lớn, to, 대가족 đại gia tộc, 대강 đại cương, 대국 đại cục, 대군 đại quân, 대난 đại nạn, 대다수 đại đa số, 대란 đại loạn, 대례 đại lễ, 대양 Đại Dương, 대로 đại lộ, 대륙 đại lục, 대부분 đại bộ phận, 대중 đại chúng, 대전 đại chiến, 대장부 đại trượng phu, 대서양 Đại Tây Dương.

부 Bộ — Một phần, bộ phận, ban, đường bộ, 부대 bộ đội, 부문 bộ môn, 부족 bộ tộc, 부장 bộ trưởng.

분 Phận — Thành phần, bổn phận, 신분 thân phận, 명분 danh phận.

Giải nghĩa Đại bộ phận, đại đa số, phần lớn.
Cách sử dụng 손님의 ~이 여자들이 었다 đại bộ phận khách hàng là nữ, 인생의 ~ phần lớn cuộc đời, ~이 그것에 반대였다 đại bộ phận mọi người phản đối điều đó, 청중~ đại bộ phận thính giả.

대상 (對象 Đối tượng)

대 Đối — Ngược với nhau, đối địch, chọi, 대화 đối thoại, 절대 tuyệt đối, 대인관계 đối nhân quan hệ, 대처능력 đối xử năng lực (năng lực ứng xử), 대응 đối ứng, 대립 đối lập, 반대 phản đối, 대조 đối chiếu, 대책 đối sách, 대상 đối tượng, 상대 tương đối, 대답 đối đáp, 대수 đối thủ, 대면 đối diện, 대질 đối chất.

상 Tượng — Hình dáng, tình trạng, giống như, bức tượng, 상상 tưởng tượng, 상징 tượng trưng, 형상 hình tượng, 동상 đồng tượng (tượng đồng), 불상 Phật tượng (tượng Phật), 현상 hiện tượng, 추상화 trừu tượng họa (tranh trừu tượng).

Giải nghĩa Đối tượng.
Cách sử dụng 비평의 ~ đối tượng của phê bình, 비난의 ~이 되다 thành đối tượng phê phán, 공격의 ~ đối tượng tấn công, 조사의~ đối tượng điều tra.

대상 (大賞 Đại thưởng)

대 Đại — Lớn, to, 대가족 đại gia tộc, 대강 đại cương, 대국 đại cục, 대군 đại quân, 대난 đại nạn, 대다수 đại đa số, 대란 đại loạn, 대례 đại lễ, 대양 Đại Dương, 대로 đại lộ, 대륙 đại lục, 대부분 đại bộ phận, 대중 đại chúng, 대전 đại chiến, 대장부 đại trượng phu, 대서양 Đại Tây Dương,

상 Thưởng — Ban cho, phần thưởng, ban cho, 상금 thưởng kim (tiền thưởng), 상벌 thưởng phạt, 금상 kim thưởng (giải vàng), 수상 thụ thưởng (nhận thưởng), 노벨상 giải thưởng Noben, 대통령상 giải thưởng tổng thống.

Giải nghĩa Giải thưởng lớn.
Cách sử dụng ~을 받다 nhận giải thưởng lớn, 영예의 ~ giải thưởng lới về danh dự, ~을 수상하다 nhận giải thưởng lớn.

대신 (代身 Đại thân)

대 Đại — Thay thế, đại diện, 대표 đại biểu (đại diện, thay mặt), 대사 đại sứ, 대명사 đại danh từ, 대리 đại lý.

신 Thân — Người, tự mình, 신분 thân phận, 신체 thân thể, 독신 độc thân, 신분 thân phận, 심신 tâm thân (tâm hồn và cơ thể).

Giải nghĩa Thay, thay thế, thay cho ai đó, thay mặt.
Cách sử dụng ①Thay mặt cho ai đó, ~하다, 내~ 가 주세요 hãy đi thế tôi, 우리를 ~하여 thay mặt chúng tôi, 아버지를 ~하여 thay mặt bố. ②Bù lại, thay cho. 그 ~에 thay vào đó, gọi điện thoại thay cho viết thư, 그에게는 적도 많지만 ~ 친구도 많다 ta kẻ thù nhiều

nhưng ngược lại bạn bè cũng nhiều, 대답 ~에 고개를 끄덕이다 gật đầu thay cho lời chào, 편지~에 전화를~하여 대답하다 trả lời thay.

대인 (大人 Đại nhân)

대	Đại	Lớn, to, 대가족 đại gia tộc, 대강 đại cương, 대국 đại cục, 대군 đại quân, 대난 đại nạn, 대다수 đại đa số, 대란 đại loạn, 대례 đại lễ, 대양 đại dương, 대로 đại lộ, 대륙 đại lục, 대부분 đại bộ phận, 대중 đại chúng, 대전 đại chiến, 대장부 đại trượng phu, 대서양 Đại Tây Dương.
인	Nhân	Người, con người, dân chúng, 개인 cá nhân, 인물 nhân vật, 인권 nhân quyền, 인사 nhân sự, 노인 lão nhân (người già), 인간 nhân gian, 인구 nhân khẩu, 인력 nhân lực, 부인 phu nhân, 군인 quân nhân, 미인 mỹ nhân, 범인 phạm nhân, 살인 sát nhân, 상인 thương nhân, 애인 ái nhân (người yêu), 여인 nữ nhân, 은인 ân nhân.
Giải nghĩa		① Người lớn, người thanh niên. ②Chỉ người có chức vụ cao, đại nhân.
Cách sử dụng		~이 되다 thành người lớn, 입장료가 ~은 1,000 원, 소인은 500 원이다 vé vào cổng của người lớn là 1000 won còn trẻ em là 500 won, ~의 풍모를 갖추다 mang dáng dấp của một kẻ đại nhân.

대인 (對人 Đối nhân)

대	Đối	Ngược với nhau, đối địch, chọi, 대화 đối thoại, 절대 tuyệt đối, 대인관계 đối nhân quan hệ, 대처능력 đối xử năng lực (năng lực ứng xử), 대응 đối ứng, 대립 đối lập, 반대 phản đối, 대조 đối chiếu, 대책 đối sách, 대상 đối tượng, 상대 tương đối, 대답 đối đáp, 대수 đối thủ, 대면 đối diện, 대질 đối chất.
인	Nhân	Người, con người, dân chúng, 개인 cá nhân, 인물 nhân vật, 인권 nhân quyền, 인사 nhân sự, 노인 lão nhân (người già), 인간 nhân gian, 인구 nhân khẩu, 인력 nhân lực, 부인 phu nhân, 군인 quân nhân, 미인 mỹ nhân, 범인 phạm nhân, 살인 sát nhân, 상인 thương nhân, 애인 ái nhân (người yêu), 여인 nữ nhân, 은인 ân nhân.
Giải nghĩa		Đối nhân, cư xử với người, giao tiếp, nói chuyện.
Cách sử dụng		~관계 quan hệ đối nhân xử thế, ~ 비결 bí quyết giao tiếp, ~관계에 무제가 있다 có vấn đề trong đối nhân xử thế, ~ 공포증 bệnh sợ gặp người lạ, ~기피증 bệnh tránh người lạ, ~관계능력 năng lực giao tiếp.

대전 (大戰 Đại chiến)

대	Đại	Lớn, to, 대가족 đại gia tộc, 대강 đại cương, 대국 đại cục, 대군 đại quân, 대난 đại nạn, 대다수 đại đa số, 대란 đại loạn, 대례 đại lễ, 대양 Đại Dương, 대로 đại lộ, 대륙 đại lục, 대부분 đại bộ phận, 대중 đại chúng, 대전 đại chiến, 대장부 đại trượng phu, 대서양 Đại Tây Dương.

전 Chiến Trận đánh, đánh nhau, chiến tranh, 백전백승 bách chiến bách thắng, 내전 nội chiến, 대전 đại chiến, 도전 khiêu chiến, 반전 phản chiến, 선전 tuyên chiến, 야전 dã chiến, 전술 chiến thuật, 전선 chiến tuyến, 전쟁 chiến tranh, 전차 chiến xa (xe tăng).

Giải nghĩa Trận đấu lớn.

Cách sử dụng 세계 1 차 ~ đại chiến thế giới lần thứ nhất, ~ 전 (후)에 trước và sau đại chiến, ~이 시작하다 xẩy ra đại chiến, 2 차 ~ 승전국 nước thắng trận trong đại chiến thế giới lần 2, ~의 원인 nguyên nhân của đại chiến, ~ 동맹국 các nước đồng minh trong đại chiến.

대중 (大衆 Đại chúng)

대 Đại Lớn, to, 대가족 đại gia tộc, 대강 đại cương, 대국 đại cục, 대군 đại quân, 대난 đại nạn, 대다수 đại đa số, 대란 đại loạn, 대례 đại lễ, 대양 Đại Dương, 대로 đại lộ, 대륙 đại lục, 대부분 đại bộ phận, 대중 đại chúng, 대전 đại chiến, 대장부 đại trượng phu, 대서양 Đại Tây Dương,

중 Chúng Nhiều, đông người, mọi người, 대중 đại chúng, 공중 công chúng, 군중 quần chúng, 청중 thính chúng (thính giả), 관중 quan chúng (khán giả), 관중석 quan chúng tịch (ghế khán giả), 공중도덕 công chúng đạo đức (đạo đức quần chúng).

Giải nghĩa Đại chúng, quần chúng, số đông ngườ.

Cách sử dụng ~을 위한 vì quần chúng, ~성 tính quần chúng, ~의 지지를 얻다 giành nước dưới sự ủng hộ của quần chúng, ~의 소리 tiếng nói quần chúng, ~을 위한 정당 chính đảng vì quần chúng, ~가수 ca sĩ quần chúng, ~가요 bài hát quần chúng, ~문화 văn hóa quần chúng, ~앞에 서다 đứng trước đông người, ~을 모아 놓고 연설하다 tập trung quần chúng lại diễn thuyết, ~매체 phương tiện thông tin đại chúng.

대통령 (大統領 Đại thống lĩnh)

대 Đại Lớn, to, 대가족 đại gia tộc, 대강 đại cương, 대국 đại cục, 대군 đại quân, 대난 đại nạn, 대다수 đại đa số, 대란 đại loạn, 대례 đại lễ, 대양 Đại Dương, 대로 đại lộ, 대륙 đại lục, 대부분 đại bộ phận, 대중 đại chúng, 대전 đại chiến, 대장부 đại trượng phu, 대서양 Đại Tây Dương,

통 Thống Chỉ đạo, tập hợp, cầm đầu, hợp nhất, dòng. 혈통 huyết thống, 정통 chính thống, 통일 thống nhất, 전통 truyền thống, 통제 thống chế (hạn chế).

령 Lĩnh Cai trị, cai quản, mệnh lệnh, 대령 đại lĩnh (đại tướng), 소령 thiếu lĩnh (thiếu tướng), 중령 trung lĩnh (trung tá), 점령지 chiếm lĩnh địa (khu vực bị chiếm lĩnh), 명령 mệnh lệnh, 법령 pháp lệnh, 발령 phát lệnh, 명령문 mệnh lệnh văn (tư lệnh),

Giải nghĩa Tổng thống.

Cách sử dụng ~의 임기 nhiệm kỳ Tổng thống, ~에 취임하다 nhậm chức Tổng thống, ~경호실 phòng cảnh vệ Tổng thống, ~ 비서실 phòng trợ lý Tổng thống, ~부인 Phu nhân Tổng thống, ~ 선거 bầu cử Tổng thống, ~ 후보자 ứng viên Tổng thống, 신임~ Tổng thống mới nhậm chức, ~의 임기 nhiệm kỳ Tổng thống, ~ 각하『gọi』Thưa ngài Tổng thống, 35 대 Tổng thống đời thứ 35, ~ 권한대행 thừa hành thay mặt Tổng thống, ~ 안보보좌관 trợ lý an ninh Tổng thống, ~ 특별보좌관 trợ lý đặc biệt của Tổng thống.

대표 (代表 Đại biểu)

대 Đại — Thay thế cho, thay mặt, thế, 대사 đại sứ, 대사관 đại sứ quán, 대표 đại biểu (đại diện, thay mặt), 대사 đại sứ, 대명사 đại danh từ.

표 Biểu — Tiêu biểu, ngoài, bề ngoài, nêu rõ, bày tỏ, 대표 đại biểu (đại diện, thay mặt), 표현 biểu hiện, 표시 biểu thị, 표정 biểu tình (nét mặt), 표면 biểu diện (bề mặt), 발표 phát biểu.

Giải nghĩa — Đại biểu đại diện.

Cách sử dụng — ①Đại diện cho, ~하다... 를 ~하다 đại diện cho, ~자 người đại diện, giám đốc, 전가족을 ~하여 축하드립니다 thay mặt toàn gia đình chúc mừng, ~단 toàn đại biểu, ~적인 (전형적) có tính đại diện, có tính điển hình, ~적인 한국인 người Hàn Quốc tiêu biểu. ②Người đại diện, người thay thế, 한국~ đại diện phía Hàn Quốc, 지역별로~를 뽑다 chỗ ngồi đại diện theo từng khu vực, 그는 학생의 ~ anh ta tham gia với tư cách là đại diện học sinh.

대하다 (對— Đối)

대 Đối — Ngược với nhau, đối địch, chọi, liên quan đến, đối với, 대화 đối thoại, 절대 tuyệt đối, 대인관계 đối nhân quan hệ (đối nhân xử thế), 대처능력 đối xử năng lực (năng lực ứng xử), 대응 đối ứng, 대립 đối lập, 반대 phản đối, 대조 đối chiếu, 대책 đối sách, 대상 đối tượng, 상대 tương đối, 대답 đối đáp, 대수 đối thủ, 대면 đối diện, 대질 đối chất.

Giải nghĩa — Về cái gì đó, liên quan đến.

Cách sử dụng — ①Gặp mặt, gặp phải, đối diện. 적을 ~ gặp dịch. 마주 대하고 앉다 ngồi đối diện nhau. 그녀와 나는 테이블을 사이에 두고 마주 ~고 앉았다 tôi và cô ấy ngồi đối diện nhau qua chiếc bàn. ②Đối chiếu, so sánh 영~영 tỷ số là 0-0. ③Đối với, với, liên quan đến 종교에 ~한 서적 sách về tôn giáo. 국가에 ~한 의무 nghĩa vụ đối với nhà nước. 선생님에 ~한 태도 thái độ đối với thầy giáo. 문학에 ~한 흥미 hứng thú với văn học. 결정에 ~한 항의 phản đối với quyết định. 자식에 ~한 어머니의 사랑 tình yêu của mẹ đối với con cái. ④ Đối xử, cư xử. 을 따뜻이 ~ cư xử tốt với ai. 아무를 후히 ~ tiếp đãi ai hậu hĩnh. 그는 우리를 친형제처럼 ~anh ta đối xử với chúng tôi như anh em. ⑤So sánh. 1 시간에 ~여 10,000 원 một giờ là 10000 won. 그가 백 표를 얻은데~해 나는 2 백 표를 얻었다 anh ta được 100 phiếu thì tôi được 200 phiếu. ⑥Đối phó với. 힘에 ~해서는 힘으로 맞서라 với sức thì phải dùng sức.

대학 (大學 Đại học)

대 Đại	Lớn, to, 대가족 đại gia tộc, 대강 đại cương, 대국 đại cục, 대군 đại quân, 대난 đại nạn, 대다수 đại đa số, 대란 đại loạn, 대례 đại lễ, 대양 Đại Dương, 대로 đại lộ, 대륙 đại lục, 대표 đại biểu (đại diện, thay mặt), 대부분 đại bộ phận, 대중 đại chúng, 대전 đại chiến, 대장부 đại trượng phu, 대서양 Đại Tây Dương.
학 Học	Nghiên cứu, học tập, hiểu, lĩnh hội, 학생 học sinh, 학력 học lực, 학문 học vấn, 화학 hóa học, 문학 văn học, 입학 nhập học, 언어학 ngôn ngữ học, 철학 triết học, 심리학 tâm lí học, 경제학 kinh tế học, 학기 học kì, 학비 học phí, 학자 học giả, 학위 học vị, 과학 khoa học, 법학 pháp học (luật học), 수학 số học (toán), 유학 du học/ lưu học, 의학 y học.
Giải nghĩa	Trường đại học.
Cách sử dụng	~ 입학 nhập học đại học, ~ 순위 bảng xếp hạng đại học, ~ 교수 giáo sư đại học, 국립~ đại học quốc gia, 사리~ đại học tư, 지방~ đại học địa phương, ~1[2,3,4]년생 sinh viên đại học năm 1 [2,3,4], ~의 자치 tự trị đại học, ~에 들어가다 vào đại học, ~에 다니다 học đại học, ~을 졸업하다 tốt nghiệp đại học, ~입시 thi đại học, ~병원 bệnh viện đại học, ~원 viện đào tạo sau đại học, ~ 입학정책 chính sách nhập học đại học, ~ 학장 Hiệu trưởng đại học.

대학원 (大學院 Đại học viện)

대 Đại	Lớn, to, 대가족 đại gia tộc, 대강 đại cương, 대국 đại cục, 대군 đại quân, 대난 đại nạn, 대다수 đại đa số, 대란 đại loạn, 대례 đại lễ, 대양 Đại Dương, 대로 đại lộ, 대륙 đại lục, 대표 đại biểu (đại diện, thay mặt), 대부분 đại bộ phận, 대중 đại chúng, 대전 đại chiến, 대장부 đại trượng phu, 대서양 Đại Tây Dương.
학 Học	Nghiên cứu, học tập, hiểu, lĩnh hội, 학생 học sinh, 대학 đại học, 학력 học lực, 학문 học vấn, 화학 hóa học, 문학 văn học, 입학 nhập học, 언어학 ngôn ngữ học, 철학 triết học, 심리학 tâm lí học, 경제학 kinh tế học, 학기 học kì, 학비 học phí, 학자 học giả, 학위 học vị, 과학 khoa học, 법학 pháp học (luật học), 수학 số học (toán), 유학 du học/ lưu học, 의학 y học.
원 Viện	Nơi, chỗ, toà quan, sở, viện, 연구원 nghiên cứu viện (viện nghiên cứu), 법원 pháp viện (tòa án), 병원 bệnh viện, 학원 học viện, 원장 viện trưởng, 의원 y viện, 감사원 viện kiểm sát, 고아원 viện mồ côi, 대학원 đại học viện (sau đại học), 퇴원 thoái viện (ra viện), 선원 thiền viện.
Giải nghĩa	Trường đại học lớn, trường sau đại học.
Cách sử dụng	~ 생 học sinh theo học chương trình sau đại học, ~ 과정 chương trình học sau đại học, ~ 추천서 thư giới thiệu nhập học sau đại học, ~ 입학조건 điều kiện nhập học sau đại học.

대화 (對話 Đối thoại)

대	Đối	Ngược với nhau, đối địch, chọi, 대화 đối thoại, 절대 tuyệt đối, 대인관계 đối nhân quan hệ (đối nhân xử thế), 대처능력 đối xử năng lực (năng lực ứng xử), 대응 đối ứng, 대립 đối lập, 반대 phản đối, 대조 đối chiếu, 대책 đối sách, 대상 đối tượng, 상대 tương đối, 대답 đối đáp, 대수 đối thủ, 대면 đối diện, 대질 đối chất.
화	Thoại	Nói, lời, chuyện, tiếng, ngôn ngữ, 전화 điện thoại, 신화 thần thoại, 담화 đàm thoại, 통화 thông thoại (nói chuyện điện thoại), 회화 hội thoại.
Giải nghĩa		Đối thoại, hội thoại, nói chuyện.
Cách sử dụng		~하다 trò chuyện, 세 사람의 ~ cuộc nói chuyện ba người~의 내용 nội dung của cuộc nói chuyện, ~를 끝내다 kết thúc buổi nói chuyện, 남북~ đối thoại hai miền Nam Bắc, ~도중에 끼어들다 xen vào cuộc trò chuyện, ~를 나누다 nói chuyện với nhau.

덕담 (德談 Đức đàm)

덕	Đức	Thiện, ơn, ân, phẩm hạnh, tác phong, 도덕 đạo đức, 미덕 mỹ đức, 공덕 công đức, 인덕 nhân đức, 부도덕 bất đạo đức trái đạo đức, 덕행 đức hạnh.
담	Đàm	Bàn bạc, nói chuyện, chuyện, 회담 hội đàm, 속담 tục đàm (tục ngữ), 농담 lộng đàm (nói đùa), 악담 ác đàm (chỉ trích, nói xấu), 담판 đàm phán, 담소 đàm tiếu (nói chuyện vui), 상담 tương đàm (gặp mặt nói chuyện, tư vấn), 담화 đàm thoại, 밀담 mật đàm (nói chuyện bí mật).
Giải nghĩa		Nói chuyện tốt lành.
Cách sử dụng		설날에는 세배를 하고 ~을 나눈다 ngày Tết chúc tụng nhau và nói chuyện tốt lành.

덕분 (德分 Đức phận)

덕	Đức	Thiện, ơn, ân, phẩm hạnh, tác phong, 도덕 đạo đức, 미덕 mỹ đức, 공덕 công đức, 인덕 nhân đức, 부도덕 bất đạo đức (phi đạo đức), 덕행 đức hạnh.
분	Phận	Thành phần, bản phận, 신분 thân phận, 명분 danh phận.
Giải nghĩa		Sự giúp đỡ, ân huệ, công ơn.
Cách sử dụng		~에 좋은 구경했습니다 Nhờ anh mà tôi đã được đi tham quan, 제가 잘 된 것은 모두 형님 ~입니다 công việc tôi tốt đẹp cũng là nhờ anh, ~에 잘 쉬었다 nhờ anh tôi nghỉ ngơi tốt, ~에 배불리 먹었습니다 nhờ anh mà tôi ăn no bụng, 좋은 친구~ nhờ có người bạn tốt.

도 (度 Độ)

도	Độ	Mức độ, qua, trôi qua, độ, đo lường 온도 ôn độ (độ nóng, 각도 giác độ (góc độ), 제도 chế độ, 태도 thái độ, 속도 tốc độ, 과도 quá độ, 강도 cường độ, 농도 nồng độ, 난도 nan độ (độ khó).
Giải nghĩa		Lượng từ đơn vị đo góc, sức nóng, sự đánh giá, ước lượng,

Cách sử dụng ①Góc độ, 75 ~의 각 góc 75 độ. ②북위[남위] 38~ 38 độ vĩ bắc (Nam), 동경 20~ Đông kinh 20 độ. ③Nhiệt độ, 체온이 40 ~까지 올라갔다 nhiệt độ cơ thể lên đến 40 độ C, 오늘 온도가 35~이다 nhiệt độ hôm nay là 35 độ C, 이 지방에서는 영하 20 ~의 기온이 보통이다 khu vực này xuống dưới âm 20 độ là chuyện bình thường, 물은 섭씨 100~에서 끓는다 nước sôi ở 100 độ C, ④Độ (Kính), 18 ~의 안경 Kính 18 độ, ⑤Nồng độ, 25 ~ 소주 rượu 25 độ, ⑥Số lần, ⑦Mức độ, chừng mực, ~를 지나치다 giữ chừng mực, 운동~를 지나치면 몸에 해롭다 vận động nếu quá độ cũng hại cho sức khỏe, 술을 먹어도 ~를 지나쳐서는 안된다 uống rượu nếu quá mức cũng không được, 그녀의 농담은 ~가 지나친 것같다 Hình như cô ấy đùa quá mức thì phải.

도대체 (都大體 Đô đại thể)

도 Đô — Tất cả, toàn thể, 도매 đô mại (bán sỉ), 도매가 đô mại giá (giá bán sỉ), 도급 đô cấp (giao cho toàn bộ, giao thầu).

대 Đại — Lớn, to, 대가족 đại gia tộc, 대강 đại cương, 대국 đại cục, 대군 đại quân, 대난 đại nạn, 대다수 đại đa số, 대란 đại loạn, 대례 đại lễ, 대양 Đại Dương, 대로 đại lộ, 대륙 đại lục, 대부분 đại bộ phận, 대중 đại chúng, 대전 đại chiến, 대장부 đại trượng phu, 대서양 Đại Tây Dương.

체 Thể — Thân mình, hình thể, hình trạng, dạng, bản chất, 체력 thể lực, 체면 thể diện, 체격 thể cách (thân hình), 신체 thân thể, 체온 thể ôn (nhiệt độ cơ thể), 체육 thể dục, 체제 thể chế, 체질 thể chất, 체현 thể hiện, 체험 thể nghiệm, 체중 thể trọng (trọng lượng cơ thể).

Giải nghĩa Tất cả, tổng thể, hoàn toàn là, hoàn toàn, rốt cuộc, kết cục là.

Cách sử dụng ①Chủ yếu dùng trong câu nghi vấn, rốt cuộc, kết cục, kết luận lại, đại để. ~너는 누구야 vậy mày là ai. ~무슨 일이냐? Tóm lại có việc gì? ~어딜 가니? Vậy cậu đi đâu? ②Thật đáng tiếc hoàn toàn, toàn bộ. ~모를 일이다 chuyện hoàn toàn không biết. ~그의 말은 알아들을 수가 없다 hoàn toàn không nghe cậu ấy nói gì. 그 사람은 ~ 이해할 수가 없다 thật không hiểu nổi anh ta.

도로 (道路 Đạo lộ)

도 Đạo — Đường, chiều, tia, đạo, nói, 도로 đạo lộ (con đường), 보도 bộ đạo (vỉa hè, đường đi bộ), 철도 thiết đạo (đường sắt), 차도 xa đạo (đường cho xe đi), 적도 xích đạo, 궤도 quỹ đạo

로/노 Lộ — Đường cái, đường đi lại, cách, lối, con đường, 대로 đại lộ, 육로 lục lộ (đường bộ), 수로 thủy lộ (đường thủy), 노상 lộ thượng (trên đường), 노면 lộ diện (mặt đường), 노숙 lộ túc (trú ngoài đường), 노점상 lộ điếm thương (cửa hàng bán lề đường), 노숙자 lộ túc giả (người vô gia cư), 대로 đại lộ, 국로 quốc lộ, 노비 lộ phí.

Giải nghĩa Con đường, đường quốc lộ, đường bộ.

Cách sử dụng 한국~공사 tổng công ty quốc lộ Hàn quốc, ~ 교통법 Luật giao thông đường bộ, ~를 따라 đi theo con đường, ~를 개통하다 mở đường, ~를 보수하다 sửa đường, ~ 공사 thi công đường xá, ~망 (網) hệ thống giao thông đường bộ, 포장~ đường bộ đã rải nhựa.

도리 (道理) Đạo lý

도 Đạo — Đường, chiều, tia, đạo, nói, 도로 đạo lộ (con đường), 보도 bộ đạo (vỉa hè, đường đi bộ), 철도 thiết đạo (đường sắt), 차도 xa đạo (đường cho xe đi), 적도 xích đạo, 궤도 quỹ đạo.

리 Lý — Lý lẽ, sắp xếp, vật lý, 진리 chân lý, 불합리 bất hợp lý, 지리 địa lý, 이해 lý giải (hiểu), 법리 pháp lý, 심리 tâm lý, 이론 lý luận, 처리 xử lý.

Giải nghĩa Đạo lý, điều phải giữ gìn.

Cách sử dụng ~를 지키다 giữ lấy đạo lý, ~에 어긋나다 trái đạo lý, ~에 맞다 đúng với đạo lý, ~ 상 về mặt đạo lý.

도보 (道步 Đạo bộ)

도 Đạo — Đường, chiều, tia, đạo, nói, 도로 đạo lộ (con đường), 보도 bộ đạo (vỉa hè, đường đi bộ), 철도 thiết đạo (đường sắt), 차도 xa đạo (đường cho xe đi), 적도 xích đạo, 궤도 quỹ đạo.

보 Bộ — Bước, đi bộ, đi, bước, giai đoạn, suy tính, 진보 tiến bộ, 양보 nhượng bộ, 보행 bộ hành, 보병 bộ binh.

Giải nghĩa Đi bộ, đi dạo.

Cách sử dụng 횡단~ lối sang đường, ~여행 đi du lịch bộ, ~로 đi bộ, ~로 가다 đi bộ, 거기까지 ~로 20 분쯤 걸린다 đi bộ đến đó chừng 20 phút, ~경주 cuộc thi đi bộ.

도서관 (圖書館 Đồ thư quán)

도 Đồ — Hình vẽ, tranh vẽ, bức vẽ, bản vẽ, kế hoạch, 도서 đồ thư (sách), 지도 địa đồ, 도장 đồ chương (con dấu), 해도 hải đồ, 도형 đồ hình (hình vẽ minh họa).

서 Thư — Sách, thư tín (thư từ), đơn, giấy tờ, văn kiện, 독서 độc thư (đọc sách), 문서 văn thư (giấy tờ, tài liệu), 계약서 khế ước thư (hợp đồng), 보고서 báo cáo thư (bản báo cáo), 교과서 giáo khoa thư (sách giáo khoa), 서류 thư loại (tài liệu), 서신 thư tín (thư từ), 서기 thư ký (bí thư), 도서 đồ thư (sách vở), 심서 tâm thư, 대월사기전서 Đại Việt sử ký toàn thư.

관 Quán — Quán, nhà, hiệu, phòng, 대사관 đại sứ quán, 회관 hội quán, 영사관 lãnh sự quán, 본관 bản quán (tòa nhà chính).

Giải nghĩa Nơi để sách và tranh ảnh, thư viện.

Cách sử dụng 공공~ thư viện công cộng, 과학~ thư viện khoa học, ~을 개관하다 khai trương thư viện, 이 ~에는 많은 양의 도서가 소장되어 있다 thư viện này có rất nhiều sách, ~에서 공부하다 học ở thư viện, 대학~ thư viện đại học, 국립~ thư viện quốc gia.

도시 (都市 Đô thị)

도 Đô — Thành phố lớn, lớn, cao to, 수도 thủ đô, 도심 đô tâm (đô thị trung tâm thành phố), 도시 đô thị, 대도시 đại đô thị (thành phố lớn), 신도시 tân đô thị (đô thị mới).

시 Thị — Chợ, nơi mua bán, thành phố, 시민 thị dân (người dân thành phố), 시청 thị sảnh (tòa thị chính), 시가 thị giá (giá cả thị trường), 시내 thị nội (nội thành), 시외 thị ngoại (ngoại thành), 도시 đô thị, 시장 thị trưởng, thị trường.

Giải nghĩa Thành phố, đô thị.

Cách sử dụng ~를 건설하다 xây dựng đô thị, 화려한 ~ một thành phố hoa lệ, 대~ đô thị lớn, ~화 đô thị hóa, ~화하다 làm cho đô thị hóa, ~생활 cuộc sống đô thị hóa, ~의 위생 vệ sinh đô thị, ~인 người thành phố, ~인구 dân số thành phố, 공업~ thành phố công nghiệp, 관광~ thành phố du lịch.

도장 (圖章 Đồ chương)

도 Đồ — Hình vẽ, tranh vẽ, bức vẽ, bản vẽ, kế hoạch, 도서 đồ thư (sác), 지도 địa đồ, 도장 đồ chương (con dấu), 해도 hải đồ, 도형 đồ hình (hình vẽ minh họa).

장 Chương — Con dấu, đồ vật có hình, 훈장 huân chương, 헌장 hiến chương, 국장 quốc chương (quốc huy).

Giải nghĩa Con dấu có hình, con dấu.

Cách sử dụng ~을 찍다 đóng dấu. ~을 새기다 khắc dấu. ~을 위조하다 làm giả con dấu, ~이 찍혀 있다 có con dấu đóng, 이름 밑에 ~을 찍으시오 hãy đóng dấu dưới tên.

도착 (到着 Đáo trước)

도 Đáo — Đến nơi, 도래 đáo lai (đến nơi), 도달 đáo đạt (số đạt đến), 도처 đáo xứ (khắp nơi), 도착순 đáo trước thuận (theo thứ tự đến trước), 도착지 (đáo trước địa) điểm đến.

착 Trước — Đến nơi, tiếp, liền, 착수 trước thủ (bắt tay làm gì), 선착 tiên trước (đến trước), 착석 trước tịch (ổn định chỗ ngồi).

Giải nghĩa Tới nơi, tới chỗ, chuyển đến, đến.

Cách sử dụng ~하다, ~지 nơi đến, điểm đến, ~하는 대로 ngay sau khi tới nơi, 무사히 ~하다 tới nơi an toàn vô sự, 차 몇시에 ~합니까? Xe mấy giờ đến nơi?, ~예정시간 thời gian dự định đến, ~지점 điểm đến, ~순으로 theo thứ tự đến trước sau, 현장에 ~하다 đến hiện trường, ~역 ga đến, ~이 늦어지다 đến muộn, 서류 ~을 기다리다 chờ hồ sơ đến.

독감 (毒感 Độc cảm)

독 Độc — Độc hại, 악독 ác độc, 이독치독 dĩ độc trị độc, 독질 độc chất, 독약 độc dược, 독사 độc xà (rắn độc).

감 Cảm — Mắc phải, nhận thấy, cảm động, tinh thần, 감수성 cảm thụ tính (tính nhạy cảm), 감각 cảm giác, 감격 cảm kích, 감동 cảm động, 감상 cảm tưởng, 감정 cảm tình, 공감 cộng cảm (thông cảm), 다감 đa cảm, 독감 độc cảm (cúm), 동감 đồng cảm, 실감 thật cảm (cảm giác thật), 악감 ác cảm, 예감 dự cảm, 용감 dũng cảm, 쾌감 khoái cảm.

Giải nghĩa — Cảm cúm độc, cảm độc, cúm.

Cách sử dụng — ~에 걸리다 bị cúm. ~예방 접종을 받다 tiêm phòng chống cúm, ~유행 dịch cúm, 조류~ cúm gà.

독립 (獨立 Độc lập)

독 Độc — Một mình, lẻ loi, cô đơn, riêng biệt, 단독 đơn độc, 독신 độc thân, 독학 độc học (học một mình), 독현금 độc huyền cầm (đàn 1 dây, đàn bầu), 독재 độc tài, 독창 độc sáng (độc đáo, sáng tạo), 고독 cô độc.

립 Lập — Dựng lên, gây dựng, tạo nên, 사립 tư lập (tư nhân thành lập), 국립 quốc lập (công lập), 시립 thị lập, 대립 đối lập, 삼권분립 tam quyền phân lập.

Giải nghĩa — Độc lập.

Cách sử dụng — ①Độc lập. ~하다, ~을 선언하다 tuyên bố độc lập, ~선언 tuyên ngôn độc lập, ~을 인정하다 công nhận độc lập, ~을 획득하다 giành được độc lập, ~국가 quốc gia độc lập, ~기념일 ngày kỷ niệm độc lập. ②Độc lập, một mình, không chung với ai, ~하다, ~하여 장사를 시작하다 độc lập và bắt đầu buôn bán, ~생활 cuộc sống độc lập, ~심(정신) tính (tinh thần) độc lập.

독방 (獨房 Độc phòng)

독 Độc — Một mình, lẻ loi, cô đơn, riêng biệt, 단독 đơn độc, 독신 độc thân, 독학 độc học (học một mình), 독현금 độc huyền cầm (đàn 1 dây, đàn bầu), 독재 độc tài, 독창 độc sáng (độc đáo, sáng tạo), 고독 cô độc.

방 Phòng — Căn phòng, nhà, buồng, 하숙방 hạ túc phòng (phòng trọ), 책방 sách phòng (phòng sách), 객방 khách phòng (phòng khách ở), 독방 độc phòng (phòng đơn), 냉방 lãnh phòng (phòng lạnh).

Giải nghĩa — Phòng đơn, phòng dành cho một người.

Cách sử dụng — ~살이 sống một mình, ~에 감금되다 bị giam trong phòng riêng, ~을 쓰다 dùng phòng đơn.

독특 (獨特 Độc đặc)

독	Độc	Một mình, lẻ loi, cô đơn, riêng biệt, 단독 đơn độc, 독신 độc thân, 독학 độc học (học một mình), 독현금 độc huyền cầm (đàn 1 dây, đàn bầu), 독재 độc tài, 독창 độc sáng (độc đáo, sáng tạo), 고독 cô độc.
특	Đặc	Riêng biệt, đặc trưng, khác hẳn mọi thứ, 특별 đặc biệt, 특성 đặc tính, 특수 đặc thù, 특점 đặc điểm, 특효 đặc hiệu (hiệu quả đặc biệt) 특공 đặc công, 특권 đặc quyền, 특명 đặc mệnh, 특사 đặc xá, 특산 đặc sản.

Giải nghĩa Đặc biệt, đặc thù và riêng biệt.

Cách sử dụng ~하다, ~한 방법으로 bằng phương pháp đặc biệt, 오렌지에는 ~한 향기가 있다 cam có mùi vị đặc biệt, ~한 맛 vị đặc biệt, ~한 사람 con người đặc biệt, ~ 한 이름 cái tên đặc biệt, ~ 한 제목 một cái đề mục rất đặc biệt.

동감 (同感 Đồng cảm)

동	Đồng	Giống nhau, như nhau, cùng nhau, 공동 cộng đồng, 동맹 đồng minh, 동시 đồng thời, 동의 đồng ý, 동포 đồng bào, 동참 đồng tham (cùng tham gia), 동음 đồng âm, 동행 đồng hành, 동화 đồng hóa, 동급 đồng cấp, 혼전동거 hôn tiền đồng cư (sống chung trước hôn nhân), 동문 đồng môn, 합동 hợp đồng (chung), 상동 tương đồng, 동지 đồng chí.
감	Cảm	Mắc phải, nhận thấy, cảm động, tinh thần, 감수성 cảm thụ tính (sự nhạy cảm), 감각 cảm giác, 감격 cảm kích, 감동 cảm động, 감상 cảm tưởng, 감정 cảm tình, 공감 cộng cảm (thông cảm), 다감 đa cảm, 독감 độc cảm (cúm), 동감 đồng cảm, 실감 thật cảm (cảm giác thật), 악감 ác cảm, 예감 dự cảm, 용감 dũng cảm, 쾌감 khoái cảm.

Giải nghĩa Đồng cảm, thông cảm, cùng ý kiến.

Cách sử dụng ~이다 đồng cảm, thông cảm, ~하다, 그 점에 대해서는 나도 ~이다 tôi cũng đồng tình về vấn đề đó, ~을 구하다 tìm sự đồng cảm, ~을 표시하다 thể hiện sự đồng cảm, 에 ~하다 đồng cảm với cái gì đó, ~능력 결피 thiếu năng lực đồng cảm.

동기 (動機 Động cơ)

동	Động	Chuyển động, nổi, được, cử chỉ, việc làm, 활동 hoạt động, 수동 thụ động, 동작 động tác, 동력 động lực, 주동 chủ động, 기동력 cơ động lực (sức cơ động).
기	Cơ	Công việc, máy móc, cơ năng sinh hoạt, 기회 cơ hội, 위기 nguy cơ, 무기 vô cơ, 농기계 nông cơ giới (máy nông nghiệp), 기관 cơ quan, 기구 cơ cấu (tổ chức), 기동 cơ động, 기계 cơ giới (máy móc, cơ khí), 동기 động cơ, 기기 khí cơ (máy móc), 항공기 hàng không cơ (máy bay), 전화기 điện thoại cơ (máy điện thoại).

Giải nghĩa Động cơ, động lực, sự thúc đẩy.

Cách sử dụng 부정한 ~ một động cơ bất chính, ~로 bằng động cơ, vì động cơ đó, 행위~ động cơ hành động, 금전상의[이기적인] ~에서 từ động cơ tiền bạc [ích kỷ cá nhân], 의~

가되다 thành động cơ gì đó, 범행의 ~ động cơ phạm tội, 탈출~ động cơ bỏ trốn, 작품을 쓰게된 ~ động cơ để viết tác phẩm, ~ 부여 tạo động cơ.

동기 (同期 Đồng kỳ)

동 Đồng — Giống nhau, như nhau, cùng nhau, 공동 cộng đồng, 동맹 đồng minh, 동시 đồng thời, 동의 đồng ý, 동포 đồng bào, 동참 đồng tham (cùng tham gia), 동음 đồng âm, 동행 đồng hành, 동화 đồng hóa, 동급 đồng cấp, 혼전동거 hôn tiền đồng cư (sống chung trước hôn nhân), 동문 đồng môn, 합동 hợp đồng (chung), 상동 tương đồng, 동지 đồng chí.

기 Kỳ — Thời kỳ, lúc, thời gian, kỳ hạn, 시기 thời kỳ, 기한 kỳ hạn, 학기 học kỳ, 주기 chu kỳ, 초기 sơ kỳ, 장기 trường kỳ (dài hạn), 혼기 hôn kỳ (tuổi hôn nhân).

Giải nghĩa — Cùng thời kỳ, cùng kỳ.

Cách sử dụng — ①Cùng thời kỳ, 작년 ~에 비해 so với cùng kỳ năm ngoài. ②Cùng cấp, cùng khóa học, ~생 học sinh cùng khóa, 우리는 학교[대학] ~다 chúng tôi là bạn học cùng khóa, 그와 나는 입사 ~다 anh ta và tôi vào công ty cùng một lúc.

동기 (銅器 Đồng khí)

동 Đồng — Kim loại đồng, quặng đồng, 동상 đồng tượng (tượng đồng), 동상 đồng thường (huy chương đồng), 동판 đồng bản (bản khắc đồng), 동검 đồng gươm (gươm đồng), 동경 đồng kính (gương đồng),

기 Khí — Đồ dùng, dụng cụ, 무기 vũ khí, 병기 binh khí.

Giải nghĩa — Bát đĩa bằng đồng,

Cách sử dụng — ~시대 thời kỳ đồ đồng.

동류 (同類 Đồng loại)

동 Đồng — Giống nhau, như nhau, cùng nhau, 공동 cộng đồng, 동맹 đồng minh, 동시 đồng thời, 동의 đồng ý, 동포 đồng bào, 동참 đồng tham (cùng tham gia), 동음 đồng âm, 동행 đồng hành, 동화 đồng hóa, 동급 đồng cấp, 혼전동거 hôn tiền đồng cư (sống chung trước hôn nhân), 동문 đồng môn, 합동 hợp đồng (chung), 상동 tương đồng, 동지 đồng chí.

류 Loại — Loài, loại, giống, thứ, 종류 chủng loại, 분류 phân loại, 서류 thư loại (tài liệu), 의류 y loại (quần áo), 주류 tửu loại (loại rượu).

Giải nghĩa — Giống nhau, cùng loại.

Cách sử dụng — ~에 속하는 작품 tác phẩm thuộc cùng loại, ~로 취급하다 coi như cùng loại với nhau.

동생 (同生 Đồng sinh)

동	Đồng	Giống nhau, như nhau, cùng nhau, 공동 cộng đồng, 동맹 đồng minh, 동시 đồng thời, 동의 đồng ý, 동포 đồng bào, 동참 đồng tham (cùng tham gia), 동음 đồng âm, 동행 đồng hành, 동화 đồng hóa, 동급 đồng cấp, 혼전동거 hôn tiền đồng cư (sống chung trước hôn nhân), 동문 đồng môn, 합동 hợp đồng (chung), 상동 tương đồng, 동지 đồng chí.
생	Sinh	Sinh ra, sự sống, sản xuất ra, học trò, người có ăn học, 발생 phát sinh, 생활 sinh hoạt, 학생 học sinh, 선생 tiên sinh (giáo viên, ông, bà), 생산 sinh sản (sản xuất), 생계 sinh kế (kế sinh nhai), 위생 vệ sinh, 생존 sinh tồn, 기생충 ký sinh trùng, 생명 sinh mệnh, 생동 sinh động, 생물 sinh vật.
Giải nghĩa		Cùng sinh ra, em.
Cách sử dụng		여~ em gái, 남~ em trai, 나는 ~이 둘이있다 tôi có hai người em, 막내~ em út, 사촌~ em con chú bác, 어린 ~을 돌보다 chăm sóc em còn nhỏ, ~ 생기다 có (thêm) em.

동전 (銅錢 Đồng tiền)

동	Đồng	Kim loại đồng, quặng đồng, 동상 đồng tượng (tượng đồng), 동상 đồng thường (huy chương đồng), 동판 đồng bản (bản khắc đồng), 동검 đồng gươm (gươm đồng), 동경 đồng kính (gương đồng).
전	Tiền	Tiền nong, tiền tài nói chung, 금전 kim tiền (đồng tiền vàng), 환전 hoán tiền (đổi tiền), 급전 cấp tiền (chi tiền), 은전 ngân tiền (đồng tiền bạc), 환전소 hoán tiền sở (nơi đổi tiền), 무전여행 vô tiền lữ hành (chuyến du lịch không kinh phí)
Giải nghĩa		①Tiền bằng đồng. ②Tiền xu, đồng xu.
Cách sử dụng		~을 넣다 đút tiền xu vào, 백동~ tiền xu 100 đồng, ~의 앞면[뒷면] mặt trước [sau] đồng tiền, ~한푼없다 chẳng có lấy một xu, 지폐를 ~으로 바꾸다 đổi tiền giấy ra tiền xu, ~ 던지다 tung đồng xu (bốc thăm).

동창회 (同窓會) Đồng song hội

동	Đồng	Giống nhau, như nhau, cùng nhau, 공동 cộng đồng, 동맹 đồng minh, 동시 đồng thời, 동의 đồng ý, 동포 đồng bào, 동참 đồng tham (cùng tham gia), 동음 đồng âm, 동행 đồng hành, 동화 đồng hóa, 동급 đồng cấp, 혼전동거 hôn tiền đồng cư (sống chung trước hôn nhân), 동문 đồng môn, 합동 hợp đồng (chung), 상동 tương đồng, 동지 đồng chí.
창	Song	Cửa sổ, 창문 song môn (cửa sổ), 창구 song khẩu (quầy giao dịch), 차창 xa song (cửa kính xe).
회	Hội	Nhóm, hợp lại, cuộc họp, đoàn thể, ban, dịp, 사회 xã hội, 국회 quốc hội, 회담 hội đàm, 회의 hội nghị, 회사 hội xã (công ty), 회장 hội trưởng (chủ tịch nhóm, trưởng nhóm), 위원회 ủy viên hội (ủy ban), 토론회 thảo luận hội (buổi thảo luận), 대회 đại hội, 협회

hiệp hội, 회견 hội kiến (phỏng vấn, gặp gỡ), 사회생활 xã hội sinh hoạt (sinh hoạt ngoài xã hội).

Giải nghĩa Hội cùng học, hội đồng môn.

Cách sử dụng 대학~ hội bạn học cùng đại học, 우리는 동창이다 chúng tôi cùng học với nhau, 그와 나는 대학 동창이다 anh ta và tôi là đồng môn đại học, 중학교~ hội bạn học thời cấp hai.

동화책 (童話冊 Đồng thoại sách)

동 Đồng — Đứa trẻ, trẻ con, trẻ em, 아동 nhi đồng, 아동복 nhi đồng phục (quần áo trẻ em), 동요 đồng dao, 목동 mục đồng, 신동 thần đồng, 옥동자 ngọc đồng tử.

화 Thoại — Nói, lời, chuyện, tiếng, ngôn ngữ, 전화 điện thoại, 신화 thần thoại, 담화 đàm thoại, 통화 thông thoại, 회화 hội thoại.

책 Sách — Quyển sách, quyển sổ, mưu kế, giúp đỡ, 대책 đối sách, 방책 phương sách, 상책 thượng sách, 정책 chính sách, 책방 sách phòng (phòng sách).

Giải nghĩa Sách thiếu nhi, truyện thiếu nhi, truyện trẻ em.

Cách sử dụng ~ 그림 tranh truyện thiếu nhi, ~ 표지 bìa sách thiếu nhi, ~읽어주기 đọc truyện trẻ em cho nghe.

등록 (登錄 Đăng lục)

등 Đăng — Đăng, in, ghi, vào sổ, 등기 đăng ký, 등록금 đăng lục kim (tiền đăng ký), 주민등록증 trú dân đăng lục chứng (chứng minh nhân dân).

록/녹 Lục — Ghi chép, sao chép, tuyển dụng, 기록 ký lục (ghi chép) (ghi chép), 기록 kỷ lục, 목록 mục lục, 부록 phụ lục, 회의록 hội nghị lục (văn bản cuộc họp), 녹음 lục âm (ghi âm), 녹화 lục họa (ghi hình).

Giải nghĩa Đăng ký, ghi tên vào.

Cách sử dụng ~하다, ~기간 thời gian đăng ký, 상표를 ~ đăng ký thương hiệu, 회원으로 ~하다 đăng ký hội viên, ~금 tiền đăng ký, ~증 giấy chứng nhận đăng ký, 주민~ đăng ký cư trú, 그 디자인은 특허청에 ~되어 있다 thiết kế ấy đã được đăng ký tại Cục sở hữu tí tuệ, ~을 마치다 kết thúc đăng ký, 새 학기 ~ đăng ký học kỳ mới.

등록금 (登錄金 Đăng lục kim)

등 Đăng — Đăng, in, ghi, vào sổ, 등기 đăng ký, 등록금 đăng lục kim (tiền đăng ký), 주민등록증 trú dân đăng lục chứng (chứng minh nhân dân).

록 Lục — Ghi chép, sao chép, tuyển dụng, 기록 ký lục (ghi chép) (ghi chép), 기록 kỷ lục, 목록 mục lục, 부록 phụ lục, 회의록 hội nghị lục (văn bản cuộc họp), 녹음 lục âm (ghi âm), 녹화 lục họa (ghi hình).

금 Kim — Vàng, tiền, kim loại, 백금 bạch kim, 금액 kim ngạch (số tiền), 금자탑 kim tự tháp, 금강 kim cương, 황금 hoàng kim, 합금 hợp kim, 입금 nhập kim (bỏ tiền vào), 송금

tống kim (gửi tiền), 상금 thưởng kim (tiền thưởng), 벌금 phạt kim (tiền phạt), 보증금 bảo chứng kim (tiền đặt cọc), 금광 kim khoáng (mỏ vàng).

Giải nghĩa Tiền đăng ký

Cách sử dụng ~ 고지서 giấy thông báo đóng tiền, ~을 납부하다 nộp tiền đăng ký, ~이 오르다 tiền đăng ký tăng.

등산 (登山 Đăng sơn)

등	Đăng	Lên, leo lên, trèo, đề bạt, 등장 đăng trường (xuất hiện), 등교 đăng hiệu (đi học).
산	Sơn	Núi, non, hình dạng như núi, hoang dã, 산해진미 sơn hải trân vị (sơn hào hải vị), 빙산 băng sơn (núi băng), 태산 thái sơn (Thái sơn), 오행산 ngũ hành sơn. 산양 sơn dương, 강산 giang sơn (sông núi, thiên nhiên), 산맥 sơn mạch (dãy núi), 산림 sơn lâm, 산수 sơn thủy, 화산 hỏa sơn (núi lửa), 산삼 (sơn sâm) sâm núi,석산 thạch sơn (núi đá).

Giải nghĩa Leo núi,

Cách sử dụng ~하다, ~가다 đi leo núi, ~길 đường leo núi, ~모 mũ leo núi, ~화 giày leo núi.

ㅁ

마약 (魔藥 Ma dược)

마	Ma	Ma quỷ, kỳ lạ, huyền bí, mê nghiện, 악마 ác ma, 마녀 ma nữ, 호사다마 hảo sự đa ma.
약	Dược	Thuốc, thuốc men, thuốc chữa bệnh, 약국 dược cục (hiệu thuốc), 농약 nông dược (thuốc trừ sâu), 약물 dược vật (dược phẩm), 약사 dược sư (dược sĩ), 한약 Hàn dược (thuốc đông y), 약효 dược hiệu (hiệu quả của thuốc), 약초 dược thảo, 의약품 y dược phẩm, 한약 Hán dược (thuốc bắc).

Giải nghĩa Ma túy.

Cách sử dụng ~중독자 người nghiện ma túy, ~중독되다 nghiện ma túy, ~밀매 buôn lậu ma túy, ~밀매자 kẻ buôn lậu ma túy, ~상습자 người nghiện ma túy, ~거래 buôn mua bán chất ma túy, ~단속 truy quét ma túy, 그는 ~중독자가 되었다 Hắn ta thành người nghiện ma túy rồi, ~근절 캠페인 chiến dịch triệt tiêu ma túy, ~ 단속법 Luật phòng chống ma túy, ~퇴치 운동 phong trào bài trừ ma túy.

막론 (莫論 Mạc luận)

막	Mạc	Không, chẳng, đừng, chớ.
론	Luận	Bàn bạc, xem xét, đánh giá, trao đổi, nói, 여론 dư luận, 언론 ngôn luận, 토론 thảo luận, 이론 lý luận, 변론 biện luận, 결론 kết luận, 논쟁 luận tranh (tranh luận), 논점 luận điểm, 반론 phản luận (phản bác), 의론 nghị luận (bàn bạc).

Giải nghĩa Bất chấp, không tính tới, bất kể, bất luận.

Cách sử dụng ~을 ~하고 bất chấp cái gì đó, 남녀노소를 ~하고 bất kể già trẻ gái trai, 지위의고하를 ~하고 bất chấp địa vị cao thấp.

만 (满 Mãn)

만 Mãn Đầy, đủ, tràn, thừa, vừa lòng, 원만 viên mãn, 충만 sung mãn, 만족 mãn túc, 불만 bất mãn, 만조 mãn triều (triều cường).

Giải nghĩa Đầy, mãn, tròn.

Cách sử dụng ~ 5 년 tròn 5 năm, ~ 15 세 tròn 15 tuổi, 그가 한국을 떠난지 ~3 년이 된다 anh ta rời Hàn quốc 3 năm tròn.

만 (萬 Vạn)

만 Vạn Vạn, mười nghìn, muôn, nhiều lắm, 만물 vạn vật, 만사 vạn sự, 만세 vạn tuế, 만능 vạn năng, 만전 vạn toàn (đầy đủ), 반만년 bán vạn năm (năm nghìn năm)

Giải nghĩa Vạn, mười nghìn.

Cách sử dụng 일~원 một vạn won, 수십~ hàng chục vạn.

만일 (萬一 Vạn nhất)

만 Vạn Vạn, mười nghìn, muôn, nhiều lắm, 만물 vạn vật, 만사 vạn sự, 만세 vạn tuế, 만능 vạn năng, 만전 vạn toàn (đầy đủ), 반만년 bán vạn năm (năm nghìn năm).

일 Nhất Một, nhất, cùng một, tất cả đều, 통일 thống nhất, 일거일동 nhất cử nhất động, 일정 nhất định, 제일 đệ nhất, 일관 nhất quán, 동일 đồng nhất, 합일 hợp nhất, 단일 đơn nhất.

Giải nghĩa Nếu, lỡ , đột xuất.

Cách sử dụng Nếu, lỡ , ~을 걱정하다 lo lắng lỡ có chuyện gì, ~의 경우 trong trường hợp nếu có chuyện đó xảy ra, ~내일 비가 오면 나는 안 갑니다 nếu ngày mai trời mưa sẽ không đi, ~그 소문이 사실이라면 nếu tin đồn ấy là sự thật, ~의 사태를 대비하다 đối phó với tình trạng đột xuất.

만약 (萬若 Vạn nhược)

만 Vạn Vạn, mười nghìn, muôn, nhiều lắm, 만물 vạn vật, 만사 vạn sự, 만세 vạn tuế, 만능 vạn năng, 만전 vạn toàn (đầy đủ), 반만년 bán vạn năm (năm nghìn năm).

약 Nhược Nếu, giả sử.

Giải nghĩa Nếu, giả sử như, hàng ngàn trường hợp xảy ra thì.

Cách sử dụng ①Lỡ ra , bất trắc. ~에 대비하다 đề phòng chuyện xảy ra. ②Giá mà, nếu, ~비가 오면 저는 안 갑니다 nếu trời mưa thì tôi không đi. ~그렇게 되면 좋겠다 nếu như vậy thì tốt. ~ 무슨 일이 있으면 연락해 주세요 nếu có chuyện gì hãy liên lạc.

만화 (漫怜 Man họa)

만 Mạn Lung tung, nhiều thứ, tràn đầy, 낭만 lãng mạn, 만담 mạn đàm, 산만 tản mạn.

화 Họa Vẽ, bức tranh, hình vẽ, nét, 화가 hoạ gia (họa sĩ), 도화 đồ họa, 벽화 bích họa (bức vẽ trên tường), 회화 hội họa, 금기시화 cầm kỳ thi họa.

Giải nghĩa Hoạt hình, hoạt họa.

Cách sử dụng ~영화 phim hoạt hình, ~책 sách tranh, ~화하다 hoạt hình hóa, TV 에서 ~를 보다 xem phim hoạt hình trên tivi.

망하다 (亡— Vong)

망 Vong Mất đi, chết, lạc, ra ngoài, đi vắng, trốn, đào vong (bỏ trốn), 멸망 diệt vong, 패망 bại vong (thua, thua trận), 망명생활 vong mệnh sinh hoạt (sống lưu vong), 망혼 vong hồn.

Giải nghĩa Chết, mất, không tồn tại nữa, không còn.

Cách sử dụng ①Diệt vong. 나라가 ~ đất nước bị diệt vong. 함께~ cùng diệt vong. 핵전쟁이 일어나면 인류는 ~ chiến tranh hạt nhân nổ ra thì nhân loại sẽ bị diệt vong ②Hư, tàn, phá sản. 회사가 ~ công ty bị phá sản. 술로 ~ lụi tàn vì rượu.

매력 (魅力 Mị lực)

매 Mê Làm mê hoặc, làm cho mê muội, quyến rũ, yêu ma, 미혹 mị hoặc (mê hoặc), 매료 mị liễu (quyến rũ, mê hoặc).

력 Lực Sức, lực, sức lực, khả năng đạt tới, khỏe, 수력 thủy lực (sức nước), 속력 tốc lực, 세력 thế lực, 병력 binh lực, 주력 chủ lực, 합력 hợp lực, 노력 nỗ lực, 능력 năng lực, 폭력 bạo lực, 협력 hiệp lực, 권력 quyền lực, 인력 nhân lực, 효력 hiệu lực, 학력 học lực.

Giải nghĩa Sức hút, sức hấp dẫn.

Cách sử dụng 여성적인 ~ sức hút nữ tính, 성적인 ~ sức hút giới tính ~없는 여자 người phụ nữ không có sức hấp dẫn, ~이 있다 có sức hấp dẫn, 에 ~을 느끼다 cảm thấy hấp dẫn về cái gì đó, ~적 có tính hấp dẫn, hấp dẫn, ~에 끌리다 bị cuốn hút bởi sự hấp dẫn.

매매 (賣買 Mại mãi)

매 Mại Bán, bán đứng, phản bội, 판매 bán mại (thương mại, bán hàng), 매출 mại xuất (bán ra), 매장 mại trường (cửa hàng), 경매 cạnh mại (bán đấu giá), 매도 mại độ (bán hàng), 매물 mại vật (hàng bán), 매진 mại tận (bán hết), 매국 mại quốc (bán nước, phản quốc).

매 Mãi Mua, sắm, tậu, 구매 cấu mãi, 예매 dự mãi (mua trước), 매표 mãi phiếu (bán vé), 매가 mãi giá (giá mua), 매입 mãi nhập (mua vào), 구매자 cấu mãi giả (người mua).

Giải nghĩa Mua bán, bán, buôn bán.

Cách sử dụng ~ 계악시 hợp dồng mua bán, 부동산 ~ mua bán bất động sản, ~를 성사시키다 làm cho buôn bán xong, ~가 활발하다 buôn bán rất sôi nổi ~가 잘되다 buôn bán tốt, 그는

토지를 ~하고 있다 anh ta buôn bán đất, ~가격 giá mua bán ~액 số tiền mua bán, 부정~ mua bán bất chính, 현금~ mua bán bằng tiền mặt, 그는 부동산~를 하고 있다 anh ta đang mua bán bất động sản.

매일 (每日 Mỗi nhật)

매	Mỗi	Mỗi, mỗi một, từng, mọi, 매년 mỗi niên (mỗi năm), 매일 mỗi nhật (mỗi ngày), 매사 mỗi sự (mọi việc), 매번 mỗi phiên (mỗi lần), 매초 mỗi miểu (mỗi giây), 매주 mỗi chu (mỗi tuần), 매월 mỗi nguyệt (mỗi tháng), 매주간 mỗi chu gian (mỗi một tuần).
일	Nhật	Mặt trời, ngày, ban ngày, hằng ngày, 일정 nhật trình (lịch trình), 일기 nhật ký, 일상 nhật thường (hằng ngày), 생일 sinh nhật, 당일 đương nhật (trong ngày), 평일 bình nhật (ngày thường).

Giải nghĩa Mỗi ngày.

Cách sử dụng ~정해진 일 việc được định ra mỗi ngày, ~하는 일 công việc hàng ngày, 매일 오전에 buổi sáng mỗi ngày, ~ 신문 báo hằng ngày, ~의 일과 công việc hằng ngày.

매주 (每週 Mỗi chu)

매	Mỗi	Mỗi, mỗi một, từng, mọi, 매년 mỗi niên (mỗi năm), 매일 mỗi nhật (mỗi ngày), 매사 mỗi sự (mọi việc), 매번 mỗi phiên (mỗi lần), 매초 mỗi miểu (mỗi giây), 매주 mỗi chu (mỗi tuần), 매월 mỗi nguyệt (mỗi tháng), 매주간 mỗi chu gian (mỗi một tuần).
주	Chu	Tuần lễ, vòng khắp, toàn bộ, phổ biến, 주말 chu mạt (cuối tuần), 주간 chu gian (trong một tuần), 주일 chu nhật, 격주 cách chu (cách tuần), 주기 chu kì, 금주 kim chu (tuần này), 주중 chu trung (trong tuần), 일주일 nhất chu nhật (một tuần).

Giải nghĩa Mỗi tuần, hàng tuần.

Cách sử dụng ~한 차례 mỗi tuần một lần, ~ 토요일 thứ 7 hàng tuần, ~ 월요일 쉰다 nghỉ thứ hai mỗi tuần.

매표 (賣票 Mại phiếu)

매	Mại	Bán, bán đứng, phản bội, 판매 bán mại (thương mại, bán hàng), 매출 mại xuất (bán ra), 매장 mại trường (cửa hàng), 경매 cạnh mại (bán đấu giá), 매도 mại độ (bán hàng), 매물 mại vật (hàng bán), 매진 mại tận (bán hết), 매국 mại quốc (bán nước).
표	Phiếu	Tấm vé, tem, phiếu, giấy, tiền giấy, 수표 thủ phiếu (ngân phiếu), 우표 bưu phiếu, 득표 đắc phiếu (giành được phiếu), 개표 khai phiếu (mở phiếu), 투표소 đầu phiếu sở (nơi bỏ phiếu), 매표소 mại phiếu sở (nơi bán vé), 가격표 giá cách phiếu (bảng giá), 차표 xa phiếu (vé xe).

Giải nghĩa Bán vé.

Cách sử dụng ~하다, ~시간 thời gian bán vé, ~구 cửa bán vé, ~소 nơi bán vé.

맥주 (麥酒 Mạch tửu)

맥 Mạch	Lúa mạch, lúa mì, 대맥 đại mạch, 소맥 tiểu mạch (lúa mạch), 맥아 mạch nha.
주 Tửu	Rượu, chất cồn, 음주 ẩm tửu (uống rượu), 양주 dương tửu (rượu tây), 주점 tửu điếm (quán rượu), 주류 tửu loại (loại rượu), 생맥주 sinh mạch tửu (bia tươi), 주량 tửu lượng.
Giải nghĩa	Rượu làm từ lúa mạch, bia.
Cách sử dụng	~의 거품 bọt bia, ~병 chai bia, 생~ bia tươi, 흑~ bia đen, ~를 한잔하다 uống một cốc bia, ~의 거품 bọt bia, 김빠진 ~ bia hết ga, ~양조 sản xuất bia, ~통 thùng bia.

며칠 (~日 Nhật)

몇	Mấy, 일 년 몇 개월 một năm mấy tháng, 몇 십 명 mấy chục người, 몇 시 mấy giờ? 몇 살 mấy tuổi?
일 Nhật	Mặt trời, ngày, ban ngày, hằng ngày, 일정 nhật trình (lịch trình), 일기 nhật ký, 일상 nhật thường (hằng ngày), 생일 sinh nhật, 당일 đương nhật (trong ngày), 평일 bình nhật (ngày thường), 청천백일 thanh thiên bạch nhật, 주일 chủ nhật.
Giải nghĩa	Mấy ngày, mấy hôm.
Cách sử dụng	①Ngày thứ mấy, mùng mấy. ②Mấy ngày, vài ngày, một vài ngày ~동안 trong vòng mấy ngày. ~전 mấy hôm trước. ~전부터 từ mấy ngày trước 그 일을 하는데~걸리겠소? Làm việc ấy mất mấy ngày?

면 (面 Diện)

면 Diện	Mặt, bề mặt, ngoài mặt, tình huống, 내면 nội diện (mặt trong), 다면 đa diện (nhiều mặt), 대면 đối diện, 면모 diện mạo, 방면 phương diện, 국면 cục diện, 반면 phản diện, 전면 toàn diện, 면적 diện tích, 체면 thể diện, 정면 chính diện.
Giải nghĩa	Bề mặt, phương diện.
Cách sử dụng	해~ mặt biển, 거울~ mặt gương, 뒷~ mặt sau, 앞~ mặt trước, 사회~ mặt xã hội, 재정~에서 về mặt tài chính, 모든~에서 tất cả mọi mặt, 그 문제를 다른 ~에서 생각해 보자 vấn đề ấy thử nghĩ theo hướng khác xem sao, 삼~이 바다다 ba mặt giáp biển.

명예 (名譽 Danh dự)

명 Danh	Tên, tiếng tăm, nổi tiếng, danh phận, người, 명분 danh phận, 유명 hữu danh (nổi tiếng), 명칭 danh xưng, 지명 địa danh, 익명 nặc danh, 허명 hư danh, 무명 vô danh.
예 Dự	Khen ngợi, vinh dự, tiếng tăm, ca tụng, 영예 vinh dự.
Giải nghĩa	Danh dự, uy tín, tiếng tăm.
Cách sử dụng	①Danh dự, uy tín, tiếng tăm, ~를 잃다 mất danh dự, ~를 존중하다 tôn trọng danh dự, ~지키다 giữ gìn danh dự, ~를 높이다 nâng cao danh dự, ~를 디럽히다 làm bẩn danh dự, ~를 되찾다 tìm lại danh dự, ~를 훼손하다 làm tổn hại danh dự, 학교의 ~를

걸고 출전하다 ra quân với danh dự của trường. ②Danh nghĩa, danh dự, ~교수 giáo sư danh dự, ~박사학위 học vị tiến sĩ danh dự, ~ 시민 công dân danh dự, ~회원 hội viên danh dự, ~회장 chủ tịch danh dự.

명절 (名節 Minh tiết)

명	Danh	Tên, tiếng tăm, nổi tiếng, danh phận, người, 명분 danh phận, 유명 hữu danh (nổi tiếng), 명칭 danh xưng, 지명 địa danh, 익명 nặc danh, 허명 hư danh, 무명 vô danh, 명언 danh ngôn.
절	Tiết	Khoảng thời gian, ngày lễ, tết, mùa, 동절 đông tiết (mùa đông), 하절 hạ tiết (mùa hè), 단오절 Đoan ngọ tiết (tết đoan ngọ), 춘절 xuân tiết (tiết xuân), 명절 danh tiết (ngày lễ), 시절 thì tiết (thời điểm), 일년사절 nhất niên tứ tiết (một năm bốn mùa), 계절 quý tiết (mùa).
Giải nghĩa		Ngày lễ, ngày tết.
Cách sử dụng		~을 맞다 đón ngày lễ, ~을 쇠다 nghỉ lễ, 구정은 베트남의 제일 큰 ~이다 Tết Nguyên đán là ngày lễ lớn nhất của Việt Nam, 설~ ngày Tết, 베트남의 ~ ngày lễ của Việt Nam, ~ 증후군 hội chứng ngày lễ.

모 (母 Mẫu)

모	Mẫu	Mẹ, giống cái, lớn, chỉ căn nguyên, 부모 phụ mẫu, 모국 mẫu quốc, 노모 lão mẫu (mẹ già), 산모 sản mẫu (sản phụ), 계모 kế mẫu (mẹ kế), 모유 mẫu nhũ (sữa mẹ), 학부모 học phụ mẫu (phụ huynh học sinh).
Giải nghĩa		Mẹ, lớn.
Cách sử dụng		~회사 công ty mẹ, ~기업 công ty mẹ, ~교 trường mẹ, ~국어 tiếng mẹ đẻ, ~체 thân mẹ (cây).

모양 (模樣 Mô dạng)

모	Mô	Khuôn mẫu, mô phỏng, lờ mờ, 규모 quy mô, 모호 mơ hồ, 모범 mô phạm, 모방 mô phỏng, 모형 mô hình, 모조 mô tạo, 모범생 mô phạm sinh (học sinh gương mẫu), 대규모 đại quy mô.
양	Dạng	Kiểu, hình dáng, mẫu, món, môn, 다양 đa dạng, 양상 dạng tương, 양식 dạng thức, 문양 văn dạng (hoa văn), 외양 ngoại dạng (hình dáng bên ngoài), 양태 dạng thái, 다양성 đa dạng tính (tính đa dạng), 각양각색 các dạng các sắc (mỗi loại một vẻ).
Giải nghĩa		Hình dạng, kiểu, diện mạo thể hiện.
Cách sử dụng		집~ hình dáng căn nhà, ~ 좋다 kiểu dáng đẹp, 자고 있는 호랑이 ~의 산 ngọn núi có hình dạng một con hổ đang ngủ, ~이 변하다 hình dạng thay đổi, ~이 좋다 hình dạng đẹp, ~이 나다 đẹp, 머리~ kiểu tóc.

모자 (母子 Mẫu tử)

모 Mẫu — Mẹ, giống cái, lớn, chỉ căn nguyên, 부모 phụ mẫu, 모국 mẫu quốc, 노모 lão mẫu (mẹ già), 산모 sản mẫu (sản phụ), 계모 kế mẫu (mẹ kế), 모유 mẫu nhũ (sữa mẹ), 학부모 học phụ mẫu (phụ huynh học sinh).

자 Tử — Con, người, trẻ con, 자식 tử tức (con cái), 남자 nam tử, 손자 tôn tử (cháu), 제자 đệ tử, 여자 nữ tử (phụ nữ), 노자 lão tử, 자녀 tử nữ (con cái), 독자 độc tử (con một).

Giải nghĩa Mẫu tử, mẹ và con.

Cách sử dụng ~의 정 tình mẫu tử, ~보건법 Luật bảo vệ sức khỏe bà mẹ và trẻ em.

모자 (帽子 Mạo tử)

모 Mạo — Cái mũ, cái nón, 전투모 chiến đấu mão (mũ chiến đấu), 안전모 an toàn mạo (mũ bảo hộ), 베레모 mũ bêre, 방탄모 phòng đạn mạo (mũ chống đạn).

자 Tử — Con, cái, trẻ con, đồ vật 자식 tử tức (con cái), 남자 nam tử, 손자 tôn tử (cháu), 제자 đệ tử, 여자 nữ tử (phụ nữ), 노자 lão tử, 자녀 tử nữ (con cái), 독자 độc tử (con một), 자궁 tử cung, 부자 phụ tử, 모자 mẫu tử, 양자 dưỡng tử (con nuôi).

Giải nghĩa Cái nón, cái mũ.

Cách sử dụng Mũ. ~테 vành mũ. ~를 쓰다 đội mũ. ~를 벗다 cởi mũ. 테 넓은 ~ mũ rộng vành. ~를 벗고 인사하다 cởi mũ chào.

목욕 (沐浴 Mộc dục)

목 Mộc — Gội đầu.

욕 Dục — Tắm, 목욕탕 (沐浴湯 mộc dục thang (phòng tắm), 일광욕 nhật quang dục (tắm nắng), 반신욕 bán thân dục (tắm nửa thân người), 욕조 dục tào (cái bồn tắm), 좌욕 tọa dục (tắm ngồi).

Giải nghĩa Tắm và gội đầu, tắm rửa.

Cách sử dụng ~하다. ~하러가다 đi tắm. ~시키다 tắm cho ai đó, cho đi tắm. ~실 phòng tắm. ~탕 nhà tắm công cộng.

목적 (目的 Mục đích)

목 Mục — Mắt, nhìn, khoản mục, 목표 mục tiêu, 주목 chú mục (quan tâm, để ý), 과목 khoa mục, 항목 hạng mục, 제목 đề mục, 목격 mục kích (nhìn thấy), 안목 nhãn mục (mắt thường), 목록 mục lục.

적 Đích — Xác thực, cái đích, 표적 biểu đích (mục tiêu, cái bia), 적확 đích xác (chính xác, đúng).

Giải nghĩa Mục đích.

Cách sử dụng ~이 없다 không có mục đích, 공동의 ~ mục đích chung, ~에 맞다 phù hợp mục đích, 무슨~으로 với mục đích gì? ~을 달하다 đạt được mục đích, ~을 바꾸다 đổi mục đích, 군사상의 ~으로 mục đích quân sự, 그는 무슨 ~으로 여기에 왔는가? Anh ta đến đây vì mục đích gì?

목적지 (目的地 Mục đích địa)

목	Mục	Mắt, nhìn, khoản mục, 목표 mục tiêu, 주목 chú mục (quan tâm, để ý), 과목 khoa mục, 항목 hạng mục, 제목 đề mục, 목격 mục kích (nhìn thấy), 안목 nhãn mục (mắt thường), 목록 mục lục.
적	Đích	Xác thực, cái đích, 표적 biểu đích (mục tiêu, cái bia), 적확 đích xác (chính xác, đúng).
지	Địa	Đất, nơi, vùng, miền, 지역 địa vực (khu vực), 지방 địa phương, 지구 địa cầu, 지질 địa chất, 토지 thổ địa, 지도 địa đồ, 지진 địa chấn (động đất).
Giải nghĩa		Nơi mình muốn đến, điểm đến.
Cách sử dụng		~에 도달하다 đến nơi mình muốn đến.

무궁화 (無窮花 Vô cùng hoa)

무	Vô	Không có, hư vô, đừng, không nên, 무시 vô thị (coi thường), 무선 vô tuyến (không dây), 무관 vô quan (không liên quan), 무리 vô lý (vô lý, quá sức), 무효 vô hiệu, 무료 vô liệu (miễn phí), 허무 hư vô, 무조건 vô điều kiện.
궁	Cùng	Cuối, hết, đến cùng, hết sức, 빈궁 bần cùng, 궁핍 cùng phạp (thiếu thốn), 곤궁 khốn cùng.
화	Hoa	Bông hoa, vật thể có hình giống hoa, 국화 quốc hoa, 연화 liên hoa.
Giải nghĩa		Quốc hoa của Hàn Quốc, hoa Mukung, hoặc hoa dâm bụt.
Cách sử dụng		~가 피다 Hoa dâm bụt nở, ~대훈장 Huân chương Mukunghwa, ~ 위성 vệ tinh Mukunghwa.

무료 (無料 Vô liệu)

무	Vô	Không có, hư vô, đừng, 무시 vô thị (coi thường), 무선 vô tuyến (không dây), 무관 vô quan (không liên quan), 무리 vô lý (vô lý, quá sức), 무효 vô hiệu, 무료 vô liệu (miễn phí), 허무 hư vô, 무조건 vô điều kiện.
료	Liệu	Vật liệu, chất liệu, nguyên liệu, tính toán, 원료 nguyên liệu, 재료 tài liệu, 치료 trị liệu, 진료 chẩn liệu, 연료 nhiên liệu, 사료 sử liệu, 의료 y liệu, 향료 hương liệu, 자료 tư liệu, 비료 phì liệu (phân bón), 음료 ẩm liệu (đồ uống), 요법 liệu pháp.
Giải nghĩa		Không có phí, miễn phí.
Cách sử dụng		~주차 đậu xe miễn phí, ~입장 vào cổng miễn phí, ~배달 vận chuyển miễn phí, ~로 제공하다 cung cấp miễn phí, ~ 로 우송하다 gửi miễn phí, ~ 드라마 보는 사이트 website xem phim miễn phí.

무리 (無理 Vô lý)

무	Vô	Không có, hư vô, đừng, không nên, 무시 vô thị (coi thường), 무선 vô tuyến (không dây), 무관 vô quan (không liên quan), 무리 vô lý (vô lý, quá sức), 무효 vô hiệu, 무료 vô liệu (miễn phí), 허무 hư vô, 무조건 vô điều kiện

리 lý Làm việc, lo liệu, quy luật, lý lẽ, hợp lý, 관리 quản lý, 처리 xử lý, 정리 chỉnh lý, 윤리 luân lý, 도리 đạo lý, 심리 tâm lý, 이론 lý luận, 물리 vật lý.

Giải nghĩa Vô lý, quá đáng, không hợp lý, hoặc quá sức.

Cách sử dụng ~하다, ~한 요구 một yêu cầu vô lý, 그는 화나는 것이 ~아니다 việc anh ta nổi giận cũng không phải là điều vô lý, ~하게 먹이다 ép ăn quá mức, ~한 일 việc quá sức, ~를 하다 làm quá sức, ~하지 마세요 đừng quá sức.

무모 (無謀 Vô mưu)

무 Vô Không có, hư vô, đừng, không nên, 무시 vô thị (coi thường), 무선 vô tuyến (không dây), 무관 vô quan (không liên quan), 무리 vô lý (vô lý, quá sức), 무효 vô hiệu, 무료 vô liệu (miễn phí), 허무 hư vô, 무조건 vô điều kiện.

모 Mưu Kế lược, tính toán, mưu kế, bàn bạc, trao đổi ý kiến, 모략 mưu lược, 음모 âm mưu, 모살 mưu sát, 모사 mưu sự, 모계 mưu kế, 모해 mưu hại, 모반 mưu phản, 주모 chủ mưu, 참모 tham mưu, 모리 mưu lợi.

Giải nghĩa Không có mưu lược, liều lĩnh, liều.

Cách sử dụng ~게 행동하다 hành động liều lĩnh, ~하게도 thật là liều lĩnh, ~한 도전 sự thử thách liều lĩnh.

무시 (無視 Vô thị)

무 Vô Không có, hư vô, đừng, không nên, 무시 vô thị (coi thường), 무선 vô tuyến (không dây), 무관 vô quan (không liên quan), 무리 vô lý (vô lý, quá sức), 무효 vô hiệu, 무료 vô liệu (miễn phí), 허무 hư vô, 무조건 vô điều kiện.

시 Thị Nhìn kỹ, trông, coi, 감시 giám thị, 시각 thị giác, 시선 thị tuyến, 주시 chú thị (chú ý), 중시 trọng thị, 시청 thị thính (nghe nhìn).

Giải nghĩa Khinh thường, coi thường, làm lơ.

Cách sử dụng …을 ~하다 coi thường cái gì đó, 교통신호를 ~하다 coi thường/ bất chấp tín hiệu giao thông, 규칙을 ~하다 coi thường quy định, 나의 경고는 ~되었다 lời cảnh cáo của tôi bị phớt lờ, 동료에게 ~를 당하다 bị đồng đội coi thường.

무식 (無識 Vô thức)

무 Vô Không có, hư vô, đừng, không nên, 무시 vô thị (coi thường), 무선 vô tuyến (không dây), 무관 vô quan (không liên quan), 무리 vô lý (vô lý, quá sức), 무효 vô hiệu, 무료 vô liệu (miễn phí), 허무 hư vô, 무조건 vô điều kiện.

식 Thức Biết, nhận biết, nhận ra, hiểu biết, kiến thức, 인식 nhận thức, 의식 ý thức, 지식 tri thức, 상식 thường thức, 학식 học thức, 식별 thức biệt (phân biệt), 식견 thức kiến (cách nhìn nhận).

Giải nghĩa Thiếu học, thiếu học thức, dốt, vô học, thất học.

Cách sử dụng ~하다. ~한 놈 thằng vô học, ~쟁이 người vô học, ~을 드러내다 thể hiện cái thất học của mình, ~한 행동 hành động thiếu hiểu biết.

무전 (無錢 Vô tiền)

무 Vô — Không có, hư vô, đừng, không nên, 무시 vô thị (coi thường), 무선 vô tuyến (không dây), 무관 vô quan (không liên quan), 무리 vô lý (vô lý, quá sức), 무효 vô hiệu, 무료 vô liệu (miễn phí), 허무 hư vô, 무조건 vô điều kiện.

전 Tiền — Tiền nong, tiền, tiền tài nói chung, 동전 đồng tiền (tiền xu), 금전 kim tiền, 환전 hoán tiền (đổi tiền), 본전 bản tiền (tiền gốc), 환전소 hoán tiền sở (nơi đổi tiền).

Giải nghĩa Không cần tiền, không có tiền.

Cách sử dụng ~여행 du lịch không cần tiền, ~유죄 유전무죄 vô tiền thì có tội, có tiền thì vô tội, ~취식 ăn miễn phí.

무조건 (無條件 Vô điều kiện)

무 Vô — Không có, hư vô, đừng, không nên, 무시 vô thị (coi thường), 무선 vô tuyến (không dây), 무관 vô quan (không liên quan), 무리 vô lý (vô lý, quá sức), 무효 vô hiệu, 무료 vô liệu (miễn phí), 허무 hư vô, 무조건 vô điều kiện.

조 Điều — Điều chỉnh, điều động, phân phối (phân chia), 조제 điều chế, 조정 điều chỉnh, 조화 điều hòa, 조사 điều tra, 조건 điều kiện, 조례 điều lệ, 조약 điều ước, 조목 điều mục.

건 Kiện — Cái, món, việc, công văn, 사건 sự kiện (vụ việc), 여건 dữ kiện, 문건 văn kiện, 요건 yếu kiện (nội dung chính), 안건 án kiện (vụ việc), 인건비 nhân kiện phí (chi phí nhân lực).

Giải nghĩa Vô điều kiện.

Cách sử dụng ~으로 승낙하다 đồng ý vô điều kiện, ~반사 phản xạ vô điều kiện, ~받아들이다 chấp nhận vô điều kiện, ~ 항복 đầu hàng vô điều kiện.

무직 (無職 Vô chức)

무 Vô — Không có, hư vô, đừng, không nên, 무시 vô thị (coi thường), 무선 vô tuyến (không dây), 무관 vô quan (không liên quan), 무리 vô lý (vô lý, quá sức), 무효 vô hiệu, 무료 vô liệu (miễn phí), 허무 hư vô, 무조건 vô điều kiện.

직 Chức — Công việc, phần việc về mình, phụ trách, 직원 chức viên (nhân viên), 직업 chức nghiệp (nghề nghiệp), 직장 chức trường (nơi làm việc), 퇴직 thoái chức (nghỉ việc), 직책 chức trách, 취직 tựu chức (xin việc), 구직 cầu chức (tìm việc), 현직 hiện chức (chức vụ hiện nay).

Giải nghĩa Không có việc làm, thất nghiệp.

Cách sử dụng ~이다 bị thất nghiệp, ~자 người thất nghiệp, 그는 지금~이다 bây giờ anh ta đang thất nghiệp.

문 (門 Môn)

문	Môn	Cái cửa, bộ phận, môn, ngành, loại, bộ phận đóng mở, nhà, gia tộc, ngành, loại, nhóm, 창문 song môn (cửa sổ) , 대문 đại môn (cửa lớn), 가문 gia môn, 명문 danh môn (gia đình danh giá), 교문 hiệu môn (cổng trường), 정문 chính môn (cửa chính), 폐문 bế môn (cửa đóng), 부문 bộ môn, 전문 chuyên môn, 불문 phật môn (cửa Phật).
Giải nghĩa		Cửa ra vào, cửa, chuyên ngành nào đó.
Cách sử dụng		①Cửa ra vào, cử, 나가는 ~ cửa đi ra, 들어가는 ~ cửa vào, ~을 두드리다 gõ cửa, ~을 열다 mở cửa, ~을 닫다 đóng cửa hoặc phá sản, ~을 꼭 닫아주세요 xin vui lòng đóng cửa lại. ②Cổng, cửa, cầu môn (môn thể thao), 골문 khung thành. ③Câu hỏi. ④Khẩu pháo, khẩu, 대포 수 ~ vài khẩu đại pháo.

문구 (文具 Văn cụ)

문	Văn	Chữ, tiếng, lễ nghi, trí thức, 문화 văn hóa, 논문 luận văn, 문서 văn thư (giấy tờ, tài liệu), 문장 văn chương, 문자 văn tự, 문학 văn học, 문헌 văn hiến, 한문 Hán văn, 문화재 văn hóa tài (di sản văn hóa), 작문 tác văn (viết văn), 문호 văn hào (tác giả nổi tiếng), 문법 văn pháp (ngữ pháp), 문예 văn nghệ.
구	Cụ	Đồ dùng, cái, chiếc, thuật, kể, 도구 đạo cụ, 가구 gia cụ (đồ dùng trong gia đình), 기구 khí cụ (vật dụng, thiết bị), 완구 ngoạn cụ (đồ chơi), 구체적 cụ thể đích (chi tiết, cụ thể), 어구 ngư cụ, 공구 công cụ.
Giải nghĩa		Đồ dùng văn phòng.
Cách sử dụng		~점 tiệm văn phòng phẩm, ~를 사다 mua đồ dùng văn phòng, ~류 các loại đồ dùng văn phòng phẩm.

문법 (文法 Văn pháp)

문	Văn	Chữ, tiếng, lễ nghi, trí thức, 문화 văn hóa, 논문 luận văn, 문서 văn thư (giấy tờ, tài liệu), 문장 văn chương, 문자 văn tự, 문학 văn học, 문헌 văn hiến, 한문 Hán văn, 문화재 văn hóa tài (di sản văn hóa), 작문 tác văn (viết văn), 문호 văn hào (tác giả nổi tiếng), 문법 văn pháp (ngữ pháp), 문예 văn nghệ.
법	Pháp	Phép tắc, pháp luật, cách dùng, phương pháp, 헌법 hiến pháp, 법률 pháp luật, 법원 pháp viện, 방법 phương pháp, 불법 bất pháp (bất hợp pháp), 법안 pháp án (luật), 법칙 pháp tắc, 해법 giải pháp, 위법 vi pháp (vi phạm pháp luật).
Giải nghĩa		Cách sử dụng câu văn, ngữ pháp.
Cách sử dụng		~에 맞다 đúng ngữ pháp, ~에 안 맞다 không đúng ngữ pháp, ~책 sách ngữ pháp, ~적 (으로) về mặt ngữ pháp, ~상의 잘못 lỗi về mặt ngữ pháp, ~에 맞는[안 맞는] 어법을 쓰다 viết đúng [không đúng] ngữ pháp, ~책 sách ngữ pháp, 비교 ~ ngữ pháp so sánh.

문병 (問病 Vấn bệnh)

문	Vấn	Hỏi, hỏi thăm, thăm viếng, quan tâm đến, 문제 vấn đề, 의문 nghi vấn, 자문 tư vấn, 질문 chất vấn, 고문 cố vấn, 학문 học vấn, 심문 thẩm vấn, 문답 vấn đáp.
병	Bệnh	Ốm, đau, bệnh, mắc bệnh, 병원 bệnh viện, 질병 tật bệnh (bệnh tật), 발병 phát bệnh, khán bệnh (chăm bệnh), 병명 bệnh danh (tên bệnh), 전염병 truyền nhiễm bệnh (bệnh truyền nhiễm), 광우병 cuồng ngưu bệnh (bệnh bò điên), 고질병 cố tật bệnh (bệnh lâu ngày), 중병 trọng bệnh (bệnh nặng), 불치병 bất trị bệnh (bệnh nan y).
Giải nghĩa		Thăm bệnh, hỏi bệnh.
Cách sử dụng		입원중인 친구를 ~하다 thăm bạn đang nằm viện, ~을 가다 đi thăm bệnh, 병원의 ~ 규정 qui định thăm bệnh của bệnh viện.

문의 (文意 Văn ý)

문	Văn	Chữ, tiếng, lễ nghi, trí thức, 문화 văn hóa, 논문 luận văn, 문서 văn thư (giấy tờ, tài liệu), 문장 văn chương, 문자 văn tự, 문학 văn học, 문헌 văn hiến, 한문 Hán văn, 문화재 văn hóa tài (di sản văn hóa), 작문 tác văn (viết văn), 문호 văn hào (tác giả nổi tiếng), 문법 văn pháp (ngữ pháp), 문예 văn nghệ.
의	Ý	Ý nghĩa, ý tưởng, ý nguyện, nguyện vọng, 조의 điếu ý (ý thương tiếc, lòng thương tiếc), 의미 ý vị (ý nghĩa), 의식 ý thức, 의견 ý kiến, 합의 hợp ý, 의지 ý chí, 의도 ý đồ, 주의 chú ý, 의욕 ý dục (mong muốn), 동의 đồng ý.
Giải nghĩa		Ý nghĩa bài văn, ý văn.
Cách sử dụng		~를 파악하다 nắm bắt ý kiến.

문의 (問意 Vấn ý)

문	Vấn	Hỏi, hỏi thăm, thăm viếng, quan tâm đến, 문제 vấn đề, 의문 nghi vấn, 자문 tư vấn, 질문 chất vấn, 고문 cố vấn, 학문 học vấn, 심문 thẩm vấn, 문답 vấn đáp.
의	Ý	Ý nghĩa, ý tưởng, ý nguyện, nguyện vọng, 조의 điếu ý (ý thương tiếc, lòng thương tiếc), 의미 ý vị (ý nghĩa), 의식 ý thức, 의견 ý kiến, 합의 hợp ý, 의지 ý chí, 의도 ý đồ, 주의 chú ý, 의욕 ý dục (mong muốn), 동의 đồng ý.
Giải nghĩa		Hỏi, đặt câu hỏi.
Cách sử dụng		~하다, 사무실에 ~하십시오 hãy hỏi văn phòng, 전화 ~ hỏi qua điện thoại, ~편지를 보 gửi thư thăm hỏi, ~해 보니 hỏi thì thấy, ~를 받다 được hỏi, ~편지를 보내다 gửi thư hỏi, ~했으나 회답이 없다 hỏi rồi nhưng không trả lời.

문장 (文章 Văn chương)

문	Văn	Chữ, tiếng, lễ nghi, trí thức, 문화 văn hóa, 논문 luận văn, 문서 văn thư (giấy tờ, tài liệu), 문장 văn chương, 문자 văn tự, 문학 văn học, 문헌 văn hiến, 한문 Hán văn,

문화재 văn hóa tài (di sản văn hóa), 작문 tác văn (viết văn), 문호 văn hào (tác giả nổi tiếng), 문법 văn pháp (ngữ pháp), 문예 văn nghệ.

장 Chương — Chương (sách), văn vẻ, điều lệ, bài, chương trình, con dấu, 도장 đồ chương (con dấu), 훈장 huân chương, 헌장 hiến chương, 국장 quốc chương (quốc huy).

Giải nghĩa — Văn, câu văn.

Cách sử dụng — ~분석 phân tích câu văn, ~이 능하다 giỏi văn, ~을 다듬다 chăm chút câu văn, ~을 짓다 viết câu văn, ~구조 cấu trúc câu văn.

문제 (問題 Vấn đề)

문 Vấn — Hỏi, hỏi thăm, thăm viếng, quan tâm đến, 문제 vấn đề, 의문 nghi vấn, 자문 tư vấn, 질문 chất vấn, 고문 cố vấn, 학문 học vấn, 심문 thẩm vấn, 문답 vấn đáp.

제 Đề — Đề bài, tiêu đề, kể chuyện, 과제 khóa đề (bài toán), 문제 vấn đề, 숙제 túc đề (bài tập về nhà), 전제 tiền đề, 제안 đề án, 제목 đề mục, 주제 chủ đề, 명제 mệnh đề.

Giải nghĩa — Vấn đề, hoặc câu hỏi.

Cách sử dụng — 미해결한 ~ vấn đề chưa giải quyết, ~가 많다 nhiều vấn đề, ~가 있다/ 없다 có vấn đề/ không có vấn đề, ~가 되다 thành vấn đề, ~일으키다 gây ra vấn đề, ~를 해결하다 giải quyết vấn đề, 그것은 돈과 시간의 ~이다 cái đó là vấn đề thời gian và tiền bạc, ~점 những điểm của vấn đề, 정치~ vấn đề chính trị, 금전상의 ~ vấn đề về tiền bạc, 생사의 ~ vấn đề sinh tử, 시간의 ~ vấn đề thời gian.

문화 (文化 Văn hóa

문 Văn — Chữ, tiếng, lễ nghi, trí thức, 문화 văn hóa, 논문 luận văn, 문서 văn thư (giấy tờ, tài liệu), 문장 văn chương, 문자 văn tự, 문학 văn học, 문헌 văn hiến, 한문 Hán văn, 문화재 văn hóa tài (di sản văn hóa), 작문 tác văn (viết văn), 문호 văn hào (tác giả nổi tiếng), 문법 văn pháp (ngữ pháp), 문예 văn nghệ.

화 Hóa — Biến đổi, thay đổi, tan, chảy, làm cho biến thành, 변화 biến hóa, 강화 cường hóa (tăng cường), 악화 ác hóa (xấu đi), 소화 tiêu hóa, 약화 nhược hóa (yếu đi), 화장 hóa trang, 문화재 văn hóa tài (di sản văn hóa), 노화 lão hóa.

Giải nghĩa — Văn hóa.

Cách sử dụng — ~의 발달 sự phát triển của văn hóa, ~교류 giao lưu văn hóa, ~부 bộ văn hóa, ~수준 trình độ văn hóa, ~혁명 cách mạng văn hóa (Trung Quốc), 베트남~의 전통 truyền thống văn hóa Việt Nam, ~가 뒤 (떨어)지다 lạc hậu về văn hóa, 외국의 ~를 섭취하다 tiếp nhận văn hóa nước ngoài, ~시설 cơ sở vật chất văn hóa, 세계 10 대~ 유적 10 kỳ quan văn hóa của thế giới, 세계 ~유산 di sản văn hóa thế giới.

문화재 (文化財 Văn hóa tài)

문	Văn	Chữ, tiếng, lễ nghi, trí thức, 문화 văn hóa, 논문 luận văn, 문서 văn thư (giấy tờ, tài liệu), 문장 văn chương, 문자 văn tự, 문학 văn học, 문헌 văn hiến, 한문 Hán văn, 작문 tác văn (viết văn).
화	Hóa	Biến đổi, thay đổi, tan, chảy, làm cho biến thành, 변화 biến hóa, 강화 cường hóa (tăng cường), 악화 ác hóa (xấu đi), 소화 tiêu hóa, 약화 nhược hóa (yếu đi), 화장 hóa trang, 문화재 văn hóa tài (di sản văn hóa), 노화 lão hóa.
재	Tài	Tài sản, tiền của, của cải, 재벌 tài phiệt, 재산 tài sản, 재정 tài chính, 재계 tài giới (giới tài chính), 재원 tài nguyên, 재무 tài vụ, 재력가 tài lực gia (người có sức mạnh tài chính).
Giải nghĩa		Di sản văn hóa, tài sản văn hóa,
Cách sử dụng		무형[유형]~ di sản văn hóa thế giới phi vật thể [vật thể], 인간~ di sản văn hóa con người, ~ (의) 보호[관리] bảo vệ [quản lý] di sản văn hóa,

물건 (物件 Vật kiện)

물	Vật	Đồ vật, sự vật, người, thế gian, 인물 nhân vật, 선물 thiện vật (quà tặng), 건물 kiến vật (tòa nhà), 식물 thực vật, 동물 động vật, 유물 di vật, 박물관 bác vật quán (bảo tàng), 뇌물 lộ vật (vật hối lộ), 생물학 sinh vật học, 물질 vật chất, 물가 vật giá, 물품 vật phẩm, 물체 vật thể, 물리 vật lý, 사물 sự vật.
건	Kiện	Cái, món, việc, công văn, 사건 sự kiện (vụ việc), 여건 dữ kiện, 문건 văn kiện, 요건 yếu kiện (nội dung chính), 안건 án kiện (vụ việc), 인건비 nhân kiện phí (chi phí nhân lực).
Giải nghĩa		Đồ, đồ vật.
Cách sử dụng		이것이 내~이다 này là đồ vật của tôi, 저 상점에서는 여러가지~을 판다 ở cửa hàng ấy có bán nhiều đồ vật, 증거~ vật làm chứng, 온갖 종류의 ~ đủ loại đồ vật, 여러 가지 ~을 판다 bán nhiều đồ vật, ~을 맡기다 gửi hàng, 남의 ~에 손대다 đụng vào đồ người khác, 비싼 ~ hàng hóa đắt tiền, ~을 구입하다 mua đồ, ~을 고르다 chọn đồ.

물질적 (物質的 Vật chất đích)

물	Vật	Đồ vật, sự vật, người, thế gian, 인물 nhân vật, 선물 thiện vật (quà tặng), 사물 sự vật, 건물 kiến vật (tòa nhà), 식물 thực vật, 동물 động vật, 유물 di vật, 박물관 bác vật quán (bảo tàng), 뇌물 lộ vật (vật hối lộ), 생물학 sinh vật học.
질	Chất	Chất lượng, phẩm chất, hỏi, chân thật, 성질 tính chất, 본질 bản chất, 품질 phẩm chất, 자질 tư chất, 변질 biến chất, 체질 thể chất, 물질 vật chất, 동질 đồng chất.
적	Đích	Xác thực, cái đích, có tính, 객관적 khách quan đích (tính khách quan), 소극적 tiêu cực đích (tính chất tiêu cực), 근본적 căn bản đích (về mặt cơ bản), 대표적 đại biểu đích (có tính đại diện), 지속적 trì tục đích (có tính liên tục), 긍정적 khẳng định đích (tính tích cực), 구체적 cụ thể đích (tính cụ thể), 적극적 tích cực đích (tính tích cực).

Giải nghĩa Có tính vật chất.

Cách sử dụng ~번영 thịnh vượng về vật chất, ~인원조 viện trợ về mặt vật chất, ~ 보상 bồi thường có tính vật chất, ~으로 도움을 주다 giúp đỡ về mặt vật chất, ~으로 유복하다 giàu có về mặt vật chất.

미덕 (美德 Mỹ đức)

미 Mỹ — Đẹp, xinh, đức hạnh, khen ngợi, 미인 mỹ nhân, 미덕 mỹ đức, 미화 mỹ hóa (làm cho đẹp), 미남 mỹ nam, 미관 mỹ quan, 미술 mỹ thuật, 심미 thẩm mỹ, 미모 mỹ mạo (hình thức đẹp).

덕 Đức — Đức tính, đạo đức, thiện, ơn, ân, 덕담 đức đàm, 도덕 đạo đức, 덕분 đức phân, 덕목 đức mục, 덕행 đức hạnh, 미덕 mỹ đức, 공덕 công đức, 덕망 đức vọng, 인덕 nhân đức, 부도덕 bất đạo đức (không có đạo đức).

Giải nghĩa Đức tính.

Cách sử dụng 겸양의 ~ đức tính khiêm nhường, 겸손의 ~ đức tính khiêm tốn, 양보의 ~ đức tính nhượng bộ.

미래 (未來 Vị lai)

미 Vị — Chưa, không, chưa tới, 미만 vị mãn (chưa đủ, chưa đạt), 미숙 vị thục (chưa chín), 미달 vị đạt (chưa đạt đến), 미납 vị nạp (chưa nộp), 미수금 vị thu kim (tiền chưa nộp), 미성년 vị thành niên, 미완성 vị hoàn thành (chưa xong).

래 Lai — Đến, đạt. 고진감래 (khổ tận cam lai), 장래 tương lai, 외래어 ngoại lai ngữ (từ ngoại lai), 미래 tương lai (vị lai), 내일 lai nhật (ngày mai).

Giải nghĩa Chưa đến, tương lai.

Cách sử dụng ~에 trong tương lai, ~가 있다 có tương lai, ~의 남편 người chồng tương lai, ~를 믿다 tin vào tương lai, ~에 무슨 일이 일어날지 알 수가 없다 không thể biết trước được chuyện gì sẽ xảy ra trong tương lai, 우리는 ~에 대한 희망을 가져야 한다 chúng ta phải có hy vọng vào tương lai, 가까운 ~ tương lai gần.

미소 (微笑 Vi tiếu)

미 Vi — Nhỏ, bé, nhẹ, ẩn, bí mật, 미생물 vi sinh vật, 미분 vi phân, 미적분 vi tích phân, 미시경제 vi thị kinh tế (kinh tế vi mô), 미균 vi khuẩn.

소 Tiếu — Cười, vui cười, chế giễu, cười cợt, 냉소 lãnh tiếu (cười nhạt), 희소 hi tiếu (cười vui), 고소 khổ tiếu (cười cay đắng), 담소 đàm tiếu (cười nói). 가가대소 kha kha đại tiếu (cười hô hố).

Giải nghĩa Cười nhỏ, nụ cười mỉm.

Cách sử dụng ~하다, ~짓다 cười mỉm, 입가에 ~를 띄우고 mỉm cười trên vành môi, 그녀는 ~로써 찬성[승낙]을 표시했다 cô ấy mỉm cười tán thành [đồng ý].

미술 (美術 Mĩ thuật)

미	Mỹ	Đẹp, xinh, đức hạnh, khen ngợi, 미인 mỹ nhân, 미덕 mỹ đức, 미화 mỹ hóa (làm cho đẹp), 미남 mỹ nam, 미관 mỹ quan, 미술 mỹ thuật, 심미 thẩm mỹ, 미모 mỹ mạo (hình thức đẹp).
술	Thuật	Phương pháp, cách, sách lược, nghề, 무술 vũ thuật, 시술 thi thuật (cách làm thơ), 전술 chiến thuật, 화술 thoại thuật (cách nói chuyện), 예술 nghệ thuật, 미술 mỹ thuật, 수술 thủ thuật (phẫu thuật, mổ), 독심술 độc tâm thuật (kỹ thuật đọc tâm lý người khác), 호신술 hộ thân thuật (võ phòng thân), 학술어 học thuật ngữ (ngôn ngữ học thuật).
Giải nghĩa		Mỹ thuật.
Cách sử dụng		~가 mỹ thuật gia, ~감독 đạo diễn mỹ thuật, ~관 bảo tàng mỹ thuật, ~대학 đại học mỹ thuật, ~서 sách mỹ thuật, ~품 tác phẩm nghệ thuật.

미인 (美人 Mỹ nhân)

미	Mỹ	Đẹp, xinh, đức hạnh, khen ngợi, 미인 mỹ nhân, 미덕 mỹ đức, 미화 mỹ hóa (làm cho đẹp), 미남 mỹ nam, 미관 mỹ quan, 미술 mỹ thuật, 심미 thẩm mỹ, 미모 mỹ mạo (hình thức đẹp).
인	Nhân	Người, con người, dân chúng, 개인 cá nhân, 인물 nhân vật, 인권 nhân quyền, 인사 nhân sự, 노인 lão nhân (người già), 인간 nhân gian, 인구 nhân khẩu, 인력 nhân lực, 부인 phu nhân, 군인 quân nhân, 미인 mỹ nhân, 범인 phạm nhân, 살인 sát nhân, 상인 thương nhân, 애인 ái nhân (người yêu), 여인 nữ nhân, 은인 ân nhân.
Giải nghĩa		Mỹ nhân.
Cách sử dụng		~은 박명이다 hồng nhan bạc mệnh, 당대 제일의 ~ mỹ nhân đẹp nhất thời ấy, 절세의 ~ mỹ nhân tuyệt trần, ~계 mỹ nhân kế, ~계를 쓰다 sử dụng mỹ nhân kế, ~선발대회 cuộc thi tuyển chọn người đẹp, ~의 기준 tiêu chuẩn của người đẹp.

미혼 (未婚 Vị hôn)

미	Vị	Chưa, không, chưa tới, 미만 vị mãn (chưa đủ, chưa đạt), 미숙 vị thục (chưa chín), 미달 vị đạt (chưa đạt đến), 미납 vị nạp (chưa nộp), 미수금 vị thu kim (tiền chưa nộp), 미성년 vị thành niên, 미완성 vị hoàn thành (chưa xong).
혼	Hôn	Cưới, lấy vợ hoặc chồng, 혼인 hôn nhân, 성혼 thành hôn, 이혼 li hôn, 만혼 mãn hôn (kết hôn muộn), 구혼 cầu hôn, 결혼 kết hôn, 약혼 ước hôn (đính hôn), 혼례 hôn lễ, 재혼 tái hôn, 혼수 hôn thú, 신혼 tân hôn.
Giải nghĩa		Chưa lập gia đình.
Cách sử dụng		~자 người chưa lập gia đình, 그는 평생~이었다 cả đời anh ta không lập gia đình, ~여성 phụ nữ chưa lập gia đình, ~ 모 mẹ đơn thân, ~인구 dân số chưa lập gia đình.

민속 (民俗 Dân tục)

민	Dân	Người dân, dân, dân gian, 식민 thực dân, 빈민 bần dân (dân nghèo), 서민 thứ dân, 시민 thị dân, 소수민족 thiểu số dân tộc (dân tộc thiểu số), 국민 quốc dân, 주민 trú dân (người dân cư trú), 민족 dân tộc, 농민 nông dân, 민원 dân nguyện, 교민 kiều dân (kiều bào).
속	Tục	Thói quen, tục lệ, thông thường, phàm tục, 속담 tục đàm (tục ngữ), 풍속 phong tục, 속세 tục thế (thế tục), 속칭 tục xưng (tên gọi), 민속 dân tục (truyền thống).
Giải nghĩa		Thuộc về phong tục tập quán của người dân, truyền thống dân gian, dân tộc, tập quán.
Cách sử dụng		~의 날 ngày truyền thống ~무용 múa truyền thống, ~문학 văn học truyền thống, ~박물관 viện bảo tàng truyền thống, ~촌 làng truyền thống, làng dân tộc, ~ 신앙 tín ngưỡng truyền thống, ~ 예술 nghệ thuật truyền thống.

민요 (民謠 Dân dao)

민	Dân	Người dân, dân, dân gian, 식민 thực dân, 빈민 bần dân (dân nghèo), 서민 thứ dân, 시민 thị dân, 소수민족 thiểu số dân tộc (dân tộc thiểu số), 국민 quốc dân, 주민 trú dân (người dân cư trú), 민족 dân tộc, 농민 nông dân, 민원 dân nguyện, 교민 kiều dân (kiều bào).
요	Dao	Bài hát, ca dao, 가요 ca dao, 동요 đồng dao, 대중가요 đại chúng ca dao (bài ca dao đại chúng), 구전동요 khẩu truyền đồng dao (bài ca dao truyền miệng).
Giải nghĩa		Dân ca.
Cách sử dụng		~대회 cuộc thi dân ca, ~ 가수 ca sĩ dân ca, ~ 종류 chủng loại dân ca, ~ 특징 đặc trưng dân ca, 베트남북부지역의 ~ dân ca khu vực bắc bộ Việt Nam.

민중 (民衆 Dân chúng)

민	Dân	Người dân, dân, dân gian, 식민 thực dân, 빈민 bần dân (dân nghèo), 서민 thứ dân, 시민 thị dân, 소수민족 thiểu số dân tộc (dân tộc thiểu số), 국민 quốc dân, 주민 trú dân (người dân cư trú), 민족 dân tộc, 농민 nông dân, 민원 dân nguyện, 교민 kiều dân (kiều bào).
중	Chúng	Nhiều, đông người, mọi người, 대중 đại chúng, 공중 công chúng, 군중 quần chúng, 청중 thính chúng, 관중 quan chúng (khán giả), 관중석 quan chúng tịch (ghế khán giả), 공중도덕 công chúng đạo đức (đạo đức quần chúng).
Giải nghĩa		Quần chúng, nhân dân.
Cách sử dụng		~적 có tính quần chúng, 그는 ~의 적이다 anh ta là kẻ thù của quần chúng, 그의 정책은 ~의 지지를 얻었다 chính sách của anh ta được quần chúng ủng hộ, ~ 소리 tiếng nói của quần chúng.

밀도 (密度 Mật độ)

밀 Mật	Giữ kín, bí mật, đông đúc, rậm rạp, tinh vi, 비밀 bí mật, 기밀 cơ mật, 밀도 mật độ, 밀탐 mật thám, 밀실 mật thất (phòng bí mật), 밀서 mật thư, 밀약 mật ước (giao kết bí mật), 친밀 thân mật.
도 Độ	Mức độ, qua, trôi qua, độ, đo lường, 정도 trình độ, 제도 chế độ, 태도 thái độ, 속도 tốc độ, 과도 quá độ, 강도 cường độ, 농도 nồng độ, 난도 nan độ (độ khó).
Giải nghĩa	Mật độ, độ dày.
Cách sử dụng	~가 높다 mật độ cao, 인구~ mật độ dân số, 이 지역의 인구~는 높다 [낮다] khu vực có mật độ dân số cao [thấp], 공기~ mật độ không khí, ~ 높은 수업 buổi học nhiều nội dung.

ㅂ

박 (泊 Phách)

박 Phách	Ghé, đậu, nghỉ, dừng
Giải nghĩa	Nghỉ, dừng để nghỉ qua đêm, vì thế nên tính là một đêm nghỉ.
Cách sử dụng	1~ 2 일 một đêm hai ngày. 1 박하다 ngủ một đêm. 3~4 일의 일정 lịch trình 3 đêm 4 ngày.

박물관 (博物館 Bác vật quán)

박 Bác	Biết nhiều, uyên bác, nhiều, rộng, phong phú, giành được, 박사 bác sĩ (tiến sĩ), 박애 bác ái, 박학 bác học, 박람 bác lãm (trưng bày), 박람회 bác lãm hội (triển lãm, 박식 bác thức (uyên bác).
물 Vật	Đồ vật, sự vật, người, thế gian, 인물 nhân vật, 선물 thiện vật (quà tặng), 건물 kiến vật (tòa nhà), 식물 thực vật, 동물 động vật, 유물 di vật, 박물관 bác vật quán (bảo tàng), 뇌물 lộ vật (vật hối lộ), 생물학 sinh vật học, 물질 vật chất, 물가 vật giá, 물품 vật phẩm, 물체 vật thể, 물리 vật lý, 사물 sự vật.
관 Quán	Quán, nhà, hiệu, phòng, 대사관 đại sứ quán, 회관 hội quán, 영사관 lãnh sự quán, 본관 bản quán (tòa nhà chính), 도서관 đồ thư quán (thư viện).
Giải nghĩa	Viện bảo tàng.
Cách sử dụng	~에 가다 đi đến viện bảo tàng, ~을 구경하다 tham quan viện bảo tàng, 국립~ bảo tàng quốc gia, ~ 관람시간 thời gian tham quan bảo tàng, 역사~ bảo tàng lịch sử, 전쟁유적 ~ bảo tàng chứng tích chiến tranh, 미술 ~ bảo tàng mỹ thuật, 민속~ bảo tàng dân tộc.

박사 (博士 Bác sĩ)

박 Bác — Biết nhiều, uyên bác, nhiều, rộng, phong phú, giành được, 박사 bác sĩ (tiến sĩ), 박애 bác ái, 박학 bác học, 박람 bác lãm (trưng bày), 박람회 bác lãm hội (triển lãm, 박식 bác thức (uyên bác).

사 Sĩ — Quan chức thời xưa, người trí thức, chỉ đàn ông nói chung, người, 인사 nhân sĩ, 석사 thạc sĩ, 군사 quân sĩ, 도사 đạo sĩ, 사기 sĩ khí, 무사 võ sĩ, 변호사 biện hộ sĩ (luật sư)

Giải nghĩa — Chỉ tiến sĩ, hoặc bác sĩ, hoặc người giỏi về lĩnh vực đó.

Cách sử dụng — ①Tiến sĩ, 김~ Tiến sĩ Kim, ~과정 đang trong quá trình làm tiến sĩ, ~논문 luận văn tiến sĩ, ~학위 học vị tiến sĩ, ~학위를 수여하다 nhận học vị tiến sĩ, ~학위를 따다 ②Bác sĩ ③Chỉ người thành thạo, chuyên gia, 컴퓨터 ~ chuyên gia về máy tính, 연애~ chuyên gia về tình yêu.

반 (半 Bán)

반 Bán — Một nửa, 반월 bán nguyệt, 농담반 진담반 nộn đàm bán chân đàm bán (một nửa nói đùa, một nửa nói thật), 반신 bán thân (nửa người), 반경 bán kính, 반신반의 bán tín bán nghi.

Giải nghĩa — Một nửa.

Cách sử dụng — Bán, một nửa, 1 phần 2. ~병 nửa bình. ~정도 khoảng một nữa. 진담~농담~ nửa đù nửa thật. 한 시간~ một tiếng rưỡi đồng hồ. 그의 일이 ~도 못한다 một nửa công việc anh ta vẫn chưa làm xong. 비용이 ~으로 줄리다 giảm kinh phí xuống còn 1 nửa. ~만 남아 있다 chỉ còn lại 1 nửa. 시작이 ~이다「tục ngữ」Bắt đầu đã là một nửa, đầu xuôi đuôi lọt. ~나절 nửa buổi. 경비를 ~으로 줄이다 rút kinh phí xuống còn một nửa.

반 (班 Ban)

반 Ban — Lớp học, hàng ngũ, ngôi thứ, nhóm, ban, 분반시험 phân ban thí nghiệm (thi xếp lớp), 반장 ban trưởng (lớp trưởng), 합반 hợp ban (gộp lớp), 학습반 học tập ban (lớp học tập), 졸업반 tốt nghiệp ban (lớp tốt nghiệp).

Giải nghĩa — Lớp học, tổ, nhóm, đội.

Cách sử dụng — Lớp, nhóm, ban, 학생을 두~으로 나누다 chia học sinh thành 2 nhóm, 영어~ lớp tiếng Anh, 상급[하급]~ lớp cấp cao[cấp thấp], 수사~ tổ điều tra.

반대 (反對 Phản đối)

반 Phản — Trái lại, đảo ngược, lật lại, trả lại, chống lại, 반발 phản bát (phản bác), 반영 phản ánh, 반성 phản tỉnh (tỉnh ngộ), 위반 vi phản (vi phạm), 반면 phản diện, 반격 phản kích.

대 Đối — Ngược với nhau, đối địch, chọi, 대화 đối thoại, 절대 tuyệt đối, 대인관계 đối nhân quan hệ (đối nhân xử thế), 대처능력 đối xử năng lực (năng lực ứng xử), 대응 đối ứng, 대립 đối lập, 반대 phản đối, 대조 đối chiếu, 대책 đối sách, 대상 đối tượng, 상대 tương đối, 대답 đối đáp, 대수 đối thủ, 대면 đối diện, 대질 đối chất.

Giải nghĩa Phản đối.

Cách sử dụng ①Đối diện, ngược lại, ~로 ngược lại, ~방향으로 ngược chiều, 흑은 백의 ~이다 đen ngược với trắng, 나의 생각은 정~였다 suy nghĩ của tôi lại hoàn toàn trái ngược, ~당(黨) đối lập, ~어 từ trái nghĩa ②Phản đối, ~하다, ~한 사람 하나도 없다 không có một ai phản đối, …에 ~하다 phản đối về cái gì, 부모님이 그 혼인에 ~하다 bố mẹ phản đối cuộc hôn nhân nhân đó, 무엇이든 제가 ~하지 않겠다 dù thế nào tôi cũng sẽ không phản đối, ~운동 cuộc vận động phản đối, 개혁에 ~하는 사람 người phản đối cải cách, ~를 받다[에 부딪치다] nhận phản đối [bị phản đối].

반면 (反面 Phản diện)

반 Phản — Trái lại, đảo ngược, lật lại, trả lại, chống lại, 반발 phản bát (phản bác), 반영 phản ánh, 반성 phản tỉnh (tỉnh ngộ), 위반 vi phản (vi phạm), 반면 phản diện, 반격 phản kích.

면 Diện — Mặt, bề mặt, ngoài mặt, tình huống, 내면 nội diện (mặt trong), 다면 đa diện (nhiều mặt), 대면 đối diện, 면모 diện mạo, 방면 phương diện, 국면 cục diện, 반면 phản diện, 전면 toàn diện, 면적 diện tích, 체면 thể diện, 정면 chính diện.

Giải nghĩa Phản diện, mặt trái, trái lại, ngược lại thì.

Cách sử dụng ~에 ngược lại với, 값이싼 ~에 질이 안좋다 ngược lại với giá rẻ là chất lượng không tốt, 기쁜 ~에 슬픔도 있다 có vui nhưng ngược lại cũng có buồn, 힘이 드는 ~에 보람도 있다 mệt nhưng ngược lại cũng có ích.

반복 (反复 Phản phục)

반 Phản — Trái lại, đảo ngược, lật lại, trả lại, chống lại, 반발 phản bát (phản bác), 반영 phản ánh, 반성 phản tỉnh (tỉnh ngộ), 위반 vi phản (vi phạm), 반면 phản diện, 반격 phản kích.

복 Phục — Trở đi trở lại, lại, làm lại, đáp lại, 복귀 phục quy, 회복 hồi phục, 복원 phục nguyên, 복제 phục chế.

Giải nghĩa Lặp đi lặp lại.

Cách sử dụng ~하다, ~하여 말하다 nói lặp đi lặp lại, 역사는 ~하다 lịch sử lặp đi lặp lại, ~연습 tập đi tập lại, 성공과 실패의 ~ sự lặp đi lặp lại của thành công và thất bại.

반응 (反應 Phản ứng)

반 Phản — Trái lại, đảo ngược, lật lại, trả lại, chống lại, 반발 phản bát (phản bác), 반영 phản ánh, 반성 phản tỉnh (tỉnh ngộ), 위반 vi phản (vi phạm), 반면 phản diện, 반격 phản kích.

응 Ứng — Đáp lời, trả lời, phụ họa, 대응 đối ứng, 적응 thích ứng, 응답 ứng đáp,부응 phó ứng (thỏa mãn, đáp ứng), 응급 ứng cấp (cấp cứu), 보응 báo ứng, 감응 cảm ứng, 반응 phản ứng, 응시 ứng thí (dự thi).

Giải nghĩa Phản ứng , ứng xử lại.

Cách sử dụng ①Phản ứng, ~하다, ~이 있다 có phản ứng, ~이 없다 không có phản ứng, ~을 일으키다 gây phản ứng, ~시간 thời gian phản ứng, ~실험 thí nghiệm phản ứng, ~열 phản ứng nhiệt, 양성~ phản ứng dương tính, 음성~ phản ứng âm tính, 핵~ phản ứng hạt nhân, 연쇄~ phản ứng liên hoàn. ②Phản ứng (con người), 그 소식을 듣고 그는 어떻게 ~했습니까 nghe tin ấy rồi anh ấy phản ứng thế nào? 주사를 놓았지만 환자는 아무런 ~도 없었다 đã tiêm rồi nhưng bệnh nhân không có phản ứng gì cả.

반찬 (飯饌 Phạn soạn)

반 Phạn: Cơm, 백반 bạch phạn (cơm trắng).

찬 Soạn: Cỗ, tiệc, 성찬 thịnh soạn (bữa cơm đầy đủ).

Giải nghĩa Thức ăn và cơm.

Cách dùng Thức ăn, 고기 ~ món thịt, 맛있는 ~ món ăn ngon, 생선 ~으로 밥을 먹다 ăn cơm với thức ăn là cá, ~가게 cửa hàng thức ăn.

발생 (發生 phát sinh)

발 Phát: Tốt lên, bắt đầu làm gì, sắp sửa chuyển động, 출발 xuất phát, 재발 tái phát, 자발 tự phát, 발휘 phát huy, 발효 phát hiệu (có hiệu lực), 발행 phát hành, 발표 phát biểu (công bố, thông báo), 발전 phát triển, 발전 phát điện, 발음 phát âm, 발열 phát nhiệt (sốt), 발생 phát sinh, 발병 phát bệnh, 발명 phát minh, 발광 phát quang (phát sáng), 발견 phát kiến (phát hiện).

생 Sinh: Sinh ra, sự sống, sản xuất ra, học trò, người có ăn học, 발생 phát sinh, 생활 sinh hoạt, 학생 học sinh, 선생 tiên sinh (giáo viên, ông, bà), 생산 sinh sản (sản xuất), 생명 sinh mệnh, 생계 sinh kế (kế sinh nhai), 위생 vệ sinh, 생존 sinh tồn, 기생충 ký sinh trùng, 생동 sinh động, 생물 sinh vật.

Giải nghĩa Phát sinh, xuất hiện, gây ra.

Cách sử dụng ~하다, 문제가 ~하다 phát sinh vấn đề, 열은 불에서 ~하다 nhiệt phát sinh từ lửa, 문명의 ~ sự phát sinh của nền văn minh, 사건[지진]의 ~ xảy ra sự kiện [động đất], 화재가 ~하다 hỏa hoạn phát sinh, 전염병이 ~하다 bệnh truyền nhiễm phát sinh.

발음 (發音 Phát âm)

발 Phát: Tốt lên, bắt đầu làm gì, sắp sửa chuyển động, 출발 xuất phát, 재발 tái phát, 자발 tự phát, 발휘 phát huy, 발효 phát hiệu (có hiệu lực), 발행 phát hành, 발표 phát biểu (công bố, thông báo), 발전 phát triển, 발전 phát điện, 발음 phát âm, 발열 phát nhiệt (sốt), 발생 phát sinh, 발병 phát bệnh, 발명 phát minh, 발광 phát quang (phát sáng), 발견 phát kiến (phát hiện).

음 Âm — Tiếng, thanh, giọng, nốt nhạc, 음량 âm lượng, 고음 cao âm (âm cao), 음성 âm thanh, 음속 âm tốc (tốc độ âm thanh), 음절 âm tiết, 음향 âm hưởng, 녹음 lục âm (ghi âm), 모음 mẫu âm (nguyên âm), 발음 phát âm, 음성 âm thanh, 음조 âm điệu, 잡음 tạp âm.

Giải nghĩa — Phát ra âm thanh, phát âm.

Cách sử dụng — 정확하게 ~하다 phát âm một cách chính xác, 잘못 ~하다 phát âm sai, ~기관 thanh quản, ~연습 luyện phát âm, 또렷한 ~ phát âm đúng, ~이 좋다[나쁘다] phát âm chuẩn [kém], 틀린 ~ phát âm sai.

발전 (發展 Phát triển)

발 Phát — Tốt lên, bắt đầu làm gì, sắp sửa chuyển động, 출발 xuất phát, 재발 tái phát, 자발 tự phát, 발휘 phát huy, 발효 phát hiệu (có hiệu lực), 발행 phát hành, 발표 phát biểu (công bố, thông báo), 발전 phát triển, 발전 phát điện, 발음 phát âm, 발열 phát nhiệt (sốt), 발생 phát sinh, 발병 phát bệnh, 발명 phát minh, 발광 phát quang (phát sáng), 발견 phát kiến (phát hiện).

전 Triển — Mở ra, trải ra, kéo dài, hoãn thêm, trưng bày, 발전 phát triển, 전시회 triển thị hội (triển lãm), 전망 triển vọng, 진전 tiến triển, 전개 triển khai, 전시 triển thị (triển lãm), 전망대 triển vọng đài (đài quan sát).

Giải nghĩa — Phát triển.

Cách sử dụng — ~하다, 공업의 ~ phát triển của công nghiệp, 해외로 ~하다 phát triển ra nước ngoài, ~도상국 các nước đang phát triển, 경제~한 국가 nước có nền kinh tế phát triển, 사업을 ~시키다 phát triển công việc kinh doanh, 그는 회사 ~에 크게 공헌했다 đóng góp lớn vào sự phát triển của công ty, ~성 있는 có khả năng phát triển, 귀사의 ~을 기원합니다 cầu mong công ty phát triển, 최근 이 도시는 크게 ~했다 thành phố này gần đây phát triển rất nhiều.

발표 (發表 Phát biểu)

발 Phát — Tốt lên, bắt đầu làm gì, sắp sửa chuyển động, 출발 xuất phát, 재발 tái phát, 자발 tự phát, 발휘 phát huy, 발효 phát hiệu (có hiệu lực), 발행 phát hành, 발표 phát biểu (công bố, thông báo), 발전 phát triển, 발전 phát điện, 발음 phát âm, 발열 phát nhiệt (sốt), 발생 phát sinh, 발병 phát bệnh, 발명 phát minh, 발광 phát quang (phát sáng), 발견 phát kiến (phát hiện).

표 Biểu — Tiêu biểu, ngoài, bề ngoài, nêu rõ, bày tỏ, 대표 đại biểu (đại diện, thay mặt), 표현 biểu hiện, 표시 biểu thị, 표정 biểu tình (nét mặt), 표면 biểu diện (bề mặt), 발표 phát biểu.

Giải nghĩa — Phát biểu, thông báo, công bố.

Cách sử dụng — ~하다, 정식적으로 ~하다 công bố một cách chính thức, 시험 결과를 ~하다 thông báo kết quả kỳ thi, 미~된 작품 tác phẩm chưa được công bố, 의견을 ~하다 phát biểu ý kiến, 약혼을 ~하다 thông báo đính hôn, 정부는 경제 정책을 ~했다 chính phủ đã công bố chính sách kinh tế.

방 (房 Phòng)

방 Phòng — Căn phòng, nhà, buồng, 하숙방 hạ túc phòng (phòng trọ), 책방 sách phòng (phòng sách), 객방 khách phòng (khách phòng), 독방 độc phòng (phòng đơn), 냉방 lãnh phòng (phòng lạnh).

Giải nghĩa Phòng, một không gian có cửa.

Cách sử dụng ①phòng, các phòng 빈~ phòng không, phòng trống, ~을 세주다 cho thuê phòng, ~을 예약하다 đặt phòng, ~을 얻다 thuê phòng, lấy phòng, ~값 giá phòng, 한 ~을 같이 쓰다 dùng chung phòng, 빈~이 있습니까 còn phòng trống không? ②Để sau danh từ chỉ chỉ hàng bán thứ gì đó, 은~ cửa hàng bạc.

방면 (方面 Phương diện)

방 Phương — Hướng, bên, cách thức, phương pháp, 후방 hậu phương, 방향 phương hướng, 방법 phương pháp, 방위 phương vị, 방안 phương án, 방침 phương châm.

면 Diện — Mặt, bề mặt, ngoài mặt, tình huống, 내면 nội diện (mặt trong), 다면 đa diện (nhiều mặt), 대면 đối diện, 면모 diện mạo, 방면 phương diện, 국면 cục diện, 반면 phản diện, 전면 toàn diện, 면적 diện tích, 체면 thể diện, 정면 chính diện.

Giải nghĩa Phương diện.

Cách sử dụng ①Phương diện, lĩnh vực, mặt, 의학~ mặt y học, 모든~에서 trên tất cả các mặt, 각~에서 trên các phương diện 그는 여러 ~에 아는 사람이 많다 anh ta biết người ở nhiều lĩnh vực ②Hướng, khu vực, 제주 ~ khu vực Jeju, 부산 ~에 [으로] ở [theo hướng] đi Busan.

방법 (方法 Phương pháp)

방 Phương — Hướng, bên, cách thức, phương pháp, 방향 phương hướng, 방법 phương pháp, 방위 phương vị, 방안 phương án, 방침 phương châm, 지방 địa phương.

법 Pháp — Phép tắc, pháp luật, cách dùng, phương pháp, 헌법 hiến pháp, 법률 pháp luật, 법원 pháp viện, 방법 phương pháp, 불법 bất pháp (bất hợp pháp), 법안 pháp án (luật), 법칙 pháp tắc, 해법 giải pháp, 위법 vi pháp (vi phạm pháp luật).

Giải nghĩa Phương pháp, cách thức.

Cách sử dụng 연구 ~ phương pháp nghiên cứu, ~을 강구하다 tìm phương pháp, 사용 ~을 익히다 làm quen phương pháp sử dụng, 수단과 ~을 가리지 않다 không chừa phương pháp và cách thức tnào, 새~ cách mới. 가장 좋은 ~ cách tốt nhất, 여러가지 ~으로 bằng nhiều phương pháp khác nhau, 어떤 ~으로 bằng cách nào? ~을 생각하다 suy nghĩ ra phương pháp, tìm cách, ~을 찾다 tìm cách, 다른~ cách khác, phương pháp khác.

방송 (放送 Phóng tống)

방	Phóng	Thả, tháo, tan, phát ra, bắn, 해방 giải phóng, 방대 phóng đại, 방사 phóng xạ, 방화 phóng hỏa, 방생 phóng sinh, 개방 khai phóng (mở cửa), 석방 thích phóng (phóng thích).
송	Tống	Đưa đi, chuyển đi, chở đi, 송별 tống biệt, 송년회 tống niên hội (lễ tất niên), 송금 tống kim (gửi tiền), 송전 tống điện (truyền điện), 방송국 phóng tống cục (đài truyền hình), 전송 truyền tống (truyền tải), 호송 hộ tống.

Giải nghĩa Phát thanh truyền hình, truyền thông, phát sóng.

Cách sử dụng ~하다 thông báo bằng các phương tiện truyền thông, ~을 듣다 nghe phát thanh, ~기자 phóng viên, ~망 mạng phát sóng, ~시간 thời gian phát sóng, ~위성 phát sóng vệ tinh, 생~ tường thuật trực tiếp, 한국 ~공사 cơ quan phát thanh truyền hình Hàn Quốc (KBS), ~국 đài phát thanh truyền hình, 지방~ truyền hình địa phương, ~중이다 đang phát sóng, ~중단 dừng phát sóng, 재~ phát sóng lại.

방학 (放學 Phóng học)

방	Phóng	Tan, nghỉ, thả, tháo, tan, phát ra, bắn, 해방 giải phóng, 방대 phóng đại, 방사 phóng xạ, 방화 phóng hỏa, 방생 phóng sinh, 개방 khai phóng (mở cửa), 석방 thích phóng (phóng thích).
학	Học	Nghiên cứu, học tập, hiểu, lĩnh hội, 학생 học sinh, 대학 đại học, 학력 học lực, 학문 học vấn, 화학 hóa học, 문학 văn học, 입학 nhập học, 언어학 ngôn ngữ học, 철학 triết học, 심리학 tâm lí học, 경제학 kinh tế học, 학기 học kì, 학비 học phí, 학자 học giả, 학위 học vị, 과학 khoa học, 법학 pháp học (luật học), 수학 số học (toán), 유학 du học/ lưu học, 의학 y học.

Giải nghĩa Nghỉ hè, nghỉ đông.

Cách sử dụng ~하다, 여름~ nghỉ hè, 겨울~ nghỉ đông, 여름~이 되다 vào kỳ nghỉ hè, 언제부터 ~이냐 bao giờ cậu nghỉ hè? ~ 숙제 bài tập hè, ~에 들어가다 vào kỳ nghỉ hè.

방향 (方向 Phương hướng)

방	Phương	Hướng, bên, cách thức, phương pháp, 방향 phương hướng, 방법 phương pháp, 방위 phương vị, 방안 phương án, 방침 phương châm, 지방 địa phương.
향	Hướng	Hướng, phía, hướng vào, nhằm vào, 방향 phương hướng, 북향 bắc hướng (hướng bắc), 지향 chí hướng, 남향집 nam hướng (nhà hướng nam).

Giải nghĩa Phương hướng, hướng, phương vị.

Cách sử dụng ①Phương hướng, hướng, phương vị, ~으로 theo phương hướng, 같은 ~으로 theo phương hướng giống nhau, 반대~으로 theo hướng ngược lại ~을 바꾸다 đổi phương hướng, ~을 잃다 mất phương hướng, ~전환 chuyển hướng, ~을 잘못잡다 lấy nhầm hướng. ②Phương châm phương hướng cách thức, 인생의 ~ phương hướng của cuộc đời, ~을 잘못잡다 đi nhầm hướng, 장래 ~을 정하다 định hướng cho tương lai.

배가 되다 (倍~ Bội)

배 Bội — Gấp, lần, 배수 bội số, 배액 bội ngạch (số tiền gấp đôi), 삼배 tam bội (ba lần), 만배 vạn bội (10 ngàn lần).

Giải nghĩa — Lần, số lần.

Cách sử dụng — ①Lần, số lần, nhân, gấp, 2~ gấp 2 lần, 백~ gấp trăm lần, 3 의 5 배는 15 이다 5 lần 3 là 15. ②Gấp đôi, 값을 ~를 받다 lấy giá gấp đôi, 길이 ~다 dài gấp đôi, ~가 되다 tăng gấp đôi.

배구 (排球 Bài cầu)

배 Bài — Sắp xếp, xếp hàng, 배치 bài trí (sắp xếp).

구 Cầu — Quả cầu, quả bóng, địa cầu, 농구 lung cầu (bóng rổ), 지구 địa cầu, 전구 điện cầu (bóng đèn điện), 구면 cầu diện (mặt cầu), 구형 cầu hình (hình tròn), 안구 nhãn cầu, 혈구 huyết cầu, 남반구 nam bán cầu.

Giải nghĩa — Bóng chuyền.

Cách sử dụng — ~선수 tuyển thủ bóng chuyền, ~하다 chơi bóng chuyền, ~경기 trận đấu bóng chuyền, ~ 공 quả bóng chuyền, 대한 ~ 협회 Liên đoàn bóng chuyền Hàn Quốc.

배기 (排氣 Bài khí)

배 Bài — Bỏ đi, tháo đi, bài xích, chê bai, hàng, sắp xếp, 배외 bài ngoại, 배설 bài tiết, 배제 bài trừ, 배출 bài xuất (thải ra), 배타적 bài tha đích (có tính chất bài ngoại).

기 Khí — Khí, hơi, trạng thái, 기상 khí tượng, 공기 không khí, 기후 khí hậu, 기압 khí áp, 용기 dũng khí, 경기구 khinh khí cầu, 생기 sinh khí (sức sống), 고기압 cao khí áp (khí áp cao), 기색 khí sắc (sắc mặt), 기관 khí quản.

Giải nghĩa — Thải khí, xả khí, phân khối.

Cách sử dụng — ~하다, ~가스 ga thải ra, 자동차의 ~ 가스 ga thải do xe hơi, ~가스로 대기를 오염시키다 ga thải ra làm ô nhiễm không khí, ~관 ống xả (xe, máy móc), ~량 lượng khí thải, phân khối, ~량 1500cc 의차 xe 1500 phân khối,

배낭 (背囊 Bối nang)

배 Bối — Cái lưng, mặt sau, mặt trái, 배후 bối hậu (sau lưng), 배영 bối vịnh (bơi ngửa), 배반 bối phản (phản bội lại), 배경 bối cảnh.

낭 Nang — Cái túi, 담낭 đảm nang (túi mật).

Giải nghĩa — Cái túi đeo sau lưng, cái ba lô.

Cách sử dụng — ~을 메다 đeo túi xách. ~을 벗다 tháo túi xách. ~에 넣다 bỏ vào ba lô. ~여행 du lịch ba lô.

백성 (百姓 Bách tính)

백 Bách — Trăm, nhiều, đủ điều, lắm, gấp trăm, 백과전서 bách khoa toàn thư, 백년 bách niên, 백병 bách bệnh, 백발백중 bách phát bách trúng

성 Tính — Họ, hoặc tính chất, 성함 tính hàm (quý danh), 성명 (tính danh (tên họ), 동성 đồng tính, 이성 dị tính (khác giới).

Giải nghĩa Trăm họ, nhân dân.

Cách sử dụng ~의 소리 tiếng nói của trăm họ, 나라 잃은 ~ nhân dân mất nước, ~을 다스리다 cai quản nhân dân, ~은 나라의 근본이다 dân là gốc của đất nước.

백화점 (百貨店 Bách hóa điếm)

백 Bách — Trăm, nhiều, đủ điều, lắm, gấp trăm, 백과전서 bách khoa toàn thư, , 백년 bách niên, 백병 bách bệnh, 백발백중 bách phát bách trúng

화 Hóa — Tiền tệ, hàng hóa, bán, của, 미화 Mỹ hóa (tiền Mỹ), 달라화 tiền đô la, 엔화 đồng tiền Yên Nhật, 동화 tiền đồng Việt Nam, 한화 Hàn hóa (tiền Hàn), 잡화 tạp hóa, 화물 hóa vật (hàng hóa).

점 Điếm — Cửa hàng, tiệm, nhà trọ, 백화점 bách hóa điếm (trung tâm thương mại), 편이점 tiện nghi điếm (cửa hàng tiện ích), 매점 mại điếm (nơi bán), 상점 thương điếm (cửa hàng), 서점 thư điếm (hiệu sách), 점원 điếm viên (nhân viên cửa hàng), 지점 chi điếm (chi nhánh), 주점 tửu điếm (quán rượu).

Giải nghĩa Trung tâm thương mại.

Cách sử dụng 대형~ trung tâm thương mại loại lớn, ~ 상품권 phiếu quà tặng trung tâm thương mại, ~ 매출 doanh số trung tâm thương mại, ~ 영업시간 thời gian mở cửa của trung tâm thương mại.

번 (番 Phiên)

번 Phiên — Lần, lượt, phiên, gấp, phiên dịch, 번호 phiên hiệu, 번지 phiên địa, 당번 đang phiên (ca trực), 매번 mỗi phiên (mỗi lần), 학번 học phiên (mã năm học), 번호판 phiên hiệu bản (bảng số xe), 전화번호 điện thoại phiên hiệu (số điện thoại)

Giải nghĩa Trực, ca trực, lượt trực, lần lượt,

Cách sử dụng ①Trực, ca trực, lượt trực. ②Lần lượt, 한 ~ một lần, 지난~ lần trước, 한두~ 아니다 không phải một hai lần, 여러~ nhiều lần, 다음~ lần sau, 둘~째 lần thứ hai. ③Số thứ tự, 1~ số một, 나는 출석부의 15 ~ 이다 tôi số 15 trong sổ chấm công.

범죄(犯罪 Phạm tội)

범 Phạm — Trái phép, người bị tù, mắc, tái phát, 침범 xâm phạm, 범인 phạm nhân, 범행 phạm hành, 주범 chủ phạm, 공범 công phạm, 범법 phạm pháp, 경범 khinh phạm (phạm tội nhẹ), 방범 phòng phạm, 재범 tái phạm.

죄 Tội	Tội lỗi, cái khổ, lỗi, 죄명 tội danh, 무죄 vô tội, 중죄 trọng tội, 사죄 tạ tội, 유죄 hữu tội (có tội), 죄악 tội ác, 면죄 miễn tội.
Giải nghĩa	Phạm tội.
Cách sử dụng	Phạm tội, tội phạm, ~ 예방 ngăn ngừa tội phạm, ~에 관련하다 liên quan tội phạm, ~발생율 tỷ lệ tội phạm phát sinh, ~수사 điều tra tội phạm, ~자 tội phạm, 전쟁~자 tội phạm chiến tranh, ~행위 hành vi phạm tội, 소년~ phạm tội thiếu niên, ~심리학 tâm lý học tội phạm, ~자 상호인도협정 hiệp định dẫn độ tội phạm tương hỗ, ~를 저지르다 gây tội, phạm tội, ~과학 khoa học tội phạm, ~인[자] kẻ tội phạm.

법 (法 Pháp)

법 Pháp	Phép tắc, pháp luật, cách dùng, phương pháp, 헌법 hiến pháp, 법률 pháp luật, 법원 pháp viện, 방법 phương pháp, 불법 bất pháp (bất hợp pháp), 법안 pháp án (luật), 법칙 pháp tắc, 해법 giải pháp, 위법 vi pháp (vi phạm pháp luật).
Giải nghĩa	Pháp, luật, cách thức.
Cách sử dụng	①Luật pháp, luật, ~의 효력 hiệu lực của luật, ~의 적용 áp dụng luật, ~에 맞다 phù hợp luật, đúng luật, ~에 어긋나다 Trái luật, ~에 따라 처리하다 xử lý theo luật, ~을 고치다 sửa luật, ~을 어기다 trái luật, ~을 지키다 tuân theo luật, 법 앞에서는 만인이 평등하다 trước pháp luật tất cả mọi người đều bình đẳng. ②Cách, phương thức, 어른한테 그렇게 말하는~이 아니다 đó không phải là cách ăn nói với người lớn như thế? ③Cách thức, cách, phương pháp, 요리~ cách nấu ăn, 공부하는 ~ phương pháp học, ④ Các loại luật, 투자~ luật đầu tư, 세~ luật thuế, 부가가치세~ luật thuế giá trị gia tăng, 형~ luật hình sự.

벽 (壁 Bích)

벽 Bích	Tường, vách, vách đá, vách núi, thẳng đứng, 벽화 bích họa (tranh tường), 벽보 bích báo (báo tường), 방화벽 phòng hỏa bích (tường chống lửa), 언어장벽 ngôn ngữ chướng bích (rào cản ngôn ngữ).
Giải nghĩa	Bức tường.
Cách sử dụng	①Bức tường, ~을 바르다 trét tường, dán tường, ~을 치다 quét sơn tường, ~에 부딪치다 đụng/ đâm vào tường, ~에 기대다 dựa vào tường, ~을 치다[쌓다] xây tường. ②Cản trở, bức tường (nghĩa bóng), 연구가 ~에 부딪치다 cuộc nghiên cứu gặp khó khăn.

변하다 (變— Biến)

변 Biến	Thay đổi, đổi khác, trở thành, việc quan trọng xảy ra bất ngờ, 변경 biến canh (thay đổi), 변수 biến số, 변동 biến động, 변질 biến chất, 급변 cấp biến, 변형 biến hình, 이변 dị biến, 변신 biến thân (thay đổi bản thân).
Giải nghĩa	Thay đổi.

Cách sử dụng ①Thay đổi, trở nên khác đi. 마음이 ~ thay đổi lòng dạ. 맛이 ~ thay đổi vị. 모양이 ~ hình thức thay đổi. ~지 않는 không thay đổi. 그는 전보다 많이 so với trước đây anh ta thay đổi nhiều. ~기 쉬운 dễ thay đổi. 태도를 ~ thay đổi thái độ 얼굴빛을 ~ thay đổi sắc mặt.

변화 (變化 Biến hóa

변 Biến — Thay đổi, đổi khác, trở thành, việc quan trọng xảy ra bất ngờ, 변경 biến canh (thay đổi), 변수 biến số, 변동 biến động, 변질 biến chất, 급변 cấp biến, 변형 biến hình, 이변 dị biến, 변신 biến thân (thay đổi bản thân).

화 Hóa — Biến đổi, thay đổi, tan, chảy, làm cho biến thành, 변화 biến hóa, 강화 cường hóa (tăng cường), 악화 ác hóa (xấu đi), 소화 tiêu hóa, 약화 nhược hóa (yếu đi), 화장 hóa trang, 문화재 văn hóa tài (di sản văn hóa), 노화 lão hóa, 화석 hóa thạch, 화학 hóa học.

Giải nghĩa Biến hóa.

Cách sử dụng ①Biến hóa, thay đổi, ~하다, ~있는 có thay đổi, ~무쌍한 biến hóa khôn lường, ~무쌍한 인생 cuộc đời hay thay đổi. ②Biến thái, biến hình, ~하다.

별 (別 Biệt)

별 Biệt — Khác biệt, phân ra, lạ, xa cách, 이별 ly biệt (chia tay), 별장 biệt trang (biệt phủ), 구별 khu biệt (phân biệt), 차별 sai biệt (khác nhau), 별명 biệt danh, 사별 tử biệt 개별 cá biệt, 특별 đặc biệt.

Giải nghĩa Biệt,riêng, từng.

Cách sử dụng ①Từng, 군 ~인구 dân số từng quận, 직업~ từng ngành, 부서~ từng bộ phận, 국적~[연령~] từng quốc tịch (từng lứa tuổi), 분야 ~ từng lĩnh vực. ②Riêng, khác, ~문제 vấn đề khác, ~천지 phương trời khác.

별로 (別-Biệt)

별 Biệt — Khác biệt, phân ra, lạ, xa cách, 이별 ly biệt (chia tay), 별장 biệt trang (biệt phủ), 구별 khu biệt (phân biệt), 차별 sai biệt (khác nhau), 별명 biệt danh, 사별 tử biệt 개별 cá biệt, 특별 đặc biệt.

Giải nghĩa Không lắm.

Cách sử dụng ~ 좋지 않다 không tốt lắm, ~ 춥지 않다 không lạnh lắm, 할 말이 ~ 없다 không có gì đáng nói, 그녀는 ~ 외출하지 않는다 cô ấy hiếm khi đi ra ngoài, 나는 멜론을 ~좋아하지 않는다 tôi không thích dưa lắm, ~ 가고싶지 않다 không muốn đi lắm.

병 (病 Bệnh)

병	Bệnh	Ốm, đau, bệnh, mắc bệnh, 병원 bệnh viện, 질병 tật bệnh (bệnh tật), 발병 phát bệnh, 간병 khán bệnh (chăm sóc bệnh nhân), 병명 bệnh danh (tên bệnh), 전염병 truyền nhiễm bệnh (bệnh truyền nhiễm), 광우병 cuồng ngưu bệnh (bệnh bò điên), 고질병 cố tật bệnh (bệnh lâu ngày), 중병 trọng bệnh (bệnh nặng), 불치병 bất trị bệnh (bệnh nan y).
Giải nghĩa		①Bệnh, bệnh tật. ②Nhược điểm, điểm yếu, vấn đề.
Cách sử dụng		①Bệnh, bệnh tật, 가벼운 ~ bệnh nhẹ, 중~ bệnh nặng, ~에 걸리다 mắc bệnh, ~이 나다 bệnh, xuất hiện bệnh, ~이 낫다 khỏi bệnh, ~이 악화하다 bệnh nặng thêm, ~으로 bởi bệnh, vì bệnh, ~으로 결근하다 không đi làm vì bệnh, ~으로 죽다 chết vì bệnh, ~을 고치다 chữa bệnh, ~을 예방하다 phòng bệnh, ~을 옮기다 truyền bệnh, ~을 이기다 thắng được bệnh tật, ~을 치료하다 trị bệnh, 불치의 ~ bệnh không chữa được, 치명적인 ~ bệnh chết người, 그녀는 무슨 ~이지 cô ấy bị bệnh gì? ②Nhược điểm, điểm yếu, vấn đề, 여자를 너무 좋아하는 것이 그의 ~이다 quá thích phụ nữ là vấn đề của anh ta.

병 (瓶 Bình)

병	Bình	Bình, lọ, chai, phích, 화염병 hỏa diễm bình, 화병 hoa bình (bình hoa), 물병 bình nước, 주병 tửu bình (bình rượu), 꽃병 bình hoa.
Giải nghĩa		①Cái bình, chai. ②Lượng từ.
Cách sử dụng		①Cái bình, chai, ~목 cổ bình, ~에 채우다 cho vào bình, ~이 깨지다 cái bình bể, 큰 유리~ cái bình thủy tinh lớn. ②Lượng từ chai, bình, 맥주한 ~ một chai bia, 소주한 ~ một chai rượu soju.

병원 (病院 Bệnh viện)

병	Bệnh	Ốm, đau, bệnh, mắc bệnh, 병원 bệnh viện, 질병 tật bệnh (bệnh tật), 발병 phát bệnh, 간병 khán bệnh (chăm sóc bệnh nhân), 병명 bệnh danh (tên bệnh), 전염병 truyền nhiễm bệnh (bệnh truyền nhiễm), 광우병 cuồng ngưu bệnh (bệnh bò điên), 고질병 cố tật bệnh (bệnh lâu ngày), 중병 trọng bệnh (bệnh nặng), 불치병 bất trị bệnh (bệnh nan y).
원	Viện	Nơi, chỗ, toà quan, sở, viện, 연구원 nghiên cứu viện (viện nghiên cứu), 법원 pháp viện (tòa án), 병원 bệnh viện, 학원 học viện, 원장 viện trưởng, 의원 y viện, 감사원 viện kiểm sát, 고아원 viện mồ côi, 대학원 đại học viện (sau đại học), 퇴원 thoái viện. (ra viện), 선원 thiền viện.
Giải nghĩa		Bệnh viện.
Cách sử dụng		~에 입원하다 nhập viện, ~에 입원시키다 cho vào viện, ~에 다니다 tới bệnh viện, đi viện, 정신~ bệnh viện thần kinh, 종합~ bệnh viện đa khoa, 그녀는 구급차로 ~에

실려갔다 cô ta được đưa lên xe cấp cứu đến bệnh viện, ~차 xe bệnh viện, xe cấp cứu.

보고 (報告 Báo cáo)

보 Báo — Đưa tin, cho biết, báo chí, tin tức, báo đáp, 홍보 hoằng báo (quảng bá), 정보 tình báo, 인과응보 nhân quả ứng báo, 첩보 điệp báo tình báo.

고 Cáo — Báo cho biết, trình, thưa, gửi, yêu cầu, kiện, 신고 thân cáo, 광고 quảng cáo, 예고 dự cáo, 선고 tuyên cáo, 권고 khuyến cáo, 원고 nguyên cáo, 피고 bị cáo, 고소 cáo tố, 고시 cáo thị, 공고 công cáo.

Giải thích — Nói cho biết, báo cáo, bản báo cáo.

Cách sử dụng — 상황 ~ báo cáo tình hình, 실적 ~ báo cáo kết quả doanh số, ~를 받다 nhận báo cáo, 타당성~ báo cáo khả thi, 실험 결과를 ~하다 báo cáo kết quả kinh doanh, 회의 ~를 하다 báo cáo về cuộc họp, 자초지종을 ~하다 báo cáo từ đầu đến cuối, 요약해서 ~하다 tóm tắt và báo cáo, ~자 người báo cáo, 연차 ~ báo cáo năm, 중간 ~ báo cáo giữa chừng, 최종 ~ báo cáo sau cùng.

보고서 (報告書 Báo cáo thư)

보 Báo — Đưa tin, cho biết, báo chí, tin tức, báo đáp, 홍보 hoằng báo (quảng bá), 정보 tình báo, 인과응보 nhân quả ứng báo, 첩보 điệp báo tình báo.

고 Cáo — Báo cho biết, trình, thưa, gửi, yêu cầu, kiện, 신고 thân cáo, 광고 quảng cáo, 예고 dự cáo, 선고 tuyên cáo, 권고 khuyến cáo, 원고 nguyên cáo, 피고 bị cáo, 고소 cáo tố, 고시 cáo thị, 공고 công cáo.

서 Thư — Sách, thư tín (thư từ), đơn, giấy tờ, văn kiện, 독서 độc thư (đọc sách), 문서 văn thư (giấy tờ, tài liệu), 계약서 khế ước thư (hợp đồng), 보고서 báo cáo thư (bản báo cáo), 교과서 giáo khoa thư (sách giáo khoa), 서류 thư loại (tài liệu), 서신 thư tín (thư từ), 서기 thư ký (bí thư), 도서 đồ thư (sách vở).

Giải nghĩa — Bản báo cáo.

Cách sử dụng — ~를 쓰다[작성하다] viết/ làm bản báo cáo, ~를 제출하다 trình bản báo cáo, 조사~ báo cáo điều tra, 업무~ báo cáo nghiệp vụ, 연구~ báo cáo nghiên cứu, ~ 작성하다 soạn báo cáo.

보도 (報道 Báo đạo)

보 Báo — Đưa tin, cho biết, báo chí, tin tức, báo đáp, 홍보 hoằng báo (quảng bá), 정보 tình báo, 인과응보 nhân quả ứng báo, 보도 báo đạo, 첩보 điệp báo tình báo.

도 Đạo — Đường, chiều, tia, đạo, nói, 도로 đạo lộ (con đường), 보도 bộ đạo (vỉa hè, đường đi bộ), 철도 thiết đạo (đường sắt), 차도 xa đạo (đường cho xe đi), 적도 xích đạo, 궤도 quỹ đạo.

Giải nghĩa — Thông báo, thông cáo, báo, thông tin, đăng tin.

Cách sử dụng ~하다, 신문의 ~에 의하면 dựa theo (đăng tải) lên báo chí, 텔레비전에 ~ được truyền lên truyền hình, ~의 자유 tự do thông tin, 크게 ~되다 được đăng tải nhiều, ~기사 bài báo đăng tải.

보물 (寶物 Bảo vật)

보 Bảo — Quý giá, vật quý, tiền tệ, 보배 bảo bối, 국보 quốc bảo, 문방사보 văn phòng tứ bảo.

물 Vật — Đồ vật, sự vật, người, thế gian, 인물 nhân vật, 선물 thiện vật (quà tặng), 건물 kiến vật (tòa nhà), 식물 thực vật, 동물 động vật, 유물 di vật, 박물관 bác vật quán (bảo tàng), 뇌물 lộ vật (vật hối lộ), 생물학 sinh vật học, 물질 vật chất, 물가 vật giá, 물품 vật phẩm, 물체 vật thể, 물리 vật lý, 사물 sự vật.

Giải nghĩa Báu vật, bảo vật, vật quý.

Cách sử dụng ~선 [섬] con thuyền [đảo] báu vật, ~찾기 tìm báu vật, 진귀한 ~ bảo vật rất quý giá, ~ 다루듯 하다 như nâng niu báu vật.

보수 (補修 Bổ tu)

보 Bổ — Bù, thêm, vá, hàn, bổ khuyết, 보충 bổ sung, 보전 bổ toàn (bổ sung cho đầy đủ), 보조 bổ trợ, 보상금 bổ thường kim, 후보 hậu bổ, 보완 bổ hoàn (bổ sung cho hoàn thiện).

수 Tu — Tu hành, tu sửa, sửa sang, 수정 tu chỉnh (chỉnh sửa), 수능 tu năng, 수신 tu thân, 수행 tu hành, 수리 tu lý (sửa chữa), 개수 cải tu (tu sửa), 수선 tu thiện (sửa chữa).

Giải nghĩa Sửa chữa.

Cách sử dụng ~하다, 공장의 일부를 ~했다 sửa chữa một phần nhà xưởng, 부엌은 ~가 필요하다 cần sửa bếp, 공장의 일부를 ~했다 sửa một phần nhà xưởng, ~ 공사 công trình tu sửa.

보수 (保守 Bảo thủ)

보 Bảo — Giữ gìn, chăm sóc, giúp việc, trông nom, 보호 bảo hộ, 확보 xác bảo (đảm bảo), 보험 bảo hiểm, 보관 bảo quản, 보유 bảo hửu (sở hữu), 보존 bảo tồn, 보모 bảo mẫu.

수 Thủ — Giữ, coi, 고수 cố thủ, 방수 phòng thủ, 수비수 thủ bị thủ (cầu thủ phòng ngự), 공수전환 công thủ chuyển hoán (chuyển đổi tấn công và phòng thủ).

Giải nghĩa Giữ, bảo vệ cái gì đó.

Cách sử dụng ~적인 có tính bảo thủ. ~당 đảng bảo thủ. ~주의 chủ nghĩa bảo thủ. ~적인 생각 suy nghĩ có tính bảo thủ.

보육원 (保育院 Bảo dục viện)

보 Bảo — Giữ gìn, chăm sóc, giúp việc, trông nom, 보호 bảo hộ, 확보 xác bảo (đảm bảo), 보험 bảo hiểm, 보관 bảo quản, 보유 bảo hửu (sở hữu), 보존 bảo tồn, 보모 bảo mẫu.

육 Dục — Nuôi nấng, giáo dục, sinh nở, ươm, ương, 육성 dục thành (nuôi dạy trưởng thành), 육아 dục nhi (dạy trẻ), 육아법 dục nhi pháp (cách dạy trẻ), 교육 giáo dục, 교육부 giáo dục bộ (bộ giáo dục), 체육 thể dục, 양육 dưỡng dục (nuôi dưỡng), 교육비 giáo dục phí (chi phí giáo dục), 가정교육 gia đình giáo dục (giáo dục gia đình).

원 Viện Nơi, chỗ, toà quan, sở, viện, 연구원 nghiên cứu viện (viện nghiên cứu), 법원 pháp viện (tòa án), 병원 bệnh viện, 학원 học viện, 원장 viện trưởng, 의원 y viện, 감사원 viện kiểm sát, 고아원 viện mồ côi, 대학원 đại học viện (sau đại học), 퇴원 thoái viện (ra viện), 선원 thiền viện.

Giải nghĩa Nhà nuôi trẻ, nơi nuôi dưỡng trẻ.

Cách sử dụng 고아를 ~에 수용하다 đưa trẻ mồ côi vào trung tâm nuôi dưỡng trẻ.

보장 (保障 Bảo chướng)

보 Bảo Giữ gìn, chăm sóc, giúp việc, trông nom, 보호 bảo hộ, 확보 xác bảo (đảm bảo), 보험 bảo hiểm, 보관 bảo quản, 보유 bảo hửu (sở hữu), 보존 bảo tồn, 보모 bảo mẫu.

장 Chướng Cách trở, ngăn chặn, chắn, che, 장애 chướng ngại, 장애인 chướng ngại nhân (người tàn tật), 장애물 chướng ngại vật, 장벽 chướng bích (khó khăn).

Giải nghĩa Đảm bảo, giữ gìn, sự chắc chắn.

Cách sử dụng ~하다, 평화를 ~ giữ gìn hòa bình, 생활을 ~하다 đảm bảo cuộc sống, 사회~ giữ gìn xã hội, 언론의 자유를 ~하다 đảm bảo sự tự do ngôn luận, 손해가 없도록 ~ bảo đảm không có thiệt hại, 그의 장래는 ~되어 있다 tương lai anh đã được đảm bảo, 언론의 자유를 ~하다 bảo đảm tự do ngôn luận, 그가 성공한다는 ~은 없다 anh ta không có gì bảo đảm thành công cả, 비밀~ bảo đảm bí mật, 생활 ~ 대책 chính sách đảm bảo cuộc sống, 인권~ đảm bảo nhân quyền.

보조 (補助 Bổ trợ)

보 Bổ Bù, thêm, vá, hàn, bổ khuyết, 보충 bổ sung, 보전 bổ toàn (bổ sung cho đầy đủ), 보완 bổ hoàn (bổ sung cho hoàn thiện).

조 Trợ Giúp, giúp đỡ, 조사 trợ từ, 협조 hiệp trợ, 보조 bổ trợ, 외조 ngoại trợ (giúp đỡ từ bên ngoài), 원조 viện trợ, 조교 trợ giáo (trợ giảng), 조수 trợ thủ, 상조 tương trợ, 조연 trợ diễn (vai phụ), 구조 cứu trợ.

Giải nghĩa Hỗ trợ, giúp đỡ, người hỗ trợ.

Cách sử dụng ~하다, ~를 받다 được sự hỗ trợ, 생활비를 ~하다 hỗ trợ sinh hoạt phí, 남의 ~로 생활하다 sống bằng sự hỗ trợ của người khác, 국고의 ~를 받다 được hỗ trợ từ ngân sách nhà nước, 학비를 ~하다 giúp đỡ học phí, 요리사 ~로 취직하다 xin làm phụ bếp.

보증 (保證 Bảo chứng)

보 Bảo Giữ gìn, chăm sóc, giúp việc, trông nom, 보호 bảo hộ, 확보 xác bảo (đảm bảo), 보험 bảo hiểm, 보관 bảo quản, 보유 bảo hửu (sở hữu), 보존 bảo tồn, 보모 bảo mẫu.

증	Chứng	Bằng chứng, chứng cớ, chứng minh, giấy tờ, thẻ để xác nhận, 증거 chứng cứ, 증언 chứng ngôn (lời làm chứng), 증명 chứng minh, 증인 chứng nhân (nhân chứng), 증명서 chứng minh thư, 검증 kiểm chứng.

Giải nghĩa Bảo lãnh, đảm bảo.

Cách sử dụng 지불 ~ bảo lãnh chi trả, 정부 ~ bảo lãnh của chính phủ, ~된 được bảo lãnh, ~을 서다 đứng ra bảo lãnh, 신원을 ~하다 bảo lãnh lãnh sự, 품질을 ~하다 bảo lãnh chất lượng, ~금 tiền bảo lãnh.

보통 (普通 Phổ thông)

보	Phổ	Rộng khắp, thông thường, rộng lớn, 보급 phổ cập, 보편 phổ biến, 보편성 phổ biến tính (tính phổ biến), 보통지식 phổ thông tri thức (tri thức thông thường).
통	Thông	Xuyên qua, truyền khắp, tóm tắt, phổ biến, 통고 thông cáo (thông báo), 통례 thông lệ (thường lệ), 보통 phổ thông, 통상 thông thường, 통상 thông thương (thương mại), 통속 thông tục, 통용 thông dụng, 통역 thông dịch, 통신 thông tin, 통보 thông báo, 교통 giao thông, 통화 thông thoại (nói chuyện điện thoại), 통관 thông quan, 통과 thông qua.

Giải nghĩa Bình thường, phổ thông, chung.

Cách sử dụng ~이다 bình thường, ~이 아니다 không phải bình thường, ~이하이다 dưới mức bình thường, ~사람과 다르다 khác với người bình thường, ~교육 giáo dục phổ thông, ~우편 thư bình thường, ~사람 người bình thường, ~ (의) 경우에 (는) trong trường hợp bình thường, ~이상이다 trên mức bình thường, ~이하이다 dưới mức bình thường, 금년 추위는 ~이 아니다 cơn lạnh năm nay không thường chút nào, ~다섯시에 일어난다 thường dậy lúc 5 giờ, 우리는 ~하루 8 시간 일한다 bình thường ngày làm việc 8 giờ.

보험 (保險 Bảo hiểm)

보	Bảo	Giữ gìn, chăm sóc, giúp việc, trông nom, 보호 bảo hộ, 확보 xác bảo (đảm bảo), 보험 bảo hiểm, 보관 bảo quản, 보유 bảo hửu (sở hữu), 보존 bảo tồn, 보모 bảo mẫu.
험	Hiểm	Khó khăn, nguy hiểm, hiểm trở, trở ngại, 위험 nguy hiểm, 험난 hiểm nạn, 모험 mạo hiểm, 모험가 mạo hiểm gia, 탐험 thám hiểm, 험담 hiểm đàm (nói xấu), 험지 hiểm địa (nơi nguy hiểm).

Giải nghĩa Giữ cho khỏi nguy hiểm, bảo hiểm.

Cách sử dụng ~에 들다 tham gia bảo hiểm, ~을 계약하다 ký hợp đồng bảo hiểm, ~금 tiền bảo hiểm, ~료 phí bảo hiểm, ~기간 thời gian bảo hiểm, ~물 vật bảo hiểm, ~회사 công ty bảo hiểm, 상해~ bảo hiểm thương tật, bảo hiểm rủi ro, 생명~ bảo hiểm nhân mạng, 산재~ bảo hiểm tai nạn lao động, 건강~ bảo hiểm sức khỏe, 실업~ bảo hiểm thất nghiệp, 해상~ bảo hiểm hàng hải, 자동차~ bảo hiểm xe ô tô, 피~자 người được bảo hiểm, ~의 료기관 cơ quan bảo hiểm y tế.

보호 (保護 Bảo hộ)

보	Bảo	Giữ gìn, chăm sóc, giúp việc, trông nom, 보호 bảo hộ, 확보 xác bảo (đảm bảo), 보험 bảo hiểm, 보관 bảo quản, 보유 bảo hửu (sở hữu), 보존 bảo tồn, 보모 bảo mẫu.
호	Hộ	Che chở, bảo vệ, giữ gìn, 변호사 biện hộ sĩ (luật sư), 수호 thủ hộ, 구호 cứu hộ, 변호인 biện hộ nhân (người biện hộ), 간호 khán hộ (chăm sóc), 호신 hộ thân (phòng thân).
Giải nghĩa		Bảo hộ, bảo vệ, che chở
Cách sử dụng		~하다, ~를 받다 nhận được sự bảo hộ, 국내 산업을 ~하다 bảo hộ nền công nghiệp trong nước, ~관세 thuế bảo hộ, ~국 nước bảo hộ, ~림 rừng bảo hộ, ~무역 mậu dịch bảo hộ, 야생동물의 ~지역 khu vực bảo vệ động vật hoang dã, ~조 loài chim được bảo vệ, 문화재의 ~ bảo vệ di sản văn hóa, 의 ~아래 dưới sự bảo hộ của ai, 생명과 재산을 ~하기 위하여 nhằm bảo vệ cho sinh mạng và tài sản, 자연~ bảo vệ tự nhiên.

복사 (複寫 Phức tả)

복	Phức	Kép, ghép, lặp lại, đôi, rườm rà, 중복 trùng phức (trùng lặp), 복수 phức số, 복도 phức đạo, 복사기 phức tả cơ (máy photo), 복합 phức hợp.
사	Tả	Vẽ, viết, biên, sáng tác, sao chép, 묘사 miêu tả, 사진 tả chân, 사본 tả bản.
Giải nghĩa		Chép lại, chép lại lần nữa, sao lại, photocopy.
Cách sử dụng		사진을 ~하다 photo tấm ảnh, 원고를 ~하다 photo nguyên bản, ~기 máy photocopy, ~사진 ảnh photocopy, ~용 잉크 mực photocopy.

복습 (復習 Phục tập)

복	Phục	Trở đi trở lại, lại, làm lại, đáp lại, 복귀 phục quy, 회복 hồi phục, 복원 phục nguyên, 복제 phục chế, 반복 phản phục (lặp lại).
습	Tập	Học đi học lại, luyện tập, quen, 습관 tập quán, 습속 tập tục, 실습 thực tập, 연습 luyện tập, 학습 học tập, 습성 tập tính.
Giải nghĩa		Học lại, dịch là ôn tập.
Cách sử dụng		~하다, 영어를 ~하다 ôn tiếng Anh, ~시간 thời gian ôn tập, ~용 연습 문제 câu hỏi dùng cho luyện tập, 매일 매일 ~ ôn tập hằng ngày.

복잡 (複雜 Phức tạp)

복	Phức	Kép, ghép, lặp lại, đôi, rườm rà, 중복 trùng phức (trùng lặp), 복수 phức số, 복도 phức đạo, 복사기 phức tả cơ (máy photo), 복합 phức hợp.
잡	Tạp	Nhiều thứ, nhiều loại, linh tinh, hỗn hợp, lẫn lộn, 복잡 phức tạp, 잡식 tạp thực (ăn tạp), 잡음 tạp âm, 잡종 tạp chủng, 혼잡 hỗn tạp, 잡지 tạp chí, 잡역 tạp dịch, 잡화 tạp hóa.
Giải nghĩa		Nhiều thứ, phức tạp.

Cách sử dụng ~하다, ~기괴한 phức tạp kỳ quái, ~한 문제 một vấn đề phức tạp, ~한일 việc phức tạp, ~해지다 trở nên phức tạp, ~하게 하다 làm cho phức tạp, ~한 사정 tình hình phức tạp, ~한 기구 cơ cấu (tổ chức) phức tạp, ~ 한 절차 thủ tục phức tạp.

복지 (福祉 Phúc chỉ)

복 Phúc May mắn, điều tốt lành, cơ hội, 복리 phúc lợi, 축복 chúc phúc, 다복 đa phúc, 복권 phúc khoán (vé số), 박복 bạc phúc (không may mắn),).

지 Chỉ May mắn trời cho.

Giải nghĩa Điều tốt lành, phúc lợi (xã hội).

Cách sử dụng ~ 시설 cơ sở phúc lợi, 국민의 ~를 증진하다 tăng phúc lợi quốc dân, ~사회 xã hội phúc lợi, 근로자의 ~를 증진하다 tăng phúc lợi của người lao động, ~혜택 ưi đãi về phúc lợi, 회사~ phúc lợi công ty, ~ 종류 chủng loại phúc lợi, ~ 제도 chế độ phúc lợi.

봉사 (奉仕 Phụng sĩ)

봉 Phụng Tôn trọng, dâng (lễ vật) cho người trên, cung kính tiếp nhận, 봉사자 phụng sự tử (tình nguyện viên), 봉헌 phụng hiến, 봉양 phụng dưỡng, 봉명 phụng mệnh.

사 Sĩ Công chức ngày xưa.

Giải nghĩa Phục vụ, hoạt động (xã hội), hoạt động từ thiện.

Cách sử dụng ~하다, 사회~ 활동 hoạt động từ thiện xã hội, ~단 đoàn/ nhóm hoạt động từ thiện, 개인~활동 hoạt động từ thiện của cá nhân, ~ 사업 dự án từ thiện, ~ 가격으로 제공하다 cung cấp với giá phục vụ.

봉투 (封套 Phong sáo)

봉 Phong Phong bì, đóng kín, chế độ phong kiến (gọi tắt), lá, 봉쇄 phong tỏa, 개봉 khai phong (mở bao thư), 봉합 phong hợp (đóng lại, khâu lại), 봉건 phong kiến.

투 Sáo Vật bọc ngoài, vỏ, bao đựng, khách sáo, 외투 ngoại sáo (áo khoác ngoài).

Giải nghĩa Phong bì, bao bì.

Cách sử dụng ~뜯다 bóc phong bì, 편지~ phong bì thư, ~에 넣다 bỏ vào bao bì, ~에 주소를 쓰다 viết địa chỉ lên phong bì, 돈~ bao thư tiền, 서류~ bao hồ sơ.

부당 (不當 Bất đáng)

부 Bất Không, chẳng, chả, 부정 bất định, 부재 bất tại (không có), 부족 bất túc (không đầy đủ), 부적절 bất thích thiết (không phù hợp), 부실 bất thật (không có, kém), 부당 bất đáng (không chính đáng).

당 Đáng Xứng đáng, tương bằng, 정당 chính đáng, 적당 thích đáng, 타당 thỏa đáng.

Giải thích Không thỏa đáng, không chính đáng, sai trái.

Cách dùng ~하다, ~한 값 cái giá bất hợp lý, ~한 벌 hình phạt không chính đáng, ~한 요구 yêu cầu không chính đáng, ~한 이익을 취하다 thu lợi bất chính, ~거래 giao dịch bất chính, ~해고 sa thải sai luật, ~ 행위 hành vi sai trái, ~한 취급을 받다 bị đối xử không đúng mực.

부동산 (不動產 bất động sản)

부	Bất	Không, chẳng, chả, 부정 bất định, 부재 bất tại (không có), 부족 bất túc (không đầy đủ), 부적절 bất thích thiết (không phù hợp), 부실 bất thật (không có, kém), 부당 bất đáng (không chính đáng).
동	Động	Động đậy, chuyển động, bắt đầu, nổi, được, 동물 động vật, 동식물 động thực vật, 동향 động hướng (xu thế), 동력 động lực, 동기 động cơ, 동작 động tác, 행동 hành động, 운동 vận động, 활동 hoạt động.
산	Sản	Của cải, sinh đẻ, sản phẩm, sản xuất, 자산 tư sản (tài sản) 산업 sản nghiệp (công nghiệp), 농산 nông sản, 광산 khoáng sản, 재산 tài sản, 파산 phá sản, 수산 thủy sản, 무산 vô sản, 공산당 cộng sản đảng (Đảng cộng sản), 세계문화유산 thế giới văn hóa di sản (di sản văn hóa thế giới).

Giải nghĩa Tài sản không bất động, bất động sản.

Cách sử dụng ~을 매매하다 buôn bán bất động sản, ~거래소 nơi giao dịch bất động sản, ~보험 bảo hiểm bất động sản, ~양도 sang nhượng bất động sản, ~투기 đầu cơ bất động sản, ~감정 giám định bất động sản, ~투자 đầu tư bất động sản, ~ 감정 giám định bất động sản, ~ 등기 đăng ký bất động sản, ~업 ngành bất động sản.

부담 (負擔 Phụ đảm)

부	Phụ	Gánh vác, 부하 phụ hạ (gánh vác trên vai).
담	Đảm	Mang, gánh vác, chịu trách nhiệm, 담당 đảm đương, 담임 đảm nhiệm, 주임 chủ nhiệm, 담보 đảm bảo.

Giải nghĩa Gánh vác, chịu trách nhiệm.

Cách sử dụng ~하다 gánh vác, chịu. 과중한 ~ gánh nặng quá mức. 자기~으로 tự chịu chi phí. 비용을 ~하다 chịu chi phí. ~을 주다 gây cho ai nặng nề. ~이 많다 nhiều gánh vác. ~이 되다 trở thành gánh nặng. 손해를 ~하다 chịu thiệt hại. 세금~을 줄이다 gánh nặng về thuế. 각자~ cá nhân tự chịu chi phí.

부모 (父母 Phụ mẫu)

부	Phụ	Cha, bố, người cha, 부친 phụ thân, 부자 phụ tử, 학부모 học phụ mẫu (phụ huynh học sinh), 가부 gia phụ, 계부 kế phụ, 사부 sư phụ.
모	Mẫu	Mẹ, giống cái, lớn, chỉ căn nguyên, 부모 phụ mẫu, 모국 mẫu quốc, 노모 lão mẫu (mẹ già), 산모 sản mẫu (sản phụ), 계모 kế mẫu (mẹ kế), 모유 mẫu nhũ (sữa mẹ), 학부모 học phụ mẫu (phụ huynh học sinh).

Giải nghĩa Bố mẹ, cha mẹ.
Cách sử dụng ~사랑 tình yêu của ba mẹ, ~의 마음 tấm lòng ba mẹ, ~처자 bố mẹ vợ con, ~형제 bố mẹ anh em, ~를 공경하다 cung kính bố mẹ, ~의 역할 vai trò của bố mẹ.

부분 (部分 Bộ phận)

부 Bộ Một nơi, một phần, bộ phận, ban, cuốn, quyển, 대부분 đại bộ phận, 각부분 các bộ phận, 간부 cán bộ, 남부 nam bộ, 내부 nội bộ, 총무부 tổng vụ bộ (phòng tổng vụ), 투자계획부 đầu tư kế hoạch bộ (bộ kế hoạch đầu tư).
분 Phận Cái số, cái việc phải làm, 본분 bổn phận, 연분 duyên phận, 대부분 đại bộ phận, 일부분 nhất bộ phận (một phần).
Giải nghĩa Bộ phận, phần, từng phần.
Cách sử dụng ~적 (인) từng phần, 이책은 3 ~으로 되어있다 quyển sách này được chia làm 3 phần, 네 생각은 ~적으로 맞다 suy nghĩ của anh có phần nào đó đúng, ~ 부정 phủ định từng phần, ~사회 một phần xã hội, ~ 색맹 mù màu cục độ.

부언 (附言 Phụ ngôn)

부 Phụ Kèm theo, kèm thêm, lân cận, nhờ vào, 부근 phụ cận, 부록 phụ lục, 부착 phụ trứ (gắn thêm vào), 첨부 thiêm phụ (đính kèm).
언 Ngôn Lời nói, ngôn ngữ, chữ, nói, 언론 ngôn luận, 언급 ngôn cập (đề cập), 언어 ngôn ngữ, 언행 ngôn hành (ngôn ngữ và hành động), 선언 tuyên ngôn, 증언 chứng ngôn (lời làm chứng), 발언 phát ngôn, 명언 danh ngôn, 실언 thất ngôn (lỡ lời).
Giải nghĩa Lời nói, nói thêm, giải thích thêm.
Cách sử dụng 한마디 ~하건대 tôi nói thêm thôi nhưng mà, 한마디 ~하건대 xin nói thêm một lời.

부자 (富者 Phú giả)

부 Phú Giàu có, dồi dào, phong phú, 부자 phú giả (người giàu), 풍부 phong phú, 부귀 phú quý, 부가 phú gia (nhà giàu), 부농 phú nông, 부유층 phú dụ tầng (tầng lớp giàu có).
자 Giả Người, dùng để chỉ người, vật hoặc sự việc, 학자 học giả, 작업자 người làm việc, 강자 cường giả (kẻ mạnh), 노약자 lão nhược giả (người già yếu), 독자 độc giả, 시청자 thị thính giả (khán thính giả), 사자 sứ giả, 기자 ký giả (phóng viên).
Giải nghĩa Giàu có, người giàu có
Cách sử dụng ~가 되다 trở thành người giàu có. 대단한 ~이다 là người rất giàu có.

부작용 (副作用 Phó tác dụng)

부 Phụ Phụ, không phải chính, kèm theo, kèm thêm, lân cận, nhờ vào, 부총리 phó Tổng lý (phó Thủ tướng), 부회장 phó hội trưởng (phó chủ tịch hội), 부업 phó nghiệp (nghề phụ), 부교재 phó giáo tài (giáo trình hỗ trợ), 부식 phụ thực (món ăn phụ).

작 Tác — Soạn, viết, làm, 반작용 phản tác dụng, 부작용 phụ tác dụng (tác dụng phụ), 원작 nguyên tác, 작업 tác nghiệp, 걸작 kiệt tác, 합작 hợp tác, 경작 canh tác, 제작 chế tác, 작전 tác chiến, 작품 tác phẩm, 작성 tác thành (viết).

용 Dụng — Dùng, sử dụng, công hiệu, hiệu quả, 반작용 phản tác dụng, 사용 sử dụng, 용구 dụng cụ, 신사용 dùng cho đàn ông, 숙녀용 dùng cho phụ nữ, 이용 lợi dụng, 남용 lạm dụng, 작용 tác dụng, 신용 tín dụng, 실용 thực dụng, 부작용 phụ tác dụng (tác dụng phụ).

Giải nghĩa Tác dụng phụ.

Cách sử dụng 약의 ~ tác dụng của thuốc ~을 일으키다 gây tác dụng phụ, ~이 없다 không có tác dụng phụ, ~ 없는 수면제 thuốc ngủ không có tác dụng phụ, 백신의 ~ tác dụng phụ của vaccin.

부정 (否定 Phủ định)

부 Phủ — Không, không có, chẳng, không phải, 부인 phủ nhận, 부결 phủ quyết.

정 Định — Quyết việc gì, có ý làm gì, ý muốn nào đó, 규정 quy định, 지정 chỉ định, 협정 hiệp định, 정약 định ước, 결정 quyết định, 가정 giả định, 의정 ý định, 고정 cố định, 안정 an định (ổn định).

Giải nghĩa Phủ định, phủ nhận.

Cách sử dụng 이중 ~ phủ định hai lần, ~ 할수 없는 사실 sự thật không thể phủ định.을/를 부정하다 phủ định cái gì đó, 사실을 ~하다 phủ nhận một sự thật.

부정 (不正 Bất chính)

부 Bất — Không, chẳng, chả, 불안 bất an, 불편 bất tiện, 불법 bất pháp, 불만 bất mãn, 불과 bất quá (không quá, chẳng qua), 불치병 bất trị bệnh (bệnh nan y), 불행 bất hạnh.

정 Chính — Đúng lúc, chính, giữa, ngay thẳng, 정문 chính môn (cửa chính), 정확 chính xác, 정면 chính diện, 정식 chính thức, 정오 chính ngọ, 정직 chính trực, 정의 chính nghĩa

Giải thích Không chính đáng, không đúng luật, bất chính.

Cách sử dụng ~하다, ~한 돈 rửa tiền bất chính, ~한 수단 thủ đoạn bất chính, ~부패 bát chính hữu bại, ~수입 thu nhập bất chính, ~행위 hành vi bất chính ~선거 cuộc bầu cử bất chính, ~을 폭로하다 cho phơi bày sự bất chính, ~한짓을 하다 làm việc bất chính, 그는 ~한 수단으로 돈을 모았다 hắn ta đang thủ đoạn bất chính rửa tiền, ~거래 buôn bán mờ ám, ~공무원 viên chức thoái rửa, ~품 hàng hư.

부침 (浮沈 Phù trầm)

부 Phù — Nổi, trôi nổi, thuận dòng xuôi đi, bơi, lớp ở ngoài mặt, 부각 phù khắc (khắc nổi), 부유 phù du (trôi nổi), 부력 phù lực (nức nâng).

침 Trầm — Chìm, đắm, nặng, sụt, lún, điềm đạm, 침체 trầm thể (đình trệ), 침묵 trầm mặc (im lặng, lặng lẽ), 침향 trầm hương.

Giải nghĩa Chìm và nổi, thăng trầm.

Cách sử dụng 인생에는 ~ 이 있는 법이다 cuộc đời có thăng trầm là chuyện bình thường, ~이 많은 인생 cuộc đời nhiều thăng trầm, 인생의~ thăng trầm của cuộc đời.

부탁 (付託 Phó thác)

부 Phó — Đưa, giao, trả, 납부 nạp phó (nộp vào), 교부 giao phó (giao cho).

탁 Thác — Nhờ cậy, gửi, mượn, giao cho, 신탁 tín thác, 위탁 ủy thác, 기탁 ký thác, 탁아소 thác nhi sở (nơi gửi trẻ em, nhà trẻ).

Giải nghĩa Giao phó, phó thác, nhờ vả ai.

Cách sử dụng ①Giao phó, 선생님에게 아이교육을 ~하다 giao việc dạy con cho cô giáo, ~을 받고 nhận giao phó. ②Giao, nhờ, nhờ vả, mong muốn, yêu cầu ~하다, 아무에게 일을 ~하다 nhờ ai làm việc gì đó, 아무에게 ~ nhờ ai làm cái gì đó, ~을 들어주다 chấp nhận sự nhờ vả của ai, ~을 거절하다 từ chối sự nhờ cậy của ai đó, ~이 하나 있다 có một việc muốn nhờ, ~합니다 Mong anh giúp cho, 제~을 들어주시겠습니까? Anh chấp nhận lời nhờ vả của tôi được không ?

부하 (部下 Bộ hạ)

부 Bộ — Một nơi, một phần, bộ, ban, chỉ huy, đứng đầu, 부문 bộ phận, 대부분 đại bộ phận, 부대 bộ đội, 일부 nhất bộ, 내부 nội bộ, 외부 ngoại bộ, 교육부 giáo dục bộ, 법무부 pháp vụ bộ, 부품 bộ phẩm (linh kiện).

하 Hạ — Dưới, ít hơn, bên dưới, rơi xuống, 상하 thượng hạ (trên dưới), 천하 thiên hạ, 수하 thủ hạ (thuộc hạ), 지하철 địa hạ thiết (tàu điện ngầm), 하류 hạ lưu, 지하 địa hạ (dưới lòng đất), 하층 hạ tầng (tầng dưới), 하락 hạ lạc (giảm xuống, rơi xuống), 이하 dĩ hạ (dưới), 하반기 hạ bán kỳ (sáu tháng cuối năm), 연하 niên hạ (ít tuổi hơn).

Giải nghĩa Thuộc hạ, tay chân, dưới trướng.

Cách sử dụng ~사병 binh sĩ thuộc hạ, 의 ~가 되다 thành thuộc hạ của ai đó, 그는 많은 유능한 ~를 거느리고 있다 anh ta chỉ huy nhiều thuộc hạ có tài năng, ~를 삼다 lấy làm thuộc hạ, ~직원 nhân viên dưới quyền, 의 ~로서 일하다 làm việc dưới quyền của ai đó.

분리수거 (分離收去 Phân ly thu khứ)

분 Phân — Phân chia, phân công, tách ra, chi nhánh, 분석 phân tích, 분배 phân phối (phân chia), 분류 phân loại, 분리 phân ly, 충분 sung phân (bổ sung vào), 분야 phân dã (lĩnh vực), 분명 phân minh (rõ ràng), 분양 phân nhượng (bán hàng bđs).

리/이 Ly — Chia ra, xa cách, lìa tan, chia li, khoảng cách, 이별 ly biệt (chia tay), 이산 li tán, 이향 ly hương 이혼, 격리 cách ly, 거리 cự ly, 분리 phân ly.

수 Thu — Thu về, lấy về, nhận lấy, gặt hái, 수입 thu nhập, 수집 thu thập, 수업 thu nghiệp (học), 수익 thu ích (thu lời), 수지 thu chi, 수확 thu hoạch, 흡수 hấp thu.

거	Khứ	Đi, đã qua, bỏ, 과거 quá khứ, 거래 khứ lai (đi và đến, qua lại), 거년 khứ niên (năm ngoái).

Giải nghĩa Tách ra và thu gom, phân loại thu gom, gom theo từng loại.

Cách sử dụng 쓰레기~ thu gom rác theo từng loại, ~ 종류 chủng loại phân loại, ~ 방법 cách phân loại, 플라스틱 ~ phân loại nhựa, ~ 효과 hiệu quả của phân loại thu gom.

분야 (分野 Phân dã)

분	Phân	Phân chia, phân công, tách ra, chi nhánh, 분석 phân tích, 분배 phân phối (phân chia), 분류 phân loại, 분리 phân ly, 충분 sung phân (bổ sung vào), 분야 phân dã (lĩnh vực), 분명 phân minh (rõ ràng), 분양 phân nhượng (bán bất động sản).
야	Dã	Cõi, giới hạn, ranh giới, dân gian, cánh đồng, ngoại thành, 야채 dã thái (rau), 야구 dã cầu (bóng chày), 야외 dã ngoại (ngoài trời), 야생 dã sinh (sống hoang dã), 황야 hoang dã, 전야 điền dã (ruộng vườn), 야수 dã thú.

Giải nghĩa Lĩnh vực, phương diện.

Cách sử dụng 연구~ lĩnh vực nghiên cứu, 산업의 각~ các lĩnh vực của nền công nghiệp, 경제~ lĩnh vực kinh tế, ~가 다르다 lĩnh vực khác nhau, 다른 ~로 진출하다 tham gia vào lĩnh vực khác, 새로운 ~를 개척하다 khai phá mọi lĩnh vực mới.

분위기 (雰圍氣 Phân vi khí)

분	Phân	Sương mù, hơi, khí (nói chung).
위	Vi	Vây, bao vây, xung quanh, khoanh tròn, 주위 chu vi, 범위 phạm vi, 포위 bao vi.
기	Khí	Khí, hơi, trạng thái, 기상 khí tượng, 공기 không khí, 기후 khí hậu, 기압 khí áp, 용기 dũng khí, 경기구 khinh khí cầu, 생기 sinh khí (sức sống), 고기압 cao khí áp (khí áp cao), 기색 khí sắc (sắc mặt), 기관 khí quản.

Giải nghĩa Bầu không khí bao vây xung quanh, bầu không khí.

Cách sử dụng 가정적인~ bầu không khí gia đình, 회사~ bầu không khí công ty, 어색한 ~ bầu không khí gượng gạo, 회사의 ~ bầu không khí công ty, ~를 깨뜨리다 lam phá vỡ bầu không khí, 즐거운 ~를 조성하다 mang lại bầu không khí vui tươi.

불경기 (不景氣 Bất cảnh khí)

불	Bất	Không, chẳng, chả, 불안 bất an, 불편 bất tiện, 불법 bất pháp (bất hợp pháp), 불만 bất mãn, 불과 bất quá (không quá, chẳng qua), 불치병 bất trị bệnh (bệnh nan y), 불행 bất hạnh.
경	Cảnh	Tình huống, tình trạng, cảnh đẹp, 경관 cảnh quan, 경치 cảnh trí, 야경 dạ cảnh (cảnh ban đêm).
기	Khí	Khí, hơi, trạng thái, 기상 khí tượng, 공기 không khí, 기후 khí hậu, 기압 khí áp, 용기 dũng khí, 경기구 khinh khí cầu, 생기 sinh khí (sức sống), 고기압 cao khí áp (khí áp cao), 기색 khí sắc (sắc mặt), 기관 khí quản.

Giải nghĩa Khó khăn (kinh tế), đình trệ, giai đoạn khó khăn, lúc khó khăn.

Cách sử dụng 심각한 ~ tình trạng khó khăn nặng về kinh tế, 자동차 산업은 지금 ~이다 ngành xe hơi hiện đang gặp khó khăn, ~일 때 lúc kinh tế khó khăn, ~를 겪고 있다 đang gặp tình hình kinh tế khó khăn, ~로 파산하다 phá sản vì kinh tế khó khăn.

불과 (不過 Bất quá)

불 Bất — Không, chẳng, chả, 불안 bất an, 불편 bất tiện, 불법 bất pháp (bất hợp pháp), 불만 bất mãn, 불치병 bất trị bệnh (bệnh nan y), 불행 bất hạnh.

과 Quá — Qua, vượt quá, trên, viếng thăm, 과격 quá khích, 과식 quá thực (ăn quá nhiều), 과음 quá ẩm (uống quá nhiều), 과도 quá độ, 과반 quá bán.

Giải nghĩa Không quá, không hơn, cùng lắm chỉ là, chẳng qua chỉ là.

Cách sử dụng ~ 10 명 không quá 10 người, ~ 일주일전에 không đến một tuần trước đây, 그것은 소문에 ~하다 cái đó chẳng qua chỉ là tin đồn, 그것은 그저 추측에 ~하다 cái đó chẳng qua chỉ là dự đoán thôi, ~ 몇 초 사이에 chỉ trong vòng mấy giây.

불문율 (不文律 Bất văn luật)

불 Bất — Không, chẳng, chả, 불안 bất an, 불편 bất tiện, 불법 bất pháp (bất hợp pháp), 불만 bất mãn, 불과 bất quá (không quá, chẳng qua), 불치병 bất trị bệnh (bệnh nan y), 불행 bất hạnh

문 Văn — Chữ, tiếng, lễ nghi, trí thức, 문화 văn hóa, 논문 luận văn, 문서 văn thư (giấy tờ, tài liệu), 문장 văn chương, 문자 văn tự, 문학 văn học, 문헌 văn hiến, 한문 Hán văn, 문화재 văn hóa tài (di sản văn hóa), 작문 tác văn (viết văn), 문호 văn hào (tác giả nổi tiếng), 문법 văn pháp (ngữ pháp), 문예 văn nghệ.

율 Luật — Quy tắc, luật pháp, quy luật, 자율 tự luật (tự kiểm soát, tự chủ), 규율 quy luật, 기율 kỷ luật

Giải nghĩa Luật hay qui định không viết bằng giấy tờ, luật bất thành văn

Cách sử dụng ~이 있다 có luật bất thành văn, 시간 엄수는 ~이다 tuân thủ thời gian là luật bất thành văn, 축구에서의 ~ luật bất thành văn trong bóng đá.

불안 (不安 Bất an)

불 Bất — Không, chẳng, chả, 불안 bất an, 불치병 bất trị bệnh (bệnh nan y), 불편 bất tiện, 불 bất hạnh, 불만 bất mãn

안 An — Yên ổn, sắp xếp, khỏe mạnh, 안거 an cư, 안심 an tâm, 안위 an nguy, 안락 an lạc, 안정 an định (ổn định), 안전 an toàn, 안녕 an ninh (an lành).

Giải nghĩa Sự bất an, sự bất ổn.

Cách sử dụng ~감 cảm giác lo lắng, ~한 마음 tâm trạng bất an, ~을 느끼다 cảm thấy bất an, ~한 생활 cuộc sống bất an, ~한 얼굴을 하다 khuôn mặt lo lắng.

불청객 (不請客 Bất thỉnh khách)

불 Bất — Không, chẳng, chả, 불안 bất an, 불편 bất tiện, 불법 bất pháp (bất hợp pháp), 불만 bất mãn, 불과 bất quá (không quá, chẳng qua), 불치병 bất trị bệnh (bệnh nan y), 불행 bất hạnh.

청 Thỉnh — Mời mọc, xin mời, đề nghị, yêu cầu, 청혼 thỉnh hôn (cầu hôn), 청구 thỉnh cầu, 요청 yêu thỉnh (yêu cầu), 간청 khẩn thỉnh (nài nỉ), 청객 thỉnh khách (khách mời), 초청자 chiêu thỉnh giả (người mời).

객 Khách — Khách hàng, hành khách, người ngoài, người ở trọ, 객관 khách quan, 객관성 khách quan tính (tính khách quan), 객지 khách địa (đất khách), 객체 khách thể., 관객 quan khách (khán giả), 관광객 quan quang khách (du khách), 식객 thực khách(khách đến ăn), 객실 khách thất (phòng ở của khách), 고객 cố khách (khách hàng), 청객 thỉnh khách (khách mời).

Giải nghĩa — Khách không mời mà đến.

Cách sử dụng — ~이 찾아오다 khách không mời tìm đến, ~ 등장 sự xuất hiện của khách không mời.

불치병 (不治病 Bất trị bệnh)

불 Bất — Không, chẳng, chả, 불안 bất an, 불치병 bất trị bệnh (bệnh nan y), 불편 bất tiện, 불행 bất hạnh, 불법 bất pháp (bất hợp pháp), 불만 bất mãn, 불과 bất quá (không quá, chẳng qua).

치 Trị — Cai trị, quản lý, chữa trị, 치료 trị liệu, 완치 hoàn trị, 자치 tự trị, 치안 trị an, 통치 thống trị, 난치병 nan trị bệnh (bệnh nan y).

병 Bệnh — Ốm, đau, bệnh, mắc bệnh, 병원 bệnh viện, 질병 tật bệnh (bệnh tật), 발병 phát bệnh, khán bệnh (chăm bệnh), 병명 bệnh danh (tên bệnh), 전염병 truyền nhiễm bệnh (bệnh truyền nhiễm), 광우병 cuồng ngưu bệnh (bệnh bò điên), 고질병 cố tật bệnh (bệnh lâu ngày), 중병 trọng bệnh (bệnh nặng), 불치병 bất trị bệnh (bệnh nan y).

Giải nghĩa — Bệnh nan y, bệnh không chữa khỏi.

Cách sử dụng — ~에 걸리다 mắc bệnh nan y, ~을 치료하다 chữa bệnh nan y, ~환자 bệnh nhân mắc bệnh nan y.

불편 (不便 Bất tiện)

불 Bất — Không, chẳng, chả, 불안 bất an, 불편 bất tiện, 불법 bất pháp (bất hợp pháp), 불만 bất mãn, 불과 bất quá (không quá, chẳng qua), 불치병 bất trị bệnh (bệnh nan y), 불행 bất hạnh.

편 Tiện — Thuận tiện, yên ổn, quen thuộc, liền, 편의 tiện nghi, 편리 tiện lợi (thuận lợi), 편의점 tiện nghi điếm (cửa hàng tiện lợi), 편안 tiện an (thoải mái), 불편 bất tiện.

Giải nghĩa — Không thoải mái, khó chịu.

Cách sử dụng — 몸이 ~하다 cơ thể người khó chịu, 속이 ~하다 trong người khó chịu, ~하다 phiền phức, không thoải mái, ~을 느끼다 cảm thấy bất tiện, 교통이 ~하다 giao thông bất tiện.

불행 (不幸 Bất hạnh)

불	Bất	Không, chẳng, không thể, 불안 bất an, 불편 bất tiện, 불법 bất pháp (bất hợp pháp), 불만 bất mãn, 불과 bất quá (không quá, chẳng qua), 불치병 bất trị bệnh (bệnh nan y), 불행 bất hạnh.
행	Hạnh	May mắn, yêu dấu, vui mừng, 행운 hạnh vận (vận may), 덕행 đức hạnh, 품행 phẩm hạnh (nhân phẩm), 박행 bạc hạnh (không may mắn), 고행 khổ hạnh, 불행중 다행 bất hạnh trung đa hạnh (trong cái rủi có cái may).
Giải thích		Điều không may mắn, bất hạnh.
Cách sử dụng		~하다, ~한 소식 tin buồn, ~중 다행 trong cái rủi có cái may, ~을 당하다 chịu bất hạnh, ~한 결혼 cuộc hôn nhân bất hạnh, không may mắn, ~한 사람 người bất hạnh, ~하게 지내다 sống một cách bất hạnh, 그녀는 ~한 고아들을 돌보았다 cô ấy đã trông nom những đứa trẻ mồ côi bất hạnh, ~하게도 thật là bất hạnh, ~을 면하다 tránh được cái bất hạnh, ~은 겹쳐오는 법이다 Họa vô đơn chí, bất hạnh thường đến chồng chất.

비관 (悲觀 Bi quan)

비	Bi	Buồn, sầu, thương cảm, 비애 bi ai, 비극 bi kịch, 자비 từ bi, 비장 bi tráng.
관	Quan	Ngắm nhìn, cảnh tượng, liên quan, cách nhìn, quan điểm, 관계 quan hệ, 낙관 lạc quan, 세계관 thế giới quan, 객관 khách quan, 관객 quan khách, 비관 bi quan, 주관 chủ quan, 기관 cơ quan, 관찰 quan sát, 관념 quan niệm, 관점 quan điểm, 관람 quan lãm (tham quan, ngắm cảnh), 참관 tham quan, 인생관 nhân sinh quan, 가치관 giá trị quan.
Giải nghĩa		Tính bi quan, chán chường.
Cách sử dụng		~적 có tính bi quan, ~으로 보다 nhìn bằng con mắt bi quan, 인생을 ~하다 bi quan về cuộc đời, 앞날을 ~하다 bi quan về tương lai, 극도로 ~하다 vô cùng bi quan ~할 것 없다 không có gì phải bi quan cả. ~론자 người theo chủ nghĩa bi quan.

비교 (比較 Tỷ giáo)

비	Tỷ	So sánh, so với, bì, đọ, 비유 tỷ dụ, 비중 tỷ trọng, 비율 tỷ suất, 대비 đối bỉ (so sánh với nhau).
교	Giáo	So sánh.
Giải nghĩa		Sự so sánh.
Cách sử dụng		~하다 so sánh, 와 ~하면 nếu so sánh với cái gì đó, ~도 안 된다 không thể so sánh được, ~될 수 있는 것이 없다 không có cái nào có thể so sánh được, 갑은 을 과~가 안된다 A không thể so sánh với B, 성능을 ~하다 so sánh tính năng, 품질을 ~하다 so sánh chất lượng, ~적 khá, ~적 춥다 khá lạnh.

비밀 (祕密 Bí mật)

비	Bí	Không biết được, giữ kín, trân quý, 비법 bí pháp (bí quyết), 신비 thần bí, 비결 bí quyết.
밀	Mật	Giữ kín, bí mật, đông đúc, rậm rạp, tinh vi, 비밀 bí mật, 기밀 cơ mật, 밀도 mật độ, 밀탐 mật thám, 밀실 mật thất (phòng bí mật), 밀서 mật thư, 밀약 mật ước (giao kết bí mật), 친밀 thân mật.
Giải nghĩa		Nội dung chưa biết đến, việc đang giấu không cho người khác biết.
Cách sử dụng		공개된 ~ bí mật được công khai, ~을 지키다 giữ bí mật, ~로하다 giữ bí mật, ~을 누설하다 lộ bí mật, 이 일이 ~이다 việc này là bí mật đó nhé, ~군사 bí mật quân sự, ~문 công văn mật, ~정보 thông tin bí mật, ~희의 họp bí mật, ~결혼 kết hôn bí mật, ~경찰 công an mật, cảnh sát mật, ~통로 con đường bí mật.

비행기 (飛行機 Phi hành cơ)

비	Phi	Bay, như bay, rất nhanh, không ngờ, 비행 phi hành 비행거리 phi hành cự ly (cự ly bay), 비행고도 phi hành cao độ (độ cao bay).
행	Hành	Đi, làm, thi hành, tiến hành, lưu hành, 실행 thực hành, 행걸 hành khất, 행동 hành động, 동행 đồng hành, 행법 hành pháp, 행정 hành chính, 시행 thi hành, 수행 tu hành, 행위 hành vi, 진행 tiến hành, 집행 chấp hành (thi hành).
기	Cơ	Máy, máy móc, cơ khí, dịp, then chốt, 농기계 nông cơ giới (máy nông nghiệp), 기관 cơ quan, 기구 cơ cấu (tổ chức), 기동 cơ động, 기계 cơ giới (máy móc, cơ khí), 동기 động cơ, 기기 khí cơ (máy móc), 항공기 hàng không cơ (máy bay), 전화기 điện thoại cơ (máy điện thoại), 기동력 cơ động lực (sức cơ động).
Giải nghĩa		Máy bay.
Cách sử dụng		①Máy bay , ~로 가다 đi bằng máy bay, ~를 타다 đi máy bay, ~를 조종하다 lái máy bay, ~멀미를 하다 say máy bay, ~사고 tai nạn máy bay, ~표 vé máy bay, 군용 ~ máy bay quân dụng, 민간 ~ máy bay dân dụng, 수송~ máy bay vận hành, 여객~ máy bay chở khách, 전투~ máy bay chiến đấu. ②Khen ngợi quá đáng, máy bay giấy, ~를 태우다 cho đi tàu bay giấy, ~ 태우지 마라 thôi đừng có cho đi tàu bay giấy nữa.

빈부격차 (貧富隔差 Bần phú cách sai)

빈	Bần	Nghèo, túng, thiếu, 빈민 bần dân (dân nghèo), 빈농 bần nông, 빈곤 bần khốn (nghèo khó), 빈혈 bần huyết (bệnh thiếu máu), 빈궁 bần cùng, 부익부 빈익빈 phú ích phú bần ích bần (giàu càng giàu nghèo càng nghèo).
부	Phú	Giàu có, dồi dào, phong phú, 부자 phú giả (người giàu), 풍부 phong phú, 부귀 phú quý, 부가 phú gia (nhà giàu), 부농 phú nông, 부유층 phú dụ tầng (tầng lớp giàu có).
격	Cách	Ngăn ra, phân biệt, khác biệt, giới hạn, 간격 gian cách (khoảng cách), 격일 cách nhật (cách ngày), 격주 cách chu (cách tuần), 격리 cách ly.

차 Sai | Khác biệt, chênh lệch, lầm lẫn, 차별 sai biệt (khác biệt), 차이점 sai dị điểm (điểm khác biệt), 차별대우 sai biệt đãi ngộ (phân biệt đối xử), 빈부격차 bần phú cách sai (khoảng cách giàu nghèo), 차액 sai ngạch (chênh lệch số tiền).

Giải nghĩa Chênh lệch giàu nghèo, sự khác biệt giàu nghèo.

Cách sử dụng ~를 줄이다 giảm sự chênh lệch giàu nghèo, ~를 해소하다 xóa bỏ chênh lệch giàu nghèo, ~가 심해지다 sự chênh lệch giàu nghèo trở nên nghiêm trọng.

ㅅ

사거리 (四— Tứ)

사 Tứ — Bốn, thứ tư, 사방 tứ phương (bốn phương), 사각형 tứ giác hình, 사지 tứ chi, 사면 tứ diện (bốn mặt), 사각 tứ giác, 사주 tứ trụ, 일년사절 nhất niên tứ tiết (một năm 4 mùa), 사고무친 tứ cố vô thân, 사순 tứ tuần.

거리 — Con đường, 잡한 ~ con đường phức tạp, ~의 소음 tiếng ồn ngoài đường, ~를 헤매다 lạc đường, ~로 나오다 ra đường.

Giải nghĩa Nơi có 4 con đường gặp nhau, ngã tư.

Cách sử dụng Hàng xanh ~ ngã tư Hàng xanh, ~에 점포를 내다 mở cửa hàng ở ngã tư, ~ 우회전 rẽ phải ở ngã tư.

사건 (事件 Sự kiện)

사 Sự — Việc, sự việc, công việc, sự nghiệp, 혼사 hôn sự, 가사 gia sự (việc nhà), 사무 sự vụ (công việc), 사정 sự tình, 형사 hình sự, 무사 vô sự, 민사 dân sự, 사고 sự cố, 시사 thời sự, 군사 quân sự, 영사관 lãnh sự quán, 사실 sự thật, 행사 hành sự (sự kiện), 사물 sự vật, 인사 nhân sự.

건 Kiện — Cái, món, việc, công văn, 사건 sự kiện (vụ việc), 여건 dữ kiện, 문건 văn kiện, 요건 yếu kiện (nội dung chính), 안건 án kiện (vụ việc), 인건비 nhân kiện phí (chi phí nhân lực)

Giải nghĩa Sự kiện, vụ việc.

Cách sử dụng ①Sự kiện, vấn đề, ~을 해결하다 giải quyết một vấn đề, ~의 진상을 밝히다 làm rõ vấn đề, 역사상 중요한 ~ sự kiện quan trọng trong lịch sử, 이상한 ~이 일어나다 xảy ra chuyện lạ, 그 ~에 상관이 없다 không có liên quan gì đến vụ việc đó, 인류역사상 획기적~들 những sự kiện đánh bước ngoặt của lịch sử nhân loại. ②Vụ án, vụ việc (tòa án), 사기~ vụ lừa đảo, 살인 ~vụ giết người, 수회~ vụ nhận hội lộ, 연애~ vụ yêu đương, ~을 검찰에 송치하다 chuyển vụ này sang bên kiểm soát, ~을 은폐하다 bao che, giấu diếm một vụ việc, 경찰은 그 ~을 수사 중에 있다 Cảnh sát đang điều tra về vụ việc ấy, 그 ~은 어떻게 전개될까 Vụ án ấy triển khai như thế nào rồi 그 ~은 미궁에 빠졌다 vụ án ấy rơi vào bế tắc, 그는 수뢰~에 관련된 혐의로 체포되었다 Anh ta bị bắt vì kết tội liên quan đến việc nhận hối lộ.

사계절 (四季節 Tứ quý tiết)

사	Tứ	Bốn, thứ tư, 사방 tứ phương (bốn phương), 사각형 tứ giác hình, 사지 tứ chi, 사면 tứ diện (bốn mặt), 사각 tứ giác, 사주 tứ trụ, 일년사절 nhất niên tứ tiết (một năm 4 mùa), 사고무친 tứ cố vô thân, 사순 tứ tuần.
계	Quý	Mùa, thời kỳ, vụ, quý (ba tháng), 동계 đông quý (mùa đông), 하계 hạ quý (mùa hè), 춘계 xuân quý (mùa xuân), 추계 thu quý (mùa thu).
절	Tiết	Khoảng thời gian, ngày lễ, tết, mùa, 동절 đông tiết (mùa đông), 하절 hạ tiết (mùa hè), 단오절 Đoan ngọ tiết (tết đoan ngọ), 춘절 xuân tiết (tiết xuân), 명절 danh tiết (ngày lễ), 시절 thì tiết (thời điểm), 일년사절 nhất niên tứ tiết (một năm bốn mùa), 계절 quý tiết (mùa).

Giải nghĩa Bốn mùa xuân hạ thu đông.

Cách sử dụng 1 년 ~ một năm bốn mùa, ~꽃 hoa bốn mùa, ~ 이 뚜렷하다 bốn mùa rõ rệt, ~ 구분 phân biệt bốn mùa.

사고 (事故 Sự cố)

사	Sự	Việc, sự việc, công việc, sự nghiệp, 혼사 hôn sự, 가사 gia sự (việc nhà), 사무 sự vụ (công việc), 사정 sự tình, 형사 hình sự, 무사 vô sự, 민사 dân sự, 시사 thời sự, 군사 quân sự, 영사관 lãnh sự quán, 사실 sự thật, 사건 sự kiện (vụ việc), 행사 hành sự (sự kiện), 사물 sự vật, 인사 nhân sự.
고	Cố	Việc không hay, tai nạn, cái cớ, nguyên nhân,변고 biến cố.

Giải nghĩa Tai nạn, sự trục trặc.

Cách sử dụng ①Tai nạn, ~가 나다 xảy ra sự cố, tai nạn, ~를 일으키다 gây tai nạn, ~를 방지하다 ngăn ngừa tai nạn, 교통~ tai nạn giao thông, 자동차~ tai nạn xe hơi, 철도 ~로 죽다 chết vì tai nạn đường sắt, ~빈발[다발] 지점 địa điểm thường [nhiều] xảy ra tai nạn, 음주운전~ tai nạn do uống rượu lái xe, 그는 귀가중에 ~를 당했다 trên đường về nhà cô ấy gặp tai nạn, 그 ~로 30 명이 죽었다 vì tai nạn đó có 30 người chết. ②Sự cố, trục trặc, ~방지대책 đối sách ngăn ngừa sự cố, 부득이한 ~로 do trục trặc bất đắc dĩ, 무슨 ~로 오지 못 했습니까? Gặp trục trặc gì mà anh ta không đến được ?

사과 (謝過 Tạ quá)

사	Tạ	Biết ơn, cảm ơn, nhận lỗi, tạ lỗi, 사례 tạ lễ, 사은 tạ ân (cảm ơn), 사은품 tạ ân phẩm (quà tặng tri ân), 사의 tạ ý (ý cảm ơn), 감사 cảm tạ, 사죄 tạ tội.
과	Quá	Lỗi. 개과 cải quá (sửa lỗi).

Giải nghĩa Nói về cái lỗi của mình, tạ tội về lỗi gì đó, xin lỗi.

Cách sử dụng ~편지 thư xin lỗi, ~를 요구하다 yêu cầu xin lỗi, ~를 받아들이다 chấp nhận xin lỗi, 공개 ~하다 công khai xin lỗi, 진심으로 ~하다 chân thành xin lỗi, 을 대신해서 ~하다 thay mặt ai xin lỗi, ~할 것 없다 chẳng có gì để xin lỗi cả.

사내 (社内 Xã nội)

사	Xã	사교 xã giao, 사회 xã hội, 사원 xã viên (nhân viên), 공사 công xã (công ty nhà nước), 사장 xã trưởng (giám đốc công ty), 지사 chi xã (chi nhánh công ty), 본사 bổn xã (công ty mẹ), 출판사 xuất bản xã (nhà xuất bản), 신문사 tân văn xã (tòa soạn báo), 항공사 hàng không xã (hãng hàng không).
내	Nội	Bên trong, trong lòng, tâm lý, trong vòng, 내부 nội bộ, 국내 quốc nội (trong nước), 실내 thất nội (trong phòng), 내각 nội giác (góc trong), 내규 nội quy, 내외 nội ngoại (trong và ngoài), 내심 nội tâm, 내용 nội dung, 내정 nội tình, 내과 nội khoa, 시내 thị nội (nội thành), 내시경 nội thị kính (nội soi).

Giải nghĩa Trong công ty.

Cách sử dụng ~ 연애 yêu đương trong công ty, ~ 연애금지 cấm yêu đương trong công ty, ~결혼 kết hôn trong công ty, ~연수 đào tạo trong công ty, ~일동 toàn thể công ty, ~조사 điều tra trong công ty.

사막 (沙漠 Sa mạc)

사	Sa	Cát, hạt cát, nhỏ như cát, đãi, gạn, 황사 hoàng sa (cát vàng), 백사장 bạch sa trường (bãi cát trắng).
막	Mạc	Bãi sa mạc, bãi cát, yên lặng, lãnh đạm, mờ mịt, mây mù, 광막 quảng mạc (bao la rộng lớn).

Giải nghĩa Vùng đất ít mưa, được bao bọc bởi cát hầu như không có sinh vật sống.

Cách sử dụng ~동물 động vật sống ở sa mạc, 사하라~ sa mạc Sahara, 황량한 ~ sa mạc hoang phế, ~의 폭풍 bão táp sa mạc (tác chiến), ~화하다 sa mạc hóa.

사망 (死亡 Tử vong)

사	Tử	Chết, mất, kiên quyết, đến cùng, 사망 tử vong, 사망률 tử vong suất (tỷ lệ tử vong), 사망자 tử vong giả (người chết), 생사 sinh tử, 사형 tử hình 사후 tử hậu (sau khi chết), 생로병사 sanh lão bệnh tử.
망	Vong	Mất đi, chết, lạc, ra ngoài, đi vắng, trốn, 도망 đào vong (bỏ trốn), 멸망 diệt vong, 패망 bại vong (thua, thua trận), 망명생활 vong mệnh sinh hoạt (sống lưu vong), 망혼 vong hồn.

Giải nghĩa Sự tử vong, thiệt mạng, chết.

Cách sử dụng ~하다, 교통사고로 ~ chết vì tai nạn giao thông, ~공고 thông báo tử vong, ~보험 bảo hiểm tử vong, ~신고서 giấy chứng tử, ~자 người tử vong.

사무 (事務 Sự vụ)

사	Sự	Việc, sự việc, công việc, sự nghiệp, 혼사 hôn sự, 가사 gia sự (việc nhà), 사무 sự vụ (công việc), 사정 sự tình, 형사 hình sự, 무사 vô sự, 민사 dân sự, 사고 sự cố, 시사

thời sự, 군사 quân sự, 영사관 lãnh sự quán, 사실 sự thật, 사건 sự kiện (vụ việc), 행사 hành sự (sự kiện), 사물 sự vật, 인사 nhân sự.

무 Vụ — Công việc, công tác, việc, 업무 nghiệp vụ, 사무실 sự vụ thất (văn phòng) , 공무 công vụ, 의무 nghĩa vụ, 임무 nhiệm vụ, 상무 thương vụ (thương mại, buôn bán).

Giải nghĩa Việc văn phòng, việc hành chính.

Cách sử dụng ~적인 có tính chất văn phòng, ~를 보다 làm việc, ~직원 nhân viên văn phòng, ~복 trang phục công sở, ~소 văn phòng, ~실 văn phòng, ~용품 đồ dùng văn phòng, 법률~소 văn phòng pháp luật, ~총장 tổng thư ký, ~를 인계하다 bàn giao công việc, ~를 인계받다 nhận bàn giao công việc, ~를 처리하다 xử lý công việc.

사무실 (事務室 Sự vụ thất)

사 Sự — Việc, sự việc, công việc, sự nghiệp, 혼사 hôn sự, 가사 gia sự (việc nhà), 사무 sự vụ (công việc), 사정 sự tình, 형사 hình sự, 무사 vô sự, 민사 dân sự, 사고 sự cố, 시사 thời sự, 군사 quân sự, 영사관 lãnh sự quán, 사실 sự thật, 사건 sự kiện (vụ việc), 행사 hành sự (sự kiện), 사물 sự vật, 인사 nhân sự.

무 Vụ — Công việc, công tác, việc, 업무 nghiệp vụ, 사무실 sự vụ thất (văn phòng) , 공무 công vụ, 의무 nghĩa vụ, 임무 nhiệm vụ, 상무 thương vụ (thương mại, buôn bán).

실 Thất — Nhà, buồng, phòng, 실내 thất nội (trong phòng), 화장실 hóa trang thất (phòng vệ sinh), 교실 giáo thất (phòng học), 연구실 nghiên cứu thất (phòng nghiên cứu), 욕실 dục thất (phòng tắm), 탈의실 thoát y thất (phòng thay đồ), 회의실 hội nghị thất (phòng họp), 사무실 sự vụ thất (văn phòng) (văn phòng), 객실 khách thất (phòng ở của khách).

Giải nghĩa Văn phòng, nơi làm việc hành chính, không gian xử lý công việc.

Cách sử dụng ~에 들어도다 bước vào văn phòng, 임대 ~을 얻다 thuê văn phòng, ~ 인테리어 nội thất văn phòng, 공동~ văn phòng chung, ~ 배치도 sơ đồ bố trí văn phòng, ~임대차계약서 hợp đồng thuê mướn văn phòng.

사물놀이 (四物— Tứ vật)

사 Tứ — Bốn, thứ tư, 사방 tứ phương (bốn phương), 사각형 tứ giác hình, 사지 tứ chi, 사면 tứ diện (bốn mặt), 사각 tứ giác, 사주 tứ trụ, 일년사절 nhất niên tứ tiết (một năm 4 mùa), 사고무친 tứ cố vô thân, 사순 tứ tuần.

물 Vật — Đồ vật, sự vật, người, thế gian, 인물 nhân vật, 선물 thiện vật (quà tặng), 건물 kiến vật (tòa nhà), 식물 thực vật, 동물 động vật, 유물 di vật, 박물관 bác vật quán (bảo tàng), 뇌물 lộ vật (vật hối lộ), 생물학 sinh vật học, 물질 vật chất, 물가 vật giá, 물품 vật phẩm, 물체 vật thể, 물리 vật lý, 사물 sự vật.

놀이 — Trò chơi, ~ 공간 không gian chơi, ~를 즐기다 chơi thích thú, ~ 공원 công viên trò chơi, tên gọi là Samunori.

Giải nghĩa Trò chơi gồm 4 vật gồm cồng, trống dài, chiêng, trống.

Cách sử dụng ~ 공연 trình diễn Samunori, ~ 동호회 câu lạc bộ Samunori.

사생활 (私生活 Tư sinh hoạt)

사 Tư — Riêng, không thuộc của công, kín, riêng, 사립 tư lập (tư nhân thành lập), 사유 tư hữu, 사심 tư tâm (lòng tham, ích kỷ), 공과 사 công và tư.

생 Sinh — Sinh ra, sự sống, sản xuất ra, học trò, người có ăn học, 발생 phát sinh, 생활 sinh hoạt, 학생 học sinh, 선생 tiên sinh (giáo viên, ông, bà), 생산 sinh sản (sản xuất), 생계 sinh kế (kế sinh nhai), 위생 vệ sinh, 생존 sinh tồn, 기생충 ký sinh trùng, 생명 sinh mệnh, 생동 sinh động, 생물 sinh vật.

활 Hoạt — Sống, sinh sống, cứu sống, linh động, 생활 sinh hoạt, 활기 hoạt khí (sức sống), 활동 hoạt động, 활력 hoạt lực (sức sống), 활발 hoạt bát, 활용 hoạt dụng (sử dụng), 활성 hoạt tính, 활어 hoạt ngư (cá sống).

Giải nghĩa — Đời sống riêng, đời tư.

Cách sử dụng — 의 ~ đời sống riêng tư của ai, ~에 간여하다 can dự vào đời sống riêng tư của ai đó, ~을 보호받다 bảo vệ đời tư, ~이 드러나다 để lộ đời tư.

사소하다 (些少—Ta thiểu)

사 Ta — Một ít.

소 Thiểu — Ít, không nhiều, hiếm, 미소 vi thiểu (rất ít), 소수민족 thiểu số dân tộc (dân tộc thiểu số), 소량 thiểu lượng (lượng ít, ít), 최소 tối thiểu, ít nhất, 다소 đa thiểu (ít nhiều).

Giải nghĩa — Ít, nhỏ, vụn vặt.

Cách sử dụng — Nhỏ vụn, vặt vãnh, chẳng thấm vào đâu. 사소한 돈 một món tiền nhỏ bé. 사소한 일 việc nhỏ. 사소한 것을 신경 쓰지 마세요 những việc nhỏ thì đừng để ý. 사소한 일 việc vặt, việc không đáng. 사소한 차이 sự khác biệt không đáng kể 사소한 잘못 lỗi nhỏ. 사소한 다툼 tranh cãi nho nhỏ, 사소한 문제 vấn đề nhỏ nhặt, 사소한 오해 hiểu lầm nho nhỏ.

사실 (事實 Sự thực)

사 Sự — Việc, sự việc, công việc, sự nghiệp, 혼사 hôn sự, 가사 gia sự (việc nhà), 사무 sự vụ (công việc), 사정 sự tình, 형사 hình sự, 무사 vô sự, 민사 dân sự, 사고 sự cố, 시사 thời sự, 군사 quân sự, 영사관 lãnh sự quán, 사실 sự thật, 사건 sự kiện (vụ việc), 행사 hành sự (sự kiện), 사물 sự vật, 인사 nhân sự.

실 Thực/ thật — Thật, thật là, thực, thật thà, chứng thực, 실제 thực tế, 실시 thực thi, 현실 hiện thực, 실천 thực tiễn, 진실 chân thực, 실험 thực nghiệm, 실력 thực lực, 사실 sự thật, 실감 thật cảm (cảm nhận thực), 실질 thực chất.

Giải nghĩa — Sự thật, thực tế của sự việc.

Cách sử dụng — ①Sự thật, thực tế, ~로 말하면 nói đúng ra, 부인할 수 없는 ~ sự thật không thể phủ nhận, 명백한 ~ một sự thật rõ ràng, ~에 반하다 trái với sự thực, ~을 근거로 하다 lấy sự thật làm căn cứ, ~을 왜곡하다 bóp méo sự thật, ~을 조사하다 điều tra sự thật, 그

것은 ~입니까? Điều đó là sự thật ư ? ~은 그렇지 않습니다 sự thật thì không phải như vậy, ~이 되다 trở thành sự thật, ~무근 vô căn cứ, ~상 trên thực tế, 엄연한 ~ sự thật hiển nhiên, 예언은 ~이 되었다 lời dự đoán thành sự thật, 이 것은 지어낸 이야기가 아니라 ~이다 đây không phải là câu chuyện bịa ra mà là sự thật ②Đúng là, rất, ~ 그 소년은 매우 영리한 아이이다 đúng là cậu bé ấy rất nhanh nhẹn, ~ 나는 그녀와 거기서 만났다 đúng là tôi đã gặp cô ta ở chỗ đó.

사업 (事業 Sự nghiệp)

사	Sự	Việc, sự việc, công việc, sự nghiệp, 혼사 hôn sự, 가사 gia sự (việc nhà), 사무 sự vụ (công việc), 사정 sự tình, 형사 hình sự, 무사 vô sự, 민사 dân sự, 사고 sự cố, 시사 thời sự, 군사 quân sự, 영사관 lãnh sự quán, 사실 sự thật, 사건 sự kiện (vụ việc), 행사 hành sự (sự kiện), 사물 sự vật, 인사 nhân sự.
업	Nghiệp	Ngành nghề, làm nghề, công việc làm, 업무 nghiệp vụ, 농업 nông nghiệp, 산업 sản nghiệp, 기업 cơ nghiệp, 직업 chức nghiệp, 작업 tác nghiệp, 상업 thương nghiệp.
Giải nghĩa		Dự án, công việc kinh doanh, làm ăn.
Cách dùng		~ 능력 năng lực kinh doanh, ~을 벌이다 bắt đầu kinh doanh, 자선 ~ hoạt động từ thiện, ~계획 kết hoạch kinh doanh, ~가 doanh nhân, ~비 chi phí kinh doanh, ~연도 năm kinh doanh, ~자본[자금] vốn kinh doanh, 큰[대] ~ kinh doanh lớn, 국가 ~ dự án nhà nước, ~에 성공 [실패]하다 thành công [thất bại] trong kinh doanh, ~에 출자하다 đầu tư vốn làm ăn, ~을 시작하다 bắt đầu kinh doanh, 새 ~을 계획하다 lập kế hoạch kinh doanh mới, ~을 그만두다 ngưng kinh doanh, ~이 잘 되다 kinh doanh tốt, ~에 소질이 있다 có tố chất kinh doanh.

사용 (使用 Sử dụng)

사	Sử	Dùng, sai, cử.
용	Dụng	Dùng, sử dụng, công hiệu, hiệu quả, 반작용 phản tác dụng, 사용 sử dụng, 용구 dụng cụ, 신사~ dùng cho đàn ông, 숙녀~ dùng cho phụ nữ, 이용 lợi dụng, 남용 lạm dụng, 작용 tác dụng, 신용 tín dụng, 실용 thực dụng, 부작용 phụ tác dụng (tác dụng phụ).
Giải nghĩa		Sử dụng, dùng vào việc gì, dùng cái gì.
Cách sử dụng		~하다, ~할 수 없다 không thể sử dụng, 을 ~하다 sử dụng cái gì rồi, 마음대로 ~하다 sử dụng tùy theo ý muốn, 널리 ~되고 있다 được sử dụng một cách rộng rãi, 일상 ~되고 있다 đang được sử dụng hằng ngày, 유효하게 ~하다 sử dụng một cách có hiệu quả, ~금지 cấm sử dụng, ~가치 giá trị sử dụng, ~권 quyền sử dụng, ~량 lượng sử dụng, ~법 Cách sử dụng, ~자 người sử dụng, ~하지 않는방 căn phòng không dùng, 아주 유효하게 ~sử dụng một cách hiệu quả.

사장 (社長 Xã trưởng)

사 Xã — 사교 xã giao, 사회 xã hội, 사원 xã viên (nhân viên), 공사 công xã (công ty nhà nước), 사장 xã trưởng (giám đốc công ty), 지사 chi xã (chi nhánh công ty), 본사 bổn xã (công ty mẹ), 출판사 xuất bản xã (nhà xuất bản), 신문사 tân văn xã (tòa soạn báo), 항공사 hàng không xã (hãng hàng không).

장 Trưởng — To, lớn, đứng đầu, 단장 (đoàn trưởng), 대대장 đại đội trưởng, 장녀 trưởng nữ, 성장 thành trưởng (trưởng thành) (trưởng thành), 홍보실장 (hoằng báo thất trưởng) trưởng phòng quảng cáo, 회장 hội trưởng, 사장 xã trưởng (giám đốc công ty), 총장 tổng trưởng (hiệu trưởng).

Giải nghĩa Người đứng đầu công ty, giám đốc.

Cách sử dụng 부~ phó giám đốc, ~이 되다 trở thành giám đốc, 계열사~ giám đốc công ty thành viên, ~으로 선임되다 được bầu làm giám đốc, ~의 역할 vai trò của giám đốc, ~의 승인 없이 không có sự cho phép của giám đốc.

사전 (辭典 Từ điển)

사 Từ — Lời, văn, ngôn từ, từ chối, từ giã, 부사 phó từ, 명사 danh từ, 형용사 hình dung từ, 동사 động từ, 언사 ngôn từ.

전 Điển — Quy tắc, pháp độ, chuẩn tắc, mẫu, lễ nghi, sách được cho là mẫu mực, 백과사전 bách khoa từ điển (từ điển bách khoa), 법전 pháp điển (bộ luật chuẩn), 자전 tự điển, 전형 điển hình, 경전 kinh điển, 고전음악 âm nhạc cổ điển.

Giải nghĩa Quyển sách ghi chép những từ vựng ,từ điển.

Cách sử dụng 산~ từ điển sống, ~을 찾다 tìm trong từ điển, ~에 없다 không có trong từ điển, ~편집자 người soạn từ điển, 인명[지명] ~ từ điển tên người [địa danh], 한베~ từ điển Hàn Việt, 국어 ~ từ điển quốc ngữ, 동의어 ~ từ điển đồng nghĩa, ~편찬하다 biên soạn từ điển.

사정 (事情 Sự tình)

사 Sự — Việc, sự việc, công việc, sự nghiệp, 혼사 hôn sự, 가사 gia sự (việc nhà), 사무 sự vụ (công việc), 사정 sự tình, 형사 hình sự, 무사 vô sự, 민사 dân sự, 사고 sự cố, 시사 thời sự, 군사 quân sự, 영사관 lãnh sự quán, 사실 sự thật, 사건 sự kiện (vụ việc), 행사 hành sự (sự kiện), 사물 sự vật, 인사 nhân sự.

정 Tình — Tình yêu, tình hình, sự thực, ý nguyện, 감정 cảm tình, 표정 biểu tình (nét mặt), 진정 chân tình, 애정 ái tình (tình cảm, tình yêu), 박정 bạc tình, 유정 hữu tình (có tình cảm), 동정 đồng tình, 다정 đa tình (giàu tình cảm), 무정 vô tình.

Giải nghĩa Lý do, hoàn cảnh, sự tình, câu chuyện.

Cách sử dụng ①Tình hình, tình huống, hoàn cảnh, 가정~ hoàn cảnh gia đình, 가정~으로 학교를 그만두다 nghỉ học vì hoàn cảnh gia đình, 자세한 ~ tình hình cụ thể, 지금~으로는 tình hình hiện nay, 부득이한 ~ trong trường hợp bất đắc dĩ, 어떤~이 있더라도 dù cho bất cứ tình huống nào, ~이 많이 달아졌어요 tình hình nay khác nhiều rồi, 교통~ tình hình giao thông, 식량[주택]~ tình hình lương thực[nhà ở], 급수~의 악화 tình hình cấp nước ở trở nên xấu. ②Xin xỏ, trình bày hoàn cảnh, ~하다, 하룻밤 재워 달라고 ~하다 xin cho ở một đêm.

사진 (寫眞 Tả chân)

사 Tả — Viết, sáng tác, vẽ, miêu tả, 묘사 miêu tả, 복사 phức tả (sao chép).

진 Chân — Thật, thực, chân thực, thật là, rõ, 진심 chân tâm, 진실 chân thật, 진리 chân lý, 진정 chân chính, 진정 chân tình.

Giải nghĩa Vẻ chân thật, bức ảnh, tấm ảnh.

Cách sử dụng ~을 인상/인화하다 in ảnh/rửa ảnh, ~을 확대하다 phóng to ảnh, ~이 실물보다 낫다 ảnh đẹp hơn so với người thật (việc thật), ~을 찍다 chụp ảnh, ~가 thợ chụp ảnh, ~관 hiệu ảnh, ~기 máy ảnh, ~기자 phóng viên ảnh, ~복제 phục chế ảnh, ~틀 khung ảnh, 전신~ ảnh toàn thân, 반신~ ảnh bán toàn thân, 흑백~ ảnh trắng đen, ~집 ảnh gia đình, 단체~ ảnh tập thể, 기념~ ảnh kỷ niệm, 그녀는 ~을 잘 받[지않]는다 cô ấy ăn [không ăn] ảnh, ~관 tiệm chụp hình.

사표 (辭表 Từ biểu)

사 Từ — Lời, văn, ngôn từ hoặc từ chối, từ giã, 고사 cáo từ, 사직 từ chức,

표 Biểu — Bề ngoài, bày tỏ, bảng biểu, 통계표 thống kê biểu, 표결 biểu quyết, 표현 biểu hiện, 표징 biểu trưng (tượng trưng) 대표 đại biểu (đại diện, thay mặt), 표시 biểu thị, 표정 biểu tình (nét mặt), 표면 biểu diện (bề mặt), 발표 phát biểu.

Giải nghĩa Thể hiện sự từ biệt, từ chức.

Cách sử dụng ~를 내다 nộp đơn từ chức, ~를 반려하다 trả lại đơn từ chức, ~를 수리하다 thụ lý đơn từ chức, ~를 철회하다 rút đơn xin từ chức.

사형 (死刑 Tử hình)

사 Tử — Chết, mất, kiên quyết, đến cùng, 사망 tử vong, 사망률 tử vong suất (tỷ lệ tử vong), 사망자 tử vong giả (người chết), 생사 sinh tử, 사형 tử hình 사후 tử hậu (sau khi chết), 생로병사 sanh lão bệnh tử.

형 Hình — Tra tấn, hình phạt, phép thường, 형사 hình sự, 형벌 hình phạt.

Giải thích Tử hình, án chết.

Cách sử dụng ~에 처하다 xử tử hình, ~을 받다 nhận án tử hình, ~을 선고하다 tuyên án tử hình, ~수 tội nhân tử hình, ~장 nơi thi hành án tử, ~죄 tội tử hình, ~폐지 bãi bỏ việc tử hình, ~을 집행하다 thi hành án tử hình.

사회 (社會 Xã hội)

사	Xã	사교 xã giao, 사회 xã hội, 사원 xã viên (nhân viên), 공사 công xã (công ty nhà nước), 사장 xã trưởng (giám đốc công ty), 지사 chi xã (chi nhánh công ty), 본사 bổn xã (công ty mẹ), 출판사 xuất bản xã (nhà xuất bản), 신문사 tân văn xã (tòa soạn báo), 항공사 hàng không xã (hãng hàng không).
회	Hội	Hợp lại, cuộc họp, đoàn thể, ban, dịp, 사회 xã hội, 국회 quốc hội, 회담 hội đàm, 회의 hội nghị, 회사 hội xã (công ty), 회장 hội trưởng (chủ tịch nhóm, trưởng nhóm), 위원회 ủy viên hội (ủy ban), 토론회 thảo luận hội (buổi thảo luận), 대회 đại hội, 협회 hiệp hội, 회견 hội kiến (phỏng vấn, gặp gỡ), 사회생활 xã hội sinh hoạt (sinh hoạt ngoài xã hội).
Giải nghĩa		Xã hội.
Cách sử dụng		~간접 자본 vốn gián tiếp xã hội , ~개발 phát triển xã hội, ~경제 kinh tế xã hội, ~계층 tầng lớp xã hội, ~과학 khoa học xã hội, ~교육 giáo dục xã hội, ~구조 cấu trúc xã hội , ~조직 tổ chức xã hội, ~도덕 đạo đức xã hội.

산 (山 Sơn)

산	Sơn	Núi, non, hình dạng như núi, hoang dã, 산해진미 sơn hải trân vị (sơn hào hải vị), 빙산 băng sơn (núi băng), 태산 thái sơn (Thái sơn), 오행산 ngũ hành sơn, 산양 sơn dương, 강산 giang sơn (sông núi, thiên nhiên), 산맥 sơn mạch (dãy núi), 산림 sơn lâm, 산수 sơn thủy, 화산 hỏa sơn (núi lửa), 산삼 (sơn sâm) sâm núi, 석산 thạch sơn (núi đá).
Giải nghĩa		①Núi. ②Hoang dã, tính rừng núi.
Cách sử dụng		~에 오르다 leo núi, ~을 넘다 vượt qua núi, ~밑으로 내려가다 xuống dốc núi, ~이 높다 núi cao, ~이 많다 nhiều núi, ~같이 쌓다 chất như núi, 금강~ núi Kim Kang, ~속의 외딴집 nhà hẻo lánh trong núi, ~을 넘어가다 vượt núi, ~에 올라가다 lên núi, ~에 가야 범을 잡는다 phải vào rừng thì mới có thể bắt được hổ, 신념은 ~도 움직일 수 있다 niềm tin có thể lay chuyển núi rừng, ~새 chim rừng, ~딸기 dâu rừng, ~돼지 lợn rừng, ~토끼 thỏ rừng.

산부인과 (産婦人科 Sản phụ nhân khoa)

산	Sản	Của cải, sinh đẻ, sản phẩm, sản xuất, 자산 tư sản (tài sản) 산업 sản nghiệp (công nghiệp), 농산 nông sản, 광산 khoáng sản, 재산 tài sản, 파산 phá sản, 수산 thủy sản, 무산 vô sản, 공산당 cộng sản đảng (Đảng cộng sản), 세계문화유산 thế giới văn hóa di sản (di sản văn hóa thế giới),
부	Phụ	Đàn bà, phụ nữ, vợ, 명부 mệnh phụ, 과부 quả phụ, 부녀 phụ nữ (mẹ và con gái), 부부 phu phụ (vợ chồng).
인	Nhân	Người, con người, dân chúng, 개인 cá nhân, 인물 nhân vật, 인권 nhân quyền, 인사 nhân sự, 노인 lão nhân (người già), 인간 nhân gian, 인구 nhân khẩu, 인력 nhân lực,

부인 phu nhân, 군인 quân nhân, 미인 mỹ nhân, 범인 phạm nhân, 살인 sát nhân, 상인 thương nhân, 애인 ái nhân (người yêu), 여인 nữ nhân, 은인 ân nhân.

과 Khoa — Chuyên ngành, khoa, bộ môn, hạng mục, 과학 khoa học, 치과 xỉ khoa (nha khoa), 외과 ngoại khoa, 안과 nhãn khoa (khoa mắt), 법과 pháp khoa (khoa luật), 내과 nội khoa 과목 khoa mục (môn, hạng mục), 소아과 tiểu nhi khoa (khoa nhi), 교과서 giáo khoa thư (sách giáo khoa), 비과학적 phi khoa học đích (không có tính khoa học).

Giải nghĩa — Sản phụ khoa, khoa sản, phụ khoa.

Cách sử dụng — ~의사 bác sĩ khoa sản, ~ 질환 bệnh phụ khoa, ~ 검사 kiểm tra phụ khoa.

산업 (産業 Sản nghiệp)

산 Sản — Của cải, sinh đẻ, sản phẩm, sản xuất, 자산 tư sản (tài sản) 산업 sản nghiệp (công nghiệp), 농산 nông sản, 광산 khoáng sản, 재산 tài sản, 파산 phá sản, 수산 thủy sản, 무산 vô sản, 공산당 cộng sản đảng (Đảng cộng sản), 세계문화유산 thế giới văn hóa di sản (di sản văn hóa thế giới).

업 Nghiệp — Nghề, ngành nghề, công nghiệp, sự nghiệp, 업종 nghiệp chủng (ngành nghề), 업무 nghiệp vụ, 농업 nông nghiệp, 공업 công nghiệp, 부업 phụ nghiệp (nghề phụ), 작업 tác nghiệp.

Giải nghĩa — Công nghiệp.

Cách sử dụng — ~개발 phát triển công nghiệp, ~공해 ô nhiễm công nghiệp, ~국 quốc gia công nghiệp, ~도시 thành phố công nghiệp, ~박람회 triển lãm công nghiệp, ~재해 tai nạn công nghiệp, ~혁명 cách mạng công nghiệp, ~화 công nghiệp hóa, ~스파이 gián điệp công nghiệp, ~ (용) 컴퓨터 máy tính công nghiệp, ~위생 vệ sinh công nghiệp, ~재해 tai nạn lao động, ~전환 chuyển đổi công nghiệp, 자국의 ~을 보호 bảo vệ công nghiệp trong nước.

살인 (殺人 sát nhân)

살 Sát — Giết chết, chiến đấu, rát, xót, 암살 ám sát, 모살 mưu sát, 살균 sát khuẩn, 살기 sát khí, 살생 sát sinh, 살인 sát nhân, 살충 sát trùng, 살해 sát hại

인 Nhân — Người, con người, dân chúng, 개인 cá nhân, 인물 nhân vật, 인권 nhân quyền, 인사 nhân sự, 노인 lão nhân (người già), 인간 nhân gian, 인구 nhân khẩu, 인력 nhân lực, 부인 phu nhân, 군인 quân nhân, 미인 mỹ nhân, 범인 phạm nhân, 살인 sát nhân, 상인 thương nhân, 애인 ái nhân (người yêu), 여인 nữ nhân, 은인 ân nhân.

Giải nghĩa — Sát nhân, giết người.

Cách sử dụng — ~하다, ~적인 có tính sát nhân, ~이 나다 xảy ra vụ giết người, ~미수 có ý giết người, ~범 tội phạm giết người ~사건 vụ giết người, ~용의자 nghi phạm giết người, ~청부업자 kẻ đâm thuê chém mướn, 청부~ giết người thuê, ~혐의를 받다 bị tình nghi tội giết người.

상 (賞 Thưởng)

상	Thưởng	Ban cho, phần thưởng, ban cho, 상금 thưởng kim (tiền thưởng), 상벌 thưởng phạt, 금상 kim thưởng (giải vàng), 수상 thụ thưởng (nhận thưởng), 노벨상 giải thưởng Noben, 대통령상 giải thưởng Tổng thống.
Giải nghĩa		Thưởng, phần thưởng.
Cách sử dụng		일등~ giải nhất, 노벨평화~ giải thưởng Nobel hòa bình, ~을 타다 nhận thưởng, ~을 받다 nhận thưởng, ~을 걸다 treo giải thưởng, ~을 주다 tặng thưởng.

상 (上 Thượng)

상	Thượng	Đi lên, ở trên, phía trên, hơn, 상반기 thượng bán kỳ (6 tháng đầu năm), 상류 thượng lưu, 상원 thượng viện, 상책 thượng sách, 상하 thượng hạ, 세상 thế thượng (thế gian), 연상 niên thượng (nhiều tuổi hơn), 옥상 ốc thượng (sân thượng), 최상 tối thượng (cao nhất).
Giải nghĩa		①Phần trên, phía trên, trên, cao (loại phân cấp). ②Quyển trước, tập một. ③Về phương diện.
Cách sử dụng		①Phần trên, ~반신 phần trên cơ thể, ~부 phần trên, bên trên, ~중하 thượng trung hạ, cao vừa thấp, trên giữa dưới, 그의 학교 성적은 ~에 속한다 thành tích học tập ở trường, ~권 quyển 1, quyển trước, tập 1. ②Theo phương diện, 교육~ về phương diện giáo dục, 역사상 trong lịch sự, 사실~ trên thực tế, 경제~ về mặt kinh tế.

상가 (商街 Thương nhai)

상	Thương	Buôn bán, bàn bạc, người đi buôn bán, 상품 thương phẩm (hàng hóa)), 거상 cự thương (nhà buôn lớn), 협상 hiệp thương.
가	Nhai	Đường phố, phố, phường, 대학가 đại học nhai (khu vực đại học) 유흥가 du hứng nhai (khu giải trí, ăn chơi), 상점가 thương điếm nhai (khu phố cửa hàng), 가로등 nhai lộ đăng (đèn đường), 주택가 trú trạch nhai (khu dân cư), 가로변 nhai lộ biên (lề đường), 가로수 (nhai lộ thụ (cây hai bên đường), 홍등가 hồng đăng nhai (khu phố đèn đỏ).
Giải nghĩa		Khu phố có nhiều cửa hàng, khu buôn bán.
Cách sử dụng		~지역 khu vực buôn bán, ~ 아파트 chung cư có khu cửa hàng phía dưới, 도매 ~khu phố bán sỉ, 지하~ khu phố bán hàn dưới lòng đất.

상관 (上官 Thượng quan)

상	Thượng	Đi lên, ở trên, phía trên, hơn, 상반기 thượng bán kỳ (6 tháng đầu năm), 상류 thượng lưu, 상원 thượng viện, 상책 thượng sách, 상하 thượng hạ, 세상 thế thượng (thế gian), 연상 niên thượng (nhiều tuổi hơn), 옥상 ốc thượng (sân thượng), 최상 tối thượng (cao nhất).

관 Quan Nhà nước, quan, chung, công, cơ quan, chỉ người có chức vụ làm việc ở cơ quan nhà nước, 사관 sĩ quan, 환관 hoạn quan, 외교관 ngoại giao quan (quan chức ngoại giao), 관직 quan chức, 장관 (trưởng quan (bộ trưởng), 관료 quan liêu (quan chức), 법관 (pháp quan (quan tòa).

Giải nghĩa Cấp trên, lãnh đạo.

Cách sử dụng ~의 명령에 복종하다 phục tùng mệnh lệnh cấp trên, ~을 모욕하다 sĩ nhục cấp trên ~의 명령을 거역하다 trái lệnh cấp trên.

상관 (相關 Tương quan)

상 Tương Lẫn nhau, với nhau, qua, lại, 상대 tương đối, 상당 tương đương, 상호 tương hỗ (lẫn nhau), 상봉 tương phùng (gặp nhau), 상대방 tương đối phương (đối phương), 상당수 tương đương số (số lượng đáng kể), 상동 tương đồng.

관 Quan Liên quan, liên hệ, dính líu, cửa, ải, ô vào, 기관 cơ quan, 관계자 quan hệ giả (người có liên quan), 관련 quan liên, 해관 hải quan, 관세 quan thuế, 연관 liên quan, 관계 quan hệ, 무관 vô quan (không liên quan), 유관기관 cơ quan hữu quan.

Giải nghĩa Tương quan, liên quan.

Cách sử dụng ~하다, ~관계 quan hệ tương quan, ~성 có tính tương quan, 인구증가와 토지가격의 상승 사이에는 ~관계가 있다 việc tăng dân số và tăng giá nhà có quan hệ tương quan, ~적인 có tính tương quan. 그런 일에 ~하고 싶지 않다 việc đó không muốn liên quan đến cái việc đó, 쓸데없이 ~하다 liên quan lung tung vào, 네가 ~할일이 아니다 không phải chuyện liên quan đến, 조금도 ~않다 không liên quan chút nào, 남들이 뭐라고 하든 ~않는다 người ta có nói gì cũng kệ, 무슨 ~이냐? Thì có liên quan gì?

상금 (賞金 Thưởng kim)

상 Thưởng Ban cho, phần thưởng, ban cho, 상금 thưởng kim (tiền thưởng), 상벌 thưởng phạt, 금상 kim thưởng (giải vàng), 수상 thụ thưởng (nhận thưởng), 노벨상 giải thưởng Noben, 대통령상 giải thưởng tổng thống.

금 Kim Vàng, tiền, kim loại, 백금 bạch kim, 금액 kim ngạch (số tiền), 금자탑 kim tự tháp, 금강 kim cương, 황금 hoàng kim, 합금 hợp kim, 입금 nhập kim (bỏ tiền vào), 송금 tống kim (gửi tiền), 상금 thưởng kim (tiền thưởng), 벌금 phạt kim (tiền phạt), 보증금 bảo chứng kim (tiền đặt cọc), 금광 kim khoáng (mỏ vàng).

Giải nghĩa Tiền thưởng.

Cách sử dụng 백만원의 ~ tiền thưởng 1 triệu Won, ~을 주다 cho tiền thưởng, ~을 타다 nhận tiền thưởng ~을 노리는사람 nhắm tới tiền thưởng, ~을 걸다 treo thưởng, 거액의 ~을 받다 nhận khoản tiền thưởng lớn.

상담 (相談 Tương đàm)

상	Tương	Lẫn nhau, với nhau, qua, lại, 상대 tương đối, 상당 tương đương, 상호 tương hỗ (lẫn nhau), 상봉 tương phùng (gặp nhau), 상대방 tương đối phương (đối phương), 상당수 tương đương số (số lượng đáng kể), 상동 tương đồng.
담	Đàm	Bàn bạc, nói chuyện, chuyện, 회담 hội đàm, 속담 tục đàm (tục ngữ), 농담 lộng đàm (nói đùa), 악담 ác đàm (chỉ trích, nói xấu), 담판 đàm phán, 담소 đàm tiếu (nói chuyện vui), 상담 tương đàm (gặp mặt nói chuyện, tư vấn), 담화 đàm thoại, 밀담 mật đàm (nói chuyện bí mật).
Giải nghĩa		Bàn bạc để giải quyết vấn đề gì đó, tư vấn.
Cách sử dụng		건강 ~ tư vấn về sức khỏe, ~소 phòng tư vấn, 결혼~소 phòng tư vấn hôn nhân, 무료~소 phòng tư vấn miễn phí, 직업~소 trung tâm tư vấn việc làm, 인생~ tư vấn cuộc đời, nói chuyện cuộc đời, ~원 nhân viên tư vấn.

상당히 (相當— Tương đương)

상	Tương	Lẫn nhau, với nhau, qua, lại, ứng với 상대 tương đối, 상당 tương đương, 상호 tương hỗ (lẫn nhau), 상봉 tương phùng (gặp nhau), 상대방 tương đối phương (đối phương), 상당수 tương đương số (số lượng đáng kể), 상동 tương đồng.
당	Đương	Tương ứng, ngang nhau, trực tiếp, hiện thời, 당대 đương đại, 당시 đương thời, 당일 đương nhật (trong ngày), 당연 đương nhiên, 당사 đương sự, 당임 đương nhiệm.
Giải nghĩa		Ứng với , tương ứng với mức độ nào đó, khá.
Cách sử dụng		Một cách tường đối, vừa phải, khá. ~비싼 값 giá tương đối đắt. ~잘 살다 tương đối giàu có. ~춥다 tường đối lạnh. 영어를 ~잘하다 tiếng Anh tương đối giỏi. ~큰 집 nhà tương đối lớn. ~오랫동안 khá lâu. ~먼 khá xa. ~많은 khá nhiều. ~잘 살다 sống khá giàu có. ~춥다 khá lạnh.

상대 (相對 Tương đối)

상	Tương	Lẫn nhau, với nhau, qua, lại, 상대 tương đối, 상당 tương đương, 상호 tương hỗ (lẫn nhau), 상봉 tương phùng (gặp nhau), 상대방 tương đối phương (đối phương), 상당수 tương đương số (số lượng đáng kể), 상동 tương đồng.
대	Đối	Hướng về, nhắm vào, đối mặt, phù hợp, đối địch, 대항 đối kháng, 대립 đối lập, 대상 đối tượng, 대수 đối thủ, 반대 phản đối.
Giải nghĩa		①Tương đối, khá ②Đối tượng, lấy làm đối tượng, đối thủ.
Cách sử dụng		①Tương đối, ~개념 khái niệm tương đối, ~적 có tính tương đối. ②Đối phương, bạn, 연애~ đối tượng yêu, 학생~의 잡지 tạp chí dành cho đối tượng học sinh, ~가 되다 thành đối tượng, 술~ đối thủ uống rượu (bạn uống rượu), ~방 đối phương, đối tác. ③Nhắm vào, ~하다, 아무를 ~로 소송을 제기하다 kiện dối tượng nào đó, ④ Đối thủ,

나는 그의 ~가 못된다 tôi không thể nào trở thành đối thủ của hắn, không phải đối thủ của hắn, 아무나 나와라, 내가 ~하마 Ai muốn ra đây, tao sẽ chơi hết.

상사 (上士 Thượng sĩ)

상	Thượng	Đi lên, ở trên, phía trên, hơn, 상반기 thượng bán kỳ (6 tháng đầu năm), 상류 thượng lưu, 상원 thượng viện, 상책 thượng sách, 상하 thượng hạ, 세상 thế thượng (thế gian), 연상 niên thượng (nhiều tuổi hơn), 옥상 ốc thượng (sân thượng), 최상 tối thượng (cao nhất).
사	Sĩ	Người trí thức, học trò, người, người đàn ông nói chung, 박사 bác sĩ (tiến sĩ), 협사 hiệp sĩ, 사관 sĩ quan, 용사 dũng sĩ, 인사 nhân sĩ, 석사 thạc sĩ, 군사 quân sĩ, 도사 đạo sĩ, 사기 sĩ khí, 무사 võ sĩ, 변호사 biện hộ sĩ (luật sư).
Giải nghĩa		Thượng sĩ.
Cách sử dụng		육군~ thượng sĩ lục quân, ~ 계급 cấp bậc thượng sĩ.

상사 (商事 Thương sự)

상	Thương	Buôn bán, bàn bạc, người đi buôn bán, 상품 thương phẩm (hàng hóa)), 거상 cự thương (nhà buôn lớn), 협상 hiệp thương.
사	Sự	Việc, sự việc, công việc, sự nghiệp, 혼사 hôn sự, 가사 gia sự (việc nhà), 사무 sự vụ (công việc), 사정 sự tình, 형사 hình sự, 무사 vô sự, 민사 dân sự, 사고 sự cố, 시사 thời sự, 군사 quân sự, 영사관 lãnh sự quán, 사실 sự thật, 사건 sự kiện (vụ việc), 행사 hành sự (sự kiện), 사물 sự vật, 인사 nhân sự.
Giải nghĩa		Việc làm ăn, buôn bán.
Cách sử dụng		~계약 hợp đồng thương mại ~회사 công ty thương mại.

상사 (商社 Thương xã)

상	Thương	Buôn bán, bàn bạc, người đi buôn bán, 상품 thương phẩm (hàng hóa), 거상 cự thương (nhà buôn lớn), 협상 hiệp thương.
사	Xã	사교 xã giao, 사회 xã hội, 사원 xã viên (nhân viên), 공사 công xã (công ty nhà nước), 사장 xã trưởng (giám đốc công ty), 지사 chi xã (chi nhánh công ty), 본사 bổn xã (công ty mẹ), 출판사 xuất bản xã (nhà xuất bản), 신문사 tân văn xã (tòa soạn báo), 항공사 hàng không xã (hãng hàng không).
Giải nghĩa		Công ty thương mại, công ty mậu dịch.
Cách sử dụng		종합~ công ty mậu dịch tổng hợp , 전자제품 전문~ công ty tương mại chuyên các đồ điện tử.

상사 (上司 Thượng ti)

상	Thượng	Đi lên, ở trên, phía trên, hơn, 상반기 thượng bán kỳ (6 tháng đầu năm), 상류 thượng lưu, 상원 thượng viện, 상책 thượng sách, 상하 thượng hạ, 세상 thế thượng (thế gian), 연상 niên thượng (nhiều tuổi hơn), 옥상 ốc thượng (sân thượng), 최상 tối thượng (cao nhất).
사	Ty / Tư	Chủ quản, phụ trách việc, đứng đầu cơ quan, 공사 công ty (công ty nhà nước), 총사령관 tổng tư lệnh quan (tổng tư lệnh), 사법 tư pháp.

Giải nghĩa Cấp trên, cấp quản lý, xếp.

Cách sử dụng 직속 ~ cấp trên trực tiếp, ~와 의논하다 bàn bạc với cấp trên, 직장~ cấp trên ở nơi làm việc, ~의 명령 mệnh lệnh cấp trên.

상사 (相思 Tương tư)

상	Tương	Lẫn nhau, với nhau, qua, lại, 상대 tương đối, 상당 tương đương, 상호 tương hỗ (lẫn nhau), 상봉 tương phùng (gặp nhau), 상대방 tương đối phương (đối phương), 상당수 tương đương số (số lượng đáng kể), 상동 tương đồng.
사	Tư	Nghĩ ngợi, suy nghĩ, nhớ mong, 사상 tư tưởng, 사고 tư khảo (suy nghĩ), 의사 (ý tư), 상사병 tương tư bệnh (bệnh tương tư).

Giải nghĩa Tương tư, suy nghĩ, nhớ về.

Cách sử dụng ~하다, ~병 bệnh tương tư, ~병에 걸리다 mắc bệnh tương tư.

상상 (想像 Tưởng tượng)

상	Tưởng	Nghĩ rằng, cho rằng, ước muốn, 환상 hoang tưởng, 감상 cảm tưởng, 회상 hồi tưởng, 연상 liên tưởng, 사상 tư tưởng.
상	Tượng	Hình dáng, tình trạng, giống như, 상상 tưởng tượng, 상징 tượng trưng, 형상 hình tượng, 동상 đồng tượng (tượng đồng), 불상 Phật tượng (tượng Phật), 현상 hiện tượng, 추상화 trừu tượng họa (tranh trừu tượng).

Giải nghĩa Tưởng tượng, hình dung.

Cách sử dụng ~하다, ~밖의 ngoài sức tưởng tượng, ~을 뛰어넘다 vượt quá sức tưởng tượng, ~할 수 있다 có thể tưởng tượng, ~할 수 없다 không tưởng tượng được, ~하기 어렵다 khó tưởng tượng, ~세계 thế giới tưởng tượng, ~력 sức tưởng tượng, ~하기 어렵지 않다 không khó tưởng tượng ra.

상식 (常識 Thường thức)

상	Thường	Thông thường, phổ thông, luôn, hay, vốn, 평상 bình thường, 비상 phi thường, 통상 thông thường, 이상 dị thường, 상식 thường thức, 무상 vô thường, 평상시 bình thường thì (lúc bình thường).

식 Thức — Biết, nhận biết, nhận ra, hiểu biết, kiến thức, 인식 nhận thức, 의식 ý thức, 지식 tri thức, 상식 thường thức, 학식 học thức, 식별 thức biệt (phân biệt), 식견 thức kiến (cách nhìn nhận).

Giải nghĩa Tri thức thường, thường thức.

Cách sử dụng ~적으로 bằng tri thức thông thường, ~적인 문제 vấn đề có tính thường thức, ~에 벗어나다 thoát khỏi thường thức, ~이 없다 không có thường thức, ~이 풍부하다 thường thức phong phú.

상아 (象牙 Tượng nha)

상 Tượng — Con voi, hoặc hình ảnh, hình dáng, tình trạng, 인상 ấn tượng, 대상 đối tượng, 표상 biểu tượng, 경상 cảnh tượng, 기상 khí tượng, 상상 tưởng tượng, 상징 tượng trưng, 형상 hình tượng, 동상 đồng tượng (tượng đồng), 불상 Phật tượng (tượng Phật), 현상 hiện tượng, 추상화 trừu tượng họa (tranh trừu tượng).

아 Nha — Răng, ngà, mép răng cưa, 치아 xỉ nha (răng).

Giải nghĩa Ngà voi.

Cách dùng ~도장 dấu bằng ngà voi, ~세공 gia công ngà voi, ~조각 điêu khắc ngà voi.

상업 (商業 Thương nghiệp)

상 Thương — Buôn bán, bàn bạc, người đi buôn bán, 상품 thương phẩm (hàng hóa), 거상 cự thương (nhà buôn lớn), 협상 hiệp thương.

업 Nghiệp — Nghề, ngành nghề, công nghiệp, sự nghiệp, 업종 nghiệp chủng (ngành nghề), 업무 nghiệp vụ, 농업 nông nghiệp, 공업 công nghiệp, 부업 phụ nghiệp (nghề phụ), 작업 tác nghiệp.

Giải nghĩa Thương nghiệp, thương mại, mậu dịch.

Cách sử dụng ~하다 buôn bán, ~활동 Hoạt động thương mại, ~분야 lĩnh vực thương mại, ~에 종사하다 làm thương mại, ~이 발달하다 thương mại phát triển, ~의 중심지 nơi trung tâm thương mại, ~영어 tiếng Anh thương mại, ~도시 thành phố thương mại, ~은행 ngân hàng thương mại, ~적 có tính thương mại.

상업화 (商業化 Thương nghiệp hóa

상 Thương — Buôn bán, bàn bạc, người đi buôn bán, 상품 thương phẩm (hàng hóa), 거상 cự thương (nhà buôn lớn), 협상 hiệp thương.

업 Nghiệp — Nghề, ngành nghề, công nghiệp, sự nghiệp, 업종 nghiệp chủng (ngành nghề), 업무 nghiệp vụ, 농업 nông nghiệp, 공업 công nghiệp, 부업 phụ nghiệp (nghề phụ), 작업 tác nghiệp.

화 Hóa — Biến đổi, thay đổi, tan, chảy, làm cho biến thành, 변화 biến hóa, 강화 cường hóa (tăng cường), 악화 ác hóa (xấu đi), 소화 tiêu hóa, 약화 nhược hóa (yếu đi), 화장 hóa trang, 문화재 văn hóa tài (di sản văn hóa), 노화 lão hóa, 화석 hóa thạch, 화학 hóa học.

Giải nghĩa Thương mại hóa, đưa ra làm kinh doanh.

Cách sử dụng ~하다, ~목적으로 với mục đích là thương mại hóa, ~ 단계 giai đoạn thương mại hóa, ~ 전략 chiến lược thương mại hóa.

상태 (狀態 Trạng thái)

상 Trạng — Hình, hình dáng, tình trạng, 병상 bệnh trạng (tình trạng bệnh), 원상 nguyên trạng, 죄상 tội trạng, 증상 chứng trạng (triệu chứng bệnh), 현상 hiện trạng.

태 Thái — Tình trạng, 동태 động thái, 태도 thái độ.

Giải nghĩa Trạng thái, tình hình, tình trạng.

Cách sử dụng 전쟁~ tình trạng chiến tranh, 건강~ tình trạng sức khỏe, 건강~가 좋다 tình trạng sức khỏe tốt, 경제~ tình hình kinh tế, 위험~ trạng thái nguy hiểm, 정신~ tình trạng tinh thần, 혼수~ tình trạng hôn mê, 재정~ tình hình tài chính, 정신~ trạng thái tinh thần, 기후~ tình hình khí hậu.

상황 (狀況 Trạng huống)

상 Trạng — Hình, hình dáng, tình trạng, 병상 bệnh trạng (tình trạng bệnh), 원상 nguyên trạng, 죄상 tội trạng, 증상 chứng trạng (triệu chứng bệnh), 현상 hiện trạng.

황 Huống — Tình hình, huống chi, so sánh, 경황 cảnh huống (tình huống), 근황 cận huống (tình hình gần đây), 실황 thực huống (tình huống thực tế).

Giải nghĩa Tình hình, tình huống.

Cách sử dụng 현재의 ~로서는 theo tình huống như hiện nay, ~을 파악하다 nắm bắt tình hình, ~을 조사하다 điều tra tình hình, 그곳 ~을 알려 주세요 hãy cho tôi biết tình hình ở đó, ~판단 phản đoán tình huống, ~은 호전되고 있다 tình hình đang tốt dần lên, ~은 악화되었다 tình hình đã xấu đi.

색 (色 Sắc)

색 Sắc — Màu, cảnh, sắc đẹp, nhan sắc, 색소 sắc tố, 색맹 sắc manh (mù màu), 무색 vô sắc (không màu), 변색 biến sắc, 녹색 lục sắc (màu xanh), 면색 diện sắc (sắc mặt).

Giải nghĩa ①Màu sắc. ②Tình dục, chăn gối.

Cách sử dụng ①Màu sắc, 짙은 ~màu đậm, 부드러운 ~ màu sắc dễ chịu, ~을 빠지다 làm bay màu, ~이 변하다 thay màu, đổi màu, ~이 진하다 màu sẫm, 얼굴~ sắc mặt. ②Tình dục, chăn gối, ~에 빠지다 ham mê tình dục, ~을 밝히다 thích tình dục.

생계 (生計 Sinh kế)

생	Sinh	Sinh ra, sự sống, sản xuất ra, học trò, người có ăn học, 발생 phát sinh, 생활 sinh hoạt, 학생 học sinh, 선생 tiên sinh (giáo viên, ông, bà), 생산 sinh sản (sản xuất), 생계 sinh kế (kế sinh nhai), 위생 vệ sinh, 생존 sinh tồn, 기생충 ký sinh trùng, 생명 sinh mệnh, 생동 sinh động, 생물 sinh vật.
계	Kế	Mưu mẹo, phép tính, công cụ tính, tiếp nối, 계획 kế hoạch, 계책 kế sách, 생계 sinh kế (kế sinh nhai), 모계 mưu kế, 고육지계 khổ nhục chi kế (khổ nhục kế) 미인계 mỹ nhân kế, 계략 kế lược, 계승 kế thừa, 계모 kế mẫu (mẹ kế), 계부 kế phụ (cha kế), 계산 kế toán (tính toán), 계속 kế tục (tiếp tục), 계위 kế vị, 묘계 diệu kế, 설계 thiết kế.
Giải nghĩa		Kế sinh nhai, sinh kế (kế sinh nhai).
Cách sử dụng		~가 어렵다 khó sống, ~를 유지하다 duy trì cuộc sống, ~가 막연하다 kế sinh nhai mờ mịt, ~를 세우다 lập kế sinh nhai, ~수단 phương pháp sinh nhai, 가족의 ~를 위해서 vì kế sinh nhai của gia đình.

생기 (生氣 Sinh khí)

생	Sinh	Sinh ra, sự sống, sản xuất ra, học trò, người có ăn học, 발생 phát sinh, 생활 sinh hoạt, 학생 học sinh, 선생 tiên sinh (giáo viên, ông, bà), 생산 sinh sản (sản xuất), 생명 sinh mệnh, 생계 sinh kế (kế sinh nhai), 위생 vệ sinh, 생존 sinh tồn, 기생충 ký sinh trùng, 생동 sinh động, 생물 sinh vật.
기	Khí	Khí, hơi, trạng thái, 기상 khí tượng, 공기 không khí, 기후 khí hậu, 기압 khí áp, 용기 dũng khí, 경기구 khinh khí cầu, 생기 sinh khí (sức sống), 고기압 cao khí áp (khí áp cao), 기색 khí sắc (sắc mặt), 기관 khí quản.
Giải nghĩa		Sinh khí, sức sống.
Cách sử dụng		~가 있다 có sức sống, ~를 주다 tiếp thêm sinh khí, ~없는 얼굴 khuôn mặt không còn sức sống, ~ 없는 눈 đôi mắt thiếu sinh khí, ~가 넘치다 tràn đầy sinh khí, ~를 잃다 mất sinh khí.

생년월일 (生年月日 Sinh niên nguyệt nhật)

생	Sinh	Sinh ra, sự sống, sản xuất ra, học trò, người có ăn học, 발생 phát sinh, 생활 sinh hoạt, 학생 học sinh, 선생 tiên sinh (giáo viên, ông, bà), 생산 sinh sản (sản xuất), 생명 sinh mệnh, 생계 sinh kế (kế sinh nhai), 위생 vệ sinh, 생존 sinh tồn, 기생충 ký sinh trùng, 생동 sinh động, 생물 sinh vật.
년	Niên	Năm, tuổi, lứa tuổi, thời, mùa, 백년 bách niên (trăm năm), 신년 tân niên (năm mới), 연대 niên đại (thời kỳ, năm tháng), 학년 niên học (năm học), 반년 bán niên (nửa năm), 천년기 thiên niên kỷ, 미성년 (vị thành niên), 청소년 (thanh thiếu niên), 내년 lai niên (năm sau), 노년 lão niên (tuổi già), 매년 mỗi niên (mỗi năm), 성년 thành niên (người lớn), 소년 thiếu niên, 중년 trung niên.

월 Nguyệt — Trăng, mặt trăng, tháng, hàng tháng, 반월 bán nguyệt, 월식 nguyệt thực, 월경 nguyệt kinh (kinh nguyệt), 세월 tuế nguyệt (năm tháng), 월급 nguyệt cấp (lương tháng).

일 Nhật — Mặt trời, ngày, ban ngày, hằng ngày, 일정 nhật trình (lịch trình), 일기 nhật ký, 일상 nhật thường (hằng ngày), 생일 sinh nhật, 당일 đương nhật (trong ngày), 평일 bình nhật (ngày thường).

Giải nghĩa — Ngày tháng năm sinh.

Cách sử dụng — ~ 이름으로 사람찾기 tìm người theo ngày tháng năm sinh và tên, ~ 입력 nhập dữ liệu ngày tháng năm sinh, ~ 확인 xác nhận ngày tháng năm sinh, ~ 운세 số mệnh theo ngày tháng năm sinh, ~ 궁합 cung hợp theo ngày tháng năm sinh.

생명 (生命 Sinh mệnh)

생 Sinh — Sinh ra, sự sống, sản xuất ra, học trò, người có ăn học, 발생 phát sinh, 생활 sinh hoạt, 학생 học sinh, 선생 tiên sinh (giáo viên, ông, bà), 생산 sinh sản (sản xuất), 생명 sinh mệnh, 생계 sinh kế (kế sinh nhai), 위생 vệ sinh, 생존 sinh tồn, 기생충 ký sinh trùng, 생동 sinh động, 생물 sinh vật.

명 Mệnh — Số phận, vận mệnh, mệnh trời, 명령 mệnh lệnh, 운명 vận mệnh, 생명 sinh mệnh, 미인박명 mỹ nhân bạc mệnh, 사명 sứ mệnh, 천명 thiên mệnh (mệnh trời), 수명 thọ mệnh (tuổi thọ).

Giải nghĩa — Mạng sống.

Cách sử dụng — ①Sinh mạng, mạng sống, ~을 걸다 liều mạng, đưa tính mạng ra, ~을 잃다 mất mạng, ~보험 bảo hiểm sinh mạng, 환자의 ~ mạng sống của người bệnh, ~의 은인 ân nhân cứu mạng ~을 구하다 cứu mạng sống. ②Sức sống. ③Nghĩa bóng, mạng sống, tuổi thọ, cuộc đời, cái thứ quan trọng nhất, 그의 정치 ~도 이것으로 끝이다 Cuộc đời chính trị của anh ta đến đây là hết. ④Cái thứ quan trọng nhất, 가수의 ~은 목소리이다 cái thứ quan trọng nhất của người ca sĩ là giọng hát,

생물 (生物 Sinh vật)

생 Sinh — Sinh ra, sự sống, sản xuất ra, học trò, người có ăn học, 발생 phát sinh, 생활 sinh hoạt, 학생 học sinh, 선생 tiên sinh (giáo viên, ông, bà), 생산 sinh sản (sản xuất), 생명 sinh mệnh, 생계 sinh kế (kế sinh nhai), 위생 vệ sinh, 생존 sinh tồn, 기생충 ký sinh trùng, 생동 sinh động, 생물 sinh vật.

물 Vật — Đồ vật, sự vật, người, thế gian, 인물 nhân vật, 선물 thiện vật (quà tặng), 건물 kiến vật (tòa nhà), 식물 thực vật, 동물 động vật, 유물 di vật, 박물관 bác vật quán (bảo tàng), 뇌물 lộ vật (vật hối lộ), 생물학 sinh vật học, 물질 vật chất, 물가 vật giá, 물품 vật phẩm, 물체 vật thể, 물리 vật lý, 사물 sự vật.

Giải nghĩa — Sinh vật, vật thể đang sống.

Cách sử dụng ①Sinh vật, vật thế đang sống, ~계 giới sinh vật, ~학 sinh vật học, ~화학병기 vũ khí sinh học, 고등~ sinh vật cấp cao, 숲속의 ~ sinh vật trong rừng. ②Thuộc về môn sinh vật, ~선생님 thầy giáo môn sinh vật, ~시간 giờ môn sinh vật.

생일 (生日 Sinh nhật)

생 Sinh — Sinh ra, sự sống, sản xuất ra, học trò, người có ăn học, 발생 phát sinh, 생활 sinh hoạt, 학생 học sinh, 선생 tiên sinh (giáo viên, ông, bà), 생산 sinh sản (sản xuất), 생명 sinh mệnh, 생계 sinh kế (kế sinh nhai), 위생 vệ sinh, 생존 sinh tồn, 기생충 ký sinh trùng, 생동 sinh động, 생물 sinh vật.

일 Nhật — Mặt trời, ngày, ban ngày, hằng ngày, 일정 nhật trình (lịch trình), 일기 nhật ký, 일상 nhật thường (hằng ngày), 생일 sinh nhật, 당일 đương nhật (trong ngày), 평일 bình nhật (ngày thường).

Giải nghĩa Sinh nhật, ngày sinh.

Cách sử dụng ~을 축하합니다 Chúc mừng sinh nhật, ~선물 quà sinh nhật, ~잔치 tiệc sinh nhật, ~을 맞이하다 đón sinh nhật, 내~은 8 월 10 일이다 sinh nhật vào ngày 10 tháng 8.

생활 (生活 Sinh hoạt)

생 Sinh — Sinh ra, sự sống, sản xuất ra, học trò, người có ăn học, 발생 phát sinh, 생활 sinh hoạt, 학생 học sinh, 선생 tiên sinh (giáo viên, ông, bà), 생산 sinh sản (sản xuất), 생명 sinh mệnh, 생계 sinh kế (kế sinh nhai), 위생 vệ sinh, 생존 sinh tồn, 기생충 ký sinh trùng, 생동 sinh động, 생물 sinh vật.

활 Hoạt — Sống, sinh sống, cứu sống, linh động, 생활 sinh hoạt, 활기 hoạt khí (sức sống), 활동 hoạt động, 활력 hoạt lực (sức sống), 활발 hoạt bát, 활용 hoạt dụng (sử dụng), 활성 hoạt tính, 활어 hoạt ngư (cá sống).

Giải nghĩa Cuộc sống, sống, sinh hoạt, đời sống.

Cách sử dụng ①Sống, sinh hoạt, ~방식이 다르다 cách sống khác nhau, 야생동물의 ~을 관찰하다 quan sát sinh hoạt của động vật hoang dã, 규칙적/ 불규칙적~ sinh hoạt điều độ/ không điều độ, 월급으로 ~하다 sống bằng đồng lương, ~조건 điều kiện sống, ~필수품 đồ dùng sinh hoạt, ~환경 hoàn cảnh sinh hoạt, 도시~ cuộc sống thành phố, 원시~ cuộc sống nguyên thủy, ~력 sức sống, ~비 phí sinh hoạt. ②Cuộc sống, sinh kế (kế sinh nhai) ~에 여유가 있다 dư dả trong cuộc sống, ~이 몹시 어렵다 cuộc sống rất khó khăn, 풍족한 ~ một cuộc sống đầy đủ, 거지~을 하다 sống cuộc sống ăn mày. ③Hoạt động, 취미~ hoạt động sở thích, 봉사~ hoạt động từ thiện, 정신~ cuộc sống tinh thần.

생활비 (生活費 Sinh hoạt phí)

생 Sinh — Sinh ra, sự sống, sản xuất ra, học trò, người có ăn học, 발생 phát sinh, 생활 sinh hoạt, 학생 học sinh, 선생 tiên sinh (giáo viên, ông, bà), 생산 sinh sản (sản xuất), 생명

sinh mệnh, 생계 sinh kế (kế sinh nhai), 위생 vệ sinh, 생존 sinh tồn, 기생충 ký sinh trùng, 생동 sinh động, 생물 sinh vật.

활	Hoạt	Sống, sinh sống, cứu sống, linh động, 생활 sinh hoạt, 활기 hoạt khí (sức sống), 활동 hoạt động, 활력 hoạt lực (sức sống), 활발 hoạt bát, 활용 hoạt dụng (sử dụng), 활성 hoạt tính, 활어 hoạt ngư (cá sống).
비	Phí	chi phí, tiền, tốn, chi tiêu, 학비 học phí, 기숙비 ký túc phí (tiền ký túc xá), 식비 thực phí (tiền ăn) 교통비 giao thông phí (tiền xăng xe), 접대비 tiếp đãi phí (phí tiếp khách), 생활비 sinh hoạt phí (chi phí sinh hoạt), 통신비 thông tin phí (chi phí liên lạc), 낭비 lãng phí, 경비 kinh phí, 학비 học phí, 인건비 nhân kiện phí (phí nhân công), 치료비 trị liệu phí (tiền điều trị), 참가비 tham gia phí (phí tham gia).

Giải nghĩa Chi phí sinh hoạt.

Cách sử dụng 높은[낮은]~ chi phí sinh hoạt đắt đỏ [rẻ], ~를 벌기 위해서 để kiếm tiền sinh sống, ~대출 cho vay tiêu dùng, ~를 절약하는 방법 phương pháp tiết kiệm chi phí sinh hoạt.

서류 (書類 Thư loại)

서	Thư	Sách, thư tín (thư từ), đơn, giấy tờ, văn kiện, 독서 độc thư (đọc sách), 문서 văn thư (giấy tờ, tài liệu), 계약서 khế ước thư (hợp đồng), 보고서 báo cáo thư (bản báo cáo), 교과서 giáo khoa thư (sách giáo khoa), 서류 thư loại (tài liệu), 서신 thư tín (thư từ), 서기 thư ký (bí thư), 도서 đồ thư (sách vở), 심서 tâm thư, 대월사기전서 Đại Việt sử ký toàn thư.
류	Loại	Loài, giống, thứ, đại khái, 일류 nhất loại (hạng một), 동류 đồng loại, 종류 chủng loại, 인류 nhân loại, 분류 phân loại, 서류 thư loại (tài liệu), 의류 y loại (quần áo), 주류 tửu loại (loại rượu).

Giải nghĩa Hồ sơ, giấy tờ.

Cách dùng 선적 ~ hồ sơ chất hàng lên tàu, 중요 ~ hồ sơ quan trọng, ~를 작성하다 soạn hồ sơ giấy tờ, ~를 제출하다 trình hồ sơ giấy tờ, ~를 정리하다 sắp xếp lại hồ sơ giấy tờ, ~ 가방 túi đựng hồ sơ giấy tờ.

서명 (署名 Thự danh)

서	Thự	Ký tên.
명	Danh	Tên, tiếng tăm, nổi tiếng, danh phận, người, 명분 danh phận, 유명 hữu danh (nổi tiếng), 명칭 danh xưng, 지명 địa danh, 익명 nặc danh, 허명 hư danh, 무명 vô danh, 명언 danh ngôn.

Cách dụng ~하다, ~이 없는 편지 thư không ký tên, ~운동 cuộc vận động lấy chữ ký, ~자 người ký tên, 서류에 ~날인하다 ký tên đóng dấu vào hồ sơ giấy tờ, 계약에 ~하다 ký tên vào hợp đồng, 여기에 ~해 주십시오 Anh hãy ký tên vào đây, 저자는 그 책에 자필로 ~했다 tác giả đích thân ký tên vào sách của mình.

서양 (西洋 Tây dương)

서	Tây	Phía tây, hướng tây, phương tây, 서남 Tây Nam, 서방 Tây Phương, 동서남북 Đông Tây Nam Bắc, 서류기 tây du ký, 동문서답 đông vấn tây đáp (hỏi một đường trả lời một nẻo).
양	Dương	Biển khơi, đại dương, ngoại quốc, thuộc về châu Âu, 태평양 Thái Bình Dương, 인도양 Ấn Độ Dương, 서대양 Đại Tây Dương,양력 dương lịch, 양금 dương cầm, 양복 dương phục (đồ âu), 양주 dương tửu (rượu tây), 동양 đông dương.
Giải nghĩa		Tây phương, Châu Âu.
Cách sử dụng		~화하다 Tây hóa, ~문명 văn minh phương tây, ~사 lịch sử phương tây, ~요리 món ăn phương tây, ~인 người phương tây, ~식 kiểu phương tây, ~식 사고방식 lối suy nghĩ kiểu phương tây.

석유 (石油 Thạch du)

석	Thạch	Đá, khắc đá, bia, mốc, 보석 bảo thạch, 석탑 thạch tháp (tháp đá), 반석 bàn thạch, 화석연료 hóa thạch nhiên liệu (nhiên liệu hóa thạch), 석상 thạch tượng (tượng đá), 석탄 thạch than (than đá), 석산 thạch sơn (núi đá).
유	Du	Dầu, mỡ, chất lỏng, trơn bóng, 유가 giá dầu (du giá), 유관 (du quản) ống dẫn dầu, 식(용)유 thức dụng dầu (dầu ăn), 석유 thạch dầu (dầu mỏ), 유정 du tĩnh (giếng dầu).
Giải nghĩa		Dầu đã hóa thạch, dầu mỏ, dầu lửa.
Cách sử dụng		~찾다 tìm dầu mỏ, ~를 연료로 하다 lấy dầu mỏ làm nhiên liệu, ~탐사 dò tìm dầu mỏ ~가격 giá dầu, ~관련제품 sản phẩm liên quan dầu mỏ, ~매장량 lượng tích trữ dầu mỏ, ~산업 ngành công nghiệp dầu mỏ, ~수송관 ống dẫn dẫu, ~수출국 기구 Tổ chức xuất khẩu dầu mỏ OPEC.

선 (綫 Tuyến)

선	Tuyến	Chỉ, sợi, dây nhỏ, dây điện, 노선 lộ tuyến, 차선 xa tuyến (đường cho xe đi), 중선 trung tuyến, 전선 điện tuyến (dây điện), 휴전선 hưu chiến tuyến (giới tuyến ngừng bắn), 무선 vô tuyến, 선로 tuyến lộ (đường dây).
Giải nghĩa		Đường, dây.
Cách sử dụng		①가는 [굵은]~ đường vẽ mỏng [dày], ~을 긋다 vẽ đường ngang, 삼팔~ vĩ tuyến 38 (biên giới hai miền Nam Bắc triều tiên). ②Tuyến đường tàu xe, 2 번~ tuyến đường số 2, 경인 ~ tuyến đường tàu Seoul Incheon. ③Tiêu chuẩn, mức độ, giới hạn, 국민소득이 만 달러~에 있다 thu nhập quốc dân đầu người đạt đến mức 10 ngàn USD, 지출을 그 ~에서 억제하다 hạn chế chi tiêu ở mức đó. ④Dây, đường, tuyến 전화~ dây điện thoại, 송전~ dây tải điện, 전~ dây điện, ⑤Mối quan hệ nào đó, liên hệ 권력층과 ~이 닿다 có quan hệ với giới quyền lực, 거래하는 회사와 ~이 끊기다 cắt đứt quan hệ với các công ty giao dịch, ⑥Tia, 감마~ tia gamma, 엑스~ tia X, 방사~ tia phóng xạ.

선물 (膳物 Thiện vật)

선	Thiện	Dâng, tặng.
물	Vật	Đồ vật, sự vật, người, thế gian, 인물 nhân vật, 선물 thiện vật (quà tặng), 건물 kiến vật (tòa nhà), 식물 thực vật, 동물 động vật, 유물 di vật, 박물관 bác vật quán (bảo tàng), 뇌물 lộ vật (vật hối lộ), 생물학 sinh vật học, 물질 vật chất, 물가 vật giá, 물품 vật phẩm, 물체 vật thể, 물리 vật lý, 사물 sự vật.
Giải nghĩa		Vật để tặng, quà, món quà.
Cách sử dụng		~하다 làm quà, 새해의 ~ quà năm mới, 생일~ quà sinh nhật ~을 주다 cho quà, tặng quà, ~을 받다 nhận quà, ~을 보내다 gửi quà, 를 ~로 하다 lấy gì đó làm quà, 축하~ quà chúc mừng, ~교환 trao quà, ~을 보내다 gửi quà, ~을 마련하다 chuẩn bị quà.

선배 (先輩 Tiên bối)

선	Tiên	Trước, thời gian trước, lúc trước, 선생 tiên sinh (giáo viên, ông, bà), 선조 tiên tổ (tổ tiên), 선례후학 tiên lễ hậu học (tiên học lễ, hậu học văn), 선후 tiên hậu (trước sau), 선진 tiên tiến, 우선 ưu tiên, 신선 thần tiên, 선배 tiên bối (đàn anh, bề trên).
배	Bối	Bậc, bề, đời, đồ, hạng, nhóm, 후배 hậu bối.
Giải nghĩa		Bề trên, nhóm trên, bậc anh chị, tiền bối.
Cách sử dụng		선후배 관계 quan hệ giữa các thế hệ trước và sau, 그는 나의 대학교 2 년 ~이다 anh ta là đàn anh ở đại học hơn tôi 2 năm, 학교~ đàn anh ở trường học, 직장~ bậc tiền bối ở nơi làm việc.

선생 (先生 Tiên sinh)

선	Tiên	Trước, thời gian trước, lúc trước, 선생 tiên sinh (giáo viên, ông, bà), 선조 tiên tổ (tổ tiên), 선례후학 tiên lễ hậu học (tiên học lễ, hậu học văn), 선후 tiên hậu (trước sau), 선진 tiên tiến, 우선 ưu tiên, 신선 thần tiên, 선배 tiên bối (đàn anh, bề trên).
생	Sinh	Sinh ra, sự sống, sản xuất ra, học trò, người có ăn học, 발생 phát sinh, 생활 sinh hoạt, 학생 học sinh, 선생 tiên sinh (giáo viên, ông, bà), 생산 sinh sản (sản xuất), 생명 sinh mệnh, 생계 sinh kế (kế sinh nhai), 위생 vệ sinh, 생존 sinh tồn, 기생충 ký sinh trùng, 생동 sinh động, 생물 sinh vật.
Giải nghĩa		Giáo viên, người sinh ra trước.
Cách sử dụng		①Giáo viên, 고등학교~ giáo viên cấp ba, 수학~ giáo viên toán ~이 되다 thành giáo viên, ~님! Thưa thầy (Cô) giáo! 엄한 ~ một giáo viên nghiêm khắc, 영어 ~giáo viên tiếng Anh. ②Ngài, ông, tiên sinh, 김~ 안녕하세요 Xin chào ông Kim. ③Chỉ người có năng lực gì đó, bậc thầy, 다른 건 몰라도 바둑은 내가 ~이지 cái gì khác thì tôi không biết chứ cờ vây thì tôi là thầy.

선수 (選手 Tuyển thủ)

선	Tuyển	Chọn lọc, lựa chọn, bầu cử, 선거 tuyển cử, 선집 tuyển tập, 선수 tuyển thủ, 총선거 tổng tuyển cử, 대선 (đại tuyển (bầu cử tổng thống), 선정 tuyển định (lựa chọn).
수	Thủ	Tay, cầm, giữ, tài ba, tay nghề, 수공 thủ công, 선수 tuyển thủ, 수어 thủ ngữ (ngôn ngữ bằng tay), 고수 cao thủ, 적수 địch thủ, 포수 pháo thủ, 사수 xạ thủ, 명수 danh thủ (người giỏi, người nổi tiếng).
Giải nghĩa		Tuyển thủ, cầu thủ, vận động viên được tuyển chọn.
Cách sử dụng		~단 đoàn vận động viên, ~선서 tuyên thệ của vận động viên, ~촌 làng vận động viên, 최우수~ vận động viên xuất sắc, 후보~ vận động viên dự bị, 축구~ cầu thủ bóng đá, 국가태권도 ~ tuyển thủ Taekwondo quốc gia.

선약 (先約 Tiên ước)

선	Tiên	Trước, thời gian trước, lúc trước, 선생 tiên sinh (giáo viên, ông, bà), 선조 tiên tổ (tổ tiên), 선례후학 tiên lễ hậu học (tiên học lễ, hậu học văn), 선후 tiên hậu (trước sau), 선진 tiên tiến, 우선 ưu tiên, 신선 thần tiên, 선배 tiên bối (đàn anh, bề trên).
약	Ước	Chừng, khoảng, hẹn, giao ước, 선약 tiên ước (cuộc hẹn trước), 약정 ước định (cam kết, qui định), 혼약 hôn ước, 계약 khế ước, 공약 công ước, 규약 quy ước, 약혼 ước hôn (đám hỏi), 협약 hiệp ước.
Giải nghĩa		Hẹn trước.
Cách sử dụng		~이 있어 먼저 가겠습니다 tôi có hẹn trước nên đi trước, ~순으로 theo thứ tự hẹn trước, ~이 잡히다 có hẹn trước, ~을 취소하다 hủy hẹn trước.

선진 (先進 Tiên tiến)

선	Tiên	Trước, thời gian trước, lúc trước, 선생 tiên sinh (giáo viên, ông, bà), 선조 tiên tổ (tổ tiên), 선례후학 tiên lễ hậu học (tiên học lễ, hậu học văn), 선후 tiên hậu (trước sau), 선진 tiên tiến, 우선 ưu tiên, 신선 thần tiên, 선배 tiên bối (đàn anh, bề trên).
진	Tiến	Đi trước, cải tiến, sau đó, 선진국 tiên tiến quốc (nước tiên tiến), 진화 tiến hoá, 진전 tiến triển, 진취 tiến thủ, 진퇴 tiến thoái, 진행 tiến hành.
Giải nghĩa		Tiên tiến.
Cách sử dụng		~국 nước tiên tiến, 공업~국 nước công nghiệp tiên tiến, ~기술 kỹ thuật tiên tiến, ~국 대열에 끼이다 được bước vào hàng ngũ các nước tiên tiến, ~ 문물 văn hóa và vật chất tiên tiến.

선택 (選擇 Tuyển trạch)

선	Tuyển	Chọn lọc, lựa chọn, bầu cử, 선거 tuyển cử, 선집 tuyển tập, 선수 tuyển thủ, 총선거 tổng tuyển cử, 대선 (đại tuyển (bầu cử tổng thống), 선정 (tuyển định (lựa chọn).

택 Trạch — Chọn, lựa, 채택 thải trạch (chọn lựa), 택일 trạch nhất (chọn một), 택일 trạch nhật (chọn ngày), 양자택일 lưỡng giả trạch nhất (2 chọn 1), 사자택일 tứ giả trắc nhất (4 chọn 1, trắc nghiệm).

Giải nghĩa — Lựa chọn, chọn.

Cách sử dụng — ~하다, ~의 자유 tự do lựa chọn, ~을 잘하다 Chọn tốt, ~을 잘못하다 chọn sai, chọn nhầm, ~하기가 어렵다 khó chọn, ~권 quyền tuyển chọn, ~과목 môn học tự chọn, ~의 여지가 없다 không có sự lựa chọn khác.

설계 (設計 Thiết kế)

설 Thiết — Lập ra, sắp xếp, giả sử, 건설 kiến thiết, 설비 thiết bị, 설계 thiết kế, 설립 thiết lập, 가설 giả thiết.

계 Kế — Mưu mẹo, phép tính, công cụ tính, tiếp nối, 계획 kế hoạch, 계책 kế sách, 생계 sinh kế (kế sinh nhai), 모계 mưu kế, 고육지계 khổ nhục chi kế (khổ nhục kế) 미인계 mỹ nhân kế, 계략 kế lược, 계승 kế thừa, 계모 kế mẫu (mẹ kế), 계부 kế phụ (cha kế), 계산 kế toán (tính toán), 계속 kế tục (tiếp tục), 계위 kế vị, 묘계 diệu kế, 설계 thiết kế.

Giải nghĩa — ①Lập kế hoạch. ②Thiết kế.

Cách sử dụng — ~하다, 집을 ~하다 thiết kế nhà, ~대로 건물을 짓다 xây nhà theo thiết kế, ~도 bản thiết kế, ~명세서 chi tiết bản thiết kế, ~자 người thiết kế, 도시~ thiết kế đô thị.

설명(說明 Thuyết minh)

설 Thuyết — Nói, giảng giải, giải thích, 연설 diễn thuyết, 설명 thuyết minh, 설법 thuyết pháp (cách nói), 전설 truyền thuyết, 학설 học thuyết.

명 Minh — Sáng, rõ ràng, ban ngày, ánh sáng, tỏ rõ, 명백 minh bạch, 발명 phát minh, 조명 chiếu minh (chiếu sáng), 투명 thấu minh (trong suốt), 분명 phân minh (rõ ràng), 변명 biện minh, 명확 minh xác, 해명 giải minh (nói rõ), 명백 minh bạch, 증명 chứng minh.

Giải nghĩa — Nói rõ, giải thích.

Cách sử dụng — ~하다, ~할 수 없다 không giải thích được, ~을 요하지 않다 không cần phải giải thích, ~을 요구하다 yêu cầu giải thích, 대충 ~하다 giải thích đại khái, 자세히 ~하다 giải thích cụ thể, ~서 bản giải thích, 그는 아무런 ~없이 갑자기 집으로 갔다 anh ta chả giải thích gì cả bất ngờ trở về nhà, ~서 tờ giấy hướng dẫn, 사용~ giấy hướng dẫn sử dụng.

설치 (設置 Thiết trí)

설 Thiết — Sắp xếp, lập ra, đặt ra, giả sử, 설비 thiết bị, 설계 thiết kế, 설립 thiết lập, 건설 kiến thiết, 가설 giả thiết.

치 Trí — Đặt ra, trưng bày, lắp đặt, 안지 an trí (đặt để), 장치 trang trí, 배치 bài trí (sắp xếp).

Giải nghĩa — Lắp đặt và bố trí, thiết lập, thành lập

Cách sử dụng — ~하다, 영사관을 ~하다 thành lập lãnh sự quán, 설비를 ~하다 lắp đặt thiết bị, 형광등을 ~ lắp đặt đèn huỳnh quang, 위원회를 ~ thành lập ủy ban.

성격 (性格 Tính cách)

성 Tính — Tính chất, tính cách, mạng sống, giới tính, 인성 nhân tính, 본성 bản tính, 개성 cá tính, 활성 hoạt tính, 성질 tính chất, 성능 tính năng, 동성연애 đồng tính luyến ái.

격 Cách — Cách thức, tiêu chuẩn, khuôn phép, phương pháp, 규격 quy cách, 성격 tính cách, 격식 cách thức (nghi thức), 인격 nhân cách, 불합격 bất hợp cách (không đạt chuẩn), 가격 giá cách (giá cả), 자격 tư cách.

Giải nghĩa Tính cách của con người, tính cách.

Cách sử dụng ①Tính cách (người), ~상의 결점 khuyết điểm về mặt tính cách, ~의 차이 Sự khác biệt về tính cách, ~이 강하다 tính cách mạnh mẽ, ~이 약하다 tính cách yếu đuối, ~이 좋은사람 người có tính cách tốt, ~에 맞다 hợp tính ~형성 hình thành tính cách, 솔직한 ~ tính cách thẳng thắn, ~에 맞다 hợp với tính cách, 그들은 ~이 맞는다 họ hợp tính nhau, 그와는 ~이 전혀 맞지 않는 tôi hoàn toàn không hợp tính với anh ta. ②Đặc điểm cổ hữu của vật, 문제의 ~ đặc điểm của vấn đề, 이 두 문제는 ~을 달리하고 있다 hai vấn đề này đặc điểm khác nhau.

성공 (成功 Thành công)

성 Thành — Làm xong, xong xuôi, trở thành, giỏi, 성인 thành nhân, 성적 thành tích, 성패 thành bại, 성립 thành lập, 구성 cấu thành, 성숙 thành thục, 성공 thành công, 성장 thành trưởng (trưởng thành), 성과 thành quả, 조성 tạo thành, 형성 hình thành, 양성 dưỡng thành (nuôi dưỡng)

공 Công — Công lao, kết quả, công hiệu, việc, 공개 công khai, 공식 công thức, 공구 công cụ, 공예 công nghệ.

Giải nghĩa Thành công, đạt được mục đích.

Cách sử dụng ~하다, ~사례 các tiền lệ thành công, ~을 빌다 cầu mong thành công, 실패는 ~의 어머니이다 thất bại là mẹ thành công, 사업에 ~하다 làm ăn thành công, ~으로 끝나다 kết thúc thành công, ~할가능 khả năng thành công, ~을 기대하다 chờ đợi thành công, ~을 축하하다 chúc mừng thành công, ~의 비결 bí quyết thành công.

성능 (性能 Tính năng)

성 Tính — Tính chất, tính cách, mạng sống, giới tính, 인성 nhân tính, 본성 bản tính, 개성 cá tính, 활성 hoạt tính, 성질 tính chất, 성능 tính năng, 동성연애 đồng tính luyến ái.

능 Năng — Sức, có tài cán, bản lãnh, 기능 kỹ năng, 능동 năng động, 능력 năng lực, 만능 vạn năng, 재능 tài năng, 본능 bản năng.

Giải nghĩa Tính năng, chức năng.

Cách sử dụng 고 ~카메라 camera tính năng cao, ~이 좋다 tính năng tốt, ~시험[검사] thí nghiệm[kiểm tra] tính năng, 기계의 ~검사를 하다 kiểm tra tính năng của máy, ~이 좋은 제품 sản phẩm có tính năng tốt, ~테스트 test tính năng.

성명 (姓名 Tính danh)

성	Tính	Tính chất, tính cách, mạng sống, giới tính, 인성 nhân tính, 본성 bản tính, 개성 cá tính, 활성 hoạt tính, 성질 tính chất, 성능 tính năng, 동성연애 đồng tính luyến ái.
명	Danh	Tên gọi, tiếng tăm, nổi tiếng, danh phận, người, 명분 danh phận, 유명 hữu danh (nổi tiếng), 명칭 danh xưng, 지명 địa danh, 익명 nặc danh, 허명 hư danh, 무명 vô danh,
Giải nghĩa		Họ tên.
Cách sử dụng		Họ tên, ~미상의 không rõ họ tên, ~을 사칭하다 tự xưng tên họ, ~을 부르다 gọi tên họ, ~을 부르다 gọi họ tên, ~을 밝히다 làm rõ danh tính.

성별 (性別 Tính biệt)

성	Tính	Tính chất, tính cách, mạng sống, giới tính, 인성 nhân tính, 본성 bản tính, 개성 cá tính, 활성 hoạt tính, 성질 tính chất, 성능 tính năng, 동성연애 đồng tính luyến ái.
별	Biệt	Khác biệt, phân ra, lạ, xa cách, 이별 ly biệt (chia tay), 별장 biệt trang (biệt phủ), 구별 khu biệt (phân biệt), 차별 sai biệt (khác nhau), 별명 biệt danh, 사별 tử biệt 개별 cá biệt, 특별 đặc biệt.
Giải nghĩa		Sự khác biệt về giới tính, giới tính.
Cách sử dụng		giới tính, phân biệt giới tính, ~관계없이 không phân biệt giới tính, 등록카드에 ~을 기재하십시오 Hãy viết giới tính của mình lên thẻ đăng ký, ~ 구분 phân biệt giới tính, ~ 임금차이 sự chênh lệch lương do giới tính.

성실 (誠實 Thành thật/ thực)

성	Thành	Thành thực, thật sự, tin, 성의 thành ý, 성실 thành thật, 열성 nhiệt thành.
실	Thật/thực	Thật, thật là, thực, thật thà, chứng thực, 실제 thực tế, 실시 thực thi, 현실 hiện thực, 실천 thực tiễn, 진실 chân thực, 실험 thực nghiệm, 실력 thực lực, 사실 sự thật, 실감 thật cảm (cảm nhận thực), 실질 thực chất.
Cách sử dụng		Thành thật, trung thực, ~하게 một cách thành thật, ~한 사람 một con người thành thật, ~성이없다 không có sự trung thực, ~하게 일하다 làm việc một cách trung thực,

성적 (成績 Thành tích)

성	Thành	Làm xong, xong xuôi, trở thành, giỏi, 성인 thành nhân, 성적 thành tích, 성패 thành bại, 성립 thành lập, 구성 cấu thành, 성숙 thành thục, 성공 thành công, 성장 thành trưởng (trưởng thành), 성과 thành quả, 조성 tạo thành, 형성 hình thành, 양성 dưỡng thành (nuôi dưỡng).
적	Tích	Tích lũy, thành quả, 업적 nghiệp tích (sự nghiệp), 면적 diện tích, 누적 lũy tích, 적분 tích phân.
Giải nghĩa		Thành quả, kết quả, thành tích.

Cách sử dụng ~이 좋다 thành tích tốt, ~이 나쁘다 thành tích xấu, 뛰어난~ thành tích nổi bật, ~을 올리다 nâng cao thành tích, 시험~ kết quả thi, 공부~ thành tích học tập, ~표 bảng điểm (học sinh) bảng thành tích, 학교~ thành tích ở trường, ~을 유지하다 duy trì thành tích.

성함 (性銜 Tính hàm)

성 Tính — Tính chất, tính cách, mạng sống, giới tính, 인성 nhân tính, 본성 bản tính, 개성 cá tính, 활성 hoạt tính, 성질 tính chất, 성능 tính năng, 동성연애 đồng tính luyến ái.

함 Hàm — Cấp bậc, chức vụ, quý danh.

Giải nghĩa Tên và cấp bậc chức vụ, 관함 quan hàm (chức vụ).

Cách sử dụng ~이 어떻게되십니까? Quý danh ông bà là gì?

세금 (稅金 Thuế kim)

세 Thuế — Thuế, thu thuế, lấy thuế, 세율 thuế suất (mức thuế), 세관 thuế quan, 세후이익 thuế hậu lợi ích (lợi nhuận sau thuế), 면세점 miễn thuế điếm (cửa hàng miễn thuế), 납세 nạp thuế (nộp thuế), 세법 thuế pháp (luật thuế), 수입세 thu nhập thuế (thuế thu nhập).

금 Kim — Vàng, tiền, kim loại, 백금 bạch kim, 금액 kim ngạch (số tiền), 금자탑 kim tự tháp, 금강 kim cương, 황금 hoàng kim, 합금 hợp kim, 입금 nhập kim (bỏ tiền vào), 송금 tống kim (gửi tiền), 상금 thưởng kim (tiền thưởng), 벌금 phạt kim (tiền phạt), 보증금 bảo chứng kim (tiền đặt cọc), 금광 kim khoáng (mỏ vàng).

Giải nghĩa Tiền thuế.

Cách sử dụng ~ 징수 thu thuế, ~ 계산서 hóa đơn thuế, ~을 거두다 thu thuế, ~을 내다 trả tiền thuế, ~을 납부하다 đóng tiền thuế, ~을 부과하다 đánh thuế.

세계 (世界 Thế giới)

세 Thế — Thời đại, đời, thời, vũ trụ, thiên hạ, 세상 thế thượng (thế gian), 세대 thế đại (thế hệ), 세계관 thế giới quan, 세태 thế thái, 세속 thế tục, 구세주 cứu thế chúa (chúa cứu thế), 세기 thế kỷ, 별세 biệt thế, 염세 yếm thế.

계 Giới — Ranh giới, ngành, cõi, tầm, địa hạt, 정치계 chính trị giới (giới chính trị), 계엄 giới nghiêm, 계한 giới hạn, 경계 cảnh giới (cảnh giác), 경계선 cảnh giới tuyến (đường ranh giới), 실업계 giới doanh nghiệp.

Giải nghĩa Thế giới, quốc tế.

Cách sử dụng ~경제 공황 khủng hoảng kinh tế thế giới, ~국가 các nước trên thế giới, ~노동조합연맹 liên minh công đoàn thế giới, ~대전 đại chiến thế giới, ~무역기구 Tổ chức thương mại thế giới WTO, ~보건 기구 Tổ thức y tế thế giới WHO, ~선수권 giải vô địch thế giới, ~은행 ngân hàng thế giới, ~정세 tình thế thế giới, ~지도 bản đồ thế giới ~ 평화 hòa bình thế giới, ~ 일주 một vòng thế giới, 전~ toàn thế giới, 정신 ~ thế giới tinh thần, 젊은이의 ~ thế giới của thanh niên, 동물의 ~ thế giới của động vật.

세기 (世紀 Thế kỷ)

세	Thế	Thời đại, đời, thời, vũ trụ, thiên hạ, 세상 thế thượng (thế gian), 세대 thế đại (thế hệ), 세계관 thế giới quan, 세태 thế thái, 세속 thế tục, 구세주 cứu thế chúa (chúa cứu thế), 세기 thế kỷ, 별세 biệt thế, 염세 yếm thế.
기	Kỷ	Một quãng thời gian, 천년기 thiên niên kỷ, 기원 kỷ nguyên, 기원전 kỷ nguyên tiền (trước công nguyên).
Giải nghĩa		Thế kỷ, thời đại.
Cách sử dụng		금~ thế kỷ này, 21~ thế kỷ 21 ~의 대사건 sự kiện lớn của thế kỷ, 20~초 (중, 후)에 đầu (giữa, cuối) thế kỷ 20, 수~에 걸쳐서 trải qua nhiều thế kỷ.

세대 (世代 Thế đại)

세	Thế	Thời đại, đời, thời, vũ trụ, thiên hạ, 세상 thế thượng (thế gian), 세대 thế đại (thế hệ), 세계관 thế giới quan, 세태 thế thái, 세속 thế tục, 구세주 cứu thế chúa (chúa cứu thế), 세기 thế kỷ, 별세 biệt thế, 염세 yếm thế.
대	Đại	Giai đoạn, thời kỳ, 근대 cận đại, 현대 hiện đại, 고대 cổ đại, 연대 niên đại (thời kỳ, năm tháng), 삼대 tam đại (ba đời), 시대 thời đại, 세대 thế đại (thế hệ), 당대 đương đại.
Giải nghĩa		Thế hệ.
Cách sử dụng		새로운 ~thế hệ mới, 젊은~thế hệ trẻ, ~교체 chuyển giao thế hệ, 차~ thế hệ mới, 아버지와 자식 사이에는~차이가 있다 giữa con và bố có sự khác biệt về thế hệ, 그들과 우리는 ~가 다르다 thế hệ của họ khác với chúng ta.

세면 (洗面 Tẩy diện)

세	Tẩy	Giặt, rửa, gội, tắm gội, 세제 tẩy tề (chất tẩy), 세척 tẩy địch (rửa sạch), 세수 tẩy thủ (rửa tay), 세차 tẩy xe (rửa xe), 세탁 tẩy trạc (giặt giũ).
면	Diện	Mặt, bề mặt, ngoài mặt, tình huống, 내면 nội diện (mặt trong), 다면 đa diện (nhiều mặt), 대면 đối diện, 면모 diện mạo, 방면 phương diện, 국면 cục diện, 반면 phản diện, 전면 toàn diện, 면적 diện tích, 체면 thể diện, 정면 chính diện.
Giải nghĩa		Rửa mặt.
Cách sử dụng		~하다, ~대 bồn rửa mặt, ~도 하고 면도도 하다 rửa mặt và cả cạo râu.

세배 (歲拜 Tuế bái)

세	Tuế	Tuổi, năm, mùa màng, 만세 vạn tuế, 천세 thiên tuế , 세월 tuế nguyệt (năm tháng), 교민 2 세 thế hệ kiều dân thứ 2.

배 Bái — Lễ, vái, lạy, thăm, chào, 배명 bái mệnh, 배복 bái phục, 삼보일배 tam bộ nhất bái (ba bước lạy một bước), 배별 bái biệt.

Giải nghĩa — Bái lạy năm mới, chúc mừng năm mới.

Cách sử dụng — ~하다, ~를 가다 đi chúc năm mới, ~돈 tiền mừng tuổi, 세뱃돈을 주다 cho tiền mừng tuổi, ~를 드리다 lạy chúc ai.

세상 (世上 Thế thượng)

세 Thế — Thời đại, đời, thời, vũ trụ, thiên hạ, 세상 thế thượng (thế gian), 세대 thế đại (thế hệ), 세계관 thế giới quan, 세태 thế thái, 세속 thế tục, 구세주 cứu thế chúa (chúa cứu thế), 세기 thế kỷ, 별세 biệt thế, 염세 yếm thế.

상 Thượng — Trên, ở trên, phía trên, hơn, 상반기 thượng bán kỳ (6 tháng đầu năm), 상류 thượng lưu, 상원 thượng viện, 상책 thượng sách, 상하 thượng hạ, 세상 thế thượng (thế gian), 연상 niên thượng (nhiều tuổi hơn), 옥상 ốc thượng (sân thượng), 최상 tối thượng (cao nhất).

Giải nghĩa — Thế gian, xã hội, cuộc đời.

Cách sử dụng — ~의 종말 sự kết thúc của thế gian, ~의 웃음거리가 되다 trở thành trò cười cho thiên hạ, ~에 나오다 ra đời, ~에 내보내다 gửi ra đời, ~의 쓴맛단맛을 다맛보다 nếm đủ cay đắng của xã hội, ~의 도움이 có ích cho xã hội, 이 ~에 trên thế gian này, ~물정을 모르다 không biết chuyện gì ngoài thế gian, ~곳곳을 떠돌다 mọi nơi trên thế giới, 넓은 ~을 구경하다 tham quan thế giới rộng lớn, 이 ~은 우리가 상상한 것보다 훨씬 다양하고 복잡하다 cái thế giới này phức tạp hơn nhiều so với chúng ta nghĩ, 여기는 내~이다 đây là thế giới của tôi, 이처럼 날로 진보해가는~에 trong cái thời đại tiến bộ hàng ngày.

세수 (洗手 Tẩy thủ)

세 Tẩy — Giặt, rửa, gội, tắm gội, 세제 tẩy tề (chất tẩy), 세척 tẩy địch (rửa sạch), 세수 tẩy thủ (rửa tay), 세차 tẩy xe (rửa xe), 세탁 tẩy trạc (giặt giũ).

수 Thủ — Tay, cầm, giữ, tài ba, tay nghề, 수공 thủ công, 선수 tuyển thủ, 수어 thủ ngữ (ngôn ngữ bằng tay), 고수 cao thủ, 적수 địch thủ, 포수 pháo thủ, 사수 xạ thủ, 명수 danh thủ (người giỏi, người nổi tiếng).

Giải nghĩa — Rửa tay.

Cách sử dụng — ~하다, ~를 깨끗이하다 rửa sạch tay, 너무 바빠서 ~도 못하고 출근하였다 bận quá không kịp rửa tay, 식사 전에 ~하다 rửa tay trước khi ăn cơm, 세숫물 nước rửa tay, 세숫비누 xà bông rửa tay.

세월 (歲月 Tuế nguyệt)

세 Tuế — Tuổi, năm, 만세 vạn tuế, 천세 thiên tuế , 세월 tuế nguyệt (năm tháng), 교민 2 세 thế hệ kiều dân thứ 2.

월 Nguyệt — Trăng, mặt trăng, tháng, hàng tháng, 반월 bán nguyệt, 월식 nguyệt thực, 월경 nguyệt kinh (kinh nguyệt), 세월 tuế nguyệt (năm tháng), 월급 nguyệt cấp (lương tháng).

Giai nghĩa Ngày tháng, tháng năm, thời gian.

Cách sử dụng ~이 감에 따라서 theo ngày tháng, ~을 헛되어 보내다 để ngày tháng trôi đi vô ích, ~이 사람을 기다리지 않다 thời gian không đợi con người, 기나긴~ ngày tháng dài đằng đẵng, ~이 흐르다 thời gian trôi đi, ~ 가는 줄 모르다 thời gian trôi đi mà không biết, 오랜~이 지나다 một thời gian lâu trôi qua.

세탁소 (洗濯所 Tẩy trạc sở)

세 Tẩy — Giặt, rửa, gội, tắm gội, 세제 tẩy tề (chất tẩy), 세척 tẩy địch (rửa sạch), 세수 tẩy thủ (rửa tay), 세차 tẩy xe (rửa xe), 세탁 tẩy trạc (giặt giũ).

탁 Trạc — Giặt giũ, rửa.

소 Sở — Cơ quan, sở, đồn, nơi, chỗ, cái mà, điều mà, 장소 trường sở (chỗ ở), 소재 sở tại, 경찰소 cảnh sát sở (đồn cảnh sát), 세무소 thuế vụ sở (cục thuế), 소장 sở trưởng (giám đốc chi nhánh, văn phòng, 사무소 sự vụ sở (văn phòng), 소유 sở hữu.

Giải nghĩa Tiệm giặt ủi, tiệm giặt là.

Cách sử dụng 세탁소를 운영하다 vận hành tiệm giặt là, ~에 옷을 맡기다 gửi áo cho tiệm giặt là.

소감 (所感 Sở cảm)

소 Sở — Cơ quan, sở, đồn, nơi, chỗ, cái mà, điều mà, 장소 trường sở (chỗ ở), 소재 sở tại, 경찰소 cảnh sát sở (đồn cảnh sát), 세무소 thuế vụ sở (cục thuế), 소장 sở trưởng (giám đốc chi nhánh, văn phòng, 사무소 sự vụ sở (văn phòng), 소유 sở hữu.- Xem lại chỗ này, có phải thuộc về không?

감 Cảm — Mắc phải, nhận thấy, cảm động, tinh thần, 감수성 cảm thụ tính (tính nhạy cảm), 감각 cảm giác, 감격 cảm kích, 감동 cảm động, 감상 cảm tưởng, 감정 cảm tình, 공감 cộng cảm (thông cảm), 다감 đa cảm, 독감 độc cảm (cúm), 동감 đồng cảm, 실감 thật cảm (cảm giác thật), 악감 ác cảm, 예감 dự cảm, 용감 dũng cảm, 쾌감 khoái cảm,

Giải nghĩa Cảm tưởng, cảm nhận.

Cách sử dụng ~을 말하다 nói cảm tưởng, 당선~ cảm nhận khi trúng cử, 수상~ cảm nhận khi nhận giải thưởng, ~을 묻다 hỏi cảm nhận, ~을 밝히다 nói rõ cảm nhận.

소개 (紹介 Thiệu giới)

소 Thiệu — Làm trung gian

개 Giới — Khoảng cách, 매개 môi giới (trung gian).

Giải nghĩa Làm trung gian, giới thiệu, tiến cử.

Cách sử dụng ~하다, 직업~ giới thiệu việc làm, 의~로 theo giới thiệu của ai, 에게 ~를 헤 주다 giới thiệu gì cho ai, 정식으로 ~하다 giới thiệu một cách chính thức, ~를 받다 được giới thiệu, 라고 자기~를 하다 giới thiệu mình là, 내 친구를 ~하겠습다 xin giới thiệu bạn tôi, 기업~ giới thiệu doanh nghiệp, 신간 ~ giới thiệu tờ báo mới ra, 작가 ~ giới thiệu tác giả, 자기~ tự giới thiệu.

소득 (所得 Sở đắc)

소	Sở	Cơ quan, sở, đồn, nơi, chỗ, cái mà, điều mà, 장소 trường sở (chỗ ở), 소재 sở tại, 경찰소 cảnh sát sở (đồn cảnh sát), 세무소 thuế vụ sở (cục thuế), 소장 sở trưởng (giám đốc chi nhánh, văn phòng, 사무소 sự vụ sở (văn phòng), 소유 sở hữu.
득	Đắc	Được, nổi, cho, chịu được, được hưởng, 취득 thủ đắc (giành đươc, 득과실 đắc và thất (được và mất), 부득이 bất đắc dĩ, 득인심 đắc nhân tâm, 득남 đắc nam (sinh con trai), 득표 đắc phiếu (giành được phiếu), 득실 đắc thất (được mất), 득점 đắc điểm (ghi bàn), 설득 thuyết đắc (thuyết phục).

Giải nghĩa Thu nhập, cái mình giành được.

Cách sử dụng 월~ thu nhập hàng tháng, 년~ thu nhập năm, ~수준 mức thu nhập, 고/저~ thu nhập cao /thấp, 고 ~층 tầng lớp thu nhập cao, 개인 ~ thu nhập cá nhân, 국민~ thu nhập quốc dân, 총~ tổng thu nhập, ~세 thuế thu nhập, ~액 số tiền thu nhập, 기업~세 thuế thu nhập doanh nghiệp.

소매점 (小賣店 Tiểu mại điếm)

소	Tiểu	Nhỏ, trẻ nhỏ, nàng hầu, 소학 tiểu học, 소맥 tiểu mạch (lúa mạch), 소설 tiểu thuyết, 소인 tiểu nhân, 소대 tiểu đội, 소뇌 tiểu não, 소강당 tiểu giảng đường (giảng đường nhỏ), 소규모 tiểu qui mô (qui mô nhỏ), 소변 tiểu tiện, 소매 tiểu mại (bán lẻ).
매	Mại	Bán, bán đứng, phản bội, 판매 bán mại (thương mại, bán hàng), 매출 mại xuất (bán ra), 매장 mại trường (cửa hàng), 경매 cạnh mại (bán đấu giá), 매도 mại độ (bán hàng), 매물 mại vật (hàng bán), 매진 mại tận (bán hết), 매국 mại quốc (bán nước, phản quốc).
점	Điếm	Cửa hàng, tiệm, nhà trọ, 백화점 bách hóa điếm (trung tâm thương mại), 편이점 tiện nghi điếm (cửa hàng tiện ích), 매점 mại điếm (nơi bán), 상점 thương điếm (cửa hàng), 서점 thư điếm (hiệu sách), 점원 điếm viên (nhân viên cửa hàng), 지점 chi điếm (chi nhánh), 주점 tửu điếm (quán rượu).

Giải nghĩa Cửa hàng bán lẻ.

Cách sử dụng 큰 길에 면한 ~ các cửa hàng bán lẻ giáp mặt đường lớn, 영세~ cửa hàng bán nhỏ lẻ, 과일 ~ cửa hàng bán lẻ trái cây, 문구 ~ cửa hàng bán lẻ văn phòng phẩm, ~ 매출 doanh số cửa hàng bán lẻ , ~을 차리다 mở cửa hàng bán lẻ.

소상공인 (小商工人 Tiểu thương công nhân)

소	Tiểu	Nhỏ, trẻ nhỏ, nàng hầu, 소학 tiểu học, 소맥 tiểu mạch (lúa mạch), 소설 tiểu thuyết, 소인 tiểu nhân, 소대 tiểu đội, 소뇌 tiểu não, 소강당 tiểu giảng đường (giảng đường nhỏ), 소규모 tiểu qui mô (qui mô nhỏ), 소변 tiểu tiện, 소매 tiểu mại (bán lẻ).
상	Thương	Buôn bán, bàn bạc, người đi buôn bán, 상품 thương phẩm (hàng hóa), 거상 cự thương (nhà buôn lớn), 협상 hiệp thương.
공	Công	Công nhân, thợ, công việc, giỏi tay nghề, 공산품 công sản phẩm (hàng công nghiệp), 공예품 công nghệ phẩm (hàng thủ công mỹ nghệ), 공장 công trường (nhà máy), 공구 công cụ, 공정 công trình (qui trình), 분공 phân công, 공사 công sự (công trình).
인	Nhân	Người, con người, dân chúng, 개인 cá nhân, 인물 nhân vật, 인권 nhân quyền, 인사 nhân sự, 노인 lão nhân (người già), 인간 nhân gian, 인구 nhân khẩu, 인력 nhân lực, 부인 phu nhân, 군인 quân nhân, 미인 mỹ nhân, 범인 phạm nhân, 살인 sát nhân, 상인 thương nhân, 애인 ái nhân (người yêu), 여인 nữ nhân, 은인 ân nhân.
Giải nghĩa		Những người kinh doanh, làm ăn nhỏ, tiểu thương.
Cách dùng		~ 지원금 tiền hỗ trợ tiểu thương, 5 차 ~지원금 tiền hỗ trợ tiểu thương đợt 5, ~ 의 중요성 tầm quan trọng của tiểu thương, ~정책 chính sách tiểu thương.

소설 (小說 Tiểu thuyết)

소	Tiểu	Nhỏ, trẻ nhỏ, nàng hầu, 소학 tiểu học, 소맥 tiểu mạch (lúa mạch), 소설 tiểu thuyết, 소인 tiểu nhân, 소대 tiểu đội, 소뇌 tiểu não, 소강당 tiểu giảng đường (giảng đường nhỏ), 소규모 tiểu qui mô (qui mô nhỏ), 소변 tiểu tiện, 소매 tiểu mại (bán lẻ).
설	Thuyết	Nói, giảng giải, giải thích, 연설 diễn thuyết, 설명 thuyết minh, 설법 thuyết pháp (cách nói), 전설 truyền thuyết, 학설 học thuyết.
Giải thích		Tiểu thuyết.
Cách sử dụng		~적인 인물 nhân vật có tính tiểu thuyết, ~화하다 tiểu thuyết hóa, ~가 nhà tiểu thuyết, ~문학 tiểu thuyết văn học, 단편~ truyện ngắn, 장편~ tiểu thuyết dài tập, 과학~ tiểu thuyết khoa học, 모험~ tiểu thuyết mạo hiểm, 연애~ tiểu thuyết yêu đương, 유머~ tiểu thuyết hài hước, ~을 쓰다 viết tiểu thuyết, ~책 sách tiểu thuyết.

소식 (消息 Tiêu tức)

소	Tiêu	Tiêu tan, tiêu biến, mất đi, 소비 tiêu phí (tiêu dùng), 소진 tiêu tận (cạn kiệt), 소화 tiêu hóa, 해소 giải tiêu (giải quyết), 소독 tiêu độc (diệt khuẩn).
식	Tức	Tin báo cho biết.
Giải nghĩa		Tin tức, tin.
Cách sử dụng		~을 듣 nghe tin tức, ~을 전하다 chuyển tin tức, ~이 있다 có tin, 그 후 그한테서 ~이 없다 từ sau đó trở đi không có tin tức của anh ta nữa, 무~이 희~이다 không có tin gì

nghĩa là tin lành (tục ngữ), ~통 nguồn tin, 외교계의~통 nguồn tin ngoại giao, ~이 깡통 Người mù mịt về tin tức.

소용 (所用 Sở dụng)

소	Sở	Cơ quan, sở, đồn, nơi, chỗ, cái mà, điều mà, 장소 trường sở (chỗ ở), 소재 sở tại, 경찰소 cảnh sát sở (đồn cảnh sát), 세무소 thuế vụ sở (cục thuế), 소장 sở trưởng (giám đốc chi nhánh, văn phòng, 사무소 sự vụ sở (văn phòng), 소유 sở hữu.
용	Dụng	Dùng, sử dụng, công hiệu, hiệu quả, 반작용 phản tác dụng, 사용 sử dụng, 용구 dụng cụ, 신사~ dùng cho đàn ông, 숙녀~ dùng cho phụ nữ, 이용 lợi dụng, 남용 lạm dụng, 작용 tác dụng, 신용 tín dụng, 실용 thực dụng, 부작용 phụ tác dụng (tác dụng phụ).

Giải nghĩa Dùng vào chỗ nào đó, tác dụng, hiệu quả, kết quả.

Cách sử dụng ~이 있다 có tác dụng, ~없다 không có tác dụng, ~없는 걱정을 하다 lo lắng chuyện vô ích, ~되다 có ích, 이제 그런 소리해 봤자 ~없다 bây giờ mới nói thế thì được tác dụng gì, 아무~도 없어 chẳng có cái tác dụng gì cả.

소원 (所願 Sở nguyện)

소	Sở	Cơ quan, sở, đồn, nơi, chỗ, cái mà, điều mà, 장소 trường sở (chỗ ở), 소재 sở tại, 경찰소 cảnh sát sở (đồn cảnh sát), 세무소 thuế vụ sở (cục thuế), 소장 sở trưởng (giám đốc chi nhánh, văn phòng, 사무소 sự vụ sở (văn phòng), 소유 sở hữu.
원	Nguyện	Mong muốn, nguyện vọng, ước muốn, hâm mộ, 민원 (dân nguyện), 소원 sở nguyện, 지원 chí nguyện, 원서 nguyện thư (đơn xin), 청원 thỉnh nguyện.

Giải nghĩa Nguyện vọng, mong muốn, ước nguyện.

Cách sử dụng ~대로 되다 ước nguyện thành hiện thực, ~을 들어주다 chấp nhận mong muốn, ~을 들어주지 않다 không chấp nhận nguyện vọng của ai, ~을 이루다 đạt được nguyện vọng, ~대로 해 주다 làm như mong muốn.

소음 (騷音 Tao âm)

소	Tao	Quấy nhiễu.
음	Âm	Tiếng, thanh, giọng, nốt nhạc, 발음 phát âm, 음량 âm lượng, 고음 cao âm (âm cao), 음성 âm thanh, 음속 âm tốc (tốc độ âm thanh), 음절 âm tiết, 음향 âm hưởng, 녹음 lục âm (ghi âm), 모음 mẫu âm (nguyên âm), 발음 phát âm, 음성 âm thanh, 음조 âm điệu, 잡음 tạp âm.

Giải nghĩa Tiếng ồn.

Cách sử dụng ~ 공해 ô nhiễm tiếng ồn, ~이 심하다 tiếng ồn rất nhiều, 거리의 ~tiếng ồn của đường phố, 도시의 ~ tiếng ồn của đô thị, ~을 줄이다 giảm tiếng ồn, ~을 내다 gây ra tiếng ồn, ~방지 chống tiếng ồn.

소주 (燒酒 Thiêu tửu)

소 Thiêu Đốt cháy, 소향 thiêu hương (đốt hương), 소각 thiêu khước (đốt đi).

주 Tửu 음주 ẩm tửu (uống rượu), 양주 dương tửu (rượu tây), 주점 tửu điếm (quán rượu), 주류 tửu loại (loại rượu), 생맥주 sinh mạch tửu (bia tươi), 주량 tửu lượng.

Giải nghĩa Rượu, rượu có thể đốt cháy.

Cách sử dụng ~를 받다 nhận rượu, ~를 고다 nấu rượu, ~한 잔 một ly rượu, ~를 마시다 uống rượu, ~한 병 một chai rượu, ~ 먹다 uống rượu.

소포 (小包 Tiểu bao)

소 Tiểu Nhỏ, trẻ nhỏ, nàng hầu, 소학 tiểu học, 소맥 tiểu mạch (lúa mạch), 소설 tiểu thuyết, 소인 tiểu nhân, 소대 tiểu đội, 소뇌 tiểu não, 소강당 tiểu giảng đường (giảng đường nhỏ), 소규모 tiểu qui mô (qui mô nhỏ), 소변 tiểu tiện, 소매 tiểu mại (bán lẻ).

포 Bao Bao bọc, bao, túi, gói, đảo bảo, 포용 bao dung, 포괄 bao quát, 내포 nội bao (hàm chứa, bao gồm, chứa bên trong), 소포 tiểu bao (cái túi nhỏ), 포장지 bao trang chỉ (giấy đóng gói).

Giải nghĩa Cái gói nhỏ, bưu phẩm.

Cách sử dụng ~가 왔다 có bưu phẩm đến. 국내~ bưu phẩm trong nước. 국제~ bưu phẩm nước ngoài. 선물을 ~로 부치다 gửi quà bằng đường bưu điện.

소화 (消化 Tiêu hóa)

소 Tiêu Tiêu tan, tiêu biến, mất đi, 소비 tiêu phí (tiêu dùng), 소진 tiêu tận (cạn kiệt), 소화 tiêu hóa, 해소 giải tiêu (giải quyết), 소독 tiêu độc (diệt khuẩn).

화 Hóa Biến hóa, biến đổi, làm cho biến thành, 변화 biến hóa, 강화 cường hóa (tăng cường), 악화 ác hóa (xấu đi), 소화 tiêu hóa, 약화 nhược hóa (yếu đi), 화장 hóa trang, 문화재 văn hóa tài (di sản văn hóa), 노화 lão hóa.

Giải nghĩa ①Tiêu hóa, tiêu tan mất đi. ②Tiếp thu, tiếp nhận.

Cách sử dụng ①Tiêu hóa, tiêu tan mất đi, ~하다, ~가 잘되는 음식 thức ăn dễ tiêu hóa, ~가 잘되지 않다 khó tiêu hóa, ~가 빠르다 tiêu hóa nhanh, ~기 cơ quan tiêu hóa, ~제 thuốc tiêu hóa. ②Tiếp thu, tiếp nhận, ~를 제대로 못한 사상 tư tưởng không tiếp thu được, 배운 것을 잘 ~하다 hiểu hết những gì đã học, 이책은 어려워서 나로서는 ~할 수 없다 sách này khó quá nên tôi khó hiểu.

속담 (俗談 Tục đàm)

속 Tục Thói quen, tục lệ, thông thường, phàm tục, 속담 tục đàm (tục ngữ), 풍속 phong tục, 속세 tục thế (thế tục), 속칭 tục xưng (tên gọi), 민속 dân tục (truyền thống).

담 Đàm — Bàn bạc, nói chuyện, chuyện, 회담 hội đàm, 농담 lộng đàm (nói đùa), 악담 ác đàm (chỉ trích, nói xấu), 담판 đàm phán, 담소 đàm tiếu (nói chuyện vui), 상담 tương đàm (gặp mặt nói chuyện, tư vấn), 담화 đàm thoại, 밀담 mật đàm (nói chuyện bí mật).

Giải nghĩa — Tục ngữ, những câu nói mà dân gian truyền lại lâu đời.

Cách sử dụng — Tục ngữ, ~에 있듯이 như tục ngữ nói, 우리 ~에 trong tục ngữ chúng ta, 한국어~ tục ngữ tiếng Hàn, ~ 이야기 câu chuyện về tục ngữ.

속도 (速度 Tốc độ)

속 Tốc — Nhanh, chóng, mau, mời, 고속 cao tốc, 속력 tốc lực, 변속 biến tốc, 과속 quá tốc (quá tốc độ), 가속 gia tốc, 감속 giảm tốc.

도 Độ — Mức, hạn mức, độ, đo lường, 정도 trình độ, 제도 chế độ, 태도 thái độ, 강도 cường độ, 농도 nồng độ, 난도 nan độ (độ khó).

Giải nghĩa — Tốc độ, mức chạy nhanh.

Cách sử dụng — 고~로 với tốc độ cao, 저~로 với tốc độ thấp, ~가 빠르다 tốc độ nhanh, ~를 가하다 tăng tốc độ, ~를 줄이다 giảm tốc độ, ~를 조절하다 điều chỉnh tốc độ, ~계 bảng tốc độ, 제한 ~ tốc độ giới hạn, ~위반 vi phạm tốc độ, 성장~ tốc độ trung bình, tốc độ bình thường, ~를 붙이다 tăng tốc, ~가 더디다 tốc độ chậm.

속상하다 (—傷— Thương)

속 — Trong lòng, bụng, dạ, 산속 ở trong núi, 그림 속의 꽃 hoa trong bức tranh, 말 속의 숨은 뜻 ý hàm chứa trong lời nói, 물 속 깊이 sâu dưới nước, 빈곤 속에서 trong đói nghèo, ~이 좁다 bụng dạ hẹp hòi.

상 Thương — Bị đau, vết thương, 중상 trọng thương, 외상 ngoại thương (vết thương ngoài), 화상 hỏa thương (bị phỏng), 손상 tổn thương (tổn thất thiệt hại).

Giải nghĩa — Trong lòng bị tổn thương, buồn phiền.

Cách sử dụng — Tổn thương, đau lòng, buồn phiền. ~게 하다 làm ai tổn thương. 속상하게 굴다 làm cho ai buồn phiền. 기차를 놓쳐서 ~ buồn vì nhỡ tàu. 그녀는 생각하면 생각할수록 속상했다 cô ấy càng nghĩ càng cảm thấy buồn vì chuyện ấy.

송별 (送別 tống biệt)

송 Tống — Đưa đi, chuyển đi, chở đi, 송년회 tống niên hội (lễ tất niên), 송전 tống điện (truyền điện), 송금 tống kim (gửi tiền), 방송국 phóng tống cục (đài truyền hình), 전송 truyền tống (truyền tải), 호송 hộ tống.

별 Biệt — Khác biệt, phân ra, lạ, xa cách, 이별 ly biệt (chia tay), 별장 biệt trang (biệt phủ), 구별 khu biệt (phân biệt), 차별 sai biệt (khác nhau), 별명 biệt danh, 사별 tử biệt 개별 cá biệt, 특별 đặc biệt.

Giải nghĩa — Tống biệt, tiễn biệt, biệt.

Cách sử dụng ~하다, ~사 lời chia tay, lời từ biệt, ~연 tiệc chia tay, tiệc tiễn, ~회 tiệc tiễn, buổi tiễn, 우리는 Nam 씨의 ~회를 열었다 chúng ta mở tiệc tiễn anh Nam.

수단 (手段 Thủ đoạn)

수 Thủ Tay, cầm, giữ, tài ba, tay nghề, 수공 thủ công, 선수 tuyển thủ, 수어 thủ ngữ (ngôn ngữ bằng tay), 고수 cao thủ, 적수 địch thủ, 포수 pháo thủ, 사수 xạ thủ, 명수 danh thủ (người giỏi, người nổi tiếng)

단 Đoạn Ô vuông, đường kẻ, tầng, nấc, cách, ngắt, ngưng, 부정수단 (bất chính thủ đoạn), 다단 đa đoạn (nhiều đoạn), 중단 trung đoạn (đoạn giữa), 하단 hạ đoạn (phần cuối).

Giải nghĩa Thủ đoạn, cách thức, phương pháp.

Cách sử dụng 부정한 ~ thủ đoạn bất chính, ~을 안 가리고 không chừa một thủ đoạn nào, ~을 바꾸다 thay đổi thủ đoạn, thay đổi phương pháp, ~을 쓰다 dùng thủ đoạn, 모든 ~을 다하다 dùng tất cả các thủ đoạn, 생계 ~ cách kiếm sống, 표현~ cách thể hiện, 최후의 ~ phương pháp cuối cùng, 온갖 ~을 다 동원하다 dùng tất cả thủ đoạn, 그는 ~이 좋다 hắn ta rất nhiều mẹo, 형은 사람을 설득하는 ~이 뛰어났다 cách anh tôi thuyết phục người khác rất tốt.

수도 (水道 Thủy đạo)

수 Thủy Nước, hồ nước, sông, suối, 수력 thủy lực (sức nước), 수뢰 thủy lôi, 수산 thủy sản, 수압 thủy áp (áp lực nước), 강수량 giáng thủy lượng (lượng mưa), 냉수 lãnh thủy (nước lạnh), 온수 ôn thủy (nước nóng), 호수 hồ thủy (ao nước).

도 Đạo Đường, chiều, tia, đạo, nói, 도로 đạo lộ (con đường), 보도 bộ đạo (vỉa hè, đường đi bộ), 철도 thiết đạo (đường sắt), 차도 xa đạo (đường cho xe đi), 적도 xích đạo, 궤도 quỹ đạo.

Giải nghĩa Nước máy, nước ống.

Cách sử dụng ~를 놓다 đặt nước máy, ~를 끌다 bắt nước máy, ~를 끊다 cắt nước, mất nước, ~관 ống dẫn nước, 수돗물 nước máy, ~꼭지 cái vòi nước, ~료[요금] tiền nước.

수도 (首都 Thủ đô)

수 Thủ Đầu, lãnh tụ, quan trọng nhất, cao nhất, 국가원수 nguyên thủ quốc gia, 수상 Thủ tướng, 수뇌 thủ não (đầu não), 수석 thủ tịch (đứng đầu), 수령 thủ lĩnh.

도 Đô Thành phố lớn, kinh đô, thủ phủ, hoàn toàn, tổng cộng, 도시 đô thị, 도성 đô thành, 도회 đô hội, 경도 kinh đô, 고도 cố đô, 천도 thiên đô (dời đô).

Giải nghĩa Thủ đô.

Cách sử dụng 하노이는 베트남의 ~이다 Hà Nội là thủ đô của Việt Nam, ~권 khu vực thủ đô, ~를 옮기다 dời đô, ~사령부 Bộ tư lệnh Thủ đô.

수료식 (修了式 Tu liễu thức)

수	Tu	Sửa chữa, học tập, nghiên cứu, 수행 tu hành, 연수생 nghiên tu sinh (tu nghiệp sinh).
료	Liễu	Xong, hết, đã, rồi, 완료 hoàn liễu (hoàn tất), 종료 chung liễu (kết thúc).
식	Thức	Phép tắc, khuôn mẫu, nghi lễ, lễ, 공식 công thức, 지식 tri thức, 격식 cách thức (nghi thức), 의식 ý thức, 방식 phương thức, 형식 hình thức, 정식 chính thức, 결혼식 kết hôn thức (lễ kết hôn).
Giải nghĩa		Lễ học xong, lễ tốt nghiệp, lễ hoàn thành.
Cách sử dụng		박사 과정을 수료하다 học xong chương trình tiến sĩ, 전과정을 ~하다 học xong toàn bộ khóa học, ~증 giấy chứng nhận hoàn thành khóa học, 어학당~ lễ tốt nghiệp ở trung tâm ngoại ngữ.

수명 (壽命 Thọ mệnh)

수	Thọ	Tuổi già, sống lâu, tuổi đời, 장수 trường thọ, 만수 vạn thọ, 단수 đoản thọ.
명	Mệnh/mạng	Số phận, vận mệnh, mệnh trời, việc lớn, 명령 mệnh lệnh, 운명 vận mệnh, 생명 sinh mệnh, 미인박명 mỹ nhân bạc mệnh, 사명 sứ mệnh, 천명 thiên mệnh (mệnh trời), 수명 thọ mệnh (tuổi thọ).
Giải nghĩa		Tuổi thọ, số mệnh, tuổi sử dụng.
Cách sử dụng		①Tuổi thọ, thọ, số mệnh, ~이 길다 tuổi thọ dài, ~이 짧다 tuổi thọ ngắn, ~을 늘이다 tăng tuổi thọ, ~을 줄이다 giảm tuổi thọ, 평균~ tuổi thọ bình quân, 선수~ tuổi thọ vận động viên, tuổi nghề. ②Độ bền (của sự vật), tuổi thọ của sự vật 자동차의 ~ tuổi thọ xe hơi, 건전지의 ~이 다하다 pin hết tuổi sử dụng, 신제품은 기존제품보다 ~이 5 년은 더 길다 tuổi thọ của sản phẩm mới nhiều hơn sản phẩm cũ 5 năm.

수술 (手術 Thủ thuật)

수	Thủ	Tay, cầm, giữ, tài ba, tay nghề, 수공 thủ công, 선수 tuyển thủ, 수어 thủ ngữ (ngôn ngữ bằng tay), 고수 cao thủ, 적수 địch thủ, 포수 pháo thủ, 사수 xạ thủ, 명수 danh thủ (người giỏi, người nổi tiếng)
술	Thuật	Phương pháp, cách, sách lược, nghề, 무술 vũ thuật, 시술 thi thuật (cách làm thơ), 전술 chiến thuật, 화술 thoại thuật (cách nói chuyện), 예술 nghệ thuật, 미술 mỹ thuật, 수술 thủ thuật (phẫu thuật, mổ), 독심술 độc tâm thuật (kỹ thuật đọc tâm lý người khác), 호신술 hộ thân thuật (võ phòng thân), 학술어 học thuật ngữ (ngôn ngữ học thuật).
Giải nghĩa		Các động tác bằng tay, làm bằng tay.
Cách sử dụng		①Mổ, phẫu thuật, ~하다, ~을 받다 bị mổ, tiến hành mổ, 맹장의 ~ mổ ruột thừa, ~실 phòng mổ, ~대 bàn mổ, 대~ đại phẫu thuật, 외과~ phẫu thuật ngoại khoa, 어려운 ~을 하다 ca mổ khó, ~은 성공이었다 [실패였다] ca mổ thành công [thất bại], ~하기에는 너무 늦다 quá muộn để mổ, ~비[료] chi phí mổ. ②Sự thay đổi về căn bản, phẫu thuật (nghĩa bóng).

수업 (受業 Thụ nghiệp)

수	Thụ	Nhận, 감수 cảm thụ, 흡수 hấp thụ, 수업 thụ nghiệp (học), 수태 thụ thai.
업	Nghiệp	Nghề, ngành nghề, công nghiệp, sự nghiệp, 업종 nghiệp chủng (ngành nghề), 업무 nghiệp vụ, 농업 nông nghiệp, 공업 công nghiệp, 부업 phụ nghiệp (nghề phụ), 작업 tác nghiệp.
Giải nghĩa		Học một cái nghề nào đó.
Cách sử dụng		~ 시간 buổi học, thời gian học, 배우~ học làm diễn viên, 신부 ~ học làm cô dâu, 작가 ~ học làm tác giả, ~ 기간 thời gian học.

수업 (授業 Thụ nghiệp)

수	Thụ	Cho, trao cho, dạy, 전수 truyền thụ, 수업 thụ nghiệp (dạy).
업	Nghiệp	Nghề, ngành nghề, công nghiệp, sự nghiệp, 업종 nghiệp chủng (ngành nghề), 업무 nghiệp vụ, 농업 nông nghiệp, 공업 công nghiệp, 부업 phụ nghiệp (nghề phụ), 작업 tác nghiệp.
Giải nghĩa		Giảng dạy, dạy.
Cách sử dụng		~하다, ~을 받다 được dạy, học, ~중이다 đang dạy, ~료 tiền giảng dạy, ~시간 thời gian dạy, ~일수 số ngày dạy, 과외~ dạy thêm, 우리~시간은 50 분이다 thời gian dạy của chúng tôi là 50 phút, ~거부 từ chối dạy học, ~계획 kế hoạch giảng dạy, 정규~ dạy chính quy.

수영 (水泳 Thủy vịnh)

수	Thủy	Nước, hồ nước, sông, suối, 수력 thủy lực (sức nước), 수뢰 thủy lôi, 수산 thủy sản, 수압 thủy áp (áp lực nước), 강수량 giáng thủy lượng (lượng mưa), 냉수 lãnh thủy (nước lạnh), 온수 ôn thủy (nước nóng), 호수 hồ thủy (ao nước).
영	Vịnh	Bơi, lặn, 접영 điệp vịnh (bơi bướm), 배영 bối vịnh (bơi ngửa), 자유영 tự do vịnh (bơi tự do), 평영 bình vịnh (bơi ếch)
Giải nghĩa		Bơi dưới nước.
Cách sử dụng		~하다, ~의 명수 người bơi lội giỏi, ~을 잘하다 bơi giỏi, ~을 못하다 không biết bơi, ~을 배우다 học bơi, ~경기 thi bơi, ~복 quần áo bơi, quần áo tắm, ~선수 vận động viên bơi lội, ~장 bể bơi.

수준 (水準 Thủy chuẩn)

수	Thủy	Nước, hồ nước, sông, suối, 수력 thủy lực (sức nước), 수뢰 thủy lôi, 수산 thủy sản, 수압 thủy áp (áp lực nước), 강수량 giáng thủy lượng (lượng mưa), 냉수 lãnh thủy (nước lạnh), 온수 ôn thủy (nước nóng), 호수 hồ thủy (ao nước).
준	Chuẩn	Cho phép, chuẩn mực, mức độ, căn cứ, 준비 chuẩn bị, 준거 chuẩn cứ (căn cứ).
Giải nghĩa		Mực nước, mép nước, mức, tiêu chuẩn, trình độ.

Cách sử dụng 지적~ trình độ tri thức, ~이 높다 trình độ cao, ~을 높이다 nâng cao trình độ, ~이 낮다 trình độ thấp, ~에 달하다 đạt tới trình độ, 생활~ mức sống, 문화~ trình độ văn hóa, 최고 ~ mức cao nhất, 와같은 ~이다 cùng mức độ, ~ 이하 dưới mức, kém, ~이 같다 cùng trình độ, ~이 맞다 hợp mức độ.

수첩 (手帖 Thủ thiếp/ thiệp)

수 Thủ Tay, cầm, giữ, tài ba, tay nghề, 수공 thủ công, 선수 tuyển thủ, 수어 thủ ngữ (ngôn ngữ bằng tay), 고수 cao thủ, 적수 địch thủ, 포수 pháo thủ, 사수 xạ thủ, 명수 danh thủ (người giỏi, người nổi tiếng).

첩 Thiếp/ thiệp 청첩장 thỉnh thiệp trang (thiệp mời).

Giải nghĩa Quyển sổ tay.

Cách sử dụng ~에 적다 chép vào sổ. 사무용 ~ sổ tay văn phòng, 학생 ~ sổ tay học sinh, ~을 꺼내다 lấy sổ ra, ~을 휴대하다 cầm tay theo sổ, ~에 기록하다 viết vào sổ.

수표 (手票 Thủ phiếu)

수 Thủ Tay, cầm, giữ, tài ba, tay nghề, 수공 thủ công, 선수 tuyển thủ, 수어 thủ ngữ (ngôn ngữ bằng tay), 고수 cao thủ, 적수 địch thủ, 포수 pháo thủ, 사수 xạ thủ, 명수 danh thủ (người giỏi, người nổi tiếng).

표 Phiếu Tấm vé, tem, phiếu, giấy, tiền giấy, 수표 thủ phiếu (ngân phiếu), 우표 bưu phiếu, 득표 đắc phiếu (giành được phiếu), 개표 khai phiếu (mở phiếu), 투표소 đầu phiếu sở (nơi bỏ phiếu), 매표소 mại phiếu sở (nơi bán vé), 가격표 giá cách phiếu (bảng giá), 차표 xa phiếu (vé xe).

Giải nghĩa Ngân phiếu.

Cách sử dụng 100 만원의 ~ loại ngân phiếu một triệu won, ~로 지급하다 trả bằng ngân phiếu, ~를 현금으로 바꾸다 đổi ngân phiếu sang tiền mặt, 분실~ ngân phiếu bị mất, ~위조 làm giả ngân phiếu, ~를 발행하다 phát hành ngân phiếu, 회사~ ngân phiếu công ty, ~ 종류 các loại ngân phiếu.

숙제 (宿題 Túc đề)

숙 Túc Trú đêm, ở qua đêm, lưu lại, 기숙사 ký túc xá, 노숙자 lộ túc giả (người vô gia cư), 숙식 túc thực (ăn ở).

제 Đề Đề bài, tiêu đề, kể chuyện, 과제 khóa đề (bài toán), 문제 vấn đề, 전제 tiền đề, 제안 đề án, 제목 đề mục, 주제 chủ đề, 명제 mệnh đề.

Giải nghĩa Bài tập về nhà, vấn đề phải giải quyết, bài toán.

Cách sử dụng ①Bài tập về nhà, ~를 내다 ra bài tập về nhà, ~를 하다 làm bài tập về nhà, ~가 많다 bài tập về nhà nhiều. ②Vấn đề cần phải giải quyết, bài toán, ~로 남겨두다 còn lại như một vấn đề.

순간 (眴間 Thuấn gian)

순 Thuấn — Nháy mắt, nhìn, đưa mắt nhìn, 순식간 thuấn tức gian (trong giây lát).

간 Gian — Khoảng không gian, giữa, trong khoảng, 기간 kỳ gian (thời hạn, thời gian), 당분간 đương phân gian (tạm thời,), 간격 gian cách (khoảng cách giữa), 중간 trung gian, 공간 không gian, 간식 gian thực (ăn nhẹ giữa các bữa), 형제간 huynh đệ gian (mối quan hệ anh em), 인간 nhân gian.

Giải nghĩa — Trong chốc lát, trong giây lát.

Cách sử dụng — ①Trong giây lát, trong giây phút, ~적으로 trong giây lát, 결정적인 ~ trong giây phút có tính quyết định, 최후의 ~ giây phút sau cùng, ~적 쾌락 khoái lạc trong giây lát, 그것을 들은 ~ giây lát nghe cái đó, 한 ~도 지체할 수 없다 không thể chần chừ giây lát nào nữa. ②Thời điểm đó, giây phút xảy ra đó, 그를 보는 ~ 당황하여 어쩔 줄 몰랐다 khi nhìn thấy anh ta hoảng hốt trong giây lát không biết làm thế nào, 그녀는 어머니를 보는 ~에 참았던 울음이 쏟아졌다 vào giây phút gặp mẹ cô ấy tuôn trào nước mắt vốn chịu đựng lâu nay.

숫자 (數字 Số tự)

숫 Số — Số lượng, đếm, tính, vài, mấy, 대다수 đại đa số, 다수 đa số, 단수 đơn số (số ít), 무수 vô số, 복수 phức số (số phức).

자 Tự — Chữ viết, 천자문 thiên tự văn, 문자 văn tự, 홍십자 hồng thập tự (chữ thập đỏ), 금자탑 kim tự tháp, 고자 cổ tự (chữ cổ), 한자 Hán tự.

Giải nghĩa — Con số, chữ số.

Cách sử dụng — 정확한 ~ con số chính xác, ~로 표현하다 biểu hiện bằng con số, 아르비아~ chữ số Ả rập, 두자리 ~의 물가상승률 tỷ lệ vật giá tăng hai chữ số, ~로 나타내다 thể hiện bằng chữ số.

습관 (習慣 Tập quán)

습 Tập — Học đi học lại, luyện tập, quen, 습관 tập quán, 습속 tập tục, 실습 thực tập, 연습 luyện tập, 학습 học tập, 습성 tập tính.

관 Quán — Quen, thói quen, thông suốt, nuông chiều, 관례 quán lệ (phong tục, thói quen), 관성 quán tính, 관행 quán hành (hành động theo thói quen), 관용 quán dụng (thường sử dụng).

Giải nghĩa — Thói quen, ~적 có thói quen.

Cách sử dụng — 평소~ thói quen bình thường, 일찍 일어나는 ~ thói quen dậy sớm, 하는 ~이 있다 có thói quen làm gì đó, ~이 되다 thành thói quen, ~에 따라 theo thói quen, 전부터 ~ thói quen từ trước, 나쁜 ~을 고치다 sửa thói quen xấu.

승객 (乘客 Thăng khách)

승	Thăng	Bay lên, lên cao, tiến lên, 승급 thăng cấp, 승차 thăng xa (lên xe), 승객 thăng khách (hành khách), 승진 thăng tiến.
객	Khách	Khách hàng, hành khách, người ngoài, người ở trọ, 객관 khách quan, 객관성 khách quan tính (tính khách quan), 객지 khách địa (đất khách), 객체 khách thể., 관객 quan khách (khán giả), 관광객 quan quang khách (du khách), 식객 thực khách(khách đến ăn), 객실 khách thất (phòng ở của khách), 고객 cố khách (khách hàng), 청객 thỉnh khách (khách mời).
Giải nghĩa		Hành khách, 일등~ khách hạng nhất.
Cách sử dụng		~명부 danh sách hành khách, ~을 태우다 chở khách, 비행기~ hành khách đi máy bay, 열차~ khách đi tàu.

승진 (昇進 Thăng tiến)

승	Thăng	Bay lên, lên cao, tiến lên, 승급 thăng cấp, 승차 thăng xa, 승객 thăng khách (hành khách).
진	Tiến	Đi trước, cải tiến, sau đó, 선진국 tiên tiến quốc (nước tiên tiến), 진화 tiến hoá, 진전 tiến triển, 진취 tiến thủ, 진퇴 tiến thoái, 진행 tiến hành.
Giải nghĩa		Thăng tiến, lên chức.
Cách sử dụng		~하다, ~이 빠르다 thăng tiến nhanh, ~ 이 늦다 thăng tiến chậm, ~의 길 con đường thăng tiến, 부사장으로 ~하다 thăng tiến thành phó giám đốc.

시 (時 Thì/ thời)

시 Thì/ thời	Lúc, thời gian, giờ, tiếng, thời kì, 시계 thời kế (cái đồng hồ), 시간 thời gian, 시점 thời điểm, 일시 nhất thời, 시간표 thời gian biểu, 시기 thời kỳ, 시대 thời đại.
Giải nghĩa	Thời gian, giờ, lúc, khi, thời điểm, thời kỳ.
Cách sử dụng	①Giờ, 두 시 hai giờ, 6 시 반 sáu giờ ba mươi, 오전 9 시 9 giờ sáng. ②Thời, đúng thời điểm, ~를 잘 만나다 gặp thời. ③Khi, lúc, 차량 운전 ~ khi lái xe. 규정 위반 ~ khi vi phạm qui định, 보험 가입 ~ khi tham gia bảo hiểm, 사고 발생 ~ khi phát sinh tai nạn.

시 (詩 Thi)

시 Thi	Thơ, 시성 thi thánh (thi hào), 당시 (唐詩) Đường thơ (thơ Đường), 금기시화 cầm kỳ thi họa, 시집 thi tập (tập thơ).
Giải nghĩa	Thơ
Cách sử dụng	~를 짓다 đặt thơ, làm thơ. ~를 읊다 ngâm thơ. ~ 한 편을 낭송하다 đọc to bài thơ. ~를 쓰다 làm thơ, ~를 읽다 đọc thơ.

시간 (時間 Thời gian)

시	Thời	Lúc, thời gian, giờ, tiếng, thời kì, 시계 thời kế (cái đồng hồ), 시간 thời gian, 시점 thời điểm, 일시 nhất thời, 시간표 thời gian biểu, 시기 thời kỳ, 시대 thời đại, 잠시 tạm thời.
간	Gian	Khoảng không gian, giữa, trong khoảng, 기간 kỳ gian (thời hạn, thời gian), 당분간 đương phân gian (tạm thời), 간격 gian cách (khoảng cách giữa), 중간 trung gian, 공간 không gian, 간식 gian thực (ăn nhẹ giữa các bữa), 형제간 huynh đệ gian (mối quan hệ anh em), 인간 nhân gian.

Giải nghĩa Thời gian.

Cách sử dụng 한 ~ một tiếng đồng hồ, 그는 두~동안 계속 이야기했다 anh ta nói chuyện trong vòng hai tiếng đồng hồ, ~이 지남에 따라 cùng với thời gian trôi đi, ~이 걸리다 mất thời gian, ~이 많다 nhiều thời gian, ~이 모자라다 thiếu thời gian, ~이 있다 có thời gian, ~이 없다 không có thời gian, 책을 읽을 ~ 없다 không có thời gian đọc sách, ~을 묻다 hỏi thời gian, ~을 낭비하다 lãng phí thời gian, ~을 절약하다 tiết kiệm thời gian, ~을 지키다 đúng giờ, ~급 lương thời gian, ~문제 vấn đề thời gian, ~제한 giới hạn thời gian, ~표 thời gian biểu, 소요~ thời gian cần có, ~을 정확히 지키다 đúng giờ.

시간표 (時間表 Thời gian biểu)

시	Thời	Lúc, thời gian, giờ, tiếng, thời kì, 시계 thời kế (cái đồng hồ), 시간 thời gian, 시점 thời điểm, 일시 nhất thời, 시간표 thời gian biểu, 시기 thời kỳ, 시대 thời đại.
간	Gian	Khoảng không gian, giữa, trong khoảng, 기간 kỳ gian (thời hạn, thời gian), 당분간 đương phân gian (tạm thời), 간격 gian cách (khoảng cách giữa), 중간 trung gian, 공간 không gian, 간식 gian thực (ăn nhẹ giữa các bữa), 형제간 huynh đệ gian (mối quan hệ anh em), 인간 nhân gian.
표	Biểu	Tiêu biểu, ngoài, bề ngoài, nêu rõ, bày tỏ, 대표 đại biểu (đại diện, thay mặt), 표현 biểu hiện, 표시 biểu thị, 표정 biểu tình (nét mặt), 표면 biểu diện (bề mặt), 발표 phát biểu.

Giải nghĩa Bảng thời gian, bảng biểu thời gian, lịch.

Cách sử dụng 수업 ~ lịch học, ~양식 mẫu thời gian biểu, ~앱 app ứng dụng làm lịch.

시계 (時計 Thời kế)

시	Thời	Lúc, thời gian, giờ, tiếng, thời kì, 시계 thời kế (cái đồng hồ), 시간 thời gian, 시점 thời điểm, 일시 nhất thời, 시간표 thời gian biểu, 시기 thời kỳ, 시대 thời đại, 동시 đồng thời.
계	Kế	Mưu mẹo, phép tính, công cụ tính, tiếp nối, 계획 kế hoạch, 계책 kế sách, 생계 sinh kế (kế sinh nhai), 모계 mưu kế, 고육지계 khổ nhục chi kế (khổ nhục kế) 미인계 mỹ nhân kế, 계략 kế lược, 계승 kế thừa, 계모 kế mẫu (mẹ kế), 계부 kế phụ (cha kế), 계산 kế toán (tính toán), 계속 kế tục (tiếp tục), 계위 kế vị, 묘계 diệu kế, 설계 thiết kế.

Giải nghĩa Cái đồng hồ, thiết bị đo thời gian.

Cách sử dụng ~를 고치다 sửa đồng hồ, ~를 보다 nhìn đồng hồ, ~가 서다 đồng hồ chết, ~방향 chiều kim đồng hồ, ~수리공 thợ sửa đồng hồ, ~탑 tháp đồng hồ, 전자~ đồng hồ điện tử, 손목~ đồng hồ treo tay, 이 ~는 10 분 빠르다 [늦다] đồng hồ này nhanh [chậm] 10 phút.

시기 (時期 Thời kỳ)

시 Thời — Lúc, thời gian, giờ, tiếng, thời kì, 시계 thời kế (cái đồng hồ), 시간 thời gian, 시점 thời điểm, 일시 nhất thời, 시간표 thời gian biểu, 시기 thời kỳ, 시대 thời đại.

기 Kỳ — Thời kỳ, lúc, thời gian, kỳ hạn, 시기 thời kỳ, 기한 kỳ hạn, 학기 học kỳ, 주기 chu kỳ, 초기 sơ kỳ, 장기 trường kỳ (dài hạn), 혼기 hôn kỳ (tuổi hôn nhân).

Giải nghĩa Thời kỳ, kỳ, lúc, thời điểm, thời cơ.

Cách sử dụng 시험~ mùa thi, 매년이 ~에는 mỗi năm vào thời kỳ này, 공부하는 데는 지금이 가장 좋은 ~ đây là thời kỳ tốt nhất cho việc học hành, ~를 놓치다 bỏ lỡ mất thời điểm.

시내 (市內 Thị nội)

시 Thị — Chợ, nơi mua bán, thành phố, đô thị, 시민 thị dân (người dân thành phố), 시청 thị sảnh (tòa thị chính), 시가 thị giá (giá cả thị trường), 시외 thị ngoại (ngoại thành), 도시 đô thị, 시장 thị trường, thị trưởng.

내 Nội — Bên trong, trong lòng, tâm lý, 내부 nội bộ, 국내 quốc nội (trong nước), 실내 thất nội (trong phòng), 내각 nội giác (góc trong), 내규 nội quy, 내외 nội ngoại (trong và ngoài), 내심 nội tâm, 내용 nội dung, 내정 nội tình, 내과 nội khoa, 시내 thị nội (nội thành), 내시경 nội thị kính (nội soi).

Giải nghĩa Nội thành, trong thành phố.

Cách sử dụng ~에서 살다 sống trong thành phố, ~를 구경하다 tham quan thành phố, ~버스 xe buýt nội thành, ~전화 điện thoại nội thành.

시대 (時代 Thời đại)

시 Thời — Lúc, thời gian, giờ, tiếng, thời kì, 시계 thời kế (cái đồng hồ), 시간 thời gian, 시점 thời điểm, 일시 nhất thời, 시간표 thời gian biểu, 시기 thời kỳ, 시대 thời đại.

대 Đại — Giai đoạn, thời kỳ, 근대 cận đại, 현대 hiện đại, 고대 cổ đại, 연대 niên đại (thời kỳ, năm tháng), 삼대 tam đại (ba đời), 시대 thời đại, 세대 thế đại (thế hệ), 당대 đương đại.

Giải nghĩa Thời đại, lứa tuổi , thời kỳ, thế hệ.

Cách sử dụng 반항의 ~ tuổi phản kháng, 우주 여행 ~ thời đại du hành vũ trụ, 컴퓨터 ~ thời đại máy tính, 내 아버지 ~에는 vào thời bố tôi, ~의 변천에 따라 theo sự thay đổi của thời đại, ~에 역행하다 đi ngược thời đại, ~에 순응하다 theo thời đại, ~의 요구에 응하다 đáp ứng nhu cầu thời đại, ···와 ~가 같다 cùng thời với, ~가 변했다 thời đại thay đổi.

시련 (試鍊 Thí luyện)

시	Thí	Kiểm nghiệm, so sánh, thử, xem xét, thi, làm thử. 응시 ứng thí, 시험 thí nghiệm, 고시 khảo thí, 시운전 thí vận chuyển (lái thử), 시식 thí thức (ăn thử).
련	Luyện	Rèn, đúc, tinh luyện, điêu luyện, 훈련 huấn luyện, 노련 lão luyện. 숙련 thục luyện (thành thạo), 제련 chế luyện (luyện kim).
Giải nghĩa		Thử thách, thách thức, khó khăn thử thách.
Cách sử dụng		가혹한 ~ một thử thách khốc liệt, 많은 ~을 겪다 chịu nhiều thử thách, ~을 받다 chịu thử thách, ~에 견디다 chịu đựng thử thách, ~을 극복하다 khắc phục các khó khăn, ~을 당하다 bị thử thách, gặp khó khăn thách thức.

시민 (市民 thị dân)

시	Thị	Chợ, nơi mua bán, thành phố, 시민 thị dân (người dân thành phố), 시청 thị sảnh (tòa thị chính), 시가 thị giá (giá cả thị trường), 시내 thị nội (nội thành), 시외 thị ngoại (ngoại thành), 도시 đô thị, 시장 thị trưởng, thị trường.
민	Dân	Người dân, dân, dân gian, 식민 thực dân, 빈민 bần dân (dân nghèo), 서민 thứ dân, 시민 thị dân, 소수민족 thiểu số dân tộc (dân tộc thiểu số), 국민 quốc dân, 주민 trú dân (người dân cư trú), 민족 dân tộc, 농민 nông dân, 민원 dân nguyện, 교민 kiều dân (kiều bào).
Giải nghĩa		Thị dân, người dân thành phố đó, công dân, nhân dân.
Cách sử dụng		서울~ người dân Seoul, ~권 quyền công dân, ~생활 cuộc sống của người dân (thành phố đó), 한국~ công dân Hàn Quốc, ~회관 hội quán nhân dân, ~단체 đoàn thể dân sự, ~의식 nhận thức của nhân dân.

시설 (施設 Thi thiết)

시	Thi	Thực hiện, tiến hành, thiết lập, làm cho, 실시 thực thi, 시공 thi công, 시행 thi hành.
설	Thiết	Sắp xếp, lập ra, đặt ra, giả sử, 설비 thiết bị, 설계 thiết kế, 설립 thiết lập, 건설 kiến thiết, 가설 giả thiết.
Giải nghĩa		Trang thiết bị, trang bị, cơ sở vật chất, thi công, lắp đặt.
Cách sử dụng		~하다, ~이 좋다 được trang bị tốt, 이 사무실은 ~이 잘되어 있다 trang thiết bị của văn phòng này tốt, ~비 chi phí trang bị, 공공~ thiết bị công cộng, 교육~ thiết bị giáo dục, 군사~ thiết bị quân sự, 산업~ cơ sở vật chất công nghiệp, 호텔~ cơ sở vật chất khách sạn, 교육~ cơ sở vật chất giáo dục, 위생~ cơ sở vật chất vệ sinh, 통신~ trang thiết bị thông tin, 그 병원은 국내 최고의 ~을 갖추었다 bệnh viện này có trang thiết bị tốt nhất trong cả nước.

시작 (始作 Thủy tác)

시	Thủy	Gốc, tổ, bắt đầu, 시조 thủy tổ, 원시 nguyên thủy, 시초 thủy sơ (ban đầu), 개시 khai thủy (bắt đầu làm gì), 시동 thủy động (khởi động).
작	Tác	Soạn, viết, làm, 반작용 phản tác dụng, 부작용 phụ tác dụng, 원작 nguyên tác, 작업 tác nghiệp, 걸작 kiệt tác, 합작 hợp tác, 경작 canh tác, 제작 chế tác, 작전 tác chiến, 작품 tác phẩm, 작성 tác thành (viết).
Giải nghĩa		Bắt đầu, bắt tay làm gì ngay từ đầu.
Cách sử dụng		~하다, ~되다 được bắt đầu, 공연~ bắt đầu biểu diễn, 업무~ bắt đầu công việc, ~은 반이다 (tục ngữ) bắt đầu là cả một nửa, đầu xuôi đuôi lọt, 일을 ~하다 bắt đầu công việc, 회의가 ~되다 cuộc họp được bắt đầu, 밥을 먹기 ~하다 bắt đầu ăn cơm, 꽃이 피기 ~하다 bắt đầu nở hoa.

시절 (時節 Thời/thì tiết)

시	Thời/thì	Lúc, thời gian, giờ, tiếng, thời kì, 시계 thời kế (cái đồng hồ), 시간 thời gian, 시점 thời điểm, 일시 nhất thời, 시간표 thời gian biểu, 시기 thời kỳ, 시대 thời đại.
절	Tiết	Khoảng thời gian, ngày lễ, tết, mùa, 동절 đông tiết (mùa đông), 하절 hạ tiết (mùa hè), 단오절 Đoan ngọ tiết (tết đoan ngọ), 춘절 xuân tiết (tiết xuân), 명절 danh tiết (ngày lễ), 시절 thì tiết (thời điểm), 일년사절 nhất niên tứ tiết (một năm bốn mùa), 계절 quý tiết (mùa).
Giải nghĩa		Thời kỳ, thời gian, mùa.
Cách sử dụng		①Mùa, vụ, 꽃피는 ~ mùa hoa nở, ~에 맞다 đúng mùa, ~에 맞지않는 không đúng mùa, 과일~ mùa hoa quả, 망고 ~ mùa xoài. ②Thời kì, 학생~ thời học sinh, 대학생~ thời sinh viên, 소년~에 thời niên thiếu, 살기 힘든~ thời kỳ sống khó khăn, 그~에 thời kỳ ấy, 호랑이 담배 피우던~ (quán ngữ) Thuở xưa, lâu lắm rồi, 나는 어린~로 돌아가고 싶다 tôi muốn quay lại thời nhỏ.

시청 (市廳 Thị sảnh)

시	Thị	Chợ, nơi mua bán, thành phố, 시민 thị dân (người dân thành phố), 시청 thị sảnh (tòa thị chính), 시가 thị giá (giá cả thị trường), 시내 thị nội (nội thành), 시외 thị ngoại (ngoại thành), 도시 đô thị, 시장 thị trưởng, thị trường.
청	Sảnh	Nơi quan ngồi làm việc, 도청 đạo sảnh (tòa nhà hành chính tỉnh), 관청 quan sảnh (nơi làm việc của quan chức), 구청 khu sảnh (tòa nhà hành chính quận)
Giải nghĩa		Tòa thị chính.
Cách sử dụng		~ 소재지 trụ sở tòa thị chính, 서울~ tòa nhà thị chính Seoul, ~ 건물 tòa nhà thị chính.

시청 (視聽 Thị thính)

시	Thị	Nhìn, thấy, 시각 thị giác, 시청 thị thính (nghe nhìn), 시선 thị tuyến (ánh mắt), 근시 cận thị, 난시 loạn thị, 원시 viễn thị, 직시 trực thị (nhìn thẳng), 감시 giám thị, 시력 thị lực, 경시 khinh thị (coi thường), 멸시 miệt thị, 시위 thị uy.
청	Thính	Nghe, nghe theo, thuận theo, tai mắt, 청각 thính giác, 청중 thính chúng (thính giả), 도청 đạo thính (nghe trộm).

Giải nghĩa Nghe nhìn.

Cách sử dụng ~하다, 텔레비전을 ~하다 xem tivi, ~료 phí xem truyền hình, ~를 많이 확보하다 thu hút nhiều khách xem truyền hình, ~자 khán thính giả, ~자 안녕하십니까? Xin kính chào quý vị khán thính giả.

시험 (試驗 Thí nghiệm)

시	Thí	Thi, làm thử. 응시 ứng thí, 시험 thí nghiệm,고시 khảo thí, 시운전 thí vận chuyển (lái thử), 시식 thí thức (ăn thử).
험	Nghiệm	Chứng nghiệm, kiểm nghiệm, chứng cớ, bằng chứng, 경험 kinh nghiệm, 시험 thí nghiệm, 실험 thực nghiệm, 효험 hiệu nghiệm, 체험 thể nghiệm (trải nghiệm).

Giải nghĩa Làm thử cái gì đó, thi cử,

Cách sử dụng ①Thi cử. ~하다, 수학~ thi toán, ~을 보다 thi, ~에 떨어지다 thi trượt, ~에 합격하다 thi đỗ, ~공부 học thi, ~문제 đề thi, ~과목 môn thi, ~감독 giám thị coi thi, 학기~ thi học kì, 필기~ thi viết, ~기간 thời gian thi, ~답안지 đáp án thi, ~지 giấy thi, 자격~ thi chứng chỉ hành nghề, 학년말 ~ thi cuối năm, 어려운 ~ bài thi khó, 내일 ~이 있다 ngày mai có môn thi, 그 문제는 지난~에 나왔었다 đề này lần thi trước ra rồi, ~잘 쳤느냐? Cậu thi tốt chứ. ②Thử nghiệm, ~적 có tính thử nghiệm, 기술을 ~하다 thử nghiệm kĩ thuật, 마이크 ~중이다 đang thử micro, ~삼아 làm thử nghiệm, ~방법 cách thử nghiệm, ~비행 bay thử nghiệm, ~생산 sản xuất thử, ~ 장 bãi thử, ~운전 vận hành thử.

식구 (食口 Thực khẩu)

식	Thực	Ăn, thức ăn, 식생활 thực sinh hoạt (chuyện ăn uống), 식중독 thực trúng độc (ngộ độc thực phẩm), 급식 cấp thực (cung cấp thức ăn/ bữa ăn), 번식 phồn thực (sinh sản), 분식 phấn thực (thức ăn dạng bột), 시식 thí thực (nếm thử), 음식 ẩm thực, 식량 thực lương (lương thực), 식후 thực hậu (sau khi ăn).
구	Khẩu	Miệng, cửa, 식구 thực khẩu (miệng ăn), 인구 nhân khẩu, 입구 (nhập khẩu) lối vào, cửa vào, 돌파구 đột phá khẩu (lối đột phá), 창구 song khẩu (cửa sổ hoặc quầy giao dịch, quầy làm việc), 구호 khẩu hiệu, 구령 khẩu lệnh.

Giải thích Thành viên trong gia đình, nhân khẩu, miệng ăn, người nhà.

Cách sử dụng ①Thành viên trong gia đình, ~수 số thành viên trong gia đình, ~가 많다 nhiều miệng ăn, 우리는 한 ~처럼 지내다 chúng tôi sống như người một nhà, 우리 집은 다섯 ~다 nhà tôi có 5 người. ②Chỉ người cùng một tổ chức nào đó.

식당 (食堂 Thực đường)

식 Thực — Ăn, thức ăn, 식생활 thực sinh hoạt (chuyện ăn uống), 식중독 thực trúng độc (ngộ độc thực phẩm), 급식 cấp thực (cung cấp thức ăn/ bữa ăn), 번식 phồn thực (sinh sản), 분식 phấn thực (thức ăn dạng bột), 시식 thí thực (nếm thử), 음식 ẩm thực, 식량 thực lương (lương thực), 식후 thực hậu (sau khi ăn),

당 Đường — Nhà lớn, gian nhà chính, phòng dành riêng cho một việc, 학당 học đường, 성당 thánh đường, 교당 giáo đường, 강당 giảng đường, 천당 thiên đường.

Giải thích Nhà ăn, nhà hàng, quán ăn.

Cách sử dung ~을 운영하다 kinh doanh nhà hàng, ~에서 식사를 하다 ăn ở quán ăn, ~ 위생 vệ sinh quán ăn, ~에서 아르바이트를 한다 làm thêm ở quán ăn.

식물 (植物 Thực vật)

식 Thực — Cây trồng, thực vật, trồng, cấy.

물 Vật — Đồ vật, sự vật, người, thế gian, 인물 nhân vật, 선물 thiện vật (quà tặng), 건물 kiến vật (tòa nhà), 식물 thực vật, 동물 động vật, 유물 di vật, 박물관 bác vật quán (bảo tàng), 뇌물 lộ vật (vật hối lộ), 생물학 sinh vật học, 물질 vật chất, 물가 vật giá, 물품 vật phẩm, 물체 vật thể, 물리 vật lý, 사물 sự vật.

Giải thích Thực vật.

Cách sử dụng ~의 분포 phân bố thực vật, ~계 giới thực vật, ~대 giảm thực vật, ~분류 phân loại thực vật, 열대~ thực vật nhiệt đới, ~세포 tế bào thực vật, ~인간으로 살다 sống đời sống thực vật.

식비 (食費 Thực phí)

식 Thực — Ăn, thức ăn, 식생활 thực sinh hoạt (chuyện ăn uống), 식중독 thực trúng độc (ngộ độc thực phẩm), 급식 cấp thực (cung cấp thức ăn/ bữa ăn), 번식 phồn thực (sinh sản), 분식 phấn thực (thức ăn dạng bột), 시식 thí thực (nếm thử), 음식 ẩm thực, 식량 thực lương (lương thực), 식후 thực hậu (sau khi ăn).

비 Phí — Phí, chi phí, tiền, tốn, chi tiêu, 학비 học phí, 기숙비 ký túc phí (tiền ký túc xá), 식비 thực phí (tiền ăn) 교통비 giao thông phí (tiền xăng xe), 접대비 tiếp đãi phí (phí tiếp khách), 생활비 sinh hoạt phí (chi phí sinh hoạt), 통신비 thông tin phí (chi phí liên lạc), 낭비 lãng phí, 경비 kinh phí, 학비 học phí, 인건비 nhân kiện phí (phí nhân công), 치료비 trị liệu phí (tiền điều trị), 참가비 tham gia phí (phí tham gia).

Giải thích Giá thức ăn, tiền ăn.

Cách sử dụng 한달 ~얼마입니까? Tiền ăn một tháng là bao nhiêu? ~를 내다 trả tiền ăn, 자취생 한달 ~ tiền ăn một tháng của học sinh tự nấu ăn, 한달~ 평균 bình quân tiền ăn một tháng, ~ 줄이는 방법 cách giảm bớt tiền ăn, ~절약 tiết kiệm tiền ăn.

식사 (食事 Thực sự)

식 Thực Ăn, thức ăn, 식생활 thực sinh hoạt (chuyện ăn uống), 식중독 thực trúng độc (ngộ độc thực phẩm), 급식 cấp thực (cung cấp thức ăn/ bữa ăn), 번식 phồn thực (sinh sản), 분식 phấn thực (thức ăn dạng bột), 시식 thí thực (nếm thử), 음식 ẩm thực, 식량 thực lương (lương thực), 식후 thực hậu (sau khi ăn).

사 Sự Việc, sự việc, công việc, sự nghiệp, 혼사 hôn sự, 가사 gia sự (việc nhà), 사무 sự vụ (công việc), 사정 sự tình, 형사 hình sự, 무사 vô sự, 민사 dân sự, 사고 sự cố, 시사 thời sự, 군사 quân sự, 영사관 lãnh sự quán, 사실 sự thật, 사건 sự kiện (vụ việc), 행사 hành sự (sự kiện), 사물 sự vật, 인사 nhân sự.

Giải thích Việc ăn uống, chuyện ăn uống.

Cách sử dụng 간단한 ~ bữa ăn đơn giản, 규칙적으로 ~하다 ăn uống điều độ, ~준비하다 chuẩn bị bữa ăn, ~대접을 하다 mời cơm, ~중이다 đang ăn, ~시간 thời gian ăn cơm, 밖에서 ~하다 ăn cơm ở ngoài, ~를 함께 하다 cùng ăn cơm với nhau, ~를 들면서 이야기하다 vừa ăn cơm vừa nói chuyện, ~에 초대받다 được mời ăn cơm, ~가 끝나다 ăn xong, 저녁~ ăn tối.

식탁 (食卓 Thực trác)

식 Thực Ăn, thức ăn, 식생활 thực sinh hoạt (chuyện ăn uống), 식중독 thực trúng độc (ngộ độc thực phẩm), 급식 cấp thực (cung cấp thức ăn/ bữa ăn), 번식 phồn thực (sinh sản), 분식 phấn thực (thức ăn dạng bột), 시식 thí thực (nếm thử), 음식 ẩm thực, 식량 thực lương (lương thực), 식후 thực hậu (sau khi ăn).

탁 Trác Bàn, cái bàn, mâm, 탁자 trác tử (cái bàn), 원탁 viên thác (cái bàn tròn).

Giải thích Bàn ăn.

Cách sử dụng ~에 앉다 ngồi vào bàn ăn, ~을 치우다 dọn dẹp bàn ăn, ~에 오르다 đưa lên bàn ăn,

신경 (神經 Thần kinh)

신 Thần Thần tiên, thần thánh, thần khí, thần thái, 귀신 quỷ thần, 무신 vô thần, 여신 nữ thần, 산신 sơn thần, 수신 thủy thần, 신령 thần thánh, 신동 thần đồng, 토신 thổ thần.

경 Kinh Đường dọc, làm, phụ trách, kinh sách, mạch máu, trải nghiệm, 경영 kinh doanh, 뇌신경 não thần kinh (thần kinh não), 경도 kinh độ, 경비 kinh phí, 경제 kinh tế, 경험 kinh nghiệm, 불경 Phật kinh (kinh Phật), 성경 Thánh kinh, 경도 kinh độ, 경제 kinh tế, 경영 kinh doanh, 경험 kinh nghiệm.

Giải thích Thần kinh.

Cách sử dụng ①Thần kinh, ~성 thuộc về thần kinh, ~이 예민하다 thần kinh nhạy cảm, ~이 둔하다 thần kinh đờ đẫn (thần kinh nhạy cảm), ~을 자극하다 kích thích vào thần kinh, ~간 dây thần kinh, ~계 hệ thần kinh, ~세포 tế bào thần kinh, ~통 đau thần kinh, ~과민 thần kinh quá nhạy bén, ~쇠약 thần kinh suy nhược, ~병환자 bệnh nhân bệnh kinh. ②Chú ý, quan tâm, cảm nhận, hoặc suy nghĩ về việc gì đó, thần kinh, ~을 한곳에 모으다 tập trung (chú ý) vào một nơi, ~이 쓰이다 làm cho chú ý, quan tâm, lo lắng, ~(을) 쓰다 lo lắng, chú ý, ~이 날카롭다 quá mẫn cảm.

신년 (新年 Tân niên)

신 Tân — Mới, cái mới, vừa mới, 혁신 cách tân, 신세대 tân thế hệ (thế hệ mới), 신입생 tân nhập sinh (học sinh mới nhập học), 신학기 tân học kì (học kỳ mới), 신방 tân phòng (phòng tân hôn), 신진 tân tiến, 신혼 tân hôn, 신랑 tân lang.

년/연 Niên — Năm, tuổi, lứa tuổi, thời, mùa, 백년 bách niên (trăm năm), 신년 tân niên (năm mới), 연대 niên đại (thời kỳ, năm tháng), 학년 niên học (năm học), 반년 bán niên (nửa năm), 천년기 thiên niên kỷ, 미성년 (vị thành niên), 청소년 (thanh thiếu niên), 내년 lai niên (năm sau), 노년 lão niên (tuổi già), 매년 mỗi niên (mỗi năm), 성년 thành niên (người lớn), 소년 thiếu niên, 중년 trung niên.

Giải thích Năm mới.

Cách sử dụng ~을 맞이하다 chào đón năm mới, 근하~ cẩn hạ tân niên (chúc mừng ăm mới), ~초에 vào đầu năm mới, 묵은 해를 보내고 ~ 을 맞다 tiễn năm cũ, đón năm mới, ~회 tiệc năm mới, ~인사 lời chào năm mới.

신랑 (新郎 Tân lang)

신 Tân — Mới, cái mới, vừa mới, 혁신 cách tân, 신세대 tân thế hệ (thế hệ mới), 신입생 tân nhập sinh (học sinh mới nhập học), 신학기 tân học kì (học kỳ mới), 신방 tân phòng (phòng tân hôn), 신진 tân tiến, 신혼 tân hôn, 신랑 tân lang.

랑 Lang — Chàng trai, người đàn ông, chàng (phụ nữ gọi chồng hoặc người yêu)

Giải thích Chú rể.

Cách sử dụng ~을 맞이하다 đón chồng, ~감 chàng rể tương lai, ~신부 tân lang tân phụ (chú rể cô dâu), ~수업 buổi học làm chú rể.

신문 (新聞 Tân văn)

신 Tân — Mới, cái mới, vừa mới, 혁신 cách tân, 신세대 tân thế hệ (thế hệ mới), 신입생 tân nhập sinh (học sinh mới nhập học), 신학기 tân học kì (học kỳ mới), 신방 tân phòng (phòng tân hôn), 신진 tân tiến, 신혼 tân hôn, 신랑 tân lang.

문 Văn — Tin tức, tiếng tăm, nghe thấy, 백문불여일견 bách văn bất như nhất kiến (trăm nghe không bằng một thấy), 금시초문 kim thời sơ vấn (giờ mới nghe lần đầu).

Giải thích Thông tin mới, báo, bản tin.

Cách sử dụng ~에 의하면 theo báo, ~에 싣다 đăng lên báo, ~에 나다 xuất hiện trên báo, ~에 보도되다 được đăng lên báo, ~을 보다 xem báo, ~발행하다 phát hành báo, ~을 배달하다 phát báo, ~을 편집하다 biên tập báo, ~을 구독하다 đọc báo, ~값 tiền mua báo, ~계 giới báo chí, ~광고 quảng cáo trên báo, ~구독자 độc giả, 일간~ báo hằng ngày, 조간~ báo buổi sáng, 주간~ báo tuần, ~사 tòa báo, ~방송학과 khoa phát hành báo chí, ~편집국 ban biên tập.

신사 (紳士 Thân sĩ)

신 Thân — Cái dải áo to, đai áo chầu, người có tiếng tăm văn học.

사 Sĩ — Người trí thức, học trò, người, người đàn ông nói chung, 박사 bác sĩ (tiến sĩ), 협사 hiệp sĩ, 사관 sĩ quan, 용사 dũng sĩ, 인사 nhân sĩ, 석사 thạc sĩ, 군사 quân sĩ, 도사 đạo sĩ, 사기 sĩ khí, 무사 võ sĩ, 변호사 biện hộ sĩ (luật sư).

Giải thích Quý ông, người đàn ông lịch thiệp, nam giới.

Cách sử dụng ~숙녀 여러분 Kính thưa các quý ông quý bà, ~복 áo quần đàn ông, 그는 전형적인 ~이다 anh ta là quý ông điển hình, ~화 (靴) giày nam giới, 중년~ quý ông trung niên, ~ 다운 ra dáng quý ông, 비 ~ 적인 không ra dáng đàn ông, không đẹp, ~ 적으로 ra vẻ đàn ông.

신속하다 (迅速— tấn tốc)

신 Tấn — Nhanh chóng.

속 Tốc — Tốc độ, nhanh, chóng, mau, 고속 cao tốc, 속력 tốc lực,변속 biến tốc, 과속 quá tốc (quá tốc độ), 가속 gia tốc, 감속 giảm tốc.

Giải nghĩa Nhanh chóng, nhanh gọn.

Cách sử dụng ~하게 một cách nhanh chóng. ~히 một cách nhanh gọn. ~ 배달 phát chuyển nhanh, ~ 대응 ứng xử nhanh chóng, ~ 접근 tiếp cận nhanh chóng, ~ 처리 xử lý nhanh chóng.

신조어 (新造語 Tân tạo ngữ)

신 Tân — Mới, cái mới, vừa mới, 혁신 cách tân, 신세대 tân thế hệ (thế hệ mới), 신입생 tân nhập sinh (học sinh mới nhập học), 신학기 tân học kì (học kỳ mới), 신방 tân phòng (phòng tân hôn), 신진 tân tiến, 신혼 tân hôn, 신랑 tân lang.

조 Tạo — Làm, đóng, sản xuất ra, chế tạo ra, chế tạo, bịa đặt, 조화 tạo hóa, 개조 cải tạo, 조성 tạo thành, 제조 chế tạo, 창조 sáng tạo, 구조 cấu tạo, 인조 nhân tạo, 건조 kiến tạo, 위조 ngụy tạo (làm giả).

어 Ngữ Nói chuyện, bàn luận, lời lẽ, tiếng nói, lời nói, 어조 ngữ điệu, 어감 ngữ cảm, 주어 chủ ngữ, 보어 bổ ngữ, 언어 ngôn ngữ, 외국어 ngoại quốc ngữ (tiếng nước ngoài), 한국어 Hàn Quốc ngữ (tiếng Hàn Quốc).

Giải thích Từ ngữ mới được tạo ra, từ mới xuất hiện.

Cách sử dụng ~ 형성 원리 nguyên lý hình thành từ mới xuất hiện, ~ 사전 từ điển từ mới xuất hiện, ~ 모음 tập hợp từ mới xuất hiện.

신청 (申請 Thân thỉnh)

신 Thân Trình bày, nói rõ ra, xác định, rõ ràng.

청 Thỉnh Mời mọc, xin mời, đề nghị, yêu cầu, 청혼 thỉnh hôn (cầu hôn), 청구 thỉnh cầu, 요청 yêu thỉnh (yêu cầu), 간청 khẩn thỉnh (nài nỉ), 청객 thỉnh khách (khách mời), 초청자 chiêu thỉnh giả (người mời).

Giải thích Đăng ký, xin, xin cấp.

Cách sử dụng ~에 거절하다 từ chối đề nghị của ai, ~기한 thời hạn nộp đơn, ~서 đơn xin, 여권~ xin cấp hộ chiếu, ~접수처 nơi tiếp nhận đăng ký, 건축허가를 ~하다 xin giấy phép xây dựng, 잡지의 구독을 ~하다 đăng ký đọc báo, 나는 학생비자를 ~하고 싶습니다 tôi muốn xin visa học sinh, ~료 chi phí xin phát cấp, ~서류 hồ sơ đăng ký, 휴가~ xin nghỉ phép.

신호 (信號 Tín hiệu)

신 Tín Thư tín (thư từ), tin cậy, dấu hiệu, tin theo, 불신임 bất tín nhiệm, 신앙 tín ngưỡng, 신도 tín đồ, 위신 uy tín, 확신 xác tín (tin chắc chắn), 반신반의 bán tín bán nghi, 배신 bội tín, 신용 tín dụng.

호 Hiệu Tín hiệu, ám hiệu, khẩu hiệu, 구호 khẩu hiệu, 신호 tín hiệu, 밀호 mật hiệu.

Giải thích Tín hiệu.

Cách sử dụng 신호등 tín hiệu đăng (đèn tín hiệu), 빨간~ 등이 켜졌다 đèn tín hiệu chuyển sang màu đỏ, 위험[주의] ~ tín hiệu nguy hiểm (chú ý), ~로 알리다 thông báo bằng tín hiệu, ~에 답하다 trả lời tín hiệu, ~를 기다리다 chờ tín hiệu, ~로 구조를 청하다 dùng tín hiệu xin cứu trợ, ~에 따르시오 Hãy theo tín hiệu, ~기 máy phát tín hiệu. ~탑 tháp tín hiệu.

신혼 (新婚 Tân hôn)

신 Tân Mới, cái mới, vừa mới, 혁신 cách tân, 신세대 tân thế hệ (thế hệ mới), 신입생 tân nhập sinh (học sinh mới nhập học), 신학기 tân học kì (học kỳ mới), 신방 tân phòng (phòng tân hôn), 신진 tân tiến, 신랑 tân lang.

혼 Hôn Cưới, lấy vợ hoặc chồng, 혼인 hôn nhân, 성혼 thành hôn, 이혼 li hôn, 만혼 mãn hôn (kết hôn muộn), 구혼 cầu hôn, 결혼 kết hôn, 약혼 ước hôn (đính hôn), 혼례 hôn lễ, 재혼 tái hôn, 혼수 hôn thú, 신혼 tân hôn.

Giải thích Mới lấy vợ lấy chồng, tân hôn.

Cách sử dụng ~여행 du lịch tuần trăng mật, ~부부 vợ chồng tân hôn, ~생활 cuộc sống tân hôn.

신화 (神話 Thần thoại)

신 Thần — Thần tiên, thần thánh, thần khí, thần thái, 신경 thần kinh, 귀신 quỷ thần, 무신 vô thần, 여신 nữ thần, 산신 sơn thần, 수신 thủy thần, 신령 thần thánh, 신동 thần đồng, 토신 thổ thần.

화 Thoại — Nói, lời, chuyện, tiếng, ngôn ngữ, 전화 điện thoại, 신화 thần thoại, 담화 đàm thoại, 통화 thông thoại (nói chuyện điện thoại), 회화 hội thoại.

Giải thích Thần thoại hoặc câu chuyện thần tiên.

Cách sử dụng ~적 có tính thần thoại, ~적인물 nhân vật có tính thần thoại, ~화하다 thần thoại hóa, 그리스~ thần thoại Hy Lạp.

실감 (實感 Thực cảm)

실 Thực — Thật, thật là, thực, thật thà, chứng thực, 실제 thực tế, 실시 thực thi, 현실 hiện thực, 실천 thực tiễn, 진실 chân thực, 실험 thực nghiệm, 실력 thực lực, 사실 sự thật, 실감 thật cảm (cảm nhận thực), 실질 thực chất.

감 Cảm — Mắc phải, nhận thấy, cảm động, tinh thần, 감수성 cảm thụ tính (tính nhạy cảm), 감각 cảm giác, 감격 cảm kích, 감동 cảm động, 감상 cảm tưởng, 감정 cảm tình, 공감 cộng cảm (thông cảm), 다감 đa cảm, 독감 độc cảm (cúm), 동감 đồng cảm, 실감 thật cảm (cảm giác thật), 악감 ác cảm, 예감 dự cảm, 용감 dũng cảm, 쾌감 khoái cảm.

Giải thích Cảm giác thật, cảm giác như thật.

Cách sử dụng ~이 나다 có cảm giác như thật, ~을 주다 gây cảm giác thật, ~온도 nhiệt độ cảm nhận thực tế, ~ 기술 kỹ thuật cảm nhận thực tế.

실내 (室內 Thất nội)

실 Thất — Nhà, buồng, phòng, 실내 thất nội (trong phòng), 화장실 hóa trang thất (phòng vệ sinh), 교실 giáo thất (phòng học), 연구실 nghiên cứu thất (phòng nghiên cứu), 욕실 dục thất (phòng tắm), 탈의실 thoát y thất (phòng thay đồ), 회의실 hội nghị thất (phòng họp), 사무실 sự vụ thất (văn phòng), 객실 khách thất (phòng ở của khách).

내 Nội — Bên trong, trong lòng, tâm lý, trong vòng, 내부 nội bộ, 국내 quốc nội (trong nước), 실내 thất nội (trong phòng), 내각 nội giác (góc trong), 내규 nội quy, 내외 nội ngoại (trong và ngoài), 내심 nội tâm, 내용 nội dung, 내정 nội tình, 내과 nội khoa, 시내 thị nội (nội thành). 내시경 nội thị kính (nội soi).

Giải thích Trong nhà, trong phòng.

Cách sử dụng Trong nhà, trong tòa nhà ~온도 nhiệt độ bên trong nhà, ~디자인 thiết kế trong nhà, thiết kế nội thất, ~수영장 hồ bơi trong nhà, ~체육관 nhà thi đấu có mái che, ~장식 trang trí nội thất.

실례 (失禮 Thất lễ)

실	Thất	Lỡ, nhỡ, sai lầm, mất, 실덕 thất đức, 실패 thất bại, 실업 thất nghiệp, 손실 tổn thất, 과실 quá thất (lỗi), 실례 thất lễ, 실언 thất ngôn (lỡ lời).
례	Lễ	Lễ nghi, phép tắc, chào, tôn kính, quà, tặng phẩm, 혼례 hôn lễ, 예물 lễ vật, 예의 lễ nghĩa.
Giải thích		Thất lễ.
Cách sử dụng		~를 끼치다 gây thất lễ, ~지만 xin lỗi nhưng, ~지만 몇 시입니까? Xin lỗi cho hỏi mấy giờ? ~지만 무슨 일로 오셨습니까 Xin lỗi nhưng anh đến về việc gì? 먼저 ~ 합니다 Tôi xin phép thất lễ trước (đi trước). 이만 ~ 하겠습니다 Tôi xin phép dừng ở đây, ~의 말을 하다 có lời thất lễ.

실망 (失望 Thất vọng)

실	Thất	Lỡ, nhỡ, sai lầm, mất, 실덕 thất đức, 실패 thất bại, 실업 thất nghiệp, 손실 tổn thất, 과실 quá thất (lỗi), 실례 thất lễ, 실언 thất ngôn (lỡ lời).
망	Vọng	Trông ngóng, nhìn xa, mong ước, 망원경 vọng viễn kính, 갈망 khát vọng, 실망 thất vọng, 절망 tuyệt vọng, 전망 triển vọng, 망부상 vọng phu tượng (hòn vọng phu).
Giải thích		Thất vọng.
Cách sử dụng		~시키다 làm cho thất vọng, ~에 빠지다 rơi vào thất vọng, 한테 ~하다 thất vọng về ai, 크게 ~하다 thất vọng lớn.

실수 (失手 Thất thủ)

실	Thất	Lỡ, nhỡ, sai lầm, mất, 실덕 thất đức, 실패 thất bại, 실업 thất nghiệp, 손실 tổn thất, 과실 quá thất (lỗi), 실례 thất lễ, 실언 thất ngôn (lỡ lời).
수	Thủ	Tay, cầm, giữ, tài ba, tay nghề, 수공 thủ công, 선수 tuyển thủ, 수어 thủ ngữ (ngôn ngữ bằng tay), 고수 cao thủ, 적수 địch thủ, 포수 pháo thủ, 사수 xạ thủ, 명수 danh thủ (người giỏi, người nổi tiếng).
Giải thích		Lỡ tay, hành động sai lầm.
Cách sử dụng		말을 ~하다 nói nhầm, 그건 내~이다 cái đó lỗi tại tôi, 사소한 ~ sai lầm nhỏ, ~없는 말 lời nói chuẩn, ~를 범하다 phạm sai lầm, ~없이 행동하다 hành động mà không có gì sai cả, ~를 저지르다 gây ra sai lầm.

실시 (實施 Thực thi)

실	Thực	Thật, thật là, thực, thật thà, chứng thực, 실제 thực tế, 실시 thực thi, 현실 hiện thực, 실천 thực tiễn, 진실 chân thực, 실험 thực nghiệm, 실력 thực lực, 사실 sự thật, 실감 thật cảm (cảm nhận thực), 실질 thực chất.
시	Thi	Thực hiện, tiến hành, thực hành, làm cho, 시행 thi hành.
Giải thích		Tiến hành.

Cách sử dụng ~되다 được thực thi, ~안 kế hoạch thực thi, ~되다 được thực thi, ~되어 있다 đang được thực hiện, ~ 설계 도면 bản vẽ thiết kế thực thi.

실연 (失戀 Thất luyến)

실 Thất — Lỡ, nhỡ, sai lầm, mất, 실덕 thất đức, 실패 thất bại, 실업 thất nghiệp, 손실 tổn thất, 과실 quá thất (lỗi), 실례 thất lễ, 실언 thất ngôn (lỡ lời).

연 Luyến — Tình ái, tình yêu, nhớ nhung, mến, lưu luyến, quá thất 연인 luyến nhân (người yêu).

Giải thích Thất tình.

Cách sử dụng ~ 해서 자살하다 thất tình tự sát, ~의 고통 đau khổ của thất tình, ~으로 인한 마음의 상처 vết thương lòng do thất tình, ~예방 phòng chống thất tình.

실외 (室外機 Thất ngoại)

실 Thất — Nhà, buồng, phòng, 실내 thất nội (trong phòng), 화장실 hóa trang thất (phòng vệ sinh), 교실 giáo thất (phòng học), 연구실 nghiên cứu thất (phòng nghiên cứu), 욕실 dục thất (phòng tắm), 탈의실 thoát y thất (phòng thay đồ), 회의실 hội nghị thất (phòng họp), 사무실 sự vụ thất (văn phòng), 객실 khách thất (phòng ở của khách).

외 Ngoại — Ngoài, bên ngoài, phía ngoài, 외국 ngoại quốc, 제외 trừ ngoại (trừ ra), 해외 hải ngoại, 외교 ngoại giao, 외모 ngoại mạo (ngoại hình), 외계인 ngoại giới nhân (người ngoài hành tinh), 외식 ngoại thực (ăn ở ngoài), 실외기 thất ngoại cơ (cục nóng máy lạnh).

Giải thích Ngoài phòng, ở bên ngoài căn phòng, ngoài trời

Cách sử dụng ~에 내놓다 để ngoài trời, ~ 경기 môn thi đấu ngoài trời, ~ 공간 không gian ngoài trời, ~ 공기 không khí bên ngoài, ~ 운동 môn thể thao ngoài trời, ~ 활동 hoạt động ngoài trời.

실용 (實用 Thực dụng)

실 Thực — Thật, thật là, thực, thật thà, chứng thực, 실제 thực tế, 실시 thực thi, 현실 hiện thực, 실천 thực tiễn, 진실 chân thực, 실험 thực nghiệm, 실력 thực lực, 사실 sự thật, 실감 thật cảm (cảm nhận thực), 실질 thực chất.

용 Dụng — Dùng, sử dụng, công hiệu, hiệu quả, 반작용 phản tác dụng, 사용 sử dụng, 용구 dụng cụ, 신사~ dùng cho đàn ông, 숙녀~ dùng cho phụ nữ, 이용 lợi dụng, 남용 lạm dụng, 작용 tác dụng, 신용 tín dụng, 실용 thực dụng, 부작용 phụ tác dụng (tác dụng phụ).

Giải thích Thực dụng

Cách sử dụng ~주의 chủ nghĩa thực dụng, ~주의자 người chủ nghĩa thực dụng, ~적 có tính thực dụng, ~품 hàng hóa thực dụng, ~화 thực dụng hóa.

실제 (實際 Thực tế)

실	Thực	Thật, thật là, thực, thật thà, chứng thực, 실제 thực tế, 실시 thực thi, 현실 hiện thực, 실천 thực tiễn, 진실 chân thực, 실험 thực nghiệm, 실력 thực lực, 사실 sự thật, 실감 thật cảm (cảm nhận thực), 실질 thực chất.
제	Tế	Giữa, lúc, trong khoảng, dịp, bên cạnh, 국제 quốc tế, 실제 thực tế, 교제 giao tế.
Giải thích		Thực tế.
Cách sử dụng		~의 가치 giá trị thực tế, 이론과~ lý luận và thực tế, ~로 trong thực tế, ~로 있는 일 việc có trong thực tế, ~모습 hình ảnh thực tế, ~상황 tình hình thực tế, ~ 생활 sinh hoạt thực tế.

실천 (實踐 Thực tiễn)

실	Thực	Thật, thật là, thực, thật thà, chứng thực, 실제 thực tế, 실시 thực thi, 현실 hiện thực, 실천 thực tiễn, 진실 chân thực, 실험 thực nghiệm, 실력 thực lực, 사실 sự thật, 실감 thật cảm (cảm nhận thực), 실질 thực chất.
천	Tiễn	Thực hiện, thi hành, noi theo, giẫm.
Giải thích		Thực tiễn.
Cách sử dụng		~하다 đi vào thực tiễn, ~적으로 có tính thực tiễn, ~으로 옮겼다 đưa vào thực tiễn, thực tiễn, ~계획 kế hoạch thực tiễn, ~주의 chủ nghĩa thực tiễn.

실패 (失敗 Thất bại)

실	Thất	Lỡ, nhỡ, sai lầm, mất, 실덕 thất đức, 실패 thất bại, 실업 thất nghiệp, 손실 tổn thất, 과실 quá thất (lỗi), 실례 thất lễ, 실언 thất ngôn (lỡ lời).
패	Bại	Thua, đánh bại, tàn, rụng, 패군 bại quân, 패전 bại chiến, 승패 thắng bại, 참패 thảm bại, 성패 thành bại.
Giải thích		Thất bại
Cách sử dụng		~의 원인 nguyên nhân thất bại, ~로 돌아가다 thành thất bại, ~로 끝나다 kết thúc bằng thất bại, 시험에 ~하다 thi cử thất bại, thi trượt, ~자 kẻ thất bại, ~는 성공의 어머니 [tục ngữ] Thất bại là mẹ của thành công, 대 (大) ~ đại thất bại, 여러번 ~한 끝에 성공했다 sau nhiều lần thất bại đã thành công,

심각 (深刻 Thâm khắc)

심	Thâm	Sâu, bề sâu, khuya, muộn, mực sâu của nước, thẫm, 심야 (thâm dạ (đêm khuya), 심각 thâm khắc (trầm trọng), 심화 thâm hóa (trở nên nặng hơn), 심도 (thâm độ (độ sâu), 수심 thủy thâm (chiều sâu nước).
각	Khắc	Thời gian, khoảnh khắc, nghiệt ngã, khắc nghiệt, 시각 thời khắc.
Giải thích		Trầm trọng, nghiêm trọng.

Cách sử dụng ~한 문제 vấn đề nghiêm trọng, ~히 một cách nghiêm trọng, ~한 얼굴을 하다 làm bộ mặt nghiêm trọng, ~해졌다 trở nên nghiêm trọng, ~한 불황 tính hình kinh tế khó khăn nghiêm trọng, ~한 얼굴을 하다 nét mặt nghiêm trọng, 날로 ~ 해지다 ngày càng nghiêm trọng.

심리학 (心理學 Tâm lý học)

심 Tâm — Trái tim, tấm lòng, tâm tính, trung tâm, tính, 무관심 vô quan tâm (không quan tâm), 결심 quyết tâm, 내심 nội tâm, 성심 thành tâm, 심장 tâm tạng (tim), 심정 tâm tình, 안심 an tâm, 애국심 ái quốc tâm (lòng yêu nước), 자비심 từ bi tâm (lòng từ bi), 중심 trung tâm, 중심 trọng tâm.

리 lý — Làm việc, lo liệu, quy luật, lý lẽ, hợp lý, 관리 quản lý, 처리 xử lý, 정리 chỉnh lý, 윤리 luân lý, 도리 đạo lý, 심리 tâm lý, 이론 lý luận, 물리 vật lý.

학 Học — Nghiên cứu, học tập, hiểu, lĩnh hội, 학생 học sinh, 대학 đại học, 학력 học lực, 학문 học vấn, 화학 hóa học, 문학 văn học, 입학 nhập học, 언어학 ngôn ngữ học, 철학 triết học, 심리학 tâm lí học, 경제학 kinh tế học, 학기 học kì, 학비 học phí, 학자 học giả, 학위 học vị, 과학 khoa học, 법학 pháp học (luật học), 수학 số học (toán), 유학 du học/ lưu học, 의학 y học.

Giải thích Tâm lý học.

Cách sử dụng ~자 nhà tâm lý học, 교육~ giáo dục tâm lý học, 사회~ tâm lý học xã hội.

심장 (心臟 Tâm tạng)

심 Tâm — Trái tim, tấm lòng, tâm tính, trung tâm, tính, 무관심 vô quan tâm (không quan tâm), 결심 quyết tâm, 내심 nội tâm, 성심 thành tâm, 심정 tâm tình, 안심 an tâm, 내심 nội tâm, 애국심 ái quốc tâm (lòng yêu nước), 자비심 từ bi tâm (lòng từ bi), 중심 trung tâm, 중심 trọng tâm.

장 Tạng — Cơ quan nội tạng, 내장 nội tạng, 오장 ngũ tạng, 폐장 phế tạng (phổi).

Giải thích Trái tim hoặc phần cốt lõi, phần chính.

Cách sử dụng ①Trái tim. ~의 기능 chức năng của tim, ~이 약하다 yếu tim, ~이 강하다 khỏe, dũng cảm, ~마비 tê liệt tim, ~병 bệnh tim, ~병약 thuốc bệnh tim, ~병 환자 bệnh nhân tim, ~수술 phẫu thuật tim, ~형 hình trái tim, 그녀는 ~마비로 죽었다 cô ta chết vì nhồi máu cơ tim, ~이 마구 뛰다 tim đập liên hồi, ~이 멈추다 tim ngừng đập, ~의 박동이 고르지 못하다 nhịp tim không đều, ~을 울리다 làm rung động trái tim, ~이 작다 yếu bóng vía, nhát, ~이 크다 to gan, liều, lỳ, dũng cảm. ②Trung tâm sự vật, trái tim (nghĩa bóng), 엔진은 자동차의 ~이다 động cơ là trái tim của xe hơi, ~을 찌르다 đánh vào tim, đánh vào sào huyệt.

심하다 (甚 — Thậm)

심 Thậm	Quá mức, 심각 thậm khắc (nghiêm trọng), 심지어 thậm chí ư (thậm chí), 심야 thâm dạ (đêm khuya)
Giải nghĩa	Chỉ cái gì đó quá mức, quá, khuya, muộn, **n**ặng nề, mạnh, nghiêm trọng, quá đáng.
Cách sử dụng.	심한 비 mưa nặng hạt. 심한 감기 cảm nặng. 심하게 말하면 nếu nói một cách nặng lời. 농담이 너무~ lời đùa quá trớn, 그것이 너무~ cái đó quá quá. 심한 추위 cơn lạnh nặng, 심한 노동 lao động nặng, 심하게 다치다 bị thương nặng. 그의 병은 ~ bệnh anh ấy nặng, 그건 너무~ Thế thì quá đáng quá, 심한 기침 ho nặng, 심한 부상 vết thương nặng, 변덕이 심하다 thay đổi thất thường, 장난이 심하다 đùa quá trớn.

O

악기 (樂器 Nhạc khí)

악 Nhạc	Âm nhạc, tiết điệu, ca nhạc, 음악회 âm nhạc hội (lễ hội âm nhạc), 악보 nhạc phổ, 악기 nhạc khí, 성악 thanh nhạc, 고악 cổ nhạc (nhạc ngày xưa),
기 Khí	Dụng cụ, đồ dùng, vũ khí, 병기 binh khí, 무기 vũ khí, 기계 khí giới.
Giải thích	Nhạc cụ.dụng cụ chơi nhạc.
Cách sử dụng	~을 연주하다 biểu diễn nhạc cụ, ~을 다룰 줄 아느냐? Anh có biết chơi nhạc cụ không ? ~반주 hòa tấu.

악화 (惡化 Ác hóa

악 Ác	Ác độc, xấu xí, dơ bẩn, tồi tệ, 악보 ác báo, 악마 ác ma, 악몽 ác mộng, 악순환 ác tuần hoàn (vòng quẩn luẩn, vòng tuần hoàn xấu), 악영향 ác ảnh hưởng (ảnh hưởng xấu), 흉악 hung ác, 악취 ác xú (mùi hôi).
화 Hóa	Biến đổi, thay đổi, tan, chảy, làm cho biến thành, 변화 biến hóa, 강화 cường hóa (tăng cường), 악화 ác hóa (xấu đi), 소화 tiêu hóa, 약화 nhược hóa (yếu đi), 화장 hóa trang, 문화재 văn hóa tài (di sản văn hóa), 노화 lão hóa, 화석 hóa thạch, 화학 hóa học.
Giải thích	Trở nên xấu đi, trở nên tồi tệ.
Cách sử dụng	~시키다 làm cho xấu đi, làm cho tồi tệ thêm, 병세가 급격히 ~되다 tình hình bệnh đột nhiên trở nên xấu đi, 지역감정이 ~ 되고 있다 cục bộ địa phương ngày trở nên tồi tệ, 사태를 ~시키다 làm cho tình hình trở nên tồi tệ hơn, ~되다 trở nên tồi tệ.

안경 (眼鏡 Nhãn kính)

안 Nhãn	Cái mắt, cái hố, lỗ nhỏ, nhịp, 안구 nhãn cầu, 좌안 tả nhãn (mắt trái), 안과 nhãn khoa (khoa mắt), 육안 nhục nhãn (mắt thường), 노안 lão nhãn (mắt già).

경 Kính	Gương, kính, kiếng, lấy làm gương, 색안경 sắc nhãn kính (kính màu), 만화경 vạn hoa kính (kính vạn hoa), 현미경 (hiển vi kính (kính hiển vi), 내시경 nội thị kính (nội soi), 망원경 (vọng viễn kính (kính viễn vọng).
Giải thích	Kính đeo mắt.
Cách sử dụng	도수가 강한 ~ kính cao độ, 도수가 높은 ~ kính cao độ, ~을 쓰다 đeo kính, ~을 벗다 tháo kính, 당신의 ~ 몇도입니까? Kính của anh bao nhiêu độ?, ~ 알 tròng kính, ~ 테 gọng kính, 색~ kính màu, 원시[근시]용 ~ kính viễn thị [cận thị].

안내 (案內 Án nội)

안 Án	Vụ việc, 안건 án kiện (vụ việc), 제안 đề án, 방안 phương án, 교안 giáo án, 도안 đồ án.
내 Nội	Bên trong, ở trong, trong lòng, 내장 nội tạng, 내전 nội chiến, 차내 xa nội, 국내 quốc nội, 시내 thị nội (nội thị).
Giải nghĩa	Hướng dẫn, chỉ dẫn, thông báo.
Cách sử dụng	Hướng dẫn, chỉ dẫn. ~하다, 아무의 ~로 theo sự hướng dẫn của ai đó, ~해 주시겠습니까? Anh có thể hướng dẫn cho tôi được không? ~계 bàn hướng dẫn, ~도 bản hướng dẫn, ~서 sách hướng dẫn, ~소 nơi hướng dẫn, ~인 người hướng dẫn, 그 부인을 2 층으로 ~하시오 Hãy hướng dẫn cô ấy lên lầu, ~ 말씀드립니다 chúng tôi xin thông báo.

안녕 (安寧 An ninh)

안 An	Yên ổn, sắp xếp, khỏe mạnh, 안거 an cư, 안심 an tâm, 안위 an nguy, 안락 an lạc, 안정 an định (ổn định), 안전 an toàn, 안녕 an ninh (an lành).
녕 Ninh	An toàn, 강녕 khang ninh (khỏe mạnh an lành).
Giải thích	An lành, an bình.
Cách dùng	①An bình, an lành, 그 동안 ~하셨어요? Trong thời gian qua anh có khỏe không? 선생님, ~하십니까? Thầy, thầy có khỏe không? ~히 가십시오 Chúc anh đi an lành. ②An ninh, an bình, 안녕질서 an ninh trật tự, 나라의 ~ an bình của đất nước.

안약 (眼藥 Nhãn dược)

안 Nhãn	Cái mắt, cái hố, lỗ nhỏ, nhịp, 안구 nhãn cầu, 좌안 tả nhãn (mắt trái), 안과 nhãn khoa (khoa mắt), 육안 nhục nhãn (mắt thường).
약 Dược	Thuốc, thuốc men, thuốc chữa bệnh, 약국 dược cục (hiệu thuốc), 약물 dược vật (dược phẩm), 한약 hàn dược (thuốc đông y), 약효 dược hiệu (hiệu quả của thuốc), 약초 dược thảo, 의약품 y dược phẩm, 약성 dược tính, 약품 dược phẩm, 약사 dược sư (dược sĩ), 농약 nông dược (thuốc trừ sâu), 독약 độc dược.
Giải nghĩa	Thuốc mắt.
Cách sử dụng	~을 넣다 nhỏ thuốc vào mắt, ~을 자주 사용하다 hay sử dụng thuốc mắt.

안전 (安全 An toàn)

안	An	Yên ổn, sắp xếp, khỏe mạnh, 안거 an cư, 안심 an tâm, 안위 an nguy, 안락 an lạc, 안정 an định (ổn định), 안전 an toàn, 안녕 an ninh (an lành).
전	Toàn	Tất cả, đủ, trọn, chính, cả, 안전 an toàn, 전승 toàn thắng 전부 toàn bộ, 전체 toàn thể, 전권 toàn quyền, 완전 hoàn toàn, 전면 toàn diện, 대월사기전서 Đại Việt sử ký toàn thư.

Giải nghĩa An toàn.

Cách sử dụng ~선 vạch an toàn, ~하게 một cách an toàn, ~한 방법 phương pháp an toàn, ~한 장소 địa điểm an toàn, ~한 투자 đầu tư an toàn, 생명과 재산의 ~ an toàn của tài sản và tính mạng, 작업의 ~ an toàn trong công việc. ~을 유지하다 duy trì sự an toàn.

안정 (安定 An định)

안	An	Yên ổn, sắp xếp, khỏe mạnh, 안거 an cư, 안심 an tâm, 안위 an nguy, 안락 an lạc, 안정 an định (ổn định), 안전 an toàn, 안녕 an ninh (an lành).
정	Định	Quyết việc gì, có ý làm gì, ý muốn nào đó, 규정 quy định, 지정 chỉ định, 협정 hiệp định, 부정 phủ định, 정약 định ước, 결정 quyết định, 가정 giả định, 의정 ý định, 고정 cố định, 안정 an định (ổn định).

Giải nghĩa Ổn định, yên ổn và ổn định.

Cách sử dụng ~하다, 물가 ~하다 vật giá ổn định ~을 유지하다 duy trì sự ổn định, ~시키다 làm cho ổn định, 경제~ ổn định về kinh tế, 정치~ ổn định chính trị, ~ 성장 tăng trưởng ổn định, 생활의 ~ sự ổn định của cuộc sống, 국민생활을 ~시키다 làm cho người dân ổn định sinh hoạt, ~되다 trở nên ổn định, ~ 감 cảm giác ổn định, ~ 도[성] độ[tính] ổn định.

암 (癌 Nham)

암 Nham	Ung thư, 발암 phát nham (gây ung thư), 간암 gan nham (ung thư gan), 폐암 phế am (ung thư phổi), 위암 vị am (ung thư dạ dày), 식도암 thực đạo am (ưng thư họng).

Giải nghĩa Bệnh ung thư.

Cách sử dụng ①Bệnh ung thư. 초기 ~ ung thư giai đoạn đầu, ~ 검사 kiểm tra ung thư, ~ 말기 ung thư giai đoạn cuối, ~ 발병 phát bệnh ung thư, ~ 치료제 thuốc điều trị ung thư, ~이 재발하다 tái phát ung thư, ~을 완치하다 điều trị ung thư xong. ~으로 죽다 chết vì ung thư, ~에 걸리다 mắc ung thư, ~ 세포 tế nào bệnh ung thư. 이 ~ 생기다 xuất hiện ung thư 그는 ~으로죽었다 anh ta chết vì bệnh ung thư. 직장~ ung thư trực tràng. 폐~ ung thư phổi. 유방~ ung thư vú. ~의 조기 발견 phát hiện ung thư thời kỳ đầu ~의 치료 điều trị ung thư. 그는 ~에 걸렸다 Anh ta mắc bệnh ung thư rồi. ~ 환자 bệnh nhân ung thư. ②Chỉ cái u, cái nhọt, cái cần được lược bỏ.

압박 (壓迫 Áp bách)

압	Áp	Đè nén, kiềm chế, ép, chặn, 진압 trấn áp, 기압 khí áp, 혈압 huyết áp, 압제 áp chế, 압력 áp lực.
박	Bách	Ép buộc, bắt buộc, cấp bách, 협박 hiếp bách, 강박 cưỡng bách (ép buộc).
Giải nghĩa		Áp lực sự đè nén, áp bức, áp lực.
Cách sử dụng		~하다 gây áp lực, nhấn mạnh, ~을 받다 bị áp lực, 심리적 ~áp lực tâm lý, ~ 벗다 thoát khỏi áp lực, 압박감 cảm giác áp lực, 일상생활의 ~ áp lực sinh hoạt hằng ngày, 약한 사람을 ~하다 gây áp lực với người yếu thế, 언론의 자유를 ~하다 áp bức tự do ngôn luận. 여론의 ~ áp lực từ báo chí.

애로 (隘路 Ải lộ)

애	Ải	Hiểm trở, hiểm hóc, nhỏ, hẹp, hẹp hòi.
로	Lộ	Đường cái, đường đi, phương pháp, đường lối, 대로 đại lộ, 육로 lục lộ (đường bộ), 수로 (thủy lộ) đường thủy, 노상 (lộ thượng) trên đường, 노면 lộ diện (mặt đường), 노숙 lộ túc (trú ngoài đường), 노점상 lộ điếm thương (cửa hàng bán lề đường), 노숙자 lộ túc giả (người vô gia cư), 국로 quốc lộ, 노비 lộ phí.
Giải nghĩa		Con đường nhiều trở ngại khó khăn, vấn đề cần giải quyết.
Cách sử dụng		~사항 nội dung khó khăn, vấn đề khó khăn, ~ 사항 해결하다 giải quyết các vấn đề khó khăn, 기업의 ~ vấn đề khó khăn của doanh nghiệp, ~가 있다 có khó khăn, 일하는데 ~가 많다 có nhiều trở ngại khi làm việc, ~가 많다 nhiều khó khăn.

애인 (愛人 Ái nhân)

애	Ái	Yêu, thương, mến, yêu đương, ưa thích, 애국 ái quốc, 애모 ái mộ, 애정 ái tình, 은애 ân ái, 박애 bác ái.
인	Nhân	Người, con người, dân chúng, 개인 cá nhân, 인물 nhân vật, 인권 nhân quyền, 인사 nhân sự, 노인 lão nhân (người già), 인간 nhân gian, 인구 nhân khẩu, 인력 nhân lực, 부인 phu nhân, 군인 quân nhân, 미인 mỹ nhân, 범인 phạm nhân, 살인 sát nhân, 상인 thương nhân, 애인 ái nhân (người yêu), 여인 nữ nhân, 은인 ân nhân.
Giải nghĩa		Người yêu.
Cách sử dụng		~이 생기다 có người yêu, 그녀는 미스터 김의 ~이다 cô ấy là người yêu của anh Kim, ~을 구하다 tìm người yêu, 저 둘은 ~ 사이이다 hai người đó là người yêu, ~이 있어야 결혼을 하지요 có người yêu mới cưới được chớ.

야구 (野球 Dã cầu)

야	Dã	Cõi, giới hạn, ranh giới, dân gian, cánh đồng, ngoại thành, 야채 dã thái (rau), 야구 dã cầu (bóng chày), 야외 dã ngoại (ngoài trời), 야생 dã sinh (sống hoang dã), 황야 hoang dã, 전야 điền dã (ruộng vườn), 야수 dã thú
구	Cầu	Quả cầu, quả bóng, địa cầu, 농구 lung cầu (bóng rổ), 지구 địa cầu, 전구 điện cầu (bóng điện), 구면 cầu diện (mặt cầu), 구형 cầu hình (hình tròn), 안구 nhãn cầu, 혈구 huyết cầu, 남반구 nam bán cầu.
Giải nghĩa		Môn thể thao chơi bằng bóng ở ngoài sân rộng.
Cách sử dụng		~ 경기 trận đấu bóng chày, ~장 sân bóng chày, ~선수 tuyển thủ bóng chày.

야단 (惹端 Nhạ đoan)

야	Nhạ	Gây ra, chuốc lấy, trêu ghẹo, châm chọc.
단	Đoan	Đầu, mối, nguyên nhân, cố ý, nghĩ ngợi, tâm tư, 다단 đa đoan, 극단 cực đoan, 단정 đoan chính.
Giải nghĩa		①Ầm ĩ, ầm. ②trách móc, trách mắng.
Cách sử dụng		①Làm ầm ĩ. ~하다, ~ 스럽다, ~ 나다 ầm ĩ lên, 시시한 일을 가지고 ~이다 làm ầm ĩ vì chuyện không đâu, 임금을 올리라고 ~이다 làm ầm ĩ đòi tăng lương. ②Trách móc, trách mắng, ~하다[치다], 게으르다고 아들을 ~ 치다 la mắng con trai vì lười biếng, ~을 맞다 bị la mắng, 아무 말 없이 외출했다고 ~을 맞았다 đi ra ngoài mà không nói gì cả nên bị trách móc, 늦게 와서 선생님한테 ~을 맞았다 đến muộn nên bị thầy giáo khiển trách.

야맹증 (夜盲症 Dạ manh chứng)

야	Dạ	Ban đêm, buổi chiều tối, đi đêm, u ám, 야광 dạ quang, 야뇨증 dạ niệu chứng (chứng tiểu đêm), 야근 dạ cần (làm đêm), 야경 dạ cảnh, 야간 dạ gian (buổi tối)
맹	Manh	Mù lòa, mù, mù quáng, tối, mờ, 색맹 sắc manh (mù màu), 맹인 manh nhân (người mù), 문맹 văn manh (mù chữ).
증	Chứng	Bệnh, chứng, chứng bệnh, 중독증 trúng độc chứng (chứng nghiện), 현기증 huyễn khí chứng (chứng chóng mặt), 증상 chứng trạng (triệu chứng), 고도공포증 cao độ khủng bố chứng (chứng sợ độ cao), 병증 bệnh chứng (chứng bệnh).
Giải nghĩa		Chứng bệnh nhìn không thấy khi đêm xuống, bệnh quáng gà.
Cách sử dụng		~이 있다 bị bệnh quáng gà, ~에 걸리다 mắc bệnh quáng gà.

야외 (野外 Dã ngoại)

야	Dã	Cánh đồng, chất phác, hoang dại, ngang ngược, 야심 dã tâm, 광야 khoáng dã (cánh đồng rộng rãi), 황야 hoang dã, 전야 điền dã, 야생 dã sinh (sống hoang dã), 야수 dã thú.

외	Ngoại	Ngoài, bên ngoài, phía ngoài, 외국 ngoại quốc, 제외 trừ ngoại (trừ ra), 해외 hải ngoại, 외교 ngoại giao, 외모 ngoại mạo (ngoại hình), 외계인 ngoại giới nhân (người ngoài hành tinh), 외식 ngoại thực (ăn ở ngoài).
Giải nghĩa		Ngoài trời, không có mái che.
Cách sử dụng		~경기 trận đấu ngoài trời, ~극장 sân khấu ngoài trời, ~운동 môn thể thao ngoài trời, ~로 산책나 가다 đi dạo ngoài trời, ~극 kịch dã ngoại, ~연습 luyện tập ngoài trời, ~요리 nấu nướng ngoài trời, ~운동 vận động ngoài trời, ~촬영 quay phim ngoài trời.

야행성 (夜行性 Dạ hành tính)

야	Dạ	Ban đêm, buổi chiều tối, đi đêm, u ám, 야광 dạ quang, 야뇨증 dạ niệu chứng (chứng tiểu đêm), 야근 dạ cần (làm đêm), 야경 dạ cảnh, 야간 dạ gian (buổi tối).
행	Hành	Đi, làm, thi hành, tiến hành, lưu hành, 실행 thực hành, 행걸 hành khất, 행동 hành động, 동행 đồng hành, 행법 hành pháp, 행정 hành chính, 시행 thi hành, 수행 tu hành, 행위 hành vi, 진행 tiến hành, 집행 chấp hành (thi hành).
성	Tính	Tính tình, tính cách, đặc tính, 본성 bản tính, 동성 đồng tính, 이성 lí tính, 인성 nhân tính.
Giải nghĩa		Tính chất hành động về đêm, hoạt động về đêm.
Cách sử dụng		~ 동물 động vật chuyên hoạt động về đêm.

약 (藥 Dược)

약	Dược	Thuốc, thuốc men, thuốc chữa bệnh, 약국 dược cục (hiệu thuốc), 약물 dược vật (dược phẩm), 한약 hàn dược (thuốc đông y), 약효 dược hiệu (hiệu quả của thuốc), 약초 dược thảo, 의약품 y dược phẩm, 약성 dược tính, 약품 dược phẩm, 약사 dược sư (dược sĩ), 농약 nông dược (thuốc trừ sâu), 독약 độc dược.
Giải nghĩa		Thuốc, thuốc trị bệnh.
Cách sử dụng		감기~ thuốc, 잠 오는 ~ thuốc ngủ, 위장~ thuốc đau dạ dày, 두통~ thuốc đau đầu, ~ 1 회분 một phần thuốc uống một lần, 엉터리 ~ thuốc vớ vẩn, ~을 조제하다 sản xuất thuốc, ~을 바르다 bôi thuốc, ~을 먹다 uống thuốc.

약 (約 Ước)

약	Ước	Chừng, khoảng, hẹn, giao ước, 선약 tiên ước (cuộc hẹn trước), 약정 ước định (cam kết, qui định), 혼약 hôn ước, 계약 khế ước, 공약 công ước, 규약 quy ước, 약혼 ước hôn (đám hỏi), 협약 hiệp ước.
Giải nghĩa		Khoảng, chừng, ước chừng.
Cách sử dụng		~이 십분 khoảng 20 phút, ~ 백명 khoảng 100 người, ~ 3 천명의 청중 khản giả khoảng 3000 người, 학생~ 1000 명 học sinh khoảng 1000 người.

약국 (藥局 Dược cục)

약	Dược	Thuốc, thuốc men, thuốc chữa bệnh, 약국 dược cục (hiệu thuốc), 약물 dược vật (dược phẩm), 한약 hàn dược (thuốc đông y), 약효 dược hiệu (hiệu quả của thuốc), 약초 dược thảo, 의약품 y dược phẩm, 약성 dược tính, 약품 dược phẩm, 약사 dược sư (dược sĩ), 농약 nông dược (thuốc trừ sâu), 독약 độc dược.
국	Cục	Đơn vị tổ chức, cửa tiệm, hiệu, bộ, 국장 cục trưởng, 관광총국 quan quang tổng cục (tổng cục du lịch), 대국 đại cục, 전국 toàn cục, 지국 chi cục, 결국 kết cục, 국면 cục diện, 사무국 sự vụ cục (bộ phận văn phòng), 편집국 biên tập cục (ban biên tập).
Giải nghĩa		Hiệu thuốc, tiệm thuốc.
Cách sử dụng		~에 가다 đi đến tiệm thuốc, 근처~ hiệu thuốc gần đây, 야간~ hiệu thuốc mở vào ban đêm.

약도 (略圖 Lược đồ)

약	Lược	Giản đơn, tóm tắt, kế hoạch, 모략 mưu lược, 책략 sách lược, 요약 yếu lược, 초략 sơ lược, 약역 lược dịch.
도	Đồ	Bản vẽ, tranh vẽ, mưu cầu, kế hoạch, 도화 đồ họa, 도서 đồ thư (sách), 지도 địa đồ, 도장 đồ chương (con dấu), 해도 hải đồ, 도형 đồ hình (hình vẽ minh họa).
Giải nghĩa		Lược đồ, sơ đồ.
Cách sử dụng		~를 그리다 vẽ lược đồ, 여기서 집까지의 ~를 그려라 cậu hãy vẽ đường đi từ đây về nhà đi, ~를 보고 찾아왔다 nhìn sơ đồ tìm đến.

약사 (藥師 Dược sư)

약	Dược	Cây thuốc, thuốc chữa bệnh, thuốc men, 약성 dược tính, 약품 dược phẩm, 약사 dược sư (dược sĩ), 농약 nông dược (thuốc trừ sâu), 독약 độc dược.
사	Sư	Người, sư, thợ, thầy, nhà (chỉ chung người có nghề chuyên môn), 군사 quân sư, 사범 sư phạm, 사제 sư đệ, 교사 giáo sư (giáo viên), 의사 y sư, 강사 giảng sư, 목사 mục sư, 사부 sư phụ, 사모 sư mẫu, 간호사 khán hộ sư (y tá), 한의사 hàn y sư (bác sĩ đông y).
Giải nghĩa		Dược sĩ.
Cách sử dụng		~국가시험 thi dược sĩ quốc gia, 대한 ~ 회 hiệp hội dược sĩ toàn quốc, ~자격증 chứng nhận dược sĩ.

약속 (約束 Ước thúc)

약	Ước	Chừng, khoảng, hẹn, giao ước, 선약 tiên ước (cuộc hẹn trước), 약정 ước định (cam kết, qui định), 혼약 hôn ước, 계약 khế ước, 공약 công ước, 규약 quy ước, 약혼 ước hôn (đám hỏi), 협약 hiệp ước.
속	Thúc	Bó, buộc, thắt, ràng buộc, 속수 thúc thủ (bó tay).
Giải nghĩa		①Lời hứa, hứa, hứa hẹn. ②Tiềm năng, khả năng.

Cách sử dụng ①Hứa, hẹn. ~하다, ~ 시간 thời gian hẹn, ~한대로 theo như đã hứa, ~을 지키다 giữ lời hứa, ~을 어기다 không giữ lời hứa, thất hứa, ~을 취소하다 hủy cuộc hẹn, 오늘 저녁에 만나기로 ~했이다 hẹn với bạn là tối nay gặp, ~은 ~이다 lời hứa vẫn chỉ là lời hứa, ~을 잘 지키는 사람 người giữ đúng lời hứa, 거짓~ hứa bậy, 굳게 ~하다 hứa chắc chắn, 그는 ~한 곳에 오지 않았다 anh ta không đến nơi hẹn, 내일 무슨 ~ 있습니까 ngày mai anh có hẹn không? 그렇다면 처음의 ~과 다르다 nếu làm thế thì khác với lời hẹn ban đầu rồi, 너의 ~은 휴지나 마찬가지다 lời hứa của cậu như tờ giấy loại, 그 여자는 그와 결혼을 ~하고 있다 cô ấy có hứa hôn với anh ấy, 너는 우리에게 ~했잖아 cậu hứa với chúng tôi rồi cơ mà. ②Tiềm năng, khả năng, ~의 땅 miền đất hứa.

양 (羊 Dương)

양 Dương — Con dê, con cừu, 산양 sơn dương, 양두구육 dương đầu cẩu nhục (đầu dê thịt chó), 양가죽 da cừu.

Giải nghĩa Con dê, con cừu.

Cách sử dụng ~의 고기 thịt dê, ~의 털 lông cừu, ~을 기르다 nuôi cừu, ~을 몰다 chăn cừu, ~가죽 da cừu. ~고기 thịt cừu. ~ 떼 đàn cừu. ~의 우리 chuông cừ. 양 지키는 개 chó chăn cừu. 양의 가죽을 쓴 늑대 chó sói đội lốt cừu. ~털을 깎다 cắt lông cừu. ~이 울다 cừu kêu. 그는 ~같이 온순하다 anh ta hiền như cừu.

양 (量 Lượng)

양 Lượng — Số mục, số lượng, dung lượng, 함량 hàm lượng, 질량 chất lượng, 중량 trọng lượng, 유량 lưu lượng, 우량 vũ lượng (lượng mưa).

Giải nghĩa Chất lượng tốt, tốt.

Cách sử dụng ~이 적다 lượng ít, ~보다 질이다 ưu tiên chất hơn lượng, ~적 (인) có tính chất về lượng, ~의 증가 sự tăng về lượng, ~이 많다 lượng nhiều, ~이 늘다[줄다] tăng [giảm] lượng.

양로원 (養老院 Dưỡng lão viện)

양 Dưỡng — Nuôi dưỡng, săn sóc, tu bổ, sinh con, 교양 giáo dưỡng, 양육 dưỡng dục, 영양 dinh dưỡng.

로 Lão — Già, nhiều tuổi, cụ, lâu dài, mãi, 노인 lão nhân, 노약자 lão nhược giả (người già yếu), 장로 trưởng lão, 원로 nguyên lão, 백년해로 bách niên giai lão.

원 Viện — Sân, viện, tòa, học viện, 병원 bệnh viện, 의원 y viện.

Giải nghĩa Viện dưỡng lão.

Cách sử dụng ~을 짓다 xây viện dưỡng lão, ~에 기부하다 đóng góp vào viện dưỡng lão, ~봉사활동 hoạt động từ thiện ở viện dưỡng lão.

양반 (兩班 Lưỡng ban)

양	Lưỡng	Hai, đôi, cặp, 양면 lưỡng diện (hai mặt), 양국 lưỡng quốc (hai nước), 양손 hai tay
반	Ban	Lớp, hàng ngũ, ngôi thứ, nhóm, ban, 분반시험 phân ban thí nghiệm (thi xếp lớp), 반장 ban trưởng (lớp trưởng), 합반 hợp ban (gộp lớp), 학습반 học tập ban (lớp học tập), 졸업반 tốt nghiệp ban (lớp tốt nghiệp).
Giải nghĩa		Chỉ thành phần thuộc cả hai hàng quan văn và quan võ, chỉ thành phần quan lại, thành phần quý tộc.
Cách sử dụng		①Giới quý tộc, dòng dõi. ~으로 태어나다 sinh ra trong gia đình quý tộc. ②Chỉ người đường hoàng, lễ nghĩa, chỉ người đàn ông , 정거장 가는 길은 저 ~한테 물으시오 hãy hỏi người đàn ông kia đường đến bến xe buýt ③Chỉ chồng mình. 우리집 ~ ông xã nhà tôi. ④Dùng khi gọi một người đàn ông nào đó, ông, anh, chú. 기사~ bác tài.

양복 (洋服 Dương phục)

양	Dương	Đại dương, biển khơi, ngoại quốc (thường chỉ Âu Mỹ), 양품 dương phẩm (hàng ngoại), 태평양 Thái Bình Dương, 인도양 Ấn Độ Dương, 서대양 Đại Tây Dương,양력 dương lịch, 양금 dương cầm, 양복 dương phục (đồ âu), 양주 dương tửu (rượu tây), 동양 đông dương.
복	Phục	Quần áo, mặc, thích ứng, tuân theo, 한복 Hàn phục, 예복 lễ phục, 수영복 thủy vịnh phục, 등산복 đăng sơn phục (trang phục leo núi), 평복 bình phuc (thường phục).
Giải nghĩa		Complê, âu phục.
Cách sử dụng		~을 입다 mặc âu phục, ~을 맞추다 đặt may âu phục, ~을 벗다 cởi complê, ~을 한 벌 맞추다 đặt may một bộ complê, ~ 감[지] vải may complê, ~장이 thợ may complê, ~점 tiệm may complê.

양어장 (養魚場 Dưỡng ngư trường)

양	Dưỡng	Nuôi dưỡng, săn sóc, tu bổ, sinh con, 교양 giáo dưỡng, 양육 dưỡng dục, 영양 dinh dưỡng.
어	Ngư	Con cá, vật có hình giống cá, 인어 nhân ngư, 관람어 quan lãm ngư, 어육 ngư nhục, 어장 ngư trường, 어구 ngư cụ.
장	Trường	Chỗ đông người tụ tập hoặc làm việc, sân khấu, chợ, sân, 입장 nhập trường (vào sân, vào hội trường), 비행장 phi hành trường (sân bay), 운동장 vận động trường (sân vận động), 광장 quảng trường, 극장 kịch trường (rạp hát, sân khấu), 농장 nông trường, 시장 thị trường, 경기장 cạnh kỹ trường (sân thi đấu).
Giải nghĩa		Nơi nuôi cá, ao nuôi cá, trang trại nuôi cá.
Cách sử dụng		~을 구경하다 tham quan trại nuôi cá, 강가 ~ bãi nuôi cá cạnh bờ sông.

어학 (語學 Ngữ học)

어	Ngữ	Nói chuyện, bàn luận, lời lẽ, tiếng nói, lời nói, 어조 ngữ điệu, 어감 ngữ cảm, 주어 chủ ngữ, 보어 bổ ngữ, 언어 ngôn ngữ, 외국어 ngoại quốc ngữ (tiếng nước ngoài), 한국어 Hàn Quốc ngữ (tiếng Hàn Quốc).
학	Học	Nghiên cứu, học tập, hiểu, lĩnh hội, 학생 học sinh, 대학 đại học, 학력 học lực, 학문 học vấn, 화학 hóa học, 문학 văn học, 입학 nhập học, 언어학 ngôn ngữ học, 철학 triết học, 심리학 tâm lí học, 경제학 kinh tế học, 학기 học kì, 학비 học phí, 학자 học giả, 학위 học vị, 과학 khoa học, 법학 pháp học (luật học), 수학 số học (toán), 유학 du học/ lưu học, 의학 y học.

Giải nghĩa Học ngôn ngữ, học ngoại ngữ.

Cách sử dụng ~을 하다 tu nghiệp ngôn ngữ, ~연수 tu nghiệp về mặt ngôn ngữ, ~의 천재 thiên tài ngôn ngữ, ~에[의] 재능이 있다[없다] có [không có] tài năng về ngôn ngữ, ~교육 giáo dục ngôn ngữ, ~능력 năng lực học ngoại ngữ.

어휘 (語彙 Ngữ vị)

어	Ngữ	Nói chuyện, bàn luận, lời lẽ, tiếng nói, lời nói, 어조 ngữ điệu, 어감 ngữ cảm, 주어 chủ ngữ, 보어 bổ ngữ, 언어 ngôn ngữ, 외국어 ngoại quốc ngữ (tiếng nước ngoài), 한국어 Hàn Quốc ngữ (tiếng Hàn Quốc).
휘	Vựng	Phân loại, thu thập, loài, loại.

Giải nghĩa Từ vựng.

Cách sử dụng ~가 풍부하다 từ vựng phong phú, ~ 풍부하게 하다 làm phong phú vốn từ vựng, ~를 외우다 học thuộc lòng từ vựng, 이 사전은 ~가 많다 từ điển này có nhiều từ vựng, ~목록 danh mục từ vựng, ~집 tuyển tập từ vựng.

언어 (言語 Ngôn ngữ)

언	Ngôn	Lời nói, ngôn ngữ, chữ, nói, 언론 ngôn luận, 언급 ngôn cập (đề cập), 언어 ngôn ngữ, 언행 ngôn hành (ngôn ngữ và hành động), 선언 tuyên ngôn, 증언 chứng ngôn (lời làm chứng), 발언 phát ngôn, 명언 danh ngôn, 실언 thất ngôn (lỡ lời).
어	Ngữ	Nói chuyện, bàn luận, lời lẽ, tiếng nói, lời nói, 어조 ngữ điệu, 어감 ngữ cảm, 주어 chủ ngữ, 보어 bổ ngữ, 언어 ngôn ngữ, 외국어 ngoại quốc ngữ (tiếng nước ngoài), 한국어 Hàn Quốc ngữ (tiếng Hàn Quốc).

Giải nghĩa Ngôn ngữ.

Cách sử dụng 언어방벽 rào cản ngôn ngữ, ~가 통하다 thông ngôn ngữ, ~로 표현할 수 없다 không thể hiện bằng ngôn ngữ, ~감각 cảm giác ngôn ngữ, ~교육 giáo dục ngôn ngữ, ~기능 kỹ năng ngôn ngữ, ~장애 trở ngại ngôn ngữ, ~ 활동 hoạt động ngôn ngữ.

여간 (如干 Như can)

여 Như Bằng, giống, theo, theo đúng, giống như, 만사여의 vạn sự như ý, 여하 như hà (như thế nào), 여전히 như tiền (như trước đây).

간 Can Dính líu, liên can, phạm vào, 약간 nhược can (một chút).

Giải nghĩa Hoàn toàn không, không một chút.

Cách sử dụng ~ 일이 아니다 không phải là việc nhỏ, ~ 힘들지 않다 mệt không ít, ~ (이) 아니다 không phải ít, ~ 어려운 일이 아니야 không phải là việc dễ chút nào.

여관 (旅館 Lữ quán)

여 Lữ Đi nơi xa, du lịch, ở trọ, khách trọ, 여객 lữ khách, 여행 lữ hành, 여인숙 lữ nhân túc (khách sạn cho khách du lịch), 여권 lữ khoán (hộ chiếu).

관 Quán Quán, nhà, hiệu, phòng, 대사관 đại sứ quán, 회관 hội quán, 영사관 lãnh sự quán, 본관 bản quán (tòa nhà chính), 도서관 đồ thư quán (thư viện).

Giải nghĩa Nhà trọ, nhà nghỉ, khách sạn mini.

Cách sử dụng ~에 들다 vào nhà trọ, ~비 tiền trọ, ~에서 나가다 từ trong nhà trọ đi ra, ~을 경영하다 kinh doanh nhà trọ, ~에 묵다 ở nhà trọ. ~주인 chủ nhà trọ.

여권 (女權 Nữ quyền)

여 Nữ Đàn bà, con gái, phụ nữ, 여왕 nữ vương (nữ hoàng), 여자 nữ tử, 손녀 tôn nữ, 궁녀 cung nữ, 여학생 nữ học sinh.

권 Quyền Thế lực, quyền hạn, quyền thế, cân nhắc, 권신 quyền thần, 권한 quyền hạn, 직권 chức quyền, 권위 quyền uy, 권력 quyền lực, 권능 quyền năng, 권리 quyền lợi, 권세 quyền thế, 판권 bản quyền, 정권 chính quyền, 전권 toàn quyền, 실권 thực quyền.

Giải nghĩa Quyền của phụ nữ, nữ quyền.

Cách sử dụng ~ 확장 mở rộng quyền của phụ nữ, ~ 운동 phong trào nữ quyền.

여권 (旅券 Lữ khoán)

여 Lữ Đi nơi xa, du lịch, ở trọ, khách trọ, 여객 lữ khách, 여행 lữ hành, 여인숙 lữ nhân túc (khách sạn cho khách du lịch), 여권 lữ khoán (hộ chiếu).

권 Khoán 증권 chứng khoán, 복권 phúc khoán (vé số), 식권 thực khoán (phiếu ăn), 토지사용권 thổ địa sử dụng khoán (giấy chứng nhận sử dụng đất)

Giải thích Tờ giấy đi du lịch, tờ giấy chứng nhận để đi du lịch.

Cách dùng Hộ chiếu, ~을 교부하다 cấp hộ chiếu, 단수~ hộ chiếu đơn chiều, 복수 ~ hộ chiếu dùng nhiều lần, 외교관~ hộ chiếu ngoại giao, 관용 ~ hộ chiếu công vụ, 일반 ~ hộ chiếu thường, ~을 신청하다 xin cấp hộ chiếu, ~에 비자를 받다 nhận visa vào hộ chiếu, ~ 사증 hộ chiếu visa.

여동생 (女同生 Nữ đồng sinh)

여	Nữ	Đàn bà, con gái, phụ nữ, 여왕 nữ vương (nữ hoàng), 여자 nữ tử (con gái), 손녀 tôn nữ (cháu gái), 궁녀 cung nữ, 여학생 nữ học sinh (học sinh nữ).
동	Đồng	Giống nhau, như nhau, cùng nhau, 공동 cộng đồng, 동맹 đồng minh, 동시 đồng thời, 동의 đồng ý, 동포 đồng bào, 동참 đồng tham (cùng tham gia), 동음 đồng âm, 동행 đồng hành, 동화 đồng hóa, 동급 đồng cấp, 혼전동거 hôn tiền đồng cư (sống chung trước hôn nhân), 동문 đồng môn, 합동 hợp đồng (chung), 상동 tương đồng, 동지 đồng chí.
생	Sinh	Sinh ra, sự sống, sản xuất ra, học trò, người có ăn học, 발생 phát sinh, 생활 sinh hoạt, 학생 học sinh, 선생 tiên sinh (giáo viên, ông, bà), 생산 sinh sản (sản xuất), 생명 sinh mệnh, 생계 sinh kế (kế sinh nhai), 위생 vệ sinh, 생존 sinh tồn, 기생충 ký sinh trùng, 생동 sinh động, 생물 sinh vật.
Giải nghĩa		Em gái.
Cách sử dụng		막내~ em gái út, 남동생 em trai.

여성 (女性 Nữ tính)

여	Nữ	Đàn bà, con gái, phụ nữ, 여왕 nữ vương (nữ hoàng), 여자 nữ tử (con gái), 손녀 tôn nữ (cháu gái), 궁녀 cung nữ, 여학생 nữ học sinh (học sinh nữ).
성	Tính	Tính chất, tính cách, mạng sống, giới tính, 인성 nhân tính, 본성 bản tính, 개성 cá tính, 활성 hoạt tính, 성질 tính chất, 성능 tính năng, 동성연애 đồng tính luyến ái.
Giải nghĩa		Giới nữ, phụ nữ, nữ.
Cách sử dụng		현대~ phụ nữ hiện đại, ~ 미 vẻ đẹp nữ tính, ~ 복 áo quần phụ nữ, ~ 잡지 tạp chí phụ nữ, ~해방운동 cuộc vận động giải phóng phụ nữ, 기혼 ~ người phụ nữ kết hôn, 미혼 ~ người phụ nữ chưa kết hôn, 정말 ~다운 여성 người phụ nữ rất nữ tính, 그는 ~ 들에게 인기가 좋다 anh ấy được nhiều phụ nữ mến mộ, ~공포증 chứng sợ phụ nữ, ~ 차별 phân biệt đối xử nam nữ, ~화 nữ giới hóa.

여왕 (女王 Nữ vương)

여	Nữ	Đàn bà, con gái, phụ nữ, 여왕 nữ vương (nữ hoàng), 여자 nữ tử (con gái), 손녀 tôn nữ (cháu gái), 궁녀 cung nữ, 여학생 nữ học sinh (học sinh nữ).
왕	Vương	Vua, chúa, tước vương, lớn, 대왕 đại vương, 군왕 quân vương, 마왕 ma vương, 왕족 vương tộc, 근왕 cần vương.
Giải nghĩa		Nữ hoàng.
Cách sử dụng		Nữ hoàng, ~ 엘리자베스 nữ hoàng Elizabeth, 영국~ nữ hoàng Anh Quốc, ~ 벌 ong chúa, ~ 개미 kiến chúa, ~같은 như nữ hoàng.

여자 (女子 Nữ tử)

여 Nữ — Đàn bà, con gái, phụ nữ, 여왕 nữ vương (nữ hoàng), 여자 nữ tử (con gái), 손녀 tôn nữ (cháu gái), 궁녀 cung nữ, 여학생 nữ học sinh (học sinh nữ).

자 Tử — Con, cái, người, kẻ, 모자 mẫu tử, 부자 phụ tử, 남자 nam tử, 적자 đích tử, 장자 trưởng tử.

Giải nghĩa — Phụ nữ, đàn bà.

Cách sử dụng — ~같이다 như phụ nữ, 성적 매력이 있는 ~ người phụ nữ có sức hút về giới tính, ~에 빠지다 sa vào đàn bà, ~ 기숙사 ký túc xá nữ, ~ 손님 khách nữ, ~ 친구 bạn gái, ~다운 ra dáng phụ nữ, 매력적인 ~ người phụ nữ có sức hấp dẫn, ~을 싫어하다 ghét phụ nữ, ~ 용 dùng cho phụ nữ, ~는 남자보다 오래 산다 phụ nữ sống lâu hơn đàn ông, ~고등학 trường cấp ba nữ, ~ 대학 trường đại học nữ, ~ 사무원 nhân viên nữ, 여자 셋이 모이면 새 접시를 뒤집어 놓는다 Ba người phụ nữ gom lại thành cái chợ, 여자의 악담에는 오뉴월에도 서리가 온다 Đàn bà mà ôm hận thì vô cùng đáng sợ.

여전히 (如前— Như tiền)

여 Như — Bằng, giống, theo, theo đúng, giống như, 만사여의 vạn sự như ý, 여하 như hà (như thế nào), 여전히 như tiền (như trước đây).

전 Tiền — Trước, xưa, phía trước, 안전 nhãn tiền (trước mắt), 전면 tiền diện (mặt trước), 전도 tiền đồ, 혼전동거 hôn tiền đồng cư (sống chungtrước hôn nhân), 전사시대 tiền sử thời đại (thời kỳ tiền sử), 전생 tiền sinh (kiếp trước), 전례 tiền lệ.

Giải nghĩa — Như trước đây, như cũ.

Cách sử dụng — ~게으르다 vẫn lười như trước 그는 ~ 가난하다 anh ta vẫn nghèo như trước. 이 계약은 ~ 유효하다 hợp đồng này vẫn có hiệu lực như trước đây, ~ 건강하다 khỏe mạnh như xưa, ~ 남아 있다 vẫn còn lại như xưa, ~ 예쁘다 đẹp như xưa.

여하 (如何 Như hà)

여 Như — Bằng, giống, theo, theo đúng, giống như, 만사여의 vạn sự như ý, 여하 như hà (như thế nào), 여전히 như tiền (như trước đây).

하 Hà — Nào, gì, tại sao, nào đâu, 하필 hà cớ.

Giải nghĩa — Như thế nào, ra sao.

Cách sử dụng — ~하다, ~한 이유로 với lý do như thế nào đó, ~한 경우에 trong một trường hợp nào đó, 성공은 노력 ~에 달렸다 thành công phụ thuộc vào nỗ lực như thế nào, 사정 ~에 달리다 tùy theo tình hình như thế nào nữa mà, 가느냐 안 가느냐는 날씨 ~에 따른다 chuyện đi hay không tùy theo thời tiết như thế nào.

여행 (旅行 Lữ hành)

여	Lữ	Đi nơi xa, du lịch, ở trọ, khách trọ, 여객 lữ khách, 여행 lữ hành, 여인숙 lữ nhân túc (khách sạn cho khách du lịch), 여권 lữ khoán (hộ chiếu).
행	Hành	Đi, làm, lưu động, di động, 유행 lưu hành, 독행 độc hành, 여행 lữ hành, 남행 nam hành, 실행 thực hành, 행걸 hành khất, 행동 hành động, 동행 đồng hành, 행법 hành pháp, 행정 hành chính, 시행 thi hành, 수행 tu hành, 행위 hành vi, 진행 tiến hành, 집행 chấp hành (thi hành).

Giải nghĩa Du lịch, du hành.

Cách sử dụng ~하다, ~ 중이다 đang đi du lịch, ~의 계절 mùa du lịch, 각지를 ~하다 đi du lịch các nơi, 배로 ~하다 đi du lịch bằng thuyền, ~ 안내 hướng dẫn du lịch, ~ 일정 lịch trình du lịch, ~ 자 khách đi du lịch, 해외~ du lịch nước ngoài, 주말 ~ du lịch cuối tuần, 신혼 ~ du lịch tuần trăng mật, 단체 ~ du lịch tập thể, 세계를 ~하다 đi du lịch toàn thế giới, 그는 ~을 좋아한다 Anh ta thích du lịch, ~가방 túi đi du lịch, ~ 비 chi phí đi du lịch, ~ 사 công ty du lịch.

역사 (歷史 Lịch sử)

역	Lịch	Thời đại, trải qua, từng trải, vượt qua, 음력 âm lịch, 양력 dương lịch, 이력 lý lịch, 경력 kinh lực (quá trình công tác, kinh nghiệm công tác), 월력 nguyệt lịch (lịch tháng).
사	Sử	Lịch sử, sử sách, quan sử, 국사 quốc sử, 사기 sử ký, 사가 sử gia, 사학 sử học, 사론 sử luận.

Giải nghĩa Lịch sử.

Cách sử dụng ①Lịch sử, ~적인 có tính lịch sử, ~적인 사건 vụ việc có tính chất lịch sử, ~적인 인물 nhân vật có tính lịch sử, 세계~ lịch sử thế giới, ~에 기록되다 được ghi chép vào lịch sử, ~가 nhà lịch sử, 베트남 근대~ lịch sử cận đại Việt Nam ~가 시작된 이래 từ khi bắt đầu lịch sử đến nay, ~적인 발명 phát minh có tính lịch sử, ~에 관한 자료 tư liệu về lịch sử, ~상 유명한 곳 nơi nổi tiếng trong lịch sử, ~상 최대의 인물 nhân vật nổi tiếng nhất trong lịch sử, 세계 ~에 영향을 미치다 gây ảnh hưởng đến lịch sử thế giới, 세계 ~에 유례가 없다 chưa từng có tiền lệ trong lịch sử thế giới, ~에 기록되다 được ghi chép vào lịch sử, ~에 이름을 남기다 lưu danh trong lịch sử, ~는 되풀이 된다 lịch sử lặp lại, ~가 nhà lịch sử, ~ 서 sách lịch sử, ~연표 niên biểu về lịch sử, ~지리 lịch sử địa lý. ②Bề dày, truyền thống, lâu đời, quá trình, ~ 있는 대학 trường đại học có lịch sử lâu đời, 우리 나라는 오천년의~을 가지고 있다 Đất nước chúng tôi có lịch sử 5 ngàn năm.

역시 (亦是 Diệc thị)

역 Diệc	Cũng, lại.
시 Thị	Là, đúng, 시비 thị phi.

Giải nghĩa Đúng là, đúng thật.

Cách sử dụng ①Cũng, cùng. 그 계획에는 나 ~ 반대입니다 kế hoạch ấy tôi cũng phản đối. 그도 ~ 그렇다 Anh ta cũng thế. 나 (도) ~ 그것을 좋아하지 않는다 Tôi cũng thích cái đó. ②Đúng như đã dự tính, đúng là. 그는 ~ 정치가 이다 anh ta đúng là nhà chính trị. ~ 그는 실패했다 Đúng là anh ta đã thất bại. 너는 역시 대단해 Cậu đúng là giỏi thật, 역시 그 소문은 사실이었다 Cái tin đó đúng là sự thật rồi. ③Như trước đây, vẫn. 결점은 많지만 ~ 그를 좋아한다 khuyết điểm nhiều nhưng tôi vẫn thích anh ta.

역할 (役割 Dịch cát)

역 Dịch Làm việc nặng nhọc, làm việc, công việc, 노역 lao dịch, 군역 quân dịch, 병역 binh dịch, 고역 khổ dịch (làm việc vất vả), 잡역 tạp dịch (mọi việc).

할 Cát Cắt đứt, chia ra, phân chia, 분할 phân cát (tách ra, phân chia), 할당 cát đương (chia ra, phân chia), 할단 cát đoạn (cắt từng phần).

Giải nghĩa Phân chia từng phần, chia ra, chia vai trò, vai trò.

Cách sử dụng ~ 수행 thực hiện vai trò, ~이 크다 vai trò lớn, ~을 다하다 làm hết vai trò, ~을 담당하다 đảm nhận vai trò, ~을 분담하다 phân chia vai trò, ~을 정하다 định vai trò, ~을 하다 làm vai trò, đóng vai trò, 중대한 ~을 하다 làm vai trò quan trọng. 결정적인 ~을 하다 đóng vai trò quyết định, ~을 정하다 phân chia vai trò. ~을 다하다 hoàn thành vai trò, 그는 자기의 ~을 훌륭히 해냈다 Anh ta đã hoàn thành xuất sắc vai trò của mình, 쌍방을 조정하는 것이 내 ~이다 Vai trò của tôi là điều chỉnh 2 bên.

연결 (連結 Liên kết)

연 Liên Liền, nối, gắn bó, hợp lại, 연화 liên hoa, 연속 liên tục, 연관 liên quan, 연합 liên hợp, 연락 liên lạc, 연맹 liên minh, 연방 liên bang.

결 Kết Liên kết, kết tụ, cuối cùng, cam kết, 결과 kết quả, 결혼 kết hôn, 결론 kết luận, 결국 kết cục, 결합 kết hợp, 결정 kết tinh.

Giải nghĩa Nối kết, nối, liên kết.

Cách sử dụng ~하다, 서로 ~하다 nối kết với nhau, A 와 B 를 ~해서 생각하다 kết nối A và B lại cùng suy nghĩ, 남씨에 게 ~해 드리겠습니다 Tôi sẽ nối máy cho anh Nam.

연구 (研究 Nghiên cứu)

연 Nghiên Tìm tòi, nghiền ngẫm, nghiền, mài,연수생 nghiên tu sinh (thực tập sinh).

구 Cứu Xét tìm, đạt tới, cùng, tận, kết cục, suy xét tỉ mỉ, 탐구 thám cứu (thăm dò, tìm kiếm), 구명 cứu minh (nghiên cứu làm rõ), 학구적 học cứu đích (có tính học thuật, nghiên cứu), 연구소 (nghiên cứu sở).

Giải nghĩa Nghiên cứu.

Cách sử dụng ~하다, ~원 nghiên cứu viên, …을 전문으로 ~하다 chuyên nghiên cứu về, ~가 nhà nghiên cứu, ~ 생 nghiên cứu sinh, ~ 소 trạm nghiên cứu, 역사~ nghiên cứu lịch sử, ~

결과를 발표하다 công bố kết quả nghiên cứu, (을) 깊이 ~하다 nghiên cứu sâu, ~을 끝내다 kết thúc việc nghiên cứu, ~을 지도하다 chỉ đạo việc nghiên cứu, 그것은 재미있는 ~ 재료다 cái đó là một tài liệu nghiên cứu thú vị, ~ 개발 nghiên cứu phát triển, ~ 개발비 chi phí nghiên cứu phát triển, ~ 개발자금 quỹ nghiên cứu phát triển, ~방법 phương pháp nghiên cứu, ~ 보고 báo cáo nghiên cứu, ~보조금 tiền hỗ trợ nghiên cứu, ~실 phòng nghiên cứu.

연극 (演劇 Diễn kịch)

연	Diễn	Biến hóa, diễn tập, biểu diễn, diễn, diễn ra, suy ra, 연출 diễn xuất, 연예인 diễn nghệ nhân, 강연 giảng diễn, 연설 diễn thuyết, 연단 diễn đàn.
극	Kịch	Tuồng, kịch, rất, hết sức, quá, vô cùng, 극장 kịch trường (rạp hát, sân khấu), 가극 ca kịch, 악극 nhạc kịch, 극성 kịch tính.
Giải nghĩa		Biểu diễn kịch, diễn kịch.
Cách sử dụng		①Kịch, diễn kịch, vở kịch, ~을 구경가다 xem kịch, ~을 전공하다 chuyên về kịch, ~으로 꾸미다 làm thành kịch, 그 ~은 성공했다 vở kịch đã thành công, ~ 비평가 nhà phê bình kịch, ~ 애호가 người yêu kịch. ②Chỉ sự lừa đảo, bịa đặt, trò kịch, ~을 하다 làm trò, 그녀는 진짜 우는 것이 아니야, ~이야 Không phải cô ta khóc thật đâu, diễn kịch đấy.

연락 (連絡 Liên lạc)

연	Liên	Liền, nối, gắn bó, hợp lại, 연화 liên hoa, 연속 liên tục, 연관 liên quan, 연합 liên hợp, 연락 liên lạc, 연맹 liên minh, 연방 liên bang.
락	Lạc	Quấn quanh, ràng buộc, xơ, thớ, 맥락 mạch lạc.
Giải nghĩa		Sự kết nối, liên lạc.
Cách sử dụng		①Liên lạc,전화로 ~하다 liên lạc bằng điện thoại, 로부터 ~을 받다 nhận được liên lạc từ, ~을 끊다 cắt đứt liên lạc, 가급적 빨리내게 ~을 주세요 hãy liên lạc cho tôi nhanh nhất có thể, 여태까지 ~이 없다 đến bây giờ vẫn không có liên lạc, 그한테 ~했어요? Liên lạc với anh ta chưa? ~ 처 địa chỉ liên lạc, 곧 ~ 드리겠습니다 Tôi sẽ liên lạc với anh ngay, 그에게서 아직 아무런 ~ 도 없다 Anh ta vẫn chưa có bất cứ liên lạc gì, 외부와 ~이 끊겨있다 đường liên lạc với bên ngoài đang bị cắt đứt, 와 ~을 취하다 liên lạc với ai. ②Quan hệ, ~하다, 긴밀한 ~ quan hệ mật thiết, 와 ~이 있다 có quan hệ với ai, ~을 취하다 đặt quan hệ, ~을 강화하다 đẩy mạnh quan hệ, ~을 유지하다 duy trì quan hệ, 기지와의 ~이 끊어졌다 cắt đứt quan hệ với cơ sở. ③Thông báo, báo, 경찰에 ~하다 liên lạc với cảnh sát, báo với cảnh sát.

연령 (年齡 Niên linh)

연 Niên — Năm, tuổi, lứa tuổi, thời, mùa, 백년 bách niên (trăm năm), 신년 tân niên (năm mới), 연대 niên đại (thời kỳ, năm tháng), 학년 niên học (năm học), 반년 bán niên (nửa năm), 천년기 thiên niên kỷ, 미성년 (vị thành niên), 청소년 (thanh thiếu niên), 내년 lai niên (năm sau), 노년 lão niên (tuổi già), 매년 mỗi niên (mỗi năm), 성년 thành niên (người lớn), 소년 thiếu niên, 중년 trung niên.

령 Linh — Tuổi tác, niên hạn, năm, 고령 cao linh (cao tuổi), 노령 lão linh (tuổi già), 최고령 tối cao linh (tuổi cao nhất).

Giải nghĩa — Tuổi, tuổi tác, độ tuổi.

Cách sử dụng — ~에 비하여 so sánh với tuổi, ~ 제한 giới hạn tuổi, 결혼~ tuổi kết hôn, 평균수명~ tuổi thọ bình quân, ~ 제한이 없다 không có giới hạn tuổi tác, ~순으로 theo thứ tự tuổi tác, ~ 에 상관없이 không liên quan tuổi tác, ~층 lứa tuổi.

연세 (年歲 Niên tuế)

연 Niên — Năm, tuổi, lứa tuổi, thời, mùa, 백년 bách niên (trăm năm), 신년 tân niên (năm mới), 연대 niên đại (thời kỳ, năm tháng), 학년 niên học (năm học), 반년 bán niên (nửa năm), 천년기 thiên niên kỷ, 미성년 (vị thành niên), 청소년 (thanh thiếu niên), 내년 (lai niên), 노년 (lão niên), 매년 (mỗi niên), 성년 (thanh niên), 소년 thiếu niên, 중년 trung niên.

세 Tuế — Tuổi, năm, mùa màng, 만세 vạn tuế, 천세 thiên tuế , 세월 tuế nguyệt (năm tháng).

Giải nghĩa — Tuổi, tuổi tác.

Cách sử dụng — 할아버지께서는 ~가 어떻게 되십니까 ? Tuổi của ông như thế nào rồi ạ ? 부모님의 ~ tuổi của bố mẹ.

연속 (連續 Liên tục)

연 Liên — Liền, nối, gắn bó, hợp lại, 연화 liên hoa, 연속 liên tục, 연관 liên quan, 연합 liên hợp, 연락 liên lạc, 연맹 liên minh, 연방 liên bang.

속 Tục — Tiếp theo, nối liền, tiếp nối, nối dõi, 연속 liên tục, 계속 kế tục (tiếp tục, liên tục kế tiếp nhau).

Giải nghĩa — Liên tục, liên tiếp.

Cách sử dụng — ~하다, 24 시간~ liên tục 24 tiếng đồng hồ, ~ 상연 trình chiếu liên tục, ~극 kịch nhiều tập, ~적 (인) có tính liên tục, 불행의 ~ bất hạnh liên tục, ~ 2 주간 liên tục 2 tuần.

연습 (練習 Luyện tập)

연 Luyện — Rèn, đúc, tinh luyện, điêu luyện, 훈련 huấn luyện, 노련 lão luyện. 숙련 thục luyện (thành thạo), 제련 chế luyện (luyện kim).

습 Tập — Học đi học lại, luyện tập, quen, 습관 tập quán, 습속 tập tục, 실습 thực tập, 연습 luyện tập, 학습 học tập, 습성 tập tính.

Giải nghĩa Luyện tập.

Cách sử dụng ~하다, ~ 부족 thiếu luyện tập, 사격을 ~하다 luyện bắn, 피아노를 ~하다 luyện tập piano, 영어 발음 ~시키다 cho luyện phát âm tiếng Anh, ~ 경기 trận đấu tập, ~장 sân tập, 조금 ~하면 chỉ cần luyện tập một chút, 타자를 ~하다 tập đánh máy, ~ 문제 đề luyện, ~ 문제집 quyển đề luyện, quyển sách luyện.

연애 (戀愛 Luyến ái)

연 Luyến — Tình ái, tình yêu, nhớ nhung, yêu mến, 연인 luyến nhân (người yêu), 실연 thất luyến (thất tình).

애 Ái — Yêu thương, mến, yêu đương, quý trọng, 애인 ái nhân (người yêu), 애모 ái mộ, 애정 ái tình (tình cảm, tình yêu), 애국 ái quốc, 애국가 ái quốc ca, 동성연애 đồng tính luyến ái, 박애 bác ái, 총애 sủng ái.

Giải nghĩa Yêu, tình yêu, yêu đương, luyến ái.

Cách sử dụng ~하다, 순결한 ~ tình yêu trong trắng, ~에 빠지다 yêu đương, sa vào yêu, ~ 관계가 있다 có quan hệ yêu đương, ~ 결혼 kết hôn qua yêu đương, ~ 편지 thư tình, 동성~ đồng tính luyến ái, 삼각~ mối tình tay ba, 자유~ tự do yêu đương.

연필 (鉛筆 Diên Bút)

연 Diên — Chất chì, chì, viết tắt là Pb (Latin Plumbum).

필 Bút — Cây bút, cây viết, viết, soạn, 필명 bút danh, 필기 bút ký, 필자 bút giả (người viết), 필력 bút lực (khả năng viết), 필법 bút pháp (bút pháp).

Giải nghĩa Viết chì, bút chì.

Cách sử dụng ~ 한 자루 một cây bút chì, ~ 한 다스 một tá bút chì, ~로 쓴 편지 bức thư được viết bằng bút chì, ~을 깎다 gọt bút chì.

연휴 (連休 Liên hưu)

연 Liên — Liền, nối, gắn bó, hợp lại, 연속 liên tục, 연관 liên quan, 연합 liên hợp, 연락 liên lạc, 연맹 liên minh, 연방 liên bang.

휴 Hưu — Nghỉ ngơi, thôi, dừng, tốt lành, 연휴 liên hưu (nghỉ dài ngày), 휴관 hưu quán (đóng cửa tòa nhà), 휴일 hưu nhật (ngày nghỉ), 휴업 hưu nghiệp (nghỉ kinh doanh), 휴직 hưu chức (tạm nghỉ việc).

Giải nghĩa Kỳ nghỉ dài ngày.

Cách sử dụng 황금~ kỳ nghỉ vàng, 4 일 ~동안 trong kỳ nghỉ lễ 4 ngày, 이틀 ~ nghỉ hai ngày, ~를 즐기다 thưởng thức kỳ nghỉ.

열받다 (熱 Nhiệt)

열 Nhiệt — Nhiệt huyết, hăng hái, nóng, bức, cơn nóng giận, cơn sốt, 열심 nhiệt tâm (nhiệt tình), 열도 nhiệt độ, 열기 nhiệt khí (khí nóng), 열정 nhiệt tình, 열대 nhiệt đới, 열량 nhiệt lượng, 열망 nhiệt vọng (thiết tha). ~을 발사하다 phát nhiệt (sốt),. ~을 흡수하다 hấp thụ nhiệt ~을 가하다 tăng thêm nhiệt. ~을 전달하다 truyền nhiệt. ~ 교환기 máy hút nhiệt, máy thay đổi nhiệt. ~ 소비량 lượng tiêu thụ nhiệt. ~이 내리다 hạ sốt. ~이 나다 bị sốt. ~이 높다 sốt cao. 환자의 ~을 재다 đo nhiệt độ bệnh nhân 감기로 ~이 났다 sốt vì cảm.

받다 — Nhận, 꽃을 받다 nhận hoa, 돈을 받다 nhận tiền, 선물을 받다 nhận quà, 월급을 받다 nhận lương, 편지를 받다 nhận thư.

Giải nghĩa — Nổi nóng, nổi giận.

Cách sử dụng — 열 받은 경쟁자 đối thủ cạnh tranh làm cho mình bực mình, 열 받을 때 khi nổi nóng.

열중 (熱中 Nhiệt trung)

열 Nhiệt — Nhiệt huyết, hăng hái, nóng, bức, 열심 nhiệt tâm (nhiệt tình), 열도 nhiệt độ, 열기 nhiệt khí (khí nóng), 열정 nhiệt tình, 열대 nhiệt đới, 열량 nhiệt lượng, 열망 nhiệt vọng (thiết tha).

중 Trung — Tập trung, ở giữa, ở bên trong, trong (thời gian), 집중 tập trung, 중앙 trung ương, 중간 trung gian, 중심 trung tâm, 수업중 thụ nghiệp trung (đang học), 회의중 hội nghị trung (đang trong cuộc họp).

Giải nghĩa — Say mê làm gì, tập trung làm gì, đang trong lúc nhiệt huyết, nhiệt tình.

Cách sử dụng — 여자에 ~하다 say mê đàn bà, 공부에 ~하다 say mê học tập, 독서에 ~하다 say mê đọc sách, 시험에 ~ tập trung vào kỳ thi.

열차 (列車 Liệt xa)

열 Liệt — Bày ra, xếp hàng ra, 열거 liệt cử, 열전 liệt truyện.

차 Xa — Xe, chiếc xe, 자동차 tự động xa (xe ô tô), 전차 chiến xa (xe tăng), 화차 hỏa xa (tàu hỏa), 마차 mã xa (xe ngựa), 장갑차 trang giáp xa (xe thiết giáp), 차비 xa phí (tiền xe), 차량 xa lượng (xe cộ).

Giải nghĩa — Xe có nhiều khúc nối, tàu hỏa.

Cách sử dụng — ~시간표 bảng giờ tàu , 야간 ~ chuyến tàu đêm, ~를 운행하다 vận hành tàu, ~에 타다 lên tàu, ~에서 내리다 xuống tàu, ~를 전복시키다 làm cho lật tàu. ~사고 tai nạn tàu hỏa.

염색 (染色 Nhiễm sắc)

염 Nhiễm — Lây nhiễm, tiêm nhiễm, mắc, nhuộm, 오염 ô nhiễm, 염료 nhiễm liệu (chất nhuộm), 염색체 nhiễm sắc thể.

색	Sắc	Màu sắc, vẻ mặt, cảnh, 색소 sắc tố, 색맹 sắc manh (mù màu), 무색 vô sắc (không màu), 변색 biến sắc, 녹색 lục sắc (màu xanh), 면색 diện sắc (sắc mặt).
Giải nghĩa		Lan truyền màu sắc, nhuộm.
Cách sử dụng		머리~ nhuộm tóc, 바지를 ~하다 nhuộm quần, ~공 thợ nhuộm, ~공장 nhà máy nhuộm, ~법 cách nhuộm, 성 ~체 nhiễm sắc thể giới tính, 머리 ~약 thuốc nhuộm tóc.

영상 (映像 Ánh tượng)

영	Ánh	Ánh sáng, in, rọi lại, chiếu lại, 반영 phản ánh (thể hiện, phản ánh)
상	Tượng	Hình ảnh. 환상 ảo tượng (hình ảnh ảo), 인상 ấn tượng, 형상 hình tượng, 석상 thạch tượng (tượng đá), 우상 ưu tượng (thần tượng), 추상 trừu tượng, 상상 tưởng tượng.
Giải thích		Ánh sáng và hình ảnh, hình ảnh chiếu lên cái gì đó, hình ảnh động.
Cách sử dụng		흐린 ~ hình ảnh động bị mờ, 선명한 ~ hình ảnh động rõ, ~회의 họp qua màn hình video, ~에 담다 quay video, làm thành video.

영상 (零上 Linh thượng)

영	Linh	Số 0, vụn, vặt, lẻ. 영대영 0-0, 영하 linh hạ (độ âm).
상	Thượng	Đi lên, ở trên, phía trên, hơn, 상반기 thượng bán kỳ (6 tháng đầu năm), 상류 thượng lưu, 상원 thượng viện, 상책 thượng sách, 상하 thượng hạ, 세상 thế thượng (thế gian), 연상 niên thượng (nhiều tuổi hơn), 옥상 ốc thượng (sân thượng), 최상 tối thượng (cao nhất).
Giải nghĩa		Trên số không, dương độ.
Cách sử dụng		~온도 nhiệt độ dương, ~ 5 도 dương 5 độ.

영주 (永住 Vĩnh trú)

영	Vĩnh	Lâu dài, dài, mãi mãi, 영원 vĩnh viễn, 영구 vĩnh cửu, 영존 vĩnh tồn, 반영구 bán vĩnh cửu, 영원불변 vĩnh viễn bất biến.
주	Trú	Ở, trọ, nghỉ trọ, cư ngụ, 거주 cư trú, 주택 trú trạch (nhà ở), 이주 di trú (di dân), 임시거주 tạm trú (nhiệm thời cư trú), 주민 trú dân (dân cứ trú), 주소 trú sở (địa chỉ cư trú), 의식주 y thực trú (ăn mặc ở), 상주 thường trú.
Giải nghĩa		Định cư, cư trú lâu dài.
Cách sử dụng		미국에서 ~하다 sống lâu dài tai Mỹ, 미국 ~권을 취득하다 lấy quyền cư trú lâu dài tại Mỹ (thẻ xanh), ~ 신청 xin cư trú dài hạn. ~권 취득 쉬운 나라 những nước dễ xin quyền cư trú.

영하 (零下 Linh hạ)

영	Linh	Số 0, vụn, vặt, lẻ. 영대영 0-0, 영하 linh hạ.

하 Hạ Dưới, ít hơn, bên dưới, rơi xuống, 상하 thượng hạ (trên dưới), 천하 thiên hạ, 수하 thủ hạ (thuộc hạ), 지하철 địa hạ thiết (tàu điện ngầm), 하류 hạ lưu, 지하 địa hạ (dưới lòng đất), 하층 hạ tầng (tầng dưới), 하락 hạ lạc (giảm xuống, rơi xuống), 이하 dĩ hạ (dưới), 하반기 hạ bán kỳ (sáu tháng cuối năm), 연하 niên hạ (ít tuổi hơn).

Giải nghĩa Dưới số 0, âm độ.

Cách sử dụng ~의 기온 nhiệt độ âm, ~ 5 도로 내리다 xuống 5 độ âm, ~의 날씨 thời tiết âm độ.

영화 (映畫 Ánh họa)

영 Ánh Ánh sáng, in, rọi lại, chiếu lại, 반영 phản ánh (thể hiện, phản ánh).

화 Họa Vẽ, bức tranh, hình vẽ, nét, 화가 hoạ gia (họa sĩ), 도화 đồ họa, 벽화 bích họa (bức vẽ trên tường), 회화 hội họa, 금기시화 cầm kỳ thi họa.

Giải nghĩa Phim, phim ảnh, điện ảnh.

Cách sử dụng ~을 보다 xem phim, ~ 구경을 가다 đi xem phim, ~을 상영하다 chiếu phim, ~을 방영하다 trình chiếu phim, ~ 감독 đạo diễn phim, ~ 계 giới điện ảnh, ~ 배우 diễn viên điện ảnh, ~ 스타 ngôi sao điện ảnh, ~ 제 liên hoan phim, ~ 제작 làm phim, ~ 제작회사 công ty làm phim, ~ 편집 biên tập phim, ~ 관 rạp chiếu phim, ~에 출연하다 tham gia đóng phim, ~검열 kiểm duyệt phim, ~ 사업[산업] kinh doanh [ngành công nghiệp] điện ảnh, ~ 촬영소 trường quay phim, ~ 평론가 nhà bình luận phim.

예금 (預金 Dự kim)

예 Dự Trước, sẵn, tham dự, sớm, 예매 dự mại (mua trước), 예방 dự phòng, 예약 dự ước (đặt trước), 예감 dự cảm.

금 Kim Vàng, tiền, kim loại, 백금 bạch kim, 금액 kim ngạch (số tiền), 금자탑 kim tự tháp, 금강 kim cương, 황금 hoàng kim, 합금 hợp kim, 입금 nhập kim (bỏ tiền vào), 송금 tống kim (gửi tiền), 상금 thưởng kim (tiền thưởng), 벌금 phạt kim (tiền phạt), 보증금 bảo chứng kim (tiền đặt cọc), 금광 kim khoáng (mỏ vàng).

Giải nghĩa Tiền gửi, tiền tiết kiệm.

Cách sử dụng ~하다, 정기~ tiết kiệm định kỳ, ~을 찾다 rút tiền gửi tiết kiệm, 그는 은행에 ~이 500 만원 있다 Anh ta có tiền gửi tiết kiệm 50 triệu won trong ngân hàng, 월 5 만원씩 ~하다 mỗi tháng gửi tiết kiệm 500 ngàn won, ~ 금리 lãi suất tiết kiệm, ~ 대출 cho vay tiết kiệm, ~ 통장 sổ tiết kiệm.

예매 (豫賣 Dự mại)

예 Dự Trước, sẵn, tham dự, sớm, 예매 dự mại (mua trước), 예방 dự phòng, 예약 dự ước (đặt trước), 예감 dự cảm.

매 Mại — Bán, bán đứng, phản bội, 판매 bán mại (thương mại, bán hàng), 매출 mại xuất (bán ra), 매장 mại trường (cửa hàng), 경매 cạnh mại (bán đấu giá), 매도 mại độ (bán hàng), 매물 mại vật (hàng bán), 매진 mại tận (bán hết), 매국 mại quốc (bán nước, phản quốc).

Giải nghĩa Bán trước.

Cách sử dụng ~하다, 승차권 ~ bán trước vé xe, 인터넷으로 ~하다 bán trước qua internet.

예방 (豫防 Dự phòng)

예 Dự — Trước, sẵn, tham dự, sớm, 예매 dự mại (mua trước), 예방 dự phòng, 예약 dự ước (đặt trước), 예감 dự cảm.

방 Phòng — Phòng bị, phòng ngừa, canh phòng, giữ gìn, 방어 phòng ngự, 국방 quốc phòng, 방비 phòng bị, 방역 phòng dịch, 방독 phòng độc, 예방 dự phòng.

Giải nghĩa Dự phòng, phòng chống.

Cách sử dụng ~하다, ~할 수 없다 không phòng trước được, 전염병을 ~하다 phòng chống bệnh truyền nhiễm, ~ 약 thuốc phòng chống, ~ 접종 tiêm vắc xin phòng chống, ~ 주사 tiêm phòng, 질병의 ~ phòng chống bệnh tật, 화재 ~ 주간 tuần phòng chống hỏa hoạn, ~은 치료보다 낫다 phòng bệnh tốt hơn chữa bệnh.

예약 (豫約 Dự ước)

예 Dự — Trước, sẵn, tham dự, sớm, 예매 dự mại (mua trước), 예방 dự phòng, 예약 dự ước (đặt trước), 예감 dự cảm.

약 Ước — Chừng, khoảng, hẹn, giao ước, 선약 tiên ước (cuộc hẹn trước), 약정 ước định (cam kết, qui định), 혼약 hôn ước, 계약 khế ước, 공약 công ước, 규약 quy ước, 약혼 ước hôn (đám hỏi), 협약 hiệp ước.

Giải nghĩa Đặt trước, đặt chỗ trước.

Cách sử dụng ~하다, 좌석을 ~하다 đặt trước chỗ, 방을 ~하다 đặt phòng trước, 표를 ~ đặt vé trước, ~을 변경[취소]하다 thay đổi [hủy] đặt chỗ, ~ 금 tiền đặt cọc, ~ 기간 thời gian đặt chỗ, ~ 석 chỗ đã được đặt trước, ~ 제로 판매하다 bán theo chế độ đặt trước.

예정 (豫定 Dự định)

예 Dự — Trước, sẵn, tham dự, sớm, 예매 dự mại (mua trước), 예방 dự phòng, 예약 dự ước (đặt trước), 예감 dự cảm.

정 Định — Quyết việc gì, có ý làm gì, ý muốn nào đó, 규정 quy định, 결정 quyết định, 지정 chỉ định, 협정 hiệp định, 부정 phủ định, 정약 định ước, 가정 giả định, 의정 ý định, 고정 cố định, 안정 an định (ổn định).

Giải nghĩa Dự định, dự kiến, dự tính, lịch trình dự tính.

Cách sử dụng ~하다, ~ 대로 như dự tính, ~ 보다 2 일 빨리 nhanh hơn hai ngày so với dự tính, ~ 시간에 đúng thời gian dự tính, 그는 3 시까지는 올 ~으로 되어 있다 Dự tính là anh ta sẽ đến trước lúc 3 giờ, 열차는 몇 시에 도착할 ~ 인가? Tàu dự tính đến lúc mấy giờ? 비행기는 ~ 보다 30 분 일찍[늦게] 도착했다 Máy bay hạ cánh sớm [muộn] hơn dự tính 30 phút, ~ 액 số tiền dự tính.

예상 (豫想 Dự tưởng)

예 Dự Trước, sẵn, tham dự, sớm, 예매 dự mại (mua trước), 예방 dự phòng, 예약 dự ước (đặt trước), 예감 dự cảm.

상 Tưởng Nghĩ rằng, cho rằng, ước muốn, 환상 hoang tưởng, 감상 cảm tưởng, 회상 hồi tưởng, 연상 liên tưởng, 사상 tư tưởng.

Giải nghĩa Suy nghĩ trước đó, dự đoán, dự tính.

Cách sử dụng ~하다. 예상 결과 kết quả dự tính, ~ 문제 câu hỏi đoán trước, ~ 밖 ngoài dự tính, ~이 되다 đã dự tính, ~이 빗나가다 trái dự tính, ~과 다르다 trái với dự tính, ~ 대로 진행하다 tiến hành như dự tính. ~에 어긋나다 trái với dự tính. 장래를 ~ dự tính về tương lai. ~ 대로 되다 theo dự tính. 결과가 ~ 대로 되었다 kết quả theo như dự tính. 매상은 ~ 처럼 오르지 않았다 doanh số bán ra không tăng như dự tính. 그가 성공하리라고는 아무도 ~하지 않았다 Chuyện anh ta thành công chẳng ai dự tính đến cả 앞으로 무슨 일이 일어날지 아무도 ~할 수 없다 Tương lai chuyện gì xảy ra không ai dự tính được.

예술 (藝術 Nghệ thuật)

예 Nghệ Tài năng, kĩ năng, kĩ thuật, tài giỏi, 예인 nghệ nhân, 연예인 diễn nghệ nhân (nghệ sĩ), 예술가 nghệ thuật gia, 공예 công nghệ.

술 Thuật Phương pháp, cách, sách lược, nghề, 무술 vũ thuật, 시술 thi thuật (cách làm thơ), 전술 chiến thuật, 화술 thoại thuật (cách nói chuyện), 예술 nghệ thuật, 미술 mỹ thuật, 수술 thủ thuật (phẫu thuật, mổ), 독심술 độc tâm thuật (kỹ thuật đọc tâm lý người khác), 호신술 hộ thân thuật (võ phòng thân), 학술어 học thuật ngữ (ngôn ngữ học thuật).

Giải nghĩa Nghệ thuật.

Cách sử dụng ~화하다 nghệ thuật hóa, ~적가치 giá trị nghệ thuật, ~가 nhà nghệ thuật, ~ 계 giới nghệ thuật, ~ 사진 ảnh nghệ thuật, ~ 작품 tác phẩm nghệ thuật, ~ 제 liên hoan nghệ thuật, 비 ~적 có tính phi nghệ thuật, ~을 위한예술 nghệ thuật vị nghệ thuật, ~은 길고 인생은 짧다 nghệ thuật thì dài mà cuộc đời thì ngắn, ~ 비평 phê bình nghệ thuật, ~ 활동 hoạt động nghệ thuật.

예의 (禮儀 Lễ nghi)

예 Lễ Lễ nghĩa, lễ phép, tôn kính, chào, 예절 lễ tiết, 예배 lễ bái, 예도 lễ độ,

의	Nghi	Nghi thức, lễ vật, dáng điệu, phong thái, 의식 nghi thức.
Giải nghĩa		Lễ nghĩa, phép lịch sự.
Cách sử dụng		~가 없다 không có lễ nghĩa, ~을 지키다 giữ gìn lễ nghĩa, ~ 빠르다 chào hỏi nhanh nhẹn, ~ 상 về phép lịch sự, 형식적 ~ phép lịch sự về mặt hình thức, ~을 무시하다 coi thường phép lịch sự, 그런 질문은 ~에 어긋난다 Câu hỏi như thế trái với phép lịch sự, 그는 윗사람에 대한 ~을 모른다 anh ta không biết phép lịch sự với người lớn.

예절 (禮節 Lễ tiết)

예	Lễ	Lễ nghĩa, lễ phép, tôn kính, chào, 예절 lễ tiết, 예배 lễ bái, 예도 lễ độ.
절	Tiết	Khoảng thời gian, ngày lễ, tết, mùa, 동절 đông tiết (mùa đông), 하절 hạ tiết (mùa hè), 단오절 Đoan ngọ tiết (tết đoan ngọ), 춘절 xuân tiết (tiết xuân), 명절 danh tiết (ngày lễ), 시절 thì tiết (thời điểm), 일년사절 nhất niên tứ tiết (một năm bốn mùa), 계절 quý tiết (mùa).
Giải nghĩa		Lễ tiết, phép lịch sự.
Cách sử dụng		~을 중시하다 chú trọng phép lịch sự, ~을 모르다 không biết lịch sự, ~을 지키다 giữ phép lịch sự.

오염 (汚染 Ô nhiễm)

오	Ô	Dơ, bẩn thỉu, 오합 ô hợp.
염	Nhiễm	Lây nhiễm, tiêm nhiễm, mắc, nhuộm, 오염 ô nhiễm, 염료 nhiễm liệu (chất nhuộm), 염색체 nhiễm sắc thể.
Giải nghĩa		Ô nhiễm.
Cách sử dụng		~하다, ~ 대책 đối sách chống ô nhiễm, ~ 도 độ ô nhiễm, 공기~ ô nhiễm không khí, 공기를 ~시키다 làm cho không khí ô nhiễm, 환경~ ô nhiễm môi trường, ~되다 bị ô nhiễm, ~ 방지 chống ô nhiễm.

오전 (午前 Ngọ tiền)

오	Ngọ	Buổi trưa, giữa trưa, trưa, 오후 ngọ hậu, 정오 chính ngọ (chính trưa).
전	Tiền	Trước, xưa, phía trước, 안전 nhãn tiền (trước mắt), 전면 tiền diện (mặt trước), 전도 tiền đồ, 혼전동거 hôn tiền đồng cư (sống chung trước hôn nhân), 선사시대 tiên sử thời đại (thời kỳ tiền sử), 전생 tiền sinh (kiếp trước), 전례 tiền lệ.
Giải nghĩa		Trước giờ ngọ, buổi sáng.
Cách sử dụng		~ 8 시 8 giờ sáng, 일요일~ sáng chủ nhật, ~ 중에 trong buổi sáng, 어느 추운 날 ~ (중)에 vào một buổi sáng lạnh nọ.

오후 (午後 Ngọ hậu)

오	Ngọ	Buổi trưa, giữa trưa, trưa, 오전 ngọ tiền, 정오 chính ngọ (chính trưa).

후 Hậu — Sau, phía sau, sau này, con cháu, con nối dòng, 후예 hậu duệ, 후배 hậu bối, 후회 hậu hối (hối hận), 후과 hậu quả, 후면 hậu diện (mặt sau), 식후 thực hậu (sau khi ăn), 후방 hậu phương, 최후 tối hậu (sau cùng). 내후년 lai hậu niên (năm sau nữa), 전후 tiền hậu (trước sau).

Giải nghĩa Sau giờ ngọ, buổi chiều.

Cách sử dụng ~에 vào buổi chiều, 오늘~ chiều nay, 그날~ chiều hôm đó, ~ 수업 buổi học chiều, ~ 세시 (에) vào lúc 3h chiều.

옥 (玉 Ngọc)

옥 Ngọc — Ngọc thạch, đá quý, viên ngọc, tôn quý, 가옥 giả ngọc, 주옥 châu ngọc, 옥석 ngọc thạch, 옥좌 ngọc tọa, 금지옥엽 kim chi ngọc diệp, 옥황상제 ngọc hoàng thượng đế.

Giải nghĩa Hòn ngọc, viên ngọc.

Cách sử dụng ①Hòn ngọc, viên ngọc, ~을 닦다 lau ngọc, ~에 티 vết của hòn ngọc, cái gì cũng được nhưng lại có một khuyết điểm, ~도 갈아야 빛이난 Ngọc có mài mới sáng, ~에 도티가 있다 Ngọc còn có vết huống chi là người. ②Ví như ngọc, 금지~ 엽 cành vàng lá ngọc.

옥 (獄 Ngục)

옥 Ngục — Nhà tù, nơi giam giữ, nhà lao, ngục tù, 지옥 địa ngục, 감옥 giam ngục, 옥중 ngục trung (trong ngục), 옥중일기 ngục trung nhật ký (nhật ký trong tù).

Giải nghĩa Ngục, nhà tù.

Cách sử dụng ~에 갇히다 giam trong ngục, ~에 가두다 giam trong ngục, 호치민의 옥 중일기시집 tập thơ nhật ký trong tù của Hồ Chí Minh.

온도 (溫度 Ôn độ)

온 Ôn — Ấm áp, nhiệt độ, ôn hòa, 기온 khí ôn (nhiệt độ không khí), 온수 ôn thủy (nước nóng), 온대 ôn đới, 온기 ôn khí (hơi nóng), 온천 ôn tuyền (suối nước nóng), 온화 ôn hòa), 체온 thể ôn (nhiệt độ cơ thể).

도 Độ — Đo lường, mức độ, hạn mức, độ, 정도 trình độ, 경도 kinh độ, 위도 vĩ độ, 열도 nhiệt độ, 고도 cao độ, 과도 quá độ, 태도 thái độ, 속도 tốc độ, 도량 độ lượng (đo đạc), 농도 nồng độ.

Giải nghĩa Nhiệt độ.

Cách sử dụng ~가 높다 nhiệt độ cao, ~가 낮다 nhiệt độ thấp, 실내~ nhiệt độ trong nhà, 평균~ nhiệt độ bình quân, 최고~ nhiệt độ cao nhất, ~의 변화 sự thay đổi của nhiệt độ, ~을 재다[조절하다] đo[điều tiết] nhiệt độ, ~가 오르다 [내리다] nhiệt độ [giảm], ~가 영하로 내려가면 물이 언다 nhiệt độ giảm xuống không thì đóng băng.

와중 (渦中 Oa trung)

와	Oa	Cái vòng xoáy, chỗ nước xoáy.
중	Trung	Tập trung, ở giữa, ở bên trong, trong (thời gian), 집중 tập trung, 중앙 trung ương, 중간 trung gian, 중심 trung tâm, 중학 trung học, 중급 trung cấp, 중부 trung bộ, 중립 trung lập, 중년 trung niên, 중성 trung tính, 수업중 thụ nghiệp trung (đang học), 회의중 hội nghị trung (đang trong cuộc họp).
Giải nghĩa		Trong cái vòng xoáy, trong khó khăn đó.
Cách sử dụng		의 ~ 에 휩쓸려 들다 bị cuốn vào vòng xoáy, 그와~에도 trong cái vòng xoáy đó, 는와중에 trong lúc khó khăn, 바쁘신 ~중에 trong lúc bận bịu.

완벽 (完璧 Hoàn bích)

완	Hoàn	Toàn vẹn, đầy đủ, hết, xong, làm xong, 보완 bổ hoàn (bổ sung cho hoàn thiện), 완전 hoàn toàn, 완료 hoàn liễu, 완결 hoàn kết, 완공 hoàn công, 완미 hoàn mỹ, 완비 hoàn bị (trang bị đầy đủ), 완성 hoàn thành, 완패 hoàn bại (thất bại hoàn toàn), 완제품 hoàn chế phẩm (thành phẩm).
벽	Bích	Ngọc bích, ngọc (nói chung).
Giải nghĩa		Hoàn thiện không sai một chút nào, hòn ngọc hoàn thiện.
Cách sử dụng		~하다, ~하게 một cách hoàn thiện, 일을 ~하게 끝내다 kết thúc công việc một cách hoàn thiện, ~한 단계에 이르다 đến mức hoàn thiện, ~한 사람은 없다 chẳng có người hoàn thiện, ~에 가깝다 gần như hoàn thiện, ~ 사람이 없다 không có ai hoàn thiện cả.

완성 (完成 Hoàn thành)

완	Hoàn	Toàn vẹn, đầy đủ, hết, xong, làm xong, 보완 bổ hoàn (bổ sung cho hoàn thiện), 완전 hoàn toàn, 완료 hoàn liễu, 완결 hoàn kết, 완공 hoàn công, 완미 hoàn mỹ, 완비 hoàn bị (trang bị đầy đủ), 완성 hoàn thành, 완패 hoàn bại (thất bại hoàn toàn), 완제품 hoàn chế phẩm (thành phẩm).
성	Thành	Làm xong, xong xuôi, trở thành, giỏi, 성인 thành nhân, 성적 thành tích, 성패 thành bại, 성립 thành lập, 구성 cấu thành, 성숙 thành thục, 성공 thành công, 성장 thành trưởng (trưởng thành), 성과 thành quả, 조성 tạo thành, 형성 hình thành, 양성 dưỡng thành (nuôi dưỡng).
Giải nghĩa		Hoàn thành, kết thúc, xong.
Cách sử dụng		~하다, 일을 ~하다 hoàn thành công việc, 그 건물은 금년말에 ~ 될 예정이다 tòa nhà ấy dự định sẽ hoàn thành vào cuối năm nay, ~ 품 sản phẩm đã hoàn thành, sản phẩm đã thành công, 그림을 ~하다 hoàn thành bức tranh, 원고가 ~되다 bản thảo đã hoàn thành, 건물을 ~하다 hoàn thành tòa nhà.

완전 (完全 Hoàn toàn)

완	Hoàn	Toàn vẹn, đầy đủ, hết, xong, làm xong, 보완 bổ hoàn (bổ sung cho hoàn thiện), 완전 hoàn toàn, 완료 hoàn liễu, 완결 hoàn kết, 완공 hoàn công, 완미 hoàn mỹ, 완비 hoàn bị (trang bị đầy đủ), 완성 hoàn thành, 완패 hoàn bại (thất bại hoàn toàn), 완제품 hoàn chế phẩm (thành phẩm).
전	Toàn	Tất cả, đủ, trọn, chính, cả, 안전 an toàn, 전승 toàn thắng 전부 toàn bộ, 전체 toàn thể, 전권 toàn quyền, 완전 hoàn toàn, 전면 toàn diện, 대월사기전서 Đại Việt sử ký toàn thư.
Giải nghĩa		Tất cả, toàn bộ, hoàn toàn, trọn vẹn.
Cách sử dụng		~하다, ~히 một cách hoàn toàn, ~한 성공 thành công hoàn toàn, ~한 실패 thất bại hoàn toàn, ~히 잊다 quên hoàn toàn, ~히 모르다 hoàn toàn không biết, ~에 가깝다 gần đạt đến mức hoàn thiện, 무슨 일이나 ~을 바랄 수는 없다 dù bất cứ việc gì cũng không thể mong muốn hoàn thiện được, 건축은 아직 ~히 끝나지 않았다 tòa nhà vẫn chưa hoàn toàn xong, ~한 제품 một sản phẩm hoàn thiện, 일을 ~히 끝내다 hoàn toàn kết thúc công việc.

완화 (緩和)

완	Hoãn	Chậm chạp, thong thả, khoan, hoãn lại, 완급 hoãn cấp (sự nhanh chậm), 완행 hoãn hành, 완충 hoãn xung (làm giảm bớt xung đột).
화	Hòa	Cùng, và, với, hòa nhã, dịu dàng, 온화 ôn hòa, 평화 bình hòa, 조화 điều hòa, 화해 hòa giải, 화합 hòa hợp, 화목 hòa mục (hòa thuận).
Giải nghĩa		Làm giảm cái gì đó, làm cái gì đó bớt đi, nới lỏng.
Cách sử dụng		요건 ~ giảm bớt các điều kiện, 긴장 ~ giảm bớt căng thẳng, 교통난을 ~하다 giảm bớt tình trạng tắc nghẽn giao thông, 규율을 ~하다 nới lỏng kỷ cương, 규제를 ~하다 nới lỏng qui chế, 제한을 ~하다 nới lỏng các hạn chế.

왕복 (往復 Vãng phục)

왕	Vãng	Đi, đến, đi về, đã qua, 왕래 vãng lai , 왕년 vãng niên (năm đã qua).
복	Phục	Trở đi trở lại, lại, làm lại, đáp lại, 복귀 phục quy, 회복 hồi phục, 복원 phục nguyên, 복제 phục chế, 반복 phản phục (lặp lại).
Giải nghĩa		Đi về, khứ hồi.
Cách sử dụng		~하다, 하루 두번~ một ngày đi về 2 chuyến, ~ 비행 bay đi về, ~ 표 vé khứ hồi, 부산까지의 ~ 요금은 얼맙니까? Tiền khứ hồi đến Busan là bao nhiêu? ~ 비행표 vé máy bay khứ hồi.

외국 (外國 Ngoại quốc)

외	Ngoại	Ngoài, bên ngoài, phía ngoài, 외국 ngoại quốc, 제외 trừ ngoại (trừ ra), 해외 hải ngoại, 외교 ngoại giao, 외모 ngoại mạo (ngoại hình), 외계인 ngoại giới nhân (người ngoài hành tinh), 외식 ngoại thực (ăn ở ngoài).
국	Quốc	Đất nước, chỉ chung lãnh thổ, dân chúng và chính quyền, thuộc về quốc gia, 국가 quốc gia, 국방 quốc phòng, 국립 quốc lập (công lập), 국영 quốc doanh (nhà nước vận hành), 국적 quốc tịch, 국내 quốc nội (trong nước), 국외 quốc ngoại (ngoài nước), 국제 quốc tế, 국회 quốc hội, 국사 quốc sự, 국기 quốc kỳ, 국화 quốc hoa, 국민 quốc dân, 국책 quốc sách, 조국 tổ quốc, 외국 ngoại quốc.

Giải nghĩa Nước ngoài, ngoại quốc.

Cách sử dụng ~ 산 hàng ngoại, ~ 식으로 theo cách thức nước ngoài, ~으로 보내다 đưa ra nước ngoài, gởi ra nước ngoài, ~으로 가다 đi ra nước ngoài, ~에서 돌아오다 từ nước ngoài về, ~에서 들어오다 từ nước ngoài vào (hàng hóa vv), ~의 침략을 받다 bị nước ngoài xâm lược, ~무역 mậu dịch ngoại thương, ~시장 thị trường nước ngoài, ~자본 vốn nước ngoài, ~환 ngoại hối, ~의 영향을 받지 않다 không chịu sự ảnh hưởng của nước ngoài, 아버지는 자주 ~을 여행하신다 bố tôi hay đi du lịch nước ngoài, ~ 생활 cuộc sống ở nước ngoài, ~에서 온 사람 người từ nước ngoài về.

외국어 (外國語 Ngoại quốc ngữ)

외	Ngoại	Ngoài, bên ngoài, phía ngoài, 외국 ngoại quốc, 제외 trừ ngoại (trừ ra), 해외 hải ngoại, 외교 ngoại giao, 외모 ngoại mạo (ngoại hình), 외계인 ngoại giới nhân (người ngoài hành tinh), 외식 ngoại thực (ăn ở ngoài).
국	Quốc	Đất nước, chỉ chung lãnh thổ, dân chúng và chính quyền, thuộc về quốc gia, 국가 quốc gia, 국방 quốc phòng, 국립 quốc lập (công lập), 국영 quốc doanh (nhà nước vận hành), 국적 quốc tịch, 국내 quốc nội (trong nước), 국외 quốc ngoại (ngoài nước), 국제 quốc tế, 국회 quốc hội, 국사 quốc sự, 국기 quốc kỳ, 국화 quốc hoa, 국민 quốc dân, 국책 quốc sách, 조국 tổ quốc, 외국 ngoại quốc.
어	Ngữ	Nói chuyện, bàn luận, lời lẽ, tiếng nói, lời nói, 어조 ngữ điệu, 어감 ngữ cảm, 주어 chủ ngữ, 보어 bổ ngữ, 언어 ngôn ngữ, 외국어 ngoại quốc ngữ (tiếng nước ngoài), 한국어 Hàn Quốc ngữ (tiếng Hàn Quốc).

Giải nghĩa Tiếng nước ngoài, ngoại ngữ.

Cách sử dụng ~를 배우다 học ngoại ngữ, ~ 대학 trường Đại học ngoại ngữ, 제 2 ~ ngoại ngữ thứ 2, ~를 읽고 쓰고 말할 수 있다 có thể đọc viết và nói ngoại ngữ, ~ 에 능통하다 giỏi ngoại ngữ.

외모 (外貌 Ngoại mạo)

외	Ngoại	Ngoài, bên ngoài, phía ngoài, 외국 ngoại quốc, 제외 trừ ngoại (trừ ra), 해외 hải ngoại, 외교 ngoại giao, 외모 ngoại mạo (ngoại hình), 외계인 ngoại giới nhân (người ngoài hành tinh), 외식 ngoại thực (ăn ở ngoài).
모	Mạo	Vẻ ngoài, sắc mặt, vẻ mặt, tướng mạo, 미모 mỹ mạo (vẻ đẹp), 면모 diện mạo.
Giải nghĩa		Ngoại hình, bề ngoài, vẻ bên ngoài.
Cách sử dụng		장사꾼같은 ~ ngoại hình giống như nhà buôn, 사물을 ~로 판단하지 마라 đừng phán doán sự vật bằng bề ngoài, 그녀의 ~는 그저 그렇다 bề ngoài của cô ta cũng tàm tạm, 그녀는 항상 ~에만 신경을 쓴다 Cô ấy luôn luôn chỉ chú ý đến bề ngoài, ~를 꾸미다 chăm sóc bề ngoài.

외출 (外出 Ngoại xuất)

외	Ngoại	Ngoài, bên ngoài, phía ngoài, 외국 ngoại quốc, 제외 trừ ngoại (trừ ra), 해외 hải ngoại, 외교 ngoại giao, 외모 ngoại mạo (ngoại hình), 외계인 ngoại giới nhân (người ngoài hành tinh), 외식 ngoại thực (ăn ở ngoài).
출	Xuất	Ra ngoài, đi ra, làm ra, 출발 xuất phát, 노출 lộ xuất (lộ ra), 외출 ngoại xuất (đi ra ngoài), 출신 xuất thân, 출판 xuất bản, 출장 xuất trường (đi công tác), 출근 xuất cần (đi làm), 출입 xuất nhập (ra vào), 출가 xuất gia, 출강 xuất giảng (đi giảng ở ngoài), 출행 xuất hành (lên đường), 출고 xuất khố (xuất kho), 출구 xuất khẩu (lối ra), 출격 xuất kích, 출국 xuất quốc (xuất cảnh).
Giải nghĩa		Đi ra ngoài.
Cách sử dụng		~하다, ~ 준비 chuẩn bị ra ngoài, ~을 삼가다 hạn chế ra ngoài, ~ 중이다 đang đi ra ngoài, ~이 허가되다 được phép đi ra ngoài, ~ 금지 cấm đi ra ngoài, ~하기 좋아[싫어]하는 사람 người thích/ không thích đi ra ngoài, 이런 폭풍우에는 ~할 수 없다 mưa bão thế này không đi ra ngoài được, 그가 왔을 때 나는 마침 ~ 중이었다 khi anh ta đến thì đúng lúc tôi đi ra ngoài, 비가 와서 ~하지 못했다 mưa đến nên không đi ra ngoài được, ~ 복 áo quần mặc khi đi ra ngoài, ~ 시간 thời gian cho đi ra ngoài, ~ 허가증 thẻ đi ra ngoài, ~금지 cấm ra ngoài.

요금 (料金 Liệu kim)

요	Liệu	Đo, lường tính, tính toán, vật liệu, chi phí, 자료 tư liệu, 재료 tài liệu, 비료 phì liệu (phân bón), 음료 ẩm liệu (đồ uống), 요법 liệu pháp.
금	Kim	Vàng, tiền, kim loại, 백금 bạch kim, 금액 kim ngạch (số tiền), 금자탑 kim tự tháp, 금강 kim cương, 황금 hoàng kim, 합금 hợp kim, 입금 nhập kim (bỏ tiền vào), 송금 tống kim (gửi tiền), 상금 thưởng kim (tiền thưởng), 벌금 phạt kim (tiền phạt), 보증금 bảo chứng kim (tiền đặt cọc), 금광 kim khoáng (mỏ vàng).
Giải nghĩa		Tiền, chi phí, phí.

Cách sử dụng ~ 인상 tăng phí, 가스~ tiền ga, 전기~ tiền điện, 수도 ~ tiền nước, ~을 청구하다 xin chi phí, ~을 안받다 không nhận tiền, 비싼 ~을 물다 đánh phí cao, ~을 징수 [지불]하다 thu [trả] phí, 주차 ~은 시간당 3,000 원이었다 chi phí đỗ xe là 3000 won mỗi giờ, 버스 ~ tiền đi xe buýt.

요리 (料理 Liệu lý)

요 Liệu — Vật liệu, chất liệu, nguyên liệu, tính toán, 원료 nguyên liệu, 재료 tài liệu, 치료 trị liệu, 진료 chẩn liệu, 연료 nhiên liệu, 사료 sử liệu, 의료 y liệu, 향료 hương liệu, 자료 tư liệu, 비료 phì liệu (phân bón), 음료 ẩm liệu (đồ uống), 요법 liệu pháp.

리 Lý — Làm việc, lo liệu, quy luật, lý lẽ, hợp lý, nấu, 관리 quản lý, 처리 xử lý, 정리 chỉnh lý, 윤리 luân lý, 도리 đạo lý, 심리 tâm lý, 이론 lý luận, 물리 vật lý.

Giải nghĩa Sử dụng nguyên liệu để làm gì đó, nấu nướng, nấu ăn, món ăn.

Cách sử dụng ~ 솜씨 tay nghề nấu ăn, ~를 먹다 ăn món ăn, ~ 방법 cách nấu, ~ 비결 bí quyết nấu ăn, ~를 못하다 nấu ăn kém, ~를 잘하다 giỏi nấu ăn, 요리사 đầu bếp.

요일 (曜日 Diệu nhật)

요 Diệu — Mặt trời, mặt trăng và sao, ánh sáng mặt trời, 월요일 nguyệt diệu nhật (thứ 2), 화요일 hỏa diệu nhật (thứ 3), 수요일 thủy diệu nhật (thứ 4) 목요일 mộc diệu nhật (thứ 5), 금요일 kim diệu nhật (thứ 6), 토요일 thổ diệu nhật (thứ 7), 일요일 nhật diệu nhật (chủ nhật).

일 Nhật — Mặt trời, ngày, ban ngày, hằng ngày, 일정 nhật trình (lịch trình), 일기 nhật ký, 일상 nhật thường (hằng ngày), 생일 sinh nhật, 당일 đương nhật (trong ngày), 평일 bình nhật (ngày thường).

Giải nghĩa Thứ (ngày trong tuần).

Cách sử dụng 무슨 ~ 입니까 thứ mấy? ~에 관계없이 không liên quan đến thứ.

욕 (辱 Nhục)

욕 Nhục — 욕설 nhục thuyết (chửi), 치욕 (sỉ nhục), 고욕 khổ nhục, 곤욕 khốn nhục (khó khăn và nhục nhã).

Giải nghĩa ①Chửi rủa, chửi bới, chửi. ②Nhục, cái nhục.

Cách sử dụng ①Chửi rủa, chửi bới, chửi, ~하다, ~을 먹다 ăn chửi, bị chửi, ~을 퍼붓다 chửi tơi tả, ~하지 마시오 đừng có chửi bới, 함부로 ~하지 마라 đừng có mà chửi bừa bãi. ②Nhục, cái nhục, ~을 당하다 bị nhục.

욕실 (浴室 Dục thất)

욕 Dục — Tắm, tẩy rửa, rửa cho sạch.

실 Thất — Nhà, buồng, phòng, 실내 thất nội (trong phòng), 화장실 hóa trang thất (phòng vệ sinh), 교실 giáo thất (phòng học), 연구실 nghiên cứu thất (phòng nghiên cứu), 욕실 dục thất (phòng tắm), 탈의실 thoát y thất (phòng thay đồ), 회의실 hội nghị thất (phòng họp), 사무실 sự vụ thất (văn phòng) (văn phòng), 객실 khách thất (phòng ở của khách).

Giải nghĩa Phòng tắm, nhà tắm.

Cách sử dụng ~ 청소 dọn nhà tắm, ~인테리어 trang trí nội thất phòng tắm, ~ 리모델링 sửa lại phòng tắm, ~ 용품 đồ dùng nhà tắm.

욕심 (慾心 Dục tâm)

욕 Dục — Ham muốn, mong muốn, nhu cầu, tình dục, 욕구 dục cầu (ham muốn), 욕망 dục vọng, 욕심 dục tâm (lòng tham), 정욕 tình dục), 색욕 sắc dục, 성욕 tính dục (nhu cầu tình dục).

심 Tâm — Trái tim, tấm lòng, tâm tính, trung tâm, tính, 무관심 vô quan tâm (không quan tâm), 결심 quyết tâm, 내심 nội tâm, 성심 thành tâm, 심장 tâm tạng (tim), 심정 tâm tình, 안심 an tâm, 애국심 ái quốc tâm (lòng yêu nước), 자비심 từ bi tâm (lòng từ bi), 중심 trung tâm, 중심 trọng tâm.

Giải nghĩa Lòng tham, tham lam, tham vọng.

Cách sử dụng 돈의 ~ tham tiền, ~이 많다 nhiều lòng tham, ~이 나다 nảy lòng tham, ~에 눈이 멀다 lòng tham làm cho mù mắt, ~이 없다 không có lòng tham, 남의 것에 ~을 내지 마라 đừng có tham cái của người khác, 그는 매우 ~이 많다 anh ta rất là tham lam.

용돈 (用— Dụng)

용 Dụng — Dùng, sử dụng, công hiệu, hiệu quả, 반작용 phản tác dụng, 사용 sử dụng, 용구 dụng cụ, 신사용 dùng cho đàn ông, 숙녀용 dùng cho phụ nữ, 이용 lợi dụng, 남용 lạm dụng, 작용 tác dụng, 신용 tín dụng, 실용 thực dụng, 부작용 phụ tác dụng (tác dụng phụ).

돈 Tiền — 많은 돈 nhiều tiền, 힘들게 번 돈 tiền kiếm được vất vả, 돈이 부족하다 thiếu tiền, 돈이 없다 không có tiền, 돈을 갚다 trả tiền, 돈을 낭비하다 lãng phí tiền, 돈을 내다 trả tiền, 돈을 벌다 kiếm tiền, 돈을 빌리다 cho vay tiền, 돈을 쓰다 xài tiền, 돈을 주다 cho tiền.

Giải nghĩa Tiền dùng, tiền tiêu vặt.

Cách sử dụng 한 달 ~ tiền tiêu vặt một tháng, ~이 궁하다 hết tiền tiêu vặt, ~이 떨어지다 hết tiền tiêu vặt, ~을 마련하다 kiếm tiền tiêu vặt, ~을 받다 nhận tiền tiêu vặt, ~을 벌다 kiếm tiền tiêu vặt, ~을 주다 cho tiền tiêu vặt, 한 달에 오만 원을 ~으로 주다 cho 1 tháng 50 ngàn won tiền tiêu vặt ~이 떨어지다 hết tiền tiêu vặt. 그는 ~을 벌기 위해 아르바이트를 한다 anh ta làm thêm để kiếm tiền tiêu vặt.

용지 (用紙 Dụng chỉ)

용 Dụng — Dùng, sử dụng, công hiệu, hiệu quả, 반작용 phản tác dụng, 사용 sử dụng, 용구 dụng cụ, 신사용 dùng cho đàn ông, 숙녀용 dùng cho phụ nữ, 이용 lợi dụng, 남용 lạm dụng, 작용 tác dụng, 신용 tín dụng, 실용 thực dụng, 부작용 phụ tác dụng (tác dụng phụ).

지 Chỉ — Giấy, giấy viết, tờ, bản, 편지 phiến chỉ (bức thư), 휴지 hưu chỉ (giấy loại), 백지 bạch chỉ (giấy trắng), 답안지 đáp án chỉ (giấy đáp án), 벽지 bích chỉ (giấy gián tường), 색지 sắc chỉ (giấy màu).

Giải nghĩa — Giấy dùng vào việc gì, mẫu đơn, giấy.

Cách sử dụng — 시험~ giấy thi, 원서 ~ tờ đơn mẫu, 답안 ~ giấy đáp án, 주문 ~ mẫu phiếu đặt hàng, 건축~ giấy dùng cho kiến trúc, 신문~ giấy dùng làm báo, 복사~ giấy dùng để photo.

우산 (雨散 Vũ tán)

우 Vũ — Mưa, đổ mưa, mưa rơi, 곡우 cốc vũ, 우수 vũ thủy (nước mưa), 폭풍우 bạo phong vũ (mưa gió lớn), 우량 vũ lượng (lượng mưa), 우기 vũ kỳ (mùa mưa).

산 Tán — Tan, rời ra, rải rác, vãi tung, 분산 phân tán, 산란 tán loạn, 발산 phát tán, 이산 ly tán, 해산 giải tán, 우산 vũ tán (ô che mưa).

Giải nghĩa — Ô, dù.

Cách sử dụng — ~을 펴다 mở ô, căng ô, ~을 접다 gập ô, 핵~ ô dù (chỉ nghĩa bóng).

우선 (优先 Ưu tiên)

우 Ưu — Tốt đẹp, xuất sắc, hơn, khá, thừa, 우수 ưu tú, 우월 ưu việt, 우위 ưu vị (ưu thế), 우승 ưu thắng (thắng), 우대 ưu đãi.

선 Tiên — Trước, thời gian trước, lúc trước, 선생 tiên sinh (giáo viên, ông, bà), 선조 tiên tổ (tổ tiên), 선례후학 tiên lễ hậu học (tiên học lễ, hậu học văn), 선후 tiên hậu (trước sau), 선진 tiên tiến, 우선 ưu tiên, 신선 thần tiên, 선배 tiên bối (đàn anh, bề trên).

Giải nghĩa — Trước tiên, trên hết.

Cách sử dụng — ~ 적 (으로) trước tiên, ~ 사항 hạng mục ưu tiên, 최 ~ 사항 hạng mục ưu tiên nhất, ~ 순위 thứ tự ưu tiên, 실력과 능력을 ~하다 ưu tiên thực lực và năng lực, ~이 것을 해치워야 한다 Trước tiên dẹp cái này đi đã, ~한숨 돌리고 보자 Trước tiên nghỉ một hơi rồi tính, 이쯤되면 ~은 안심이다 được từng này trước tiên cũng yên tâm rồi, ~ 물건이나 봅시다 Trước tiên cho xem hàng đã, ~ 여러분께 진심으로 감사의 말씀을 드려야 겠습니다 Trước tiên cho tôi gởi lời cảm ơn chân thành đến tất cả các quý vị.

우유 (牛乳 Ngưu nhũ)

우 Ngưu — Con bò, 우각 ngưu giác (sừng bò), 광우병 cuồng ngưu bệnh (bệnh bò điên), 투우 đấu ngưu (chọi bọ), 우피 ngưu bì (da bò), 우유 ngưu nhũ (sữa bò).

유 Nhũ	Vú hoặc sữa, 모유 mẫu nhũ (sữa mẹ), 유모 nhũ mẫu, 두유 đậu nhũ (sữa đậu), 석유 thạch nhũ, 유치 sỉ nhũ (răng sữa), 분유 phấn nhũ (sữa bột).
Giải nghĩa	Sữa của bò, sữa bò, sữa.
Cách sử dụng	딸기 ~ sữa có mùi dâu, 저지방 ~ sữa ít béo, 칼슘 ~ sữa canxi, 데운 ~ sữa nóng, ~ 한 잔 một ly sữa, ~ 팩 bịch sữa, ~를 데우다 đun nóng sữa, ~를 마시다 uống sữa, ~을 짜다 vắt sữa. 아기를 ~로 기르다 nuôi đứa bé bằng sữa.

우정 (友情 Hữu tình)

우	Hữu	Bạn, 우의 hữu nghị, 전우 chiến hữu, 우호 hữu hảo, 급우 cấp hữu (bạn học cùng cấp).
정	Tình	Tình yêu, tình hình, sự thực, ý nguyện, 감정 cảm tình, 표정 biểu tình (nét mặt), 진정 chân tình, 애정 ái tình (tình cảm, tình yêu), 박정 bạc tình, 유정 hữu tình (có tình cảm), 동정 đồng tình, 다정 đa tình (giàu tình cảm), 무정 vô tình.
Giải nghĩa		Tình cảm bạn bè, tình bạn.
Cách sử dụng		~의 선물 món quà tinh thần, ~ 상징 tượng trưng của tình bạn, ~단체 đoàn thể hữu nghị.

우주 (宇宙 Vũ trụ)

우	Vũ	Bốn phương trên dưới, không gian, thế giới, hiên nhà, 우주 vũ trụ.
주	Trụ	Khoảng thời gian vô tận, từ xưa đến nay, 대우주 đại vũ trụ.
Giải nghĩa		Vũ trụ.
Cách sử dụng		~ 공항 sân bay vũ trụ, ~ 복 áo quần vũ trụ, ~ 선 tàuvũ trụ, ~ 비행사 nhà du hành vũ trụ, ~의 신비 sự thần bí của vũ trụ, ~ 공간 vũ trụ không gian, ~ 공학 khoa học vũ trụ, ~ 관 vũ trụ quan, ~ 산업 ngành công nghiệp vũ trụ, ~ 시대 thời đại vũ trụ, ~ 진화론 lý thuyết tiến hóa vũ trụ.

우체국 (郵遞局 Bưu đệ cục)

우	Bưu	Nhận chuyển, gửi đi. 우표 bưu phiếu (tem gửi thư), 우정 bưu chính.
체	Đệ	Đưa, chuyển, giao.
국	Cục	Phần, bộ phận, tình hình, tình thế, 우체국 bưu đệ cục (bưu điện), 방송국 phóng tống cục (đài phát thanh), 사무국 sự vụ cục (bộ phận văn phòng), 편집국 biên tập cục (ban biên tập).
Giải thích		Nơi để nhận, giao hàng hóa, bưu điện.
Sử dụng		~ 사무원 nhân viên bưu điện, 군사 ~ bưu điện quân sự, ~ 건물 tòa nhà bưu điện, ~ 보험 bảo hiểm bưu điện, ~ 사서함 hòm thư bưu điện.

운동 (運動 Vận động)

운 Vận — Di động, chuyển động, dùng đến, sự may mắn, vận may, 운동 vận động, 운영 vận doanh (vận hành), 행운 hạnh vận (số đỏ, số may mắn), 불운 bất vận (vận đen, số xui), 악운 ác vận (vận xấu).

동 Động — Động đậy, chuyển động, nổi, được, 감동 cảm động, 행동 hành động, 동력 động lực, 동기 động cơ, 주동 chủ động, 자동 tự động, 반동 phản động, 동물 động vật, 동맥 động mạch.

Giải nghĩa — Vận động, thể thao.

Cách sử dụng — ①Vận động, thể thao ~ 경기 trận đấu thể thao, ~ 기구 dụng cụ thể thao, ~ 복 áo quần thể thao, ~ 장 sân vận động, ~ 화 giày thể thao, 하루 2 시간 ~하다 mỗi ngày vận động 2 tiếng đồng hồ, 실내[옥외] ~ tập thể thao trong nhà [ngoài trời], 가벼운[격심한] ~ tập thể thao nhẹ [rất nặng], 적당히 ~하다 vận động vừa phải, ~ 삼아 걷다 đi bộ tập thể thao. ②Vận động, chuyển động, ~하다, ~ 중의 물체 vật thể đang chuyển động, ~의 법칙 nguyên tắc vận động, 지구는 중력법칙에 따라 ~한다 trái đất vận động theo nguyên tắc trọng lực, ~ 마찰 ma sát chuyển động. ③Cuộc vận động, phong trào vận động, ~하다, 결핵박멸 ~ cuộc vận động xóa bỏ hen suyễn, 모금 ~ cuộc vận động gom tiền, 선거~ cuộc vận động bầu cử, 금주 ~ phong trào bỏ rượu. ④ Sự giới thiệu, sự nỗ lực, vận động, sự giúp đỡ, chạy chọt, 김교수님의 ~으로 취직하다 xin được việc nhờ sự vận động của thầy giáo Kim, 친구의 ~으로 그는 석방되었다 anh ta được thả ra nhờ sự vận động của bạn bè, ~가 người chuyên tổ chức các phong trào.

운명 (運命 Vận mệnh)

운 Vận — Di động, chuyển động, dùng đến, sự may mắn, vận may, 행운 hạnh vận (số đỏ, số may mắn), 불운 bất vận (vận đen, số xui), 악운 ác vận (vận xấu).

명 Mệnh — Số phận, vận mệnh, mệnh trời, việc lớn, 명령 mệnh lệnh, 운명 vận mệnh, 생명 sinh mệnh, 미인박명 mỹ nhân bạc mệnh, 사명 sứ mệnh, 천명 thiên mệnh (mệnh trời), 수명 thọ mệnh (tuổi thọ).

Giải nghĩa — Nói về số phận, vận mệnh.

Cách sử dụng — ~ 의 장난 trò đùa của số phận, ~에 맡기다 gửi cho số phận, phó mặc cho số phận, ~을 결정하다 quyết định số phận, ~과 싸우다 chiến đấu với số phận, ~의 날 cái ngày vận mệnh, ~을 좌우하다 quyết định vận mệnh, ~으로 받아들이다 chấp nhận cái gì đó như số phận, 그때 그들의 ~은 결정되었다 Khi đó số phận họ đã được quyết định, ~의 여신은 우리 팀에게 미소를 지었다 Nữ thần số phận đã mỉm cười với chúng ta, 우리는 다시 만날 수 없는 ~이었다 Chúng ta có cái số không gặp nhau.

운전 (運轉 Vận chuyển)

운	Vận	Di động, chuyển động, dùng đến, sự may mắn, vận may, 운동 vận động, 운영 vận doanh (vận hành), 행운 hạnh vận (số đỏ, số may mắn), 불운 bất vận (vận đen, số xui), 악운 ác vận (vận xấu).
전	Chuyển	Chuyển, di chuyển. 전환 chuyển hoán (hoán chuyển), 이전 di chuyển, 역전 nghịch chuyển, 회전 (hồi chuyển (xoay tròn).

Giải nghĩa Lái cho chạy, vận hành (xe, máy móc).

Cách sử dụng 차를 ~하다 lái xe, ~ 기사 tài xế, 기계를 ~하다 lái máy, ~노선 tuyến tuyến vận hành, ~면허증 giấy phép lái xe, 시~ chạy thử, ~을 추다 ngưng vận hành, ~을 교대하다 thay ca vận hành, 그는 음주 ~으로 체포되었다 Anh bị bắt vì tội lái xe uống rượu, 그는 차 ~을 잘한다[못한다] Anh ta giỏi[dở] lái xe. 그녀는 ~이 난폭하다 Cô ấy lái xe rất ẩu, ~ 교습소 bãi tập lái xe.

운행 (運行 Vận hành)

운	Vận	Di động, chuyển động, dùng đến, sự may mắn, vận may, 운동 vận động, 운영 vận doanh (vận hành), 행운 hạnh vận (số đỏ, số may mắn), 불운 bất vận (vận đen, số xui), 악운 ác vận (vận xấu).
행	Hành	Đi, làm, thi hành, tiến hành, lưu hành, 실행 thực hành, 행걸 hành khất, 행동 hành động, 동행 đồng hành, 행법 hành pháp, 행정 hành chính, 시행 thi hành, 수행 tu hành, 행위 hành vi, 진행 tiến hành, 집행 chấp hành (thi hành).

Giải nghĩa Vận hành, chạy (xe, máy móc).

Cách sử dụng ~하다, 버스의 ~ 노선 tuyến chạy xe buýt, 5 분 간격으로 ~되다 vận hành cách 5 phút 1 chuyến, 행성은 그 궤도를 ~한다 hành tinh vận hành theo quỹ đạo ấy, ~ 노선 tuyến vận hành, ~ 정지 ngưng vận hành, 임시열차 ~ vận hành tàu hỏa tạm thời.

원래 (元來 Nguyên lai)

원	Nguyên	Bắt đầu, đứng đầu, thứ nhất, căn bản, 기원 kỉ nguyên, 근원 căn nguyên.
래	Lai	Đến nơi, xảy ra, từ trước đến nay, đến, 미래 vị lai (tương lai), 외래 ngoại lai, 왕래 vãng lai, 근래 cận lai (gần đây), 고진감래 khổ tận cam lai, 외래어 ngoại lai ngữ (từ ngoại lai), 내일 lai nhật (ngày mai).

Giải nghĩa Vốn là, vốn có, vốn như cũ, vốn dĩ, từ trước.

Cách sử dụng ~대로 như cũ, ~상태로 되다 trở lại trạng thái ban đầu, ~ 네가 나쁘다 mày vốn xấu xa, 그는 ~ 몸이 약하다 anh ta vốn ốm yếu, ~부터 từ ban đầu, 그는 ~ 정직한 사람이다 anh ta vốn là người chính trực.

원만 (圓滿 Viên mãn)

원	Viên	Hình tròn, hoàn mỹ, đầy đủ, trọn vẹn, 공원 công viên, 화원 hoa viên, 전원 điền viên, 동물원 động vật viên (sở thú).
만	Mãn	Đầy đủ, vừa lòng, tràn, thừa, 만족 mãn túc (hài lòng), 만원 mãn viên, 만석 mãn tịch (hết chỗ).
Giải nghĩa		Mãn nguyện, hoàn thành, toàn diện, toàn vẹn, đầy đủ.
Cách sử dụng		~하다, ~히 một cách hoàn tất, ~한 해결 cách giải quyết trọn vẹn, 파업은 ~히 해결되었다 cuộc đình công đã được giải quyết hoàn toàn, ~한 가정 một gia đình trọn vẹn, ~한 인격 một nhân cách toàn diện.

원서 (願書 Nguyện thư)

원	Nguyện	Mong muốn, nguyện vọng, ước muốn, hâm mộ, 민원 (dân nguyện), 소원 sở nguyện, 지원 chí nguyện, 원서 nguyện thư (đơn xin), 청원 thỉnh nguyện.
서	Thư	Sách, thư tín (thư từ), đơn, giấy tờ, văn kiện, 독서 độc thư (đọc sách), 문서 văn thư (giấy tờ, tài liệu), 계약서 khế ước thư (hợp đồng), 보고서 báo cáo thư (bản báo cáo), 교과서 giáo khoa thư (sách giáo khoa), 서류 thư loại (tài liệu), 서신 thư tín (thư từ), 서기 thư ký (bí thư), 도서 đồ thư (sách vở).
Giải nghĩa		Đơn xin, đơn.
Cách sử dụng		~를 제출하다 trình đơn, ~를 접수하다 tiếp nhận đơn xin, ~를 작성하다 soạn đơn thư, 대학원 ~ đơn xin nhập sau đại học, ~접수 기간 thời gian nộp đơn.

원수 (元首 Nguyên thủ)

원	Nguyên	Bắt đầu, đứng đầu, thứ nhất, căn bản, 기원 kỉ nguyên, 근원 căn nguyên.
수	Thủ	Đầu, lãnh tụ, quan trọng nhất, cao nhất, 국가원수 nguyên thủ quốc gia, 수상 Thủ tướng, 수뇌 thủ não (đầu não), 수석 thủ tịch (đứng đầu), 수도 thủ đô, 수령 thủ lĩnh.
Giải nghĩa		Người đứng đầu quốc gia, nguyên thủ quốc gia.
Cách sử dụng		국가 ~ nguyên thủ quốc gia.

원수 (怨讐 Oán thù)

원	Oán	Giận hờn, oán trách, trách cứ, kẻ thù, 원한 oán hận, 원망 oán vọng, 원성 oán thanh (phàn nàn, kêu ca).
수	Thù	Đối thủ, kẻ thù, ngang nhau, 복수 phục thù, 사수 tư thù.
Giải nghĩa		Kẻ thủ hoặc nỗi oán thù.
Cách sử dụng		~지간 quan hệ thù oán, giữa kẻ thù với nhau, là kẻ thù của nhau, 불구대천의 ~ kẻ thù không đội trời chung, ~을 갚다 trả thù, ~지다 mang thù oán với nhau, 은혜를 ~로 갚다 trả ơn bằng oán, 그들은 서로 ~지간이다 họ là kẻ thù của nhau, ~는 외나무다리에서 만난다 (Thành ngữ) oan gia ngõ hẹp.

원인 (原因 Nguyên nhân)

원	Nguyên	Mở đầu, lúc đầu, vốn dĩ, 근원 căn nguyên, 원자 nguyên tử, 원작 nguyên tác, 원질 nguyên chất, 원금 nguyên kim (tiền gốc), 원본 nguyên bản (bản gốc).
인	Nhân	Căn do, lý do, bởi, do, vì, 인과 nhân quả.
Giải nghĩa		Nguyên nhân, lý do tại sao.
Cách sử dụng		실패의 ~ nguyên nhân thất bại, ~ 불명 nguyên nhân không rõ, ~을 밝히다 làm rõ nguyên nhân, ~을 찾다 tìm nguyên nhân, 간접 ~ nguyên nhân gián tiếp, 직접~ nguyên nhân trực tiếp, 주요~ nguyên nhân chủ yếu, 분쟁의 ~ nguyên nhân xung đột, ~이다 là nguyên nhân, ~을 규명하다 làm rõ nguyên nhân, ~ 없는 결과란 없 không có kết quả nào mà không có nguyên nhân, 그녀의 병은 과로가 ~이다 bệnh của cô ấy nguyên nhân là do làm việc quá sức, ~을 분석하다 phân tích nguyên nhân.

원하다 (愿 Nguyện)

원	Nguyện	Mong muốn, nguyện vọng, ước muốn, hâm mộ, 민원 (dân nguyện), 소원 sở nguyện, 지원 chí nguyện, 원서 nguyện thư (đơn xin), 청원 thỉnh nguyện.
Giải nghĩa		Mong muốn, ước muốn, muốn.
Cách sử dụng		~한다면 nếu muốn, ~하는대로 như mong muốn, 평화를 ~ mong muốn hòa bình, 을/를 원하다 mong muốn gì đó, 성공하기를 ~ mong muốn thành công, 원하는 것이 뭐인데? Muốn cái gì? 의사가 되기를 ~ muốn được trở thành bác sĩ, 훌륭한 사람이 되기를 ~ muốn trở thành một người tài giỏi, 아들이 성공하기를 ~ muốn con trai thành công, 돈과 명예 중 어느 쪽을 원하나? Tiền và danh dự, anh muốn cái nào? 그것이 바로 내가 원했던 것이다 Đó chính là cái tôi muốn, 전쟁을 ~하는 사람은 없다 không có ai muốn chiến tranh cả.

월 (月 Nguyệt)

월	Nguyệt	Trăng, mặt trăng, tháng, hàng tháng, 반월 bán nguyệt, 월식 nguyệt thực, 월경 nguyệt kinh (kinh nguyệt), 세월 tuế nguyệt (năm tháng), 월급 nguyệt cấp (lương tháng), 월세 nguyệt thế (tiền thuê hằng tháng).
Giải nghĩa		Tháng, hằng tháng.
Cách sử dụng		~ 평균 bình quân tháng, ~ 2 회 tháng 2 lần, ~ 평균기온 nhiệt độ bình quân tháng, 이 ~ tháng hai, 8~ 보름 rằm tháng 8, 이개~ hai tháng.

월급 (月給 Nguyệt cấp)

월	Nguyệt	Trăng, mặt trăng, tháng, hàng tháng, 반월 bán nguyệt, 월식 nguyệt thực, 월경 nguyệt kinh (kinh nguyệt), 세월 tuế nguyệt (năm tháng), 월급 nguyệt cấp (lương tháng), 월세 nguyệt thế (tiền thuê hằng tháng).

급	Cấp	Cung cấp, cung ứng, đưa cho, giao cho, trao cho, 공급 cung cấp, 급식 cấp thực, 무급휴가 vô cấp hưu hà (nghỉ phép không lương), 발급 phát cấp, 봉급 bổng cấp, 환급 hoàn cấp (hoàn trả).
Giải nghĩa		Lương tháng.
Cách sử dụng		~으로 살다 sống bằng lương, ~이 오르다 tăng lương, ~이 내리다 hạ lương, ~ 날 ngày nhận lương, ~ 쟁이 người làm công ăn lương, 백만원의 ~으로 bằng khoản lương tháng là một triệu won, 많은[적은] ~을 받다 nhận lương nhiều[ít].

위 (位 Vị)

위	Vị	Vị trí, ngôi, thứ, bậc, hạng, 지위 địa vị, 학위 học vị, 직위 chức vị, 우위 ưu vị (ưu thế), 위치 vị trí.
Giải nghĩa		Vị trí, cấp bậc.
Cách sử dụng		2 ~vị trí thứ hai, 그녀는 학급에서 10~로 떨어졌다 cô ấy rơi xuống vị trí thứ 10, 세계 1~ đứng đầu thế giới, 전교 1~ đứng đầu toàn trường, 1-2~ 다투 giành nhau vị trí thứ 1 và 2, 확고한 1~ 차지하다 giữ vị trí số 1 một cách vững chắc.

위력 (威力 Uy lực)

위	Uy	Oai, tôn nghiêm, đáng nể sợ, 시위 thị uy, 권위 quyền uy, 위엄 uy nghiêm.
력	Lực	Sức, lực, sức lực, khả năng đạt tới, khỏe, 수력 thuỷ lực, 속력 tốc lực, 세력 thế lực, 병력 binh lực, 주력 chủ lực, 합력 hợp lực, 노력 nỗ lực, 능력 năng lực, 폭력 bạo lực, 협력 hiệp lực, 권력 quyền lực, 인력 nhân lực, 효력 hiệu lực, 학력 học lực.
Giải nghĩa		Uy lực, sức mạnh.
Cách sử dụng		~ 있다 có uy lực, ~이 없다 không có uy lực, 돈의 ~ uy lực của đồng tiền, 폭탄의 ~sức mạnh của bom, 국가의 ~sức mạnh của quốc gia, ~으로 굴복시키다 khuất phục bằng sức mạnh, 그의 펀치는 굉장한 ~이 있다 cú đấm của anh ta có rất có sức mạnh.

위조 (僞造 Ngụy tạo)

위	Ngụy	Làm giả, dối trá, giả vờ.
조	Tạo	Làm, đóng, sản xuất ra, chế tạo ra, chế tạo, bịa đặt, 조화 tạo hóa, 개조 cải tạo, 조성 tạo thành, 제조 chế tạo, 창조 sáng tạo, 구조 cấu tạo, 인조 nhân tạo, 건조 kiến tạo, 위조 ngụy tạo (làm giả).
Giải nghĩa		Làm giả, giả.
Cách sử dụng		~화폐 tiền giả, 화폐를 ~하다 làm giả tiền tệ, 문서를 ~하다 làm giả công văn, ~ 죄 tội làm giả, 100 달러 짜리 ~ 지폐 tiền giấy 100 USD giả.

위치 (位置 Vị trí)

위	Vị	Vị trí, ngôi, thứ, bậc, hạng, 지위 địa vị, 학위 học vị, 직위 chức vị, 우위 ưu vị (ưu thế), 위치 vị trí.
치	Trí	Sắp đặt, để, trưng bày, 배치 bài trí, 설치 thiết trí (lắp đặt).

Giải nghĩa Vị trí, chỗ đứng, vị thế.

Cách sử dụng ~하다, ~가 좋다 vị trí tốt, ~을 바꾸다 chuyển vị trí, ~을 정하다 định vị trí, ~ 선정 chọn vị trí, 유리한 ~을 차지하다 giữ vị trí thuận lợi, 학교는 좋은 ~에 있다 trường học có vị trí thuận lợi, 일본은 한국의 동쪽에 ~하고 있다 Nhật Bản nằm ở phía Đông Hàn Quốc, 소설가로서의 ~ với tư cách là một nhà tiểu thuyết, 네가 나의 ~에 있다면 어떻게 하겠나? Nếu cậu ở vị trí tôi cậu sẽ làm sao? 그는 회사에서 높은 ~에 있다 Ở công ty anh ta có một vị trí cao.

위험 (危險 Nguy hiểm)

위 Nguy — Nguy hiểm, lo lắng, có hại, 위기 nguy cơ, 안위 an nguy, 위해 nguy hại.

험 Hiểm — Hiểm trở, khó khăn, nguy cấp, 보험 bảo hiểm, 모험 mạo hiểm, 탐험 thám hiểm.

Giải nghĩa Nguy hiểm, hiểm nguy.

Cách sử dụng ~하다, ~할때는 vào lúc nguy hiểm, ~에 빠지다 rơi vào tình trạng nguy hiểm, ~ 인물 nhân vật nguy hiểm, ~ 상태 tình trạng nguy hiểm, ~지대 khu vực nguy hiểm, ~ 물 vật nguy hiểm, ~ 신호 tín hiệu nguy hiểm, ~한 작업 công việc nguy hiểm, ~을 깨닫다 nhận thức nơi có nguy hiểm, ~을 부담하다 trách nhiệm nguy hiểm, 생명의 ~을 무릅쓰다 bất chấp nguy hiểm tới tính mạng, 폭발물 ~ Biển báo "Chất nổ nguy hiểm", ~ 수당 tiền phụ cấp nguy hiểm, ~ 요소[분자] yếu tố [phần tử] nguy hiểm, ~ 표지판 biển báo nguy hiểm.

유관 (有關 Hữu quan)

유 Hữu — Có, đã, xảy ra, có được, đầy đủ, 유리 hữu lợi (có lợi), 보유 bảo hữu (có, mang, sở hữu), 소유 sở hữu, 유죄 hữu tội (có tội), 유한 hữu hạn, 유기 hữu cơ, 유의 hữu nghị. nghị.

관 Quan — Dính dáng, liên quan, quan hệ, 관련 quan liên, 관계 quan hệ, 관심 quan tâm, 무관 vô quan (không liên quan).

Giải nghĩa Hữu quan, có liên quan với.

Cách sử dụng ~기관 cơ quan hữu quan, ~업체 doanh nghiệp có liên quan, ~ 기관의 상호협조 sự hợp tác lẫn nhau giữa các cơ quan hữu quan, ~ 기관에 협조를 요청하다 yêu cầu cơ quan hữu quan hỗ trợ, 그 일은 그 여자와 ~하다 công việc ấy có liên quan tới cô ta.

유교 (儒教 Nho giáo)

유 Nho — Học trò, nho nhã, đạo Nho, 유생 nho sinh, 유학 nho học.

교 Giáo — Dạy bảo, chỉ bảo, tôn giáo, đạo, 교실 giáo thất (lớp học), 종교 tông giáo (tôn giáo), 교훈 giáo huấn, 교황 giáo hoàng, 교당 giáo đường, 교육 giáo dục, 교회 giáo hội, 종교 tông giáo (tôn giáo) 회교 hồi giáo, 교훈 giáo huấn, 교과 giáo khoa, 교리 giáo lý, 천주교 thiên chúa giáo,공교 khổng giáo, 교안 giáo án.

Giải nghĩa Nho giáo.

Cách sử dụng ~ 사상 tư tưởng nho giáo, ~ 문화 văn hóa nho giáo.

유권자 (有權者 Hữu quyền giả)

유 Hữu — Có, đã, xảy ra, có được, đầy đủ, 유리 hữu lợi (có lợi), 보유 bảo hữu (có, mang, sở hữu), 소유 sở hữu, 유죄 hữu tội (có tội), 유한 hữu hạn, 유기 hữu cơ, 유의 hữu nghị. nghị, 유익 hữu ích, 유명무실 hữu danh vô thực, 유형 hữu hình.

권 Quyền — Quyền lực, quyền lực, quyền hạn, thế lực, 정권 chính quyền, 권리 quyền lợi, 권위 quyền uy, 실권 thực quyền.

자 Giả — Người, giả (dùng để chỉ người, vật hoặc sự việc), 학자 học giả, 작업자 tác nghiệp giả (người làm việc), 강자 cường giả (kẻ mạnh), 노약자 lão nhược giả (người già yếu), 독자 độc giả, 시청자 thị thính giả (khán thính giả), 사자 sứ giả, 기자 ký giả (phóng viên).

Giải nghĩa — Người có quyền bầu cử, cử tri.

Cách sử dụng — ~ 의 60% 만이 투표에 참여했다 chỉ có 60% cử tri tham gia bỏ phiếu, ~에게 호소하다 kêu gọi cử tri, ~ 명부 danh sách cử tri.

유료 (有料 Hữu liệu)

유 Hữu — Có, đã, xảy ra, có được, đầy đủ, 유리 hữu lợi (có lợi), 보유 bảo hữu (có, mang, sở hữu), 소유 sở hữu, 유죄 hữu tội (có tội), 유한 hữu hạn, 유기 hữu cơ, 유의 hữu nghị.

료 Liệu — Đo, lường tính, tính toán, vật liệu, chi phí, 자료 tư liệu, 재료 tài liệu, 비료 phì liệu (phân bón), 음료 ẩm liệu (đồ uống), 요법 liệu pháp.

Giải nghĩa — Phải trả tiền, mất phí.

Cách sử dụng — ~ 도로 con đường phải trả tiền, ~전화 điện thoại phải trả tiền, ~변소 đi vệ sinh mất tiền, ~ 주차장 bãi giữ xe phải trả tiền, ~ 입장 vào cổng mất phí.

유명 (有名 Hữu danh)

유 Hữu — Có, đã, xảy ra, có được, đầy đủ, 유리 hữu lợi (có lợi), 보유 bảo hữu (có, mang, sở hữu), 소유 sở hữu, 유죄 hữu tội (có tội), 유한 hữu hạn, 유기 hữu cơ, 유의 hữu nghị. nghị.

명 Danh — Tên, tiếng tăm, nổi tiếng, danh phận, người, 명분 danh phận, 명칭 danh xưng, 지명 địa danh, 익명 nặc danh, 허명 hư danh, 무명 vô danh.

Giải nghĩa — Có tiếng tăm, có tên tuổi.

Cách sử dụng — ~하다 nổi tiếng, ~ 상표 thương hiệu nổi tiếng, ~ 인사 người nổi tiếng, ~한 사람 người nổi tiếng, ~가수 ca sĩ nổi tiếng, ~무실 hữu danh vô thực.

유산 (遺產)

유 Di — Để lại, còn lại, trôi dạt, sa, 유적 di tích, 유물 di vật, 유물변증 di vật biện chứng, 유전학 di truyền học.

산 Sản — Của cải, sinh đẻ, sản phẩm, sản xuất, 자산 tư sản (tài sản) 산업 sản nghiệp (công nghiệp), 농산 nông sản, 광산 khoáng sản, 재산 tài sản, 파산 phá sản, 수산 thủy sản, 무산 vô sản, 공산당 cộng sản đảng (Đảng cộng sản), 세계문화유산 thế giới văn hóa di sản (di sản văn hóa thế giới)

Giải nghĩa — Tài sản để lại, di sản.

Cách sử dụng 무형의 ~ di sản vô hình, ~을 남기다 để lại tài sản, ~분할 phân chia tài sản để lại, ~으로 편히 살다 sống thoải mái bằng số tài sản để lại, ~ 상속 thừa kế di sản, ~ 상속 thừa kế tài sản để lại, ~ 상속인 người thừa kế tài sản, ~을 물려받다 thừa kế di sản, 내게는 아버지의 ~이 좀 있다 Tôi có chút tài sản của bố để lại, 조상들이 남겨 놓은 문화 ~ di sản văn hóa tổ tiên để lại.

유지 (維持 Duy trì)

유 Duy — Nối liền, giữ gìn, dây buộc.

지 Trì — Giữ lấy, cầm, giữ, trông nom, quản, 주지 trụ trì, 지체 trì trệ, 지속 trì tục (tiếp tục), 소지품 (sở trì phẩm (hàng mang theo), 지구력 trì cửu lực (sức bền).

Giải nghĩa Giữ tiếp tục, duy trì, giữ gìn.

Cách sử dụng ~하다, 생계 ~ duy trì kế sinh nhai, 건강을 ~하다 duy trì sức khỏe, 생명을 ~하다 duy trì mạng sống, 사회질서를 ~하다 duy trì trật tự xã hội, ~ 비 phí duy trì, 평화를 ~하다 duy trì hòa bình bình, 평화가 ~되다 hòa bình được duy trì, 체면을 ~하다 giữ thể diện, 지위를 ~하다 duy trì chức vụ, 젊음을 ~하다 duy trì sự trẻ trung.

유창하다 (流暢— Lưu sướng)

유 Lưu — Dòng chảy, di chuyển, lưu truyền, dòng, luồng, 유통 lưu thông, 대류 đối lưu, 해류 hải lưu, 역류 lưu vực, 상류 thượng lưu, 중류 trung lưu.

창 Sướng — Thông suốt, không trở ngại.

Giải nghĩa Trôi chảy, không có ngắc ngứ.

Cách sử dụng [tt]. ~하다. ~하게 một cách trôi chảy. ~한 문장 câu văn trôi chảy. 영어를 ~하게 말하다 nói tiếng Anh một cách trôi chảy. 그는 말이 ~ anh ta ăn nói trôi chảy. ~히 một cách trôi chảy, 읽기 유창성 đọc lưu loát, ~성이 떨어지다 không lưu loát, ~성을 향상하다 nâng cao tính lưu loát, ~성을 훈련하다 tập độ lưu loát.

유치원 (幼稚園 Ấu trĩ viện)

유 Ấu — Nhỏ, 유아원 ấu nhi viện (nhà trẻ) 유주 ấu chúa, 유충 ấu trùng.

치 Trĩ — Trẻ con, 유치하다 trẻ con.

원 Viện — Nơi, chỗ, toà quan, sở, viện, 연구원 nghiên cứu viện (viện nghiên cứu), 법원 pháp viện (tòa án), 병원 bệnh viện, 학원 học viện, 원장 viện trưởng, 의원 y viện, 감사원 viện kiểm sát, 고아원 viện mồ côi, 대학원 đại học viện (sau đại học), 퇴원 thoái viện (ra viện), 선원 thiền viện.

Giải nghĩa Nhà trẻ, nơi giữ trẻ em, trường mẫu giáo.

Cách sử dụng 아이를 ~에 보내다 nơi tới gửi trẻ ~ 선생 giáo viên nhà trẻ, ~ 입학 nhập học nhà trẻ.

유학 (遊學 Du học)

유 Du — Đi xa, đi chơi, đi, kết giao, 유목 du mục, 유람 du lãm.

학 Học — Nghiên cứu, học tập, hiểu, lĩnh hội, 학생 học sinh, 대학 đại học, 학력 học lực, 학문 học vấn, 화학 hóa học, 문학 văn học, 입학 nhập học, 언어학 ngôn ngữ học, 철학 triết học, 심리학 tâm lí học, 경제학 kinh tế học, 학기 học kì, 학비 học phí, 학자 học giả, 학위 học vị, 과학 khoa học, 법학 pháp học (luật học), 수학 số học (toán), 유학 du học/lưu học, 의학 y học.

Giải nghĩa — Đi học nước ngoài, du học.

Cách sử dụng — ~하다, ~가다 đi du học, 자비로 ~가다 đi du học tự túc, 국비로 ~하다 du học chi phí nhà nước, ~ 생 du học sinh, 외국인 ~ du học sinh nước ngoài, ~ 중에 đang đi du học, ~을 마치고 귀국하다 kết thúc du học quay về nước, 재미베트남 ~ 생 du học sinh Việt Nam tại Mỹ, 미국에 ~하다 du học ở Mỹ.

유행 (流行 Lưu hành)

유 Lưu — Dòng chảy, di chuyển, lưu truyền, dòng, luồng, 유통 lưu thông, 대류 đối lưu, 해류 hải lưu, 역류 lưu vực, 상류 thượng lưu, 중류 trung lưu.

행 Hành — Đi, làm, thi hành, tiến hành, lưu hành, 실행 thực hành, 행걸 hành khất, 행동 hành động, 동행 đồng hành, 행법 hành pháp, 행정 hành chính, 시행 thi hành, 수행 tu hành, 행위 hành vi, 진행 tiến hành, 집행 chấp hành (thi hành).

Giải nghĩa — Mốt, thịnh hành, thời trang, cái gì đó đang thịnh hành.

Cách sử dụng — ①Mốt, thịnh hành, thời trang~하다, 일시적~tính nhất thời, 짧은 치마의 ~thịnh hành váy ngắn, ~이 되다 trở thành mốt, ~이 지나다 lỗi mốt, lỗi thời, 최신 ~mới nhất, ~에 뒤지다 lạc hậu, 이것이 최신 ~의 수영복이다 Cái này là loại áo bơi mới nhất đấy ②Phổ biến, 감기는 겨울에 ~된다 cảm cúm phổ biến vào mùa đông, ~ 병 bệnh dịch, 뇌물의 ~ hối lộ tràn lan.

육교 (陸橋 Lục kiều)

육/륙 Lục — Phần đất liền, đường bộ, đường cạn, 육지 lục địa, 육군 lục quân 대륙 đại lục, 육로 (lục độ (đường bộ).

교 Kiều — Cái cầu, cái máy hút nước, cây cao, 대교 đại kiều (cây cầu lớn), 목표 mộc kiều (cây cầu gỗ).

Giải nghĩa — Cầu bắc qua đường, cầu vượt

Cách sử dụng — ~ 밑의길 đường dưới cầu vượt, ~을 건너다 đi qua cầu vượt, ~를 세우다 dựng cầu vượt.

은혜 (恩惠 Ân huệ)

은 Ân — Ơn, ơn huệ, tình ái, cùng nhau yêu, 은덕 ân đức, 성은 thánh ân, 은사 ân sư (thầy giáo mình biết ơn), 보은 báo ân.

혜 Huệ — Điều tốt, có lợi, có ích, kính (biếu), 특혜 đặc huệ, 혜택 huệ trạch (ưu đãi), 최혜국 tối huệ quốc.

Giải nghĩa — Ân huệ, ân hóa, ơn hóa, công ơn.

Cách sử dụng — 부모의 ~ công ơn của bố mẹ, 스승의 ~ công ơn của thầy, ~을 모르다 không biết ơn, ~을 잊다 quên ơn, ~을 갚다 trả ơn, ~을 원수로 갚다 trả ân bằng oán.

음료수 (飮料水 Ẩm liệu thủy)

음	Ẩm	Uống, đồ uống, nuốt, ngậm, 음식 ẩm thực, 음주 ẩm tửu (uống rượu), 과음 quá ẩm (quá chén), 음식량 ẩm thực lượng (lượng ăn uống), 음식물 ẩm thực vật (đồ ăn uống).
료	Liệu	Vật liệu, chất liệu, nguyên liệu, 원료 nguyên liệu, 재료 tài liệu, 치료 trị liệu, 진료 chẩn liệu, 연료 nhiên liệu, 사료 sử liệu, 의료 y liệu, 향료 hương liệu, 자료 tư liệu, 비료 phì liệu (phân bón), 음료 ẩm liệu (đồ uống).
수	Thủy	Nước, hồ nước, sông, suối, 수력 thủy lực (sức nước), 수뢰 thủy lôi, 수산 thủy sản, 수압 thủy áp (áp lực nước), 강수량 giáng thủy lượng (lượng mưa), 냉수 lãnh thủy (nước lạnh), 온수 ôn thủy (nước nóng), 호수 hồ thủy (ao nước).
Giải nghĩa		Nước giải khát.
Cách sử dụng		~ 자판기 máy bán đồ uống tự động, ~ 종류 các loại đồ uống, ~유통기한 thời hạn lưu thông của đồ uống, ~ 냉장고 tủ lạnh để đồ uống.

음식 (飮食 Ẩm thực)

음	Ẩm	Uống, đồ uống, nuốt, ngậm, 음식 ẩm thực, 음주 ẩm tửu (uống rượu), 과음 quá ẩm (quá chén), 음식량 ẩm thực lượng (lượng ăn uống), 음식물 ẩm thực vật (đồ ăn uống).
식	Thực	Ăn, thức ăn, 식생활 thực sinh hoạt (chuyện ăn uống), 식중독 thực trúng độc (ngộ độc thực phẩm), 급식 cấp thực (cung cấp thức ăn/ bữa ăn), 번식 phồn thực (sinh sản), 분식 phấn thực (thức ăn dạng bột), 시식 thí thực (nếm thử), 음식 ẩm thực, 식량 thực lương (lương thực), 식후 thực hậu (sau khi ăn), 잡식 tạp thực (ăn tạp).
Giải nghĩa		Cơm nước, ăn uống, ẩm thực, đồ ăn.
Cách sử dụng		~을 남기 để thừa thức ăn, ~이 입에 맞다 thức ăn hợp khẩu vị, ~ 솜씨 tay nghề nấu ăn, ~ 대접하다 mời ăn cơm, ~을 먹다 ăn uống, ~에 까다롭다 kén ăn, ~에 손도 대지 않다 không động đến chuyện ăn uống, 그것은 소화가 잘되는[잘 안되는] ~이다 nó là món ăn dễ [không dễ] tiêu hóa, ~ 점 cửa hàng ăn, 이 ~ 입에 맞다 món ăn này hợp khẩu vị.

음악 (音樂 Âm nhạc)

음	Âm	Tiếng, thanh, giọng, nốt nhạc, 발음 phát âm, 음량 âm lượng, 고음 cao âm (âm cao), 음성 âm thanh, 음속 âm tốc (tốc độ âm thanh), 음절 âm tiết, 음향 âm hưởng, 녹음 lục âm (ghi âm), 모음 mẫu âm (nguyên âm), 발음 phát âm, 음성 âm thanh, 음조 âm điệu, 잡음 tạp âm.
악	Nhạc	Âm nhạc, tiết điệu, ca nhạc, 음악회 âm nhạc hội (lễ hội âm nhạc), 악보 nhạc phổ, 악기 nhạc khí, 성악 thanh nhạc, 고악 cổ nhạc (nhạc ngày xưa).
Giải nghĩa		Âm nhạc.
Cách sử dụng		~을 좋아하다 thích âm nhạc, ~을 연주하다 biểu diễn nhạc, ~가 người làm về nhạc, ~당 phòng hòa nhạc, ~ 대 đại nhạc, ~ 학교 trường nhạc, 자선~ 회 buổi ca nhạc từ thiện, 고전~ nhạc cổ điển, 한국~ nhạc Hàn, ~을 배우다 học nhạc, ~을 이해하다 hiểu nốt nhạc, ~ 선생 giáo viên nhạc, ~ 평론가 nhà bình luận âm nhạc.

음주 (飮酒 Ẩm tửu)

음	Ẩm	Uống, đồ uống, nuốt, ngậm, 음식 ẩm thực, 음주 ẩm tửu (uống rượu), 과음 quá ẩm (quá chén), 음식량 ẩm thực lượng (lượng ăn uống), 음식물 ẩm thực vật (đồ ăn uống).
주	Tửu	Rượu, chất cồn, 음주 ẩm tửu (uống rượu), 양주 dương tửu (rượu tây), 주점 tửu điếm (quán rượu), 주류 tửu loại (loại rượu), 생맥주 sinh mạch tửu (bia tươi), 주량 tửu lượng.
Giải nghĩa		Việc uống rượu, chuyện uống rượu.
Cách sử dụng		~하다, ~ 검사 kiểm tra có uống rượu hay không, ~ 운전 uống rượu lái xe, ~ 측정기 máy đo hơi rượu, ~에 빠지다 rơi vào cảnh nghiện ngập, ~을 삼가다 hạn chế uống rượu, bỏ rượu, ~로 패가망신하다 vong gia bại sản vì uống rượu, 그는 ~가 과하다 anh ta uống quá nhiều, ~가 người hay uống rượu, ~벽 thói quen uống rượu.

응답 (應答 Ứng đáp)

응	Ứng	Đáp lời, trả lời, phụ họa, 대응 đối ứng, 적응 thích ứng, 응답 ứng đáp,부응 phó ứng (thỏa mãn, đáp ứng), 응급 ứng cấp (cấp cứu), 보응 báo ứng, 감응 cảm ứng, 반응 phản ứng, 응시 ứng thí (dự thi).
답	Đáp	Trả lời lại, đáp lại, báo đáp, báo đền, 답례 đáp lễ, 답변 đáp biện (trả lời, phản hồi), 답안 đáp án, 대답 đối đáp, 보답 báo đáp, 정답 chính đáp (đáp án đúng), 해답 giải đáp.
Giải nghĩa		Đối đáp tương ứng, câu trả lời.
Cách sử dụng		~하다, ~을 기다리다 chờ câu trả lời, ~이 없다 không có câu trả lời, 질의 ~ câu hỏi và câu trả lời, 그는 무슨 질문이든 ~에 막힘이 없다 đưa ra câu hỏi gì anh ta cũng đều trả lời trôi chảy mỗi câu, ~자 người trả lời.

응원 (應援 Ứng viện)

응	Ứng	Đáp lời, trả lời, phụ họa, 대응 đối ứng, 적응 thích ứng, 응답 ứng đáp,부응 phó ứng (thỏa mãn, đáp ứng), 응급 ứng cấp (cấp cứu), 보응 báo ứng, 감응 cảm ứng, 반응 phản ứng, 응시 ứng thí (dự thi).
원	Viện	Giúp đỡ, viện trợ, cầm, nắm, 원병 viện binh, 지원 chi viện, 원조 viện trợ.
Giải nghĩa		Giúp đỡ, hưởng ứng cho nhau, cổ vũ nhau, động viên.
Cách sử dụng		①Giúp đỡ, ủng hộ, ~하다, ~을 청하다 yêu cầu sự giúp đỡ, 후보자를 ~하다 ủng hộ ứng cử viên. ②Cổ vũ, động viên, ~하다, ~ 단 nhóm ủng hộ, ~ 자 người ủng hộ, 열렬히 ~하다 cổ vũ nhiệt tình.

의논 (議論 Nghị luận)

의	Nghị	Bàn, bàn bạc. 의결 nghị quyết, 회의 hội nghị, 상의원 thượng nghị viện, 하의원 hạ nghị viện, 건의 kiến nghị, 의정서 nghị định thư.

논 Luận — Bàn bạc, phê bình, xem xét, 여론 dư luận, 언론 ngôn luận, 토론 thảo luận, 이론 lý luận, 변론 biện luận, 결론 kết luận, 논점 luận điểm, 반론 phản luận, 논쟁 luận tranh (tranh luận).

Giải nghĩa Bàn bạc, thảo luận.

Cách sử dụng ~하다, ~ 중이다 đang bàn bạc, 사장한테 ~해 보겠습니다 Tôi sẽ bàn bạc với giám đốc, ~ 상대 đối tượng bàn bạc, 서로 ~하다 bàn bạc với nhau.

의사 (醫師 Y sư)

의 Y — Chữa bệnh, y sĩ, bác sĩ, thầy thuốc, nghề y, 의약품 y dược phẩm, 명의 danh y, 수의 thú y, 의과 y khoa.

사 Sư — Thầy dạy, thầy giáo, chuyên gia, nhà chuyên môn, 간호사 khán hộ sư (y tá), 변호사 biện hộ sĩ (luật sư), 강사 giảng sư, 교사 giáo sư (giáo viên), 국사 quốc sư, 사범 sư phạm, 약사 dược sư (dược sĩ).

Giải nghĩa Bác sĩ.

Cách sử dụng ~을 부르다 kêu bác sĩ, 전문 ~ bác sĩ chuyên ngành, 김~ bác sĩ Kim, ~가 되다 thành bác sĩ, ~의 치료를 받고 있다 đang được bác sĩ điều trị, ~의 진찰을 받다 được bác sĩ khám, ~ 면허 giấy phép hành nghề làm bác sĩ.

의사 (意思 Ý tư)

의 ý — Ý nghĩa, ý tưởng, ý nguyện, nguyện vọng, 조의 điếu ý (ý thương tiếc, lòng thương tiếc), 의미 ý vị (ý nghĩa), 의식 ý thức, 의견 ý kiến, 합의 hợp ý, 의지 ý chí, 의도 ý đồ, 주의 chú ý, 의욕 ý dục (mong muốn), 동의 đồng ý.

사 Tư — Nghĩ ngợi, suy nghĩ, nhớ mong, 사상 tư tưởng, 상사 tương tư, 사고 tư khảo (suy nghĩ), 의사 (ý tư), 상사병 tương tư bệnh (bệnh tương tư).

Giải nghĩa Ý tưởng, ý, suy nghĩ, ý định.

Cách sử dụng 할 ~는 없다 không có ý định làm gì đó, ~ 전달 truyền đạt các ý nghĩ, 양보할 ~가 전혀 없다 hoàn toàn không có ý định nhượng bộ.~를 표시하다 thể hiện ý nghĩ, ~ 결정 ra quyết định, ~ 능력 năng lực suy nghĩ, ~소통 잘 안되 trao đổi ý tốt, ~소통이 원활하다 truyền đạt ý trôi chảy, ~소통능력 năng lực truyền đạt ý nghĩ, ~소통장애 trở ngại trong việc truyền đạt, ~ 소통방법 các phương pháp truyền đạt ý nghĩ.

의식 (意識 Ý thức)

의 Ý — Ý nghĩa, ý tưởng, ý nguyện, nguyện vọng, 조의 điếu ý (ý thương tiếc, lòng thương tiếc), 의미 ý vị (ý nghĩa), 의식 ý thức, 의견 ý kiến, 합의 hợp ý, 의지 ý chí, 의도 ý đồ, 주의 chú ý, 의욕 ý dục (mong muốn), 동의 đồng ý.

식 Thức — Biết, nhận biết, nhận ra, hiểu biết, kiến thức, 인식 nhận thức, 의식 ý thức, 지식 tri thức, 상식 thường thức, 학식 học thức, 식별 thức biệt (phân biệt), 식견 thức kiến (cách nhìn nhận).

Giải nghĩa Sự nhận biết.

Cách sử dụng ①Sự nhận biết, ~하다, ~적인 có tính ý thức, ~을 잃다 bất tỉnh, ~을 회복하다 tỉnh lại, ~을 회복시키다 làm cho tỉnh lại, 그녀는 ~ 불명인 채로 병원에 실려 왔다 anh ta được đưa đến bệnh viện trong tình trạng bất tỉnh. ②Nhận thức, ~의 흐름 dòng chảy của nhận thức, ~적인 범죄 phạm tội có nhận thức, 을 ~하지 못하다 không nhận thức được cái gì, 그는 남의 눈을 지나치게 ~한다 cô ấy quá chú tâm đến sự quan tâm người khác, 점차로 그는 그녀의 존재를 ~하게 dần dần anh ta nhận thức được sự tồn tại của cô ấy, 그는 죄 ~이 전혀 없었다 anh ta hoàn toàn không nhận thức gì về tội lỗi, ~ 개혁 cải cách về nhận thức, ~수준이 높다 trình độ nhận thức cao.

의자 (椅子 Ỷ tử)

의 Ỷ — Cái ghế, cái ghế dựa, dựa.

자 Tử — Con, người, trẻ con, cái thứ, 자식 tử tức (con cái), 남자 nam tử, 손자 tôn tử (cháu), 제자 đệ tử, 여자 nữ tử (phụ nữ), 노자 lão tử, 자녀 tử nữ (con cái), 독자 độc tử (con một).

Giải nghĩa Cái ghế.

Cách sử dụng 긴~ ghế dài, ~에 앉다 ngồi lên ghế, ~을 앞으로 당기다 kéo ghế sang phía trước, 식탁~ ghế bàn ăn.

의존 (依存 Y/ỷ tồn)

의 Y/ỷ — Cái ghế, cái ghế dựa, dựa, 의준 y chuẩn (căn cứ), 의거 y cứ (căn cứ vào).

존 Tồn — Còn, còn sống, tồn tại, 보존 bảo tồn, 생존 sinh tồn, 존망 tồn vong, 존재 tồn tại, 장존 trường tồn, 현존 hiện tồn (đang tồn tại).

Giải nghĩa Dựa vào, dựa.

Cách sử dụng ~하다, 에 ~하다 dựa vào, 에 ~하지 않다 không dựa vào, 상호~ dựa vào nhau, 에게 ~해서 살다 sống dựa vào ai, 원료를 외국에 ~하다 nguyên liệu chính dựa vào nước ngoài.

의하다 (依— Y)

의 Y/ỷ — Cái ghế, cái ghế dựa, dựa, 의준 y chuẩn (căn cứ), 의거 y cứ (căn cứ vào).

Giải nghĩa Dựa vào căn cứ vào, dựa theo.

Cách sử dụng ①Căn cứ vào, dựa vào. 에 의하면 nếu dựa theo. 소문에 ~ nếu dựa vào tin đồn. 법에~ dựa theo luật. 사정에~ dựa theo tình hình. 성공 여부는 앞으로의 자네 노력 여하에 의한다 việc có thành công hay không là dựa vào sự nỗ lực của bản thân cậu. 결과는 그녀의 결정에 의해 정해진다 kết quả là dựa vào quyết định của cô ấy. 에 의하면 nếu dựa vào. 그에 관해 아는 바에 ~ 면 nếu dựa vào những gì biết về anh ta. ②Bằng biện pháp gì, bằng. 정부는 힘에 의해 폭동을 진압하려 했다 chính phủ dựa vào nỗ lực để giải tán đám đông. ③Do, vì. 부주의에 ~ do không chú ý, vì không chú ý.

의학 (醫學 Y học)

의 Y — Chữa bệnh, y sĩ, bác sĩ, thầy thuốc, nghề y, 의약품 y dược phẩm, 명의 danh y, 수의 thú y, 의과 y khoa.

학 Học — Nghiên cứu, học tập, hiểu, lĩnh hội, 학생 học sinh, 대학 đại học, 학력 học lực, 학문 học vấn, 화학 hóa học, 문학 văn học, 입학 nhập học, 언어학 ngôn ngữ học, 철학 triết học, 심리학 tâm lí học, 경제학 kinh tế học, 학기 học kì, 학비 học phí, 학자 học giả, 학위 học vị, 과학 khoa học, 법학 pháp học (luật học), 수학 số học (toán), 유학 du học/ lưu học, 의학 y học.

Giải thích — Liên quan đến ngành y.

Cách sử dụng — ~ 계 giới y học, ~을 연구하다 nghiên cứu về y học, ~적 theo y học, về mặt y học, 이 병을 고친다는 것이 현재 ~적으로 불가능하다 việc điều trị bệnh này theo y học hiện tại là không có khả năng, ~ 생 sinh viên theo ngành y, ~ 잡지 tạp chí y học.

이모 (姨母 Di mẫu)

이 Di — Dì, em mẹ.

모 Mẫu — Mẹ, giống cái, lớn, chỉ căn nguyên, 부모 phụ mẫu, 모국 mẫu quốc, 노모 lão mẫu (mẹ già), 산모 sản mẫu (sản phụ), 계모 kế mẫu (mẹ kế), 모유 mẫu nhũ (sữa mẹ), 학부모 học phụ mẫu (phụ huynh học sinh).

Giải nghĩa — Em của mẹ.

Cách sử dụng — ~ 부 dượng (chồng dì), 둘째 ~ dì thứ 2, 막내 ~ dì út, 큰 ~ dì lớn, ~를 닮다 giống với dì.

이번에 (—番 Phiên)

이 — Này, 이 사람 저 사람 người này người kia, 이 물건 hàng hóa này, 이 시간 giờ này, 이 일 việc này.

번 Phiên — Lần, lượt, phiên, gấp, phiên dịch, 번호 phiên hiệu, 번지 phiên địa, 당번 đang phiên (ca trực), 매번 mỗi phiên (mỗi lần), 학번 học phiên (mã năm học), 번호판 phiên hiệu bản (bảng số xe), 전화번호 điện thoại phiên hiệu (số điện thoại)

Giải nghĩa — Lần này.

Cách sử dụng — ~ 시험 thi lần này. ~ 만 chỉ lần này. ~ 만 용서해 주십시오 hãy tha cho tôi lần này. Tới đây, sắp tới. ~ 일요일 chủ nhật tuần tới. ~ 여름 방학 kỳ nghỉ hè sắp tới. 그는 ~에 미국에 간다 anh ta sắp đi Mỹ.

이사 (移徙 Di tỷ)

이 Di — Chuyển, dời, 이민 di dân, 이산 di tán, 이동 di động, 이주 di trú (di dân).

사 Tỷ — Chuyển, đổi.

Giải nghĩa — Chuyển, dời, chuyển nhà.

Cách dùng ~ 가다 chuyển nhà, 서울에서 ~ 온 친구 bạn từ Seoul chuyển đến, 해마다 ~를 다니다 mỗi năm đều chuyển nhà, 새집으로 ~하다 chuyển sang nhà mới.

이상 (理想 Lý tưởng)

이 Lý: Làm việc, lo liệu, quy luật, lý lẽ, hợp lý, 관리 quản lý, 처리 xử lý, 정리 chỉnh lý, 윤리 luân lý, 도리 đạo lý, 심리 tâm lý, 이론 lý luận, 물리 vật lý.

상 Tưởng: Nghĩ tới, suy nghĩ, nghĩ ngợi, nhớ nhung, 상상 tưởng tượng, 상상력 tưởng tượng lực, 가상 giả tưởng, 감상 cảm tưởng, 몽상 mộng tưởng, 사상 tư tưởng, 연상 liên tưởng.

Giải nghĩa Lý tưởng, có tính chất lý tưởng.

Cách sử dụng ①Lý tưởng, 높은 ~ lý tưởng cao cả, ~을 달성하다 đạt được lý tưởng, ~적인 có tính lý tưởng, ~을 품다[갖다] mang lý tưởng, ~을 좇다 theo đuổi lý tưởng, ~을 실현하다 thực hiện lý tưởng, ~에 맞다 đúng với lý tưởng. ②Có tính lý tưởng, ~적인 남편 người chồng lý tưởng, 신혼부부를 위한 ~적인집 căn nhà lý tưởng cho đôi vợ chồng mới.

이상 (異常 Dị thường)

이 Dị: Khác, cái khác, người khác, khác lạ, 동상이몽 đồng sàng dị mộng, 이변 dị biến, 이성 dị tính (khác giới tính), 이별 dị biệt, 이물 dị vật.

상 Thường: Thông thường, phổ thông, luôn, hay, vốn, 평상 bình thường, 비상 phi thường, 통상 thông thường, 이상 dị thường, 상식 thường thức, 무상 vô thường, 평상시 bình thường thì (lúc bình thường).

Giải nghĩa Sự dị thường, kỳ lạ, lạ lùng, lạ lẫm, lạ thường.

Cách sử dụng ~하다, ~ 스럽다, ~한 사람 người kỳ lạ, ~한 느낌 một cảm giác lạ, 머리가 ~하다 cái đầu kỳ lạ quá, ~하게 생각하다 làm cho suy nghĩ khác đi, ~할 것이 없다 không có gì lạ, ~해 보이다 trông khác thường.

이상 (以上 Dĩ thượng)

이 Dĩ: Bởi vì, lý do, căn cứ vào, ở, 이래 dĩ lai (đến nay), 이외 dĩ ngoại (ngoài ra) 이전 dĩ tiền (trước đó), 이하 dĩ hạ (dưới, phía dưới), 이후 dĩ hậu (sau đó), 이내 dĩ nội (trong vòng).

상 Thượng: Đi lên, ở trên, phía trên, hơn, 상반기 thượng bán kỳ (6 tháng đầu năm), 상류 thượng lưu, 상원 thượng viện, 상책 thượng sách, 상하 thượng hạ, 세상 thế thượng (thế gian), 연상 niên thượng (nhiều tuổi hơn), 옥상 ốc thượng (sân thượng), 최상 tối thượng (cao nhất).

Giải nghĩa Tính từ đó trở lên, trên một tiêu chuẩn nào đó, trên.

Cách sử dụng ①Trên, hơn 세시간 ~ trên 3 tiếng đồng hồ, 6 세 ~의 아동 trẻ em trên 6 tuổi, 나이가 50~ 된사람 người tuổi trên 50, 상상~ trên mức tưởng tượng, 수입 ~의 생활을 하다 sống hơn mức thu nhập, 예상 ~이다 trên mức dự tính, 그 ~ 모른다 không biết gì hơn nữa, 그 ~ 말 할 것이 있다 chẳng có gì để nói hơn nữa, 더~ 잘 할 수는 없다

không thể tốt hơn. ②Nếu, 약속을 한 ~지켜야 한다 nếu đã hứa thì phải giữ lời hứa, 내가 온 ~이제 걱정은 말게 nếu tôi đến thì anh đừng lo nữa, 살아 있는 ~ 일해야 한다 nếu còn sống thì phải làm. ③Trên đây, trước đây, ~에 말한 nói trước đây, ~과 같이 như trước đây, ~ 말한 바와 같이 như đã nói trước đây, 약속을 한 ~ 지켜야 한다 đã hứa thì phải giữ. ④Chấm dứt, hết, 오늘 수업을 마친다, ~ Hôm nay chúng ta học đến đây, hết.

이유 (理由 Lý do)

이	Lý	Làm việc, lo liệu, quy luật, lý lẽ, hợp lý, 관리 quản lý, 처리 xử lý, 정리 chỉnh lý, 윤리 luân lý, 도리 đạo lý, 심리 tâm lý, 이론 lý luận, 물리 vật lý.
유	Do	Bởi vì, nguyên do, nguyên nhân, cách thức, thuận theo, 자유화 tự do hóa, 사유 sự do (nguyên do), 자유 tự do, 이유 lý do.
Giải nghĩa		lý do, động cơ, nguyên căn.
Cách sử dụng		결석의 ~ lý do vắng mặt, ~가 없다 không có lý do, 정당한/[부당한 lý do chính đáng [không chính đáng], ~ 있는 có lý do, ~ 없는 không có lý do, ~가 있어서 vì có lý do, 할 ~ 없이 không có lý do để làm gì, 무슨 ~로 với lý do gì, ~를 밝히다 làm rõ lý do, ~를 묻다 hỏi lý do.

이해 (理解 Lý giải)

이	Lý	Làm việc, lo liệu, quy luật, lý lẽ, hợp lý, 관리 quản lý, 처리 xử lý, 정리 chỉnh lý, 윤리 luân lý, 도리 đạo lý, 심리 tâm lý, 이론 lý luận, 물리 vật lý.
해	Giải	Phân tích, trình bày, lời giải đáp, mổ xẻ, mở ra. 오해 ngộ giải (hiểu lầm), 난해 nan giải (khó giải quyết), 해체 giải thể, 해설 giải thuyết (giải thích), 화해 hòa giải, 이해 lý giải, 분해 phân giải.
Giải nghĩa		Hiểu, biết, hiểu biết hoặc thông cảm.
Cách sử dụng		①Hiểu biết, hiểu, ~하다, 상호간의 ~hiểu nhau, 올바르게 ~하다 hiểu đúng, ~할 수 없다 không hiểu nổi, 남의 말을 ~ hiểu lời của người khác, ~ 곤란하다 khó hiểu, ~가 부족하다 hiểu ít, ~가 빠르다 hiểu nhanh, ~가 더디다 hiểu chậm, 상호간에 ~을 증진하다 tăng cường sự hiểu biết giữa hai bên, ~할 수 있다 có thể hiểu, 문장의 뜻을 ~하다 hiểu ý câu văn, 나는 자네 말을 ~할 수 없네 tôi không hiểu cậu nói gì. ②Sự cảm thông, thông cảm, ~있는 남편 người chồng biết suy nghĩ, 내 뜻을 ~해주세요 hãy hiểu cho tôi, 제 입장을 ~해주세요 hãy hiểu cho hoàn cảnh của tôi.

이혼 (離婚 Ly hôn)

이	Ly/li	Chia ra, xa cách, lìa tan, chia li, 이별 ly biệt (chia tay), 이산 li tán, 이향 ly hương, 격리 cách ly, 거리 cự ly, 분리 phân ly.

혼 Hôn | Cưới, lấy vợ hoặc chồng, 혼인 hôn nhân, 성혼 thành hôn, 이혼 li hôn, 만혼 mãn hôn (kết hôn muộn), 구혼 cầu hôn, 결혼 kết hôn, 약혼 ước hôn (đính hôn), 혼례 hôn lễ, 재혼 tái hôn, 혼수 hôn thú, 신혼 tân hôn.

Giải nghĩa Ly hôn, ly dị.

Cách sử dụng ~하다, 와 ~하다 ly hôn với ai, ~을 요구하다 yêu cầu ly hôn, 그녀는 얼머전에 남편과 ~ không bao lâu trước đây cô ta đã ly hôn với chồng, 합의 ~하다 ly hôn thỏa thuận, ~ 소송 ra tòa ly hôn, ~절차 thủ tục ly hôn, ~ 율 tỷ lệ ly hôn, ~자 người ly hôn, ~ 녀 người đàn bà đã ly hôn.

인간 (人間 Nhân gian)

인 Nhân | Người, con người, dân chúng, 개인 cá nhân, 인물 nhân vật, 인권 nhân quyền, 인사 nhân sự, 노인 lão nhân (người già), 인간 nhân gian, 인구 nhân khẩu, 인력 nhân lực, 부인 phu nhân, 군인 quân nhân, 미인 mỹ nhân, 범인 phạm nhân, 살인 sát nhân, 상인 thương nhân, 애인 ái nhân (người yêu), 여인 nữ nhân, 은인 ân nhân.

간 Gian | Khoảng không gian, giữa, trong khoảng, 기간 kỳ gian (thời hạn, thời gian), 당분간 đương phân gian (tạm thời), 간격 gian cách (khoảng cách giữa), 중간 trung gian, 공간 không gian, 간식 gian thực (ăn nhẹ giữa các bữa), 형제간 huynh đệ gian (mối quan hệ anh em), 인간 nhân gian.

Giải nghĩa Con người, giữa con người với nhau.

Cách sử dụng ~다운 ra con người, ~의 손으로 만든 làm bằng bàn tay con người, ~ 미 vẻ đẹp con người, ~성 tính người, ~ 애 tình người, ~의 약점 nhược điểm của con người, ~은 만물의 영장이다 con người là đứng đầu của mọi vật, 그들도 ~이다 họ cũng là con người, 그것은 ~으로서는 할 수 없다 cái đó con người không làm được, 그는 절대로 우리를 배신할 ~ 이 아니다 anh ta tuyệt đối không phải là người phản bội chúng ta, ~ 만사 새옹지마「tục ngữ」Vạn sự cuộc đời là tái ông chi mã, ~ 관계 quan hệ con người với con người, ~ 사회 xã hội loài người.

인격 (人格 Nhân cách)

인 Nhân | Người, con người, dân chúng, 개인 cá nhân, 인물 nhân vật, 인권 nhân quyền, 인사 nhân sự, 노인 lão nhân (người già), 인간 nhân gian, 인구 nhân khẩu, 인력 nhân lực, 부인 phu nhân, 군인 quân nhân, 미인 mỹ nhân, 범인 phạm nhân, 살인 sát nhân, 상인 thương nhân, 애인 ái nhân (người yêu), 여인 nữ nhân, 은인 ân nhân.

격 Cách | Cách thức, tiêu chuẩn, khuôn phép, phương pháp, 규격 quy cách, 성격 tính cách, 격식 cách thức (nghi thức), 인격 nhân cách, 불합격 bất hợp cách (không đạt chuẩn), 가격 giá cách (giá cả), 자격 tư cách.

Giải nghĩa Nhân cách, ân cách.

Cách sử dụng ~을 존중하다 tôn trọng nhân cách, ~을 손상케하다 làm tổn thương nhân cách, ~ 교육 giáo dục nhân cách, ~ 형성 hình thành nhân cách, ~화 nhân cách hóa, ~ 수양 tu dưỡng nhân cách, ~ 손실 làm mất nhân cách.

인구 (人口 Nhân khẩu)

인 Nhân — Người, con người, dân chúng, 개인 cá nhân, 인물 nhân vật, 인권 nhân quyền, 인사 nhân sự, 노인 lão nhân (người già), 인간 nhân gian, 인구 nhân khẩu, 인력 nhân lực, 부인 phu nhân, 군인 quân nhân, 미인 mỹ nhân, 범인 phạm nhân, 살인 sát nhân, 상인 thương nhân, 애인 ái nhân (người yêu), 여인 nữ nhân, 은인 ân nhân.

구 Khẩu — Miệng, cửa, 식구 thực khẩu (miệng ăn), 인구 nhân khẩu, 입구 (nhập khẩu) lối vào, cửa vào, 돌파구 đột phá khẩu (lối đột phá), 창구 song khẩu (cửa sổ hoặc quầy giao dịch, quầy làm việc), 구호 khẩu hiệu, 구령 khẩu lệnh.

Giải nghĩa Số người, dân số, nhân khẩu.

Cách sử dụng ~가 적다 ít dân số, ~가 많다 đông dân, ~가 조밀한 곳 nơi tập trung dân số đông, ~가 희박한 곳 nơi dân số thưa thớt, ~가 늘다[줄다]dân số tăng lên [giảm xuống], ~ 감소 giảm dân số, ~밀도 mật độ dân số, ~ 조사 điều tra dân số, ~ 통계 thống kê dân số, ~ 폭발 bùng nổ dân số, ~ 5 백만의 도시 thành phố 5 triệu dân, 농업[노동] ~ dân số nông nghiệp[lao động], ~ 과잉[과밀] sự bùng nổ dân số [quá tải], ~ 구성 cải tạo dân số, ~ 문제 vấn đề về dân số, ~ 억제정책 chính sách hạn chế dân số, ~ 유입 du nhập dân số, ~ 유입을 억제하다 hạn chế du nhập dân số, ~ 증가율 tỉ lệ tăng dân số.

인기 (人氣 Nhân khí)

인 Nhân — Người, con người, dân chúng, 개인 cá nhân, 인물 nhân vật, 인권 nhân quyền, 인사 nhân sự, 노인 lão nhân (người già), 인간 nhân gian, 인구 nhân khẩu, 인력 nhân lực, 부인 phu nhân, 군인 quân nhân, 미인 mỹ nhân, 범인 phạm nhân, 살인 sát nhân, 상인 thương nhân, 애인 ái nhân (người yêu), 여인 nữ nhân, 은인 ân nhân.

기 Khí — Khí, hơi, trạng thái, 기상 khí tượng, 공기 không khí, 기후 khí hậu, 기압 khí áp, 용기 dũng khí, 경기구 khinh khí cầu, 생기 sinh khí (sức sống), 고기압 cao khí áp (khí áp cao), 기색 khí sắc (sắc mặt), 기관 khí quản.

Giải nghĩa Xung quanh có nhiều người, sự mến mộ, yêu thích, sự nổi tiếng.

Cách sử dụng ~ 가요 bài hát yêu thích, ~ 드라마 bộ phim truyền hình yêu thích, ~ 배우 diễn viên được yêu thích, 세계적 ~가수 ca sĩ được yêu thích trên toàn thế giới, ~가 있다 được mến mộ, ~가 없다 không được mến mộ, 그는 여성들한테 ~가 있다 anh ta được giới nữ yêu mến, ~ 배우 diễn viên được yêu thích, ~ 노래 bài hát được yêu thích, ~ 직업 nghề nghiệp được ưa chuộng. 일시적~ sự mến mộ có tính tạm thời, 폭발적 ~ sự yêu mến bùng nổ, ~가 떨어지다 sự yêu mến giảm sút, ~을 얻다[끌다] kéo theo sự mến mộ, lôi kéo sự mến mộ, ~을 회복하다 phục hồi sự mến mộ, 그는 모든 학생에게 ~가 있다 anh ta được tất cả học sinh mến mộ, ~ 연예인 diễn viên được mến mộ, ~ 프로 chương trình được mến mộ.

인도 (引渡 Dẫn độ)

인	Dẫn	Dẫn dắt, đưa đến, gây ra, 인증 dẫn chứng, 인상 dẫn thượng (tăng lên), 흡인 hấp dẫn (hút vào) 인입 dẫn nhập.
도	Độ	Qua, sang, vượt qua, giao phó, 과도 quá độ, 양도 nhượng độ (chuyển nhượng).
Giải nghĩa		Dẫn để vượt qua cái gì đó, chuyển giao, giao, bàn giao, dẫn độ.
Cách sử dụng		~하다, 재산을 ~하다 chuyển giao tài sản, 범죄~조약 Hiệp ước dẫn độ tội phạm, 범인을 ~하다 dẫn độ tội phạm.

인도 (人道 Nhân đạo)

인	Nhân	Người, con người, dân chúng, 개인 cá nhân, 인물 nhân vật, 인권 nhân quyền, 인사 nhân sự, 노인 lão nhân (người già), 인간 nhân gian, 인구 nhân khẩu, 인력 nhân lực, 부인 phu nhân, 군인 quân nhân, 미인 mỹ nhân, 범인 phạm nhân, 살인 sát nhân, 상인 thương nhân, 애인 ái nhân (người yêu), 여인 nữ nhân, 은인 ân nhân.
도	Đạo	Đường, dòng, lý lẽ, đạo đức, 도리 đạo lý, 도덕 đạo đức, 도로 đạo lộ (con đường), 보도 bộ đạo (vỉa hè, đường đi bộ), 철도 thiết đạo (đường sắt), 차도 xa đạo (đường cho xe đi), 적도 xích đạo, 궤도 quỹ đạo.
Giải nghĩa		①Đường dành cho người đi bộ. ②Nhân đạo.
Cách sử dụng		①Đường dành cho người đi bộ, ~와 차도의 구별이 없는 장소 nơi không phân biệt đường dành cho xe và giành cho người, ~을 걷다 đi trên đường dành cho người đi bộ, ~교 cầu dành cho người đi bộ. ②Nhân đạo, đạo đạo đức con người, ~적 tính nhân đạo, 비~적 phi nhân đạo, ~ 문제 vấn đề nhân đạo, ~적 원조 viện trợ có tính nhân đạo, ~을 무시하다 coi thường đạo đức con người, ~에 어긋나다 trái với đạo đức con người, ~주의 chủ nghĩa nhân đạo, ~적 통로 hành lang nhân đạo.

인력 (人力 Nhân lực)

인	Nhân	Người, con người, dân chúng, 개인 cá nhân, 인물 nhân vật, 인권 nhân quyền, 인사 nhân sự, 노인 lão nhân (người già), 인간 nhân gian, 인구 nhân khẩu, 인력 nhân lực, 부인 phu nhân, 군인 quân nhân, 미인 mỹ nhân, 범인 phạm nhân, 살인 sát nhân, 상인 thương nhân, 애인 ái nhân (người yêu), 여인 nữ nhân, 은인 ân nhân.
력	Lực	Sức, lực, sức lực, khả năng đạt tới, khỏe, 수력 thuỷ lực, 속력 tốc lực, 세력 thế lực, 병력 binh lực, 주력 chủ lực, 합력 hợp lực, 노력 nỗ lực, 능력 năng lực, 폭력 bạo lực, 협력 hiệp lực, 권력 quyền lực, 인력 nhân lực, 효력 hiệu lực, 학력 học lực.
Giải nghĩa		Nhân lực, sức người.

Cách sử dụng ~ 개발 phát triển nhân lực, ~난 nạn thiếu nhân lực ~ 동 huy động nguồn nhân lực, ~ 수출 xuất khẩu nhân lực, 기술 ~을 양성하다 đào tạo nhân lực kĩ thuật, 전문 ~을 양성하다 đào tạo nhân lực chuyên môn, ~으로는 불가능하다 không thể làm bằng sức người, ~ 개발 phát triển nhân lực, ~ 배치표 bảng bố trí nhân lực.

인류 (人類 Nhân loại)

인 Nhân Người, con người, dân chúng, 개인 cá nhân, 인물 nhân vật, 인권 nhân quyền, 인사 nhân sự, 노인 lão nhân (người già), 인간 nhân gian, 인구 nhân khẩu, 인력 nhân lực, 부인 phu nhân, 군인 quân nhân, 미인 mỹ nhân, 범인 phạm nhân, 살인 sát nhân, 상인 thương nhân, 애인 ái nhân (người yêu), 여인 nữ nhân, 은인 ân nhân.

류 Loại Loài, giống, thứ, đại khái, 일류 nhất loại (hạng một), 동류 đồng loại, 종류 chủng loại, 인류 nhân loại, 분류 phân loại, 서류 thư loại (tài liệu), 의류 y loại (quần áo), 주류 tửu loại (loại rượu).

Giải nghĩa Nhân loại.

Cách sử dụng ~ 사 lịch sử nhân loại, ~ 사상에 trong lịch sử nhân loại, ~ 사회 xã hội loài người, ~ 애 tình yêu nhân loại, 문화~ văn hóa nhân loại, ~의 복지 phúc lợi loài người, ~의 행복 hạnh phúc của nhân loại.

인명 (人命 Nhân mệnh/ mạng)

인 Nhân Người, con người, dân chúng, 개인 cá nhân, 인물 nhân vật, 인권 nhân quyền, 인사 nhân sự, 노인 lão nhân (người già), 인간 nhân gian, 인구 nhân khẩu, 인력 nhân lực, 부인 phu nhân, 군인 quân nhân, 미인 mỹ nhân, 범인 phạm nhân, 살인 sát nhân, 상인 thương nhân, 애인 ái nhân (người yêu), 여인 nữ nhân, 은인 ân nhân.

명 Mệnh/ mạng Số phận, vận mệnh, mệnh trời, việc lớn, 명령 mệnh lệnh, 운명 vận mệnh, 생명 sinh mệnh, 미인박명 mỹ nhân bạc mệnh, 사명 sứ mệnh, 천명 thiên mệnh (mệnh trời), 수명 thọ mệnh (tuổi thọ).

Giải nghĩa Mạng sống con người.

Cách sử dụng ~의 구조 cứu trợ người, ~의 손실 tổn hại về nhân mạng, ~에 관계되다 liên quan tới sinh mạng con người, ~ 피해 thiệt hại về người. 많은 ~을 희생하여 hy sinh nhiều người, ~을 경시하다 coi thường mạng sống, ~을 앗아갔다 cướp đi mạng sống.

인물 (人物 Nhân vật)

인 Nhân Người, con người, dân chúng, 개인 cá nhân, 인물 nhân vật, 인권 nhân quyền, 인사 nhân sự, 노인 lão nhân (người già), 인간 nhân gian, 인구 nhân khẩu, 인력 nhân lực, 부인 phu nhân, 군인 quân nhân, 미인 mỹ nhân, 범인 phạm nhân, 살인 sát nhân, 상인 thương nhân, 애인 ái nhân (người yêu), 여인 nữ nhân, 은인 ân nhân.

물 Vật — Đồ vật, sự vật, người, thế gian, 인물 nhân vật, 선물 thiện vật (quà tặng), 건물 kiến vật (tòa nhà), 식물 thực vật, 동물 động vật, 유물 di vật, 박물관 bác vật quán (bảo tàng), 뇌물 lộ vật (vật hối lộ), 생물학 sinh vật học, 물질 vật chất, 물가 vật giá, 물품 vật phẩm, 물체 vật thể, 물리 vật lý, 사물 sự vật.

Giải nghĩa Nhân vật, con người.

Cách sử dụng ①Nhân vật, con người,위대한 ~một nhân vật vĩ đại, 세계적인~nhân vật có tầm thế giới, 위험 ~nhân vật nguy hiểm, 중요 ~nhân vật quan trọng, 장래가 기대되는 ~nhân vật được chờ đợi trong tương lai, 그는 어떠한 ~ 인가? Anh ta là người thế nào?, ~ 묘사 miêu tả nhân vật, ~ 평가 đánh giá nhân vật, ~화 nhân vật hóa. ②Nét mặt, hình thức, khuôn mặt, ~이 못생긴 사람 người có hình thức xấu, ~이 좋다 hình thức tốt, dễ nhìn, ~을 그리다 vẽ con người.

인분 (人分 Nhân phần)

인 Nhân — Người, con người, dân chúng, 개인 cá nhân, 인물 nhân vật, 인권 nhân quyền, 인사 nhân sự, 노인 lão nhân (người già), 인간 nhân gian, 인구 nhân khẩu, 인력 nhân lực, 부인 phu nhân, 군인 quân nhân, 미인 mỹ nhân, 범인 phạm nhân, 살인 sát nhân, 상인 thương nhân, 애인 ái nhân (người yêu), 여인 nữ nhân, 은인 ân nhân.

분 Phần — Phân chia, thành phần, nhiệm vụ, 분자 phần tử, 성분 thành phần, 다분 đa phần, 여분 dư phần (phần còn lại).

Giải nghĩa Phần cho từng người, phần ăn, suất ăn.

Cách sử dụng 불고기 3 ~ 주세요 Cho tôi ba phần thịt nướng, 몇 ~ mấy suất?.

인상 (印象 Ấn tượng)

인 Ấn — Dấu, vết, in ấn, để lại dấu vết, 인상 ấn tượng, 인쇄 ấn loát (in ấn).

상 Tượng — Hình dáng, tình trạng, giống như, 상상 tưởng tượng, 상징 tượng trưng, 형상 hình tượng, 동상 đồng tượng (tượng đồng), 불상 Phật tượng (tượng Phật), 현상 hiện tượng, 추상화 trừu tượng họa (tranh trừu tượng), 표상 biểu tượng, 대상 đối tượng, 기상 khí tượng, 추상 trừu tượng.

Giải nghĩa Ấn tượng.

Cách sử dụng 첫~ ấn tượng ban đầu, 좋은 ~ ấn tượng tốt, 나쁜 ~ ấn tượng xấu, ~을 남기다 để lại ấn tượng, ~을 주다 gây ấn tượng tốt, tạo ấn tượng tốt, ~에 남다 để lại ấn tượng, 잊을 수 없는 ~ ấn tượng không thể quên được, ~을 받다 có ấn tượng, 깊은 ~을 받다 có ấn tượng xâu sắc, 좋은[나쁜] ~을 주다 tạo ấn tượng tốt [xấu], 첫~을 말하다 nói về ấn tượng đầu tiên, ~ 파 trường phái ấn tượng, ~ (이) 짙다 ấn tượng sâu sắc.

인형 (人形 Nhân hình)

인 Nhân Người, con người, dân chúng, 개인 cá nhân, 인물 nhân vật, 인권 nhân quyền, 인사 nhân sự, 노인 lão nhân (người già), 인간 nhân gian, 인구 nhân khẩu, 인력 nhân lực, 부인 phu nhân, 군인 quân nhân, 미인 mỹ nhân, 범인 phạm nhân, 살인 sát nhân, 상인 thương nhân, 애인 ái nhân (người yêu), 여인 nữ nhân, 은인 ân nhân.

형 Hình Dáng vẻ, hình dáng, hình dung, biểu lộ, 형식 hình thức, 형성 hình thành, 형태 hình thái, 형상 hình tượng (hình ảnh), 형세 hình thế, 형용 hình dung, 형체 hình thể.

Giải nghĩa Hình người, có hình dáng người, búp bê.

Cách sử dụng ①Hình người, búp bê, đồ chơi hình người, ~같은 như búp bê, ~ 극 múa rối, ~을 가지고 놀다 chơi với búp bê. ②Chỉ bù nhìn.

일 (一 Nhất)

일 Nhất Một, nhất, cùng một, tất cả đều, 통일 thống nhất, 일거일동 nhất cử nhất động, 일정 nhất định, 제일 đệ nhất, 일관 nhất quán, 동일 đồng nhất, 합일 hợp nhất, 단일 đơn nhất.

Giải nghĩa Một, số một.

Cách sử dụng ~ 등 đứng đầu, loại một, ~년 một năm, ~원 một won, ~월 ~일 ngày 1 tháng 1.

일 (日 Nhật)

일 Nhật Mặt trời, ngày, ban ngày, hằng ngày, 일정 nhật trình (lịch trình), 일기 nhật ký, 일상 nhật thường (hằng ngày), 생일 sinh nhật, 당일 đương nhật (trong ngày), 평일 bình nhật (ngày thường).

Giải nghĩa Ngày.

Cách sử dụng 삼~ ba ngày, 9 월 14~ ngày 14 tháng 9, ~ 2 회복용 ngày uống 2 lần thuốc, 9 월 2 일 ngày mồng 2 tháng 9, 기념~ ngày kỷ niệm, 공휴~ ngày nghỉ.

일기 (日記 Nhật ký)

일 Nhật Mặt trời, ngày, ban ngày, hằng ngày, 일정 nhật trình (lịch trình), 일기 nhật ký, 일상 nhật thường (hằng ngày), 생일 sinh nhật, 당일 đương nhật (trong ngày), 평일 bình nhật (ngày thường).

기 Ký Nhớ, ghi chép, viết, biên, 기억 ký ức, 기자 ký giả, 기록 ký lục (ghi chép), 기사 ký sự, 기호 ký hiệu.

Giải nghĩa Nhật ký.

Cách sử dụng ~을 쓰다 viết nhật ký, ~ 장 quyển nhật ký, ~에 적다 viết vào nhật ký, 여행 ~ nhật ký du lịch.

일기 (日氣 Nhật khí)

일	Nhật	Mặt trời, ngày, ban ngày, hằng ngày, 일정 nhật trình (lịch trình), 일기 nhật ký, 일상 nhật thường (hằng ngày), 생일 sinh nhật, 당일 đương nhật (trong ngày), 평일 bình nhật (ngày thường).
기	Khí	Không khí, khí trời, khí hậu, tinh thần, 생기 sinh khí, 기후 khí hậu, 기압 khí áp.
Giải nghĩa		Thời tiết, thời tiết ngày hôm đó.
Cách sử dụng		~예보 dự báo thời tiết, ~가 화창하다 trời trong xanh.

일상 (日常 Nhật thường)

일	Nhật	Mặt trời, ngày, ban ngày, hằng ngày, 일정 nhật trình (lịch trình), 일기 nhật ký, 일상 nhật thường (hằng ngày), 생일 sinh nhật, 당일 đương nhật (trong ngày), 평일 bình nhật (ngày thường).
상	Thường	Thông thường, phổ thông, luôn, hay, vốn, 평상 bình thường, 비상 phi thường, 통상 thông thường, 이상 dị thường, 상식 thường thức, 무상 vô thường, 평상시 bình thường thì (lúc bình thường).
Giải nghĩa		Hằng ngày, thường ngày.
Cách sử dụng		~ 쓰는 물건 đồ vật dùng hằng ngày, ~ 복 áo quần mặc hằng ngày, ~ 생활 cuộc sống hằng ngày, ~ 용어 từ dùng hằng ngày, ~ 회화 hội thoại hằng ngày, ~ 업무 công việc hằng ngày.

일생 (一生 Nhất sinh)

일	Nhất	Một, nhất, cùng một, tất cả đều, 통일 thống nhất, 일거일동 nhất cử nhất động, 일정 nhất định, 제일 đệ nhất, 일관 nhất quán, 동일 đồng nhất, 합일 hợp nhất, 단일 đơn nhất.
생	Sinh	Sinh ra, sự sống, sản xuất ra, học trò, người có ăn học, 발생 phát sinh, 생활 sinh hoạt, 학생 học sinh, 선생 tiên sinh (giáo viên, ông, bà), 생산 sinh sản (sản xuất), 생계 sinh kế (kế sinh nhai), 위생 vệ sinh, 생존 sinh tồn, 기생충 ký sinh trùng, 생명 sinh mệnh, 생동 sinh động, 생물 sinh vật.
Giải nghĩa		Cả cuộc đời, trong đời, đời, một lần sinh ra.
Cách sử dụng		~ 잊을 수 없는 일 việc mà cả đời không quên được, ~에 한번 một lần cả đời, ~을 보내다 sống cả cuộc đời, ~을 바치다 hy sinh cả cuộc đời, ~의 소원 nguyện vọng của cả đời người, ~에 한번 cả cuộc đời chỉ có một lần, ~한번의 좋은 기회 cơ hội tốt nhất chỉ có một lần trong đời, ~을 통하여 suốt cả cuộc đời, ~을 마치다 kết thúc cuộc đời, ~을 독신으로 지내다 sống cả cuộc đời độc thân, ~일사 nhất sinh nhất tử (sinh ra một lần, chết một lần).

일시 (一時 Nhất thời)

일	Nhất	Một, nhất, cùng một, tất cả đều, 통일 thống nhất, 일거일동 nhất cử nhất động, 일정 nhất định, 제일 đệ nhất, 일관 nhất quán, 동일 đồng nhất, 합일 hợp nhất, 단일 đơn nhất.
시	Thời	Lúc, thời gian, giờ, tiếng, thời kì, 시계 thời kế (cái đồng hồ), 시간 thời gian, 시점 thời điểm, 일시 nhất thời, 시간표 thời gian biểu, 시기 thời kỳ, 시대 thời đại, 동시 đồng thời.

Giải nghĩa Một khoảng thời gian, ngày giờ, tạm thời, nhất thời, cùng lúc, bỗng lát.

Cách sử dụng ①Một thời gian, một khoảng thời gian, ngày giờ 그는 ~ 서울에서 살았다 anh ta một thời gian sống ở Seoul. ②Đồng thời, cùng lúc, ~에 cùng lúc, ~에 두가지 일을 할 수는 없다 cùng lúc không thể làm hai việc, 모든 청중이 ~에 일어섰다 tất cả mọi khán giả đồng loạt đứng dậy, 시선이 ~에 쏠리다 ánh mắt đồng loạt nhìn vào. ③Tạm thời, nhất thời, ~적인 có tính tạm thời, ~적 현상 hiện tượng có tính nhất thời, ~적 분노 cơn giận nhất thời, ~적인기 sự mến mộ nhất thời, ~적 충동 rung động nhất thời. ④Trong chốc lát, bỗng nhiên, đột nhiên, 그는 ~에 갑자기 부자 되었다 anh ta bỗng nhiên trở thành người giàu có, 그는 이 소설로 ~에 유명해졌다 anh ta bỗng nhiên trở nên nổi tiếng vì cuốn tiểu thuyết này.

일회용 (一回用) Nhất hồi dụng)

일	Nhất	Một, nhất, cùng một, tất cả đều, 통일 thống nhất, 일거일동 nhất cử nhất động, 일정 nhất định, 제일 đệ nhất, 일관 nhất quán, 동일 đồng nhất, 합일 hợp nhất, 단일 đơn nhất.
회	Hồi	Lần, lượt hoặc quay trở lại, về, 회신 hồi tín (hồi âm), 회복 hồi phục, 만회 vãn hồi, 회수 hồi thu (thu hồi), 회생 hồi sinh, 회상 hồi tưởng.
용	Dụng	Dùng, sử dụng, công hiệu, hiệu quả, 반작용 phản tác dụng, 사용 sử dụng, 용구 dụng cụ, 신사~ dùng cho đàn ông, 숙녀~ dùng cho phụ nữ, 이용 lợi dụng, 남용 lạm dụng, 작용 tác dụng, 신용 tín dụng, 실용 thực dụng, 부작용 phụ tác dụng (tác dụng phụ).

Giải nghĩa Sử dụng một lần.

Cách sử dụng 일회분 phần dùng một lần, 일회용품 sản phẩm sử dụng một lần, ~컵 ly dùng một lần, ~숟가락 thìa dùng một lần, ~수저 thìa muỗng dùng một lần.

임금 (任金 Nhiệm kim)

임	Nhiệm	Gánh vác, đảm nhận, chịu đựng, 임기 nhiệm kỳ, 겸임 kiêm nhiệm, 책임 trách nhiệm, 취임 tựu nhiệm (nhậm chức), 퇴임 thoái nhiệm (từ chức), 신임대사 tân nhiệm đại sứ (đại sứ mới bổ nhiệm), 담임 đảm nhiệm, 책임자 trách nhiệm giả (người chịu trách nhiệm), 무책임 vô trách nhiệm.
금	Kim	Vàng, tiền, kim loại, 백금 bạch kim, 금액 kim ngạch (số tiền), 금자탑 kim tự tháp, 금강 kim cương, 황금 hoàng kim, 합금 hợp kim, 입금 nhập kim (bỏ tiền vào), 송금

tống kim (gửi tiền), 상금 thưởng kim (tiền thưởng), 벌금 phạt kim (tiền phạt), 보증금 bảo chứng kim (tiền đặt cọc), 금광 kim khoáng (mỏ vàng).

Giải nghĩa Tiền trả cho một nhiệm vụ nào đó, tiền lương, lương, thù lao.

Cách sử dụng 이 ~ 낮다 lương thấp, ~을 지급하다 trả lương, ~을 받다 nhận lương, ~노동자 người lao động ăn lương, ~대장 sổ lương, ~인상 nâng lương, ~인하 hạ lương, ~ 정책 chính sách về lương, ~지수 chỉ số lương, 기본~ lương cơ bản, 능률~ lương năng suất, 시간제~lương thời gian, 최고[최저] ~mức lương cao nhất[thấp nhất], ~이 낮은 근로자 người lao động lương thấp, 싼 ~으로 일하다 làm việc lương thấp, ~을 올리다 [내리다] nâng [hạ] lương, ~을 받다 nhận lương, ~ 격차 chênh lệch về lương, ~ 수준 mức lương, ~인상을 요구하다 yêu cầu tăng lương, ~ 인상을 외치다 kêu gọi tăng lương, ~ 제도 chế độ tiền lương, ~지급일 ngày trả lương, ~ 체계 hệ thống lương.

임무 (任務 Nhiệm vụ)

임 Nhiệm — Gánh vác, đảm nhận, chịu đựng, 임기 nhiệm kỳ, 겸임 kiêm nhiệm, 책임 trách nhiệm, 취임 tựu nhiệm (nhậm chức), 퇴임 thoái nhiệm (từ chức), 신임대사 tân nhiệm đại sứ (đại sứ mới bổ nhiệm), 담임 đảm nhiệm, 책임자 trách nhiệm giả (người chịu trách nhiệm), 무책임 vô trách nhiệm.

무 Vụ — Công việc, việc làm, chuyên, chăm, 사무실 sự vụ thất (văn phòng) , 국무 quốc vụ, 직무 chức vụ, 임무 nhiệm vụ, 공무 công vụ, 재무 tài vụ, 업무 nghiệp vụ, 의무 nghĩa vụ.

Giải nghĩa Nhiệm vụ**,** công việc phải làm.

Cách sử dụng 중대한 ~ nhiệm vụ trọng đại, ~을 수행하다 thi hành nhiệm vụ, ~을 주다 giao nhiệm vụ, ~에 충실하다 thực hiện tốt nhiệm vụ, ~을 태만히 하다 lơ là nhiệm vụ, 특별 ~을 띠고 가다 đi mang theo một nhiệm vụ đặc biệt.

입구 (入口 Nhập khẩu)

입 Nhập — Vào trong, vào, tham gia, nộp vào, thích ứng với, 출입구 xuất nhập khẩu, 입원 nhập viện, 가입 gia nhập, 수입 thu nhập, 입금 nhập kim (bỏ tiền vào), 입국 nhập quốc (nhập cảnh), 입대 nhập đội (nhập ngũ), 입원 nhập viện.

구 Khẩu — Miệng, cửa, 식구 thực khẩu (miệng ăn), 인구 nhân khẩu, 입구 (nhập khẩu) lối vào, cửa vào, 돌파구 đột phá khẩu (lối đột phá), 창구 song khẩu (cửa sổ hoặc quầy giao dịch, quầy làm việc), 구호 khẩu hiệu, 구령 khẩu lệnh.

Giải nghĩa Cửa vào, lối vào.

Cách sử dụng 터널의 ~ lối vào đường hầm, 항구의 ~ lối vào cảng, 고속도로 ~ lối vào đường cao tốc, ~을 막다 chặn lối vào, ~로 들어가다 đi vào, lối vào.

입금 (入金 Nhập kim)

입	Nhập	Vào trong, vào, tham gia, nộp vào, thích ứng với, 출입구 xuất nhập khẩu, 입원 nhập viện, 가입 gia nhập, 수입 thu nhập, 입금 nhập kim (bỏ tiền vào), 입국 nhập quốc (nhập cảnh), 입대 nhập đội (nhập ngũ), 입원 nhập viện, 입학 nhập học.
금	Kim	Vàng, tiền, kim loại, 백금 bạch kim, 금액 kim ngạch (số tiền), 금자탑 kim tự tháp, 금강 kim cương, 황금 hoàng kim, 합금 hợp kim, 입금 nhập kim (bỏ tiền vào), 송금 tống kim (gửi tiền), 상금 thưởng kim (tiền thưởng), 벌금 phạt kim (tiền phạt), 보증금 bảo chứng kim (tiền đặt cọc), 금광 kim khoáng (mỏ vàng).

Giải nghĩa Đóng tiền vào, nhập tiền vào.

Cách sử dụng ~하다, 그 돈은 6 월 1 일까지 ~해야 한다 phải đóng số tiền đó trước ngày 1 tháng 6, ~통지서 giấy thông báo đóng tiền.

입시 (入試)

입	Nhập	Vào trong, vào, tham gia, nộp vào, thích ứng với, 출입구 xuất nhập khẩu, 입원 nhập viện, 가입 gia nhập, 수입 thu nhập, 입금 nhập kim (bỏ tiền vào), 입국 nhập quốc (nhập cảnh), 입대 nhập đội (nhập ngũ), 입원 nhập viện, 입학 nhập học.
시	Thí	Thi, làm thử, 응시 ứng thí, 시험 thí nghiệm,고시 khảo thí, 시운전 thí vận chuyển (lái thử), 시식 thí thực (ăn thử).

Giải nghĩa Thi nhập học, đầu vào.

Cách sử dụng ~을 치르다 thi vào, thi đầu vào, ~에 합격하다 đỗ thi đầu vào, ~ 합격자 người thi đỗ đầu vào.

입원 (入院 Nhập viện)

입	Nhập	Vào trong, vào, tham gia, nộp vào, thích ứng với, 출입구 xuất nhập khẩu, 입원 nhập viện, 가입 gia nhập, 수입 thu nhập, 입금 nhập kim (bỏ tiền vào), 입국 nhập quốc (nhập cảnh), 입대 nhập đội (nhập ngũ), 입원 nhập viện, 입학 nhập học.
원	Viện	Nơi, chỗ, toà quan, sở, viện, 연구원 nghiên cứu viện (viện nghiên cứu), 법원 pháp viện (tòa án), 병원 bệnh viện, 학원 học viện, 원장 viện trưởng, 의원 y viện, 감사원 viện kiểm sát, 고아원 viện mồ côi, 대학원 đại học viện (sau đại học), 퇴원 thoái viện (ra viện), 선원 thiền viện.

Giải nghĩa Nhập viện.

Cách sử dụng ~하다, ~ 중이다 đang nằm viện, ~시키다 đưa vào viện, cho nhập viện, ~료 chi phí nhập viện, ~ 수속 thủ tục nhập viện, ~ 절차 thủ tục nhập viện, ~ 환자명부 danh sách bệnh nhân nhập viện, 장기 ~ 환자 bệnh nhân nhập viện dài hạn.

입장 (入場 Nhập trường)

입 Nhập Vào trong, vào, tham gia, nộp vào, 출입구 xuất nhập khẩu, 입원 nhập viện, 가입 gia nhập, 수입 thu nhập, 입금 nhập kim (bỏ tiền vào), 입국 nhập quốc (nhập cảnh), 입대 nhập đội (nhập ngũ), 입원 nhập viện, 입학 nhập học.

장 Trường Chỗ đông người tụ tập hoặc làm việc, sân khấu, chợ, sân, 입장 nhập trường (vào sân, vào hội trường), 비행장 phi hành trường (sân bay), 운동장 vận động trường (sân vận động), 극장 kịch trường (rạp hát, sân khấu), 농장 nông trường, 시장 thị trường, 광장 quảng trường.

Giải nghĩa Đi vào, vào cổng, vào hội trường, vào sân.

Cách sử dụng ~하다, ~ 금지 cấm vào, ~권 vé vào xem, 무료 ~ vào xem miễn phí, ~을 허락하다 cho phép đi vào, ~을 거절하다 từ chối vào cổng, 7 세 미만의 어린이는 ~할 수 없습니다 trẻ dưới 7 tuổi không thể vào được, 연소자 ~ 불허 không cho trẻ em vào, ~ 료 tiền vào, ~ 료를 받다 thu tiền vào cổng.

입학 (入學 Nhập học)

입 Nhập Vào trong, vào, tham gia, nộp vào, thích ứng với, 출입구 xuất nhập khẩu, 입원 nhập viện, 가입 gia nhập, 수입 thu nhập, 입금 nhập kim (bỏ tiền vào), 입국 nhập quốc (nhập cảnh), 입대 nhập đội (nhập ngũ), 입원 nhập viện, 입학 nhập học.

학 Học Nghiên cứu, học tập, hiểu, lĩnh hội, 학생 học sinh, 대학 đại học, 학력 học lực, 학문 học vấn, 화학 hóa học, 문학 văn học, 입학 nhập học, 언어학 ngôn ngữ học, 철학 triết học, 심리학 tâm lí học, 경제학 kinh tế học, 학기 học kì, 학비 học phí, 학자 học giả, 학위 học vị, 과학 khoa học, 법학 pháp học (luật học), 수학 số học (toán), 유학 du học/ lưu học, 의학 y học.

Giải nghĩa Nhập học.

Cách sử dụng ~하다, ~금 tiền nhập học, ~생 học sinh vào nhập học, ~시험 thi nhập học, ~원서 đơn xin vào học, ~을 지원하다 xin nhập học, ~ 식 lễ nhập học, ~자 người nhập học.

자기 (自己 Tự kỷ)

자 tự Tự mình, tự nhiên, mình, từ đó, 자유 tự do, 자동 tự động, 자력 tự lực, 자립 tự lập, 자만 tự mãn, 자연 tự nhiên, 자신 tự tin, 자존 tự tôn, 자원 tự nguyện, 자백 tự bạch, 자기 tự kỷ (bản thân), 자책 tự trách, 자주 tự chủ, 자수 tự thú.

기 Kỷ Mình, tự mình, ta, riêng của mình, 지기 tri kỷ, 이기 lợi kỉ (ích kỷ).

Giải nghĩa Bản thân, cá nhân mình, tự mình.

Cách sử dụng ~ 위주 lấy mình làm chính, 변명 biện minh cho bản thân mình, ~ 관리 tự quản lý bản thân, ~스스로 tự bản thân mình, ~생각만 하다 chỉ suy nghĩ đến mình, ~마음대로 하다 làm theo ý của mình, ~자신을 알다 tự biết bản thân mình, ~일을 자기가 하다 việc mình mình làm, ~만족 tự thỏa mãn, ~방위 tự bảo vệ bản thân, tự vệ, ~비판 tự phê bình, ~모순 tự mâu thuẫn, ~변호 tự bào chữa, ~부담 tự mình phải chịu, cá nhân mình phải trả, 교통비는 ~ 부담이다 tiền vé tàu xe cá nhân phải tự chi trả, ~부정 tự phủ định, ~소개 tự giới thiệu, ~일 công việc của bản thân mình, 그는 ~ 주장이 강하다 anh ta kiên quyết với ý kiến mình, 그는 뭐든지 ~고집대로 한다 việc gì anh ta cũng bướng bỉnh làm theo ý mình.

ㅈ

자녀 (子女 Tử nữ)

자 Tử — Con, cái, trẻ con, trứng, 자식 tử tức (con cái), 남자 nam tử, 손자 tôn tử (cháu), 제자 đệ tử, 여자 nữ tử (phụ nữ), 노자 lão tử, 자녀 tử nữ (con cái), 독자 độc tử (con một), 자궁 tử cung, 부자 phụ tử, 모자 mẫu tử, 양자 dưỡng tử (con nuôi).

녀 Nữ — Đàn bà, con gái, phụ nữ, 해녀 hải nữ, 마녀 ma nữ, 효녀 hiếu nữ, 시녀 thị nữ, 궁녀 cung nữ, 손녀 tôn nữ (cháu gái).

Giải nghĩa — Con trai và con gái, con cái.

Cách sử dụng — ~의 교육 việc giáo dục con cái, "한 ~낳기" 운동 cuộc vận động sinh một con, 세 ~ 있다 có ba đứa con.

자료 (資料 Tư liệu)

자 Tư — Vốn, nguyên vật liệu, gốc, 자본 tư bản, 자산 tư sản, 투자 đầu tư, 물자 vật tư, 자금 tư kim (tiền vốn).

료 Liệu — Vật liệu, chất liệu, nguyên liệu, tính toán, 원료 nguyên liệu, 재료 tài liệu, 치료 trị liệu, 진료 chẩn liệu, 연료 nhiên liệu, 사료 sử liệu, 의료 y liệu, 향료 hương liệu, 자료 tư liệu, 비료 phì liệu (phân bón), 음료 ẩm liệu (đồ uống), 요법 liệu pháp.

Giải nghĩa — Tư liệu, tài liệu.

Cách sử dụng — ~를 수집하다 tập trung tư liệu, ~를 제공하다 cung cấp tư liệu, 연구~ tư liệu nghiên cứu, 통계~ tư liệu thống kê, ~실 phòng tư liệu, ~ 가 모자란다 thiếu tự liệu, ~ 분석하다 phân tích tư liệu, ~찾다 tìm kiếm tư liệu, …에 관한 ~ tư liệu về cái gì đó.

자매 (姉妹 Tỉ muội)

자 Tỉ — Chị, gọi phụ nữ, thông thường gọi là.

매 Muội — Em gái, chỉ thiếu nữ, gọi người nữ ngang bậc.

Giải nghĩa — Chị em.

Cách sử dụng — ~와 같은 như chị em, ~결연 kết nghĩa chị em, ~결연을 맺다 tiến hành kết nghĩa chị em, 형세 ~ anh chị em, ~도시 thành phố kết nghĩa, 친 ~ chị em ruột, 이복 ~ chị em cùng cha khác mẹ, ~와 같은 như chị em, ~처럼 보이다 trông như hai chị em, ~결연 kết nghĩa anh em.

자살 (自殺 Tự sát)

자	Tự	Tự mình, tự nhiên, mình, từ đó, 자유 tự do, 자동 tự động, 자력 tự lực, 자립 tự lập, 자만 tự mãn, 자연 tự nhiên, 자신 tự tin, 자존 tự tôn, 자원 tự nguyện, 자백 tự bạch, 자기 tự kỷ (bản thân), 자책 tự trách, 자주 tự chủ, 자수 tự thú.
살	Sát	Giết chết, chiến đấu, giảm bớt, 모살 mưu sát, 살균 sát khuẩn, 살기 sát khí, 살생 sát sinh, 살인 sát nhân, 살충 sát trùng, 살해 sát hại.

Giải nghĩa Tự giết mình, tự sát, tự vẫn.

Cách sử dụng ~하다, ~적 mang tính tự sát, ~을 기도하다 có ý định tự sát, 권총으로 ~하다 tự sát bằng súng, ~자 người tự sát, 집단~ tự sát tập thể, ~행위 hành vi tự sát, ~골 bàn thắng tự sát, ~적 có tính tự sát, ~에 실패하다 tự sát không thành, 그는 목을 매어 ~했다 anh ta thắt cổ tự sát, 그녀는 강에 투신 ~했다 cô ấy nhảy xuống sông tự vẫn.

자세 (姿勢 Tư thế)

자	Tư	Dáng dấp, dáng vẻ, điệu bộ, sắc.
세	Thế	Thế lực, tình hình, tình thế, quyền, sức, 세력 thế lực, 급등 cấp đăng thế (xu thế tăng vọt), 상승세 thượng tăng (xu thế đang lên), 우세 ưu thế.

Giải nghĩa Tư thế, thái độ, tâm thế.

Cách sử dụng ①Tư thế, 앉은 ~로 theo tư thế ngồi, ~를 가다듬다 chỉnh đốn tư thế, ~를 고쳐 앉다 ngồi chỉnh lại tư thế, ~를 바로 잡다 chỉnh đốn lại tư thế, ~를 취하다 có tư thế, 방어 ~를 취하다 có tư thế phòng thủ. ②Thái độ, tư thế, 정신 ~ thái độ tinh thần, 학자로서의 ~ tư thế của một học giả, 매우 비타협적인 ~를 취하다 có thái độ không hợp tác.

자신 (自身 Tự thân)

자	Tự	Tự mình, tự nhiên, mình, từ đó, 자유 tự do, 자동 tự động, 자력 tự lực, 자립 tự lập, 자만 tự mãn, 자연 tự nhiên, 자신 tự tin, 자존 tự tôn, 자원 tự nguyện, 자백 tự bạch, 자기 tự kỷ (bản thân), 자책 tự trách, 자주 tự chủ, 자수 tự thú.
신	Thân	Thân thể, tính mạng, bản thân, đích thân, tự mình, 신분 thân phận, 신체 thân thể, 독신 độc thân, 심신 tâm thân (tâm hồn và cơ thể).

Giải nghĩa Bản thân mình, chính ai đó.

Cách sử dụng 나~ bản thân tôi, 너~ bản thân anh, 그~ bản thân anh ta, 그녀~ bản thân cô ấy, 자기 ~ chính bản thân mình, ~의 생명을 내걸다 lấy sinh mạng ra đánh đổi, ~의 노력 sự nỗ lực của bản thân mình, ~을 돌보다 nhìn lại bản thân mình, 나 ~도 그 사실을 믿을 수 없었다 chính bản thân tôi cũng không tin nổi anh ta, 너 ~을 알라 chính cậu ấy biết lấy.

자연 (自然 Tự nhiên)

자 Tự — Tự mình, tự nhiên, mình, từ đó, 자유 tự do, 자동 tự động, 자력 tự lực, 자립 tự lập, 자만 tự mãn, 자연 tự nhiên, 자신 tự tin, 자존 tự tôn, 자원 tự nguyện, 자백 tự bạch, 자기 tự kỷ (bản thân), 자책 tự trách, 자주 tự chủ, 자수 tự thú.

연 Nhiên — Phải, đúng, thế, vậy, thiên nhiên, 과연 quả nhiên, 당연 đương nhiên, 돌연 đột nhiên, 자연 tự nhiên, 천연 thiên nghiên.

Giải nghĩa — Tự nhiên, thiên nhiên, chính nó, một cách tự nhiên.

Cách sử dụng — ①Tự nhiên, thiên nhiên, ~적인 có tính tự nhiên, ~의 법칙 quy luật tự nhiên, ~의 섭리에 다르다 tuân theo quy luật tự nhiên, ~보호 bảo vệ tự nhiên, ~계 giới tự nhiên, ~과학 khoa học tự nhiên, ~미 vẻ đẹp thiên nhiên, ~자원 tài nguyên thiên nhiên, ~현상 hiện tượng tự nhiên, ~환경 hoàn cảnh tự nhiên, ~개조 cải tạo tự nhiên, ~계 giới tự nhiên, ~보전구역 khu vực bảo tồn thiên nhiên, ~으로 돌아가다 quay trở về với tự nhiên. ②Tự nhiên, chính nó, tự nó, ~히 một cách tự nhiên, ~발생적으로 phát sinh một cách tự nhiên, ~발화 tự nhiên bốc cháy, 상처가 ~히 아물었다 vết thương tự nhiên lành, ~ 건조 khô tự nhiên, ~ 분해 phân giải tự nhiên, ~ 산화 oxi hóa một cách tự nhiên.

자원 (自願 Tự nguyện)

자 Tự — Tự mình, tự nhiên, mình, từ đó, 자유 tự do, 자동 tự động, 자력 tự lực, 자립 tự lập, 자만 tự mãn, 자연 tự nhiên, 자신 tự tin, 자존 tự tôn, 자원 tự nguyện, 자백 tự bạch, 자기 tự kỷ (bản thân), 자책 tự trách, 자주 tự chủ, 자수 tự thú.

원 Nguyện — Mong muốn, nguyện vọng, ước muốn, hâm mộ, 민원 (dân nguyện), 소원 sở nguyện, 지원 chí nguyện, 원서 nguyện thư (đơn xin), 청원 thỉnh nguyện.

Giải nghĩa — Tự nguyện, tình nguyện.

Cách sử dụng — ~하다, ~해서 tự nguyện làm cái gì đó, ~자 người tình nguyện, ~봉사자 người hoạt động tình nguyện, ~입대하다 tình nguyện vào bộ đội.

자유 (自由 Tự do)

자 Tự — Tự mình, tự nhiên, mình, 자유 tự do, 자동 tự động, 자력 tự lực, 자립 tự lập, 자만 tự mãn, 자연 tự nhiên, 자신 tự tin, 자존 tự tôn, 자원 tự nguyện, 자백 tự bạch, 자기 tự kỷ (bản thân), 자책 tự trách, 자주 tự chủ, 자수 tự thú.

유 Do — Do, bởi, nguyên do, vì, 자유화 tự do hóa, 사유 sự do (nguyên do, nguyên nhân sự việc), 유래 do lai (mang đến).

Giải nghĩa — Tự do.

Cách sử dụng — ~스럽다, 개인의 ~ tự do cá nhân, 개인의 ~가 보장되다 tự do cá nhân được đảm bảo, 언론~ tự do ngôn luận, 아무에게 ~를 주다 đem tự do cho ai, 언론의 ~를 억제하다 hạn chế sự tự do ngôn luận, ~결혼 tự do kết hôn, ~권 quyền tự do, ~경쟁 tự do cạnh tranh, ~권 quyền tự do, ~노무자 người lao động tự do, ~당 Đảng tự do, ~무역 tự do thương mại, ~선택 lựa chọn tự do, ~선택과목 môn học tự chọn, ~세계 thế giới tự do, ~업 nghề tự do, ~주의 chủ nghĩa tự do, 신앙~ tự do tín ngưỡng, ~로 사용하다 sử dụng một cách tự do thoải mái, ~를 잃다 mất tự do, ~의 몸이 되다 thành con người tự do.

자주 (自主 Tự chủ)

자	Tự	Tự mình, tự nhiên, mình, 자유 tự do, 자동 tự động, 자력 tự lực, 자립 tự lập, 자만 tự mãn, 자연 tự nhiên, 자신 tự tin, 자존 tự tôn, 자원 tự nguyện, 자백 tự bạch, 자기 tự kỷ (bản thân), 자책 tự trách, 자주 tự chủ, 자수 tự thú.
주	Chủ	Chủ, chính yếu, 사회주의 xã hội chủ nghĩa, 민주화 dân chủ hóa, 민주주의 dân chủ chủ nghĩa (chủ nghĩa dân chủ), 자주 tự chủ, 주인 chủ nhân, 주장 chủ trương, 주체 chủ thể, 주도 chủ đạo, 민주 dân chủ, 주권 chủ quyền, 주목적 chủ mục đích (mục đích chính), 주내용 chủ nội dung (nội dung chính), 주수입 chủ thu nhập (thu nhập chính), 소유주 chủ sở hữu (chủ sở hữu).
Giải nghĩa		Tự chủ.
Cách sử dụng		~적인 có tính tự chủ, ~의 정신 tinh thần tự chủ, ~권 quyền tự chủ, ~성 tính tự chủ, ~권의 상실 mất quyền tự chủ, ~독립 độc lập tự chủ, ~사상 tư tưởng tự chủ.

자취 (自炊 Tự xuy)

자	Tự	Tự mình, tự nhiên, mình, từ đó, 자유 tự do, 자동 tự động, 자력 tự lực, 자립 tự lập, 자만 tự mãn, 자연 tự nhiên, 자신 tự tin, 자존 tự tôn, 자원 tự nguyện, 자백 tự bạch, 자기 tự kỷ (bản thân), 자책 tự trách, 자주 tự chủ, 자수 tự thú.
취	Xuy	Nấu chín, 취사 suy sự (việc nấu nướng).
Giải nghĩa		Tự mình nấu ăn, tự nấu.
Cách sử dụng		~하다. 객지에서 ~ 생활을 하다 sống tự nấu ăn nơi đất khách quê người. 그는 ~ 하고 있다 Anh ta đang tự nấu ăn, ~방 phòng tự nấu ăn, ~ 생 học sinh tự lo chuyện nấu ăn.

작가 (作家 Tác gia)

작	Tác	Soạn, viết, làm, 반작용 phản tác dụng, 부작용 phụ tác dụng, 원작 nguyên tác, 작업 tác nghiệp, 걸작 kiệt tác, 합작 hợp tác, 경작 canh tác, 제작 chế tác, 작전 tác chiến, 작품 tác phẩm, 작성 tác thành (viết).
가	Gia	Nhà, nơi ở, nơi cư trú, thuộc về nhà ở, gia đình, người làm việc gì đó, 예술가 nghệ thuật gia, 정치가 chính trị gia, 가족 gia tộc (thành viên trong gia đình), 가풍 gia phong, 가보 gia bảo, 가산 gia sản, 가사 gia sự (việc nhà), 가도 gia đạo, 가내 gia nội (trong nhà), 가전 gia truyền, 전문가 chuyên môn gia (nhà chuyên môn), 가문 gia môn, 대가족 đại gia tộc, 가축 gia súc, 가훈 gia huấn, 국가 quốc gia, 귀가 quy gia (quay về nhà).
Giải nghĩa		Tác giả, tác gia.

Cách sử dụng ~정신 tinh thần của tác giả, 젊은 ~ tác giả trẻ tuổi, 이 소설에는 ~의 사상과 감정이 잘 나타나있다 tác phẩm này thể hiện tư tưởng và tình cảm của tác giả, 인기~ tác giả được yêu thích, 소설~ tác giả tiểu thuyết.

작년 (昨年 Tạc niên)

작 Tạc Hôm qua, qua, ngày xưa, mới rồi, 재작년 tái tạc niên (năm trước), 작야 tạc dạ (đêm qua).

년 Niên Năm, tuổi, lứa tuổi, thời, mùa, 백년 bách niên (trăm năm), 신년 tân niên (năm mới), 연대 niên đại (thời kỳ, năm tháng), 학년 niên học (năm học), 반년 bán niên (nửa năm), 천년기 thiên niên kỷ, 미성년 (vị thành niên), 청소년 (thanh thiếu niên), 내년 lai niên (năm sau), 노년 lão niên (tuổi già), 매년 mỗi niên (mỗi năm), 성년 thành niên (người lớn), 소년 thiếu niên, 중년 trung niên.

Giải nghĩa Năm ngoái, năm vừa qua, năm rồi.

Cách sử dụng ~의 오늘 ngày này năm ngoái, ~여름 mùa hè năm ngoái, 올 여름은 ~ 여름보다 덥다 mùa hè năm nay nóng hơn mùa hè năm ngoái.

작문 (作文 Tác văn)

작 Tác Soạn, viết, làm, 반작용 phản tác dụng, 부작용 phụ tác dụng, 원작 nguyên tác, 작업 tác nghiệp, 걸작 kiệt tác, 합작 hợp tác, 경작 canh tác, 제작 chế tác, 작전 tác chiến, 작품 tác phẩm, 작성 tác thành (viết).

문 Văn Chữ, tiếng, lễ nghi, trí thức, 문화 văn hóa, 논문 luận văn, 문서 văn thư (giấy tờ, tài liệu), 문장 văn chương, 문자 văn tự, 문학 văn học, 문헌 văn hiến, 한문 Hán văn, 문화재 văn hóa tài (di sản văn hóa), 작문 tác văn (viết văn), 문호 văn hào (tác giả nổi tiếng), 문법 văn pháp (ngữ pháp), 문예 văn nghệ.

Giải nghĩa Làm văn, văn viết.

Cách sử dụng ~하다, ~을 연습하다 luyện viết văn, 동생은 ~에 뛰어난 소질을 가지고 있다 em tôi có tố chất trội về viết văn.

잠시 (暫時 Tạm thời)

잠 Tạm Không lâu, trong thời gian ngắn, bỗng, chốc lát.

시 Thời/thì Lúc, thời gian, giờ, tiếng, thời kì, 시계 thời kế (cái đồng hồ), 시간 thời gian, 시점 thời điểm, 일시 nhất thời, 시간표 thời gian biểu, 시기 thời kỳ, 시대 thời đại, 동시 đồng thời.

Giải nghĩa Trong chốc lát, giây lát.

Cách sử dụng ~후에 một chút sau, ~ 기다려 주세요 hãy đợi chờ một lát, ~ 머무르다 ở một chốc lát, ~ 동안 쉬다 nghỉ một lát, ~ 눈을 붙이다 chợp mắt một chút.

잡지 (雜誌 Tạp chí)

잡 Tạp — Nhiều thứ, nhiều loại, linh tinh, hỗn hợp, lẫn lộn, 복잡 phức tạp, 잡식 tạp thực (ăn tạp), 잡음 tạp âm, 잡종 tạp chủng, 혼잡 hỗn tạp, 잡지 tạp chí, 잡역 tạp dịch, 잡화 tạp hóa.

지 Chí — Tờ báo, tạp chí, tờ báo, 주간잡지 châu gian chí (tạp chí tuần), 삼국지 tam quốc chí, 묘지 mộ chí, 표지 tiêu chí, 타이~ thời báo Time, 주간잡지 cách châu tạp chí (tạp chí cách tuần), 일간~ nhật gian chí (tạp chí hàng ngày).

Giải nghĩa — Tạp chí, tờ báo.

Cách sử dụng — 여성~ tạp chí phụ nữ, 월간~ tạp chí hàng tháng, 주간~ tạp chí tuần, ~사 tòa soạn tạp chí, ~편집자 biên tập viên tạp chí, 문예~ tạp chí văn nghệ, ~를 구독하다 mua tạp chí đọc, ~를 편집하다 biên tập tạp chí, 이것은 과학 ~이다 đây là tạp chí khoa học.

장 (張 Trang)

장 Trang — Tờ giấy, 졸업장 tốt nghiệp trang (bằng tốt nghiệp), 감사장 (cảm tạ trang), tờ giấy cảm ơn, 임명장 nhậm mệnh trang (giấy bổ nhiệm).

Giải nghĩa — Lượng từ, tờ, trang (tiền, giấy vv).

Cách sử dụng — 종이 한 ~một tờ giấy, 10 원짜리 우표 두 ~ hai tờ tem 10 won, 첫 ~에서 끝 ~까지 từ trang đầu đến trang cuối, 기와한 ~ một viên ngói.

장남 (長男 Trưởng nam)

장 Trưởng — To, lớn, đứng đầu, 단장 (đoàn trưởng), 대대장 đại đội trưởng, 장녀 trưởng nữ, 성장 thành trưởng (trưởng thành) (trưởng thành), 홍보실장 (hoằng báo thất trưởng) trưởng phòng quảng cáo, 회장 hội trưởng, 사장 xã trưởng (giám đốc công ty), 총장 tổng trưởng (hiệu trưởng).

남 Nam — Đàn ông, con trai, 남아 nam nhi (bé trai), 남자 nam tử (đàn ông), 남성 nam tính, 장남 trưởng nam, 남인 nam nhân, 남파 nam phái (phái nam), 차남 thứ nam.

Giải nghĩa — Con trai đầu, con trai lớn, trưởng nam.

Cách sử dụng — Trưởng nam, ~으로 태어나다 sinh ra là trưởng nam, ~이 가업을 잇다 trưởng nam nối dõi gia nghiệp.

장벽 (障壁 Chướng bích)

장 Chướng — Cách trở, ngăn chặn, chắn, che, 장애 chướng ngại, 장애인 chướng ngại nhân (người tàn tật), 장애물 chướng ngại vật, 장벽 chướng bích (khó khăn).

벽 Bích — Tường, vách, vách đá, vách núi, thẳng đứng, 벽화 bích họa (tranh tường), 벽보 bích báo (báo tường), 방화벽 phòng hỏa bích (tường chống lửa), 언어장벽 ngôn ngữ chướng bích (rào cản ngôn ngữ).

Giải nghĩa — Bức tượng chắn, tường gây trở ngại, trở ngại.

Cách sử dụng ~이 되다 thành rào cản, 관세~ bức tường thuế quan, ~을 없애다 xóa bỏ rào cản, 언어 ~ rào cản ngôn ngữ. 중간에 높은 ~을 세워 lập một cái rào cản ở giữa.

장소 (場所 Trường sở)

장 Trường Chỗ đông người tụ tập hoặc làm việc, sân khấu, chợ, sân, 입장 nhập trường (vào sân, vào hội trường), 비행장 phi hành trường (sân bay), 운동장 vận động trường (sân vận động), 극장 kịch trường (rạp hát, sân khấu), 농장 nông trường, 시장 thị trường, 광장 quảng trường

소 Sở Cơ quan, sở, đồn, nơi, chỗ, cái mà, điều mà, 장소 trường sở (chỗ ở), 소재 sở tại, 경찰소 cảnh sát sở (đồn cảnh sát), 세무소 thuế vụ sở (cục thuế), 소장 sở trưởng (giám đốc chi nhánh, văn phòng, 사무소 sự vụ sở (văn phòng), 소유 sở hữu.

Giải nghĩa Vị trí, địa điểm, nơi, chỗ.

Cách sử dụng 집합 ~ địa điểm tập trung, 때와 ~ thời gian và địa điểm, 약속~ chỗ hẹn, 만난 ~ chỗ gặp, ~가 좋다 vị trí tốt, 화재 [살인, 사고]가 있었던 ~ nơi từng có vụ hỏa hoạn [giết người, tai nạn], ~를 너무 차지하다 chiếm quá nhiều chỗ, ~를 가리지 않다 không kể chỗ nào, ~가 좋다 [나쁘다] vị trí tốt [xấu], ~가 좋아서 장사가 잘 된다 vị trí tốt nên buôn bán tốt.

장애 (障礙 Chướng ngại)

장 Chướng Cách trở, ngăn chặn, chắn, che, 장애 chướng ngại, 장애인 chướng ngại nhân (người tàn tật), 장애물 chướng ngại vật, 장벽 chướng bích (khó khăn).

애 Ngại Trở ngại, ngăn trở, hạn chế, 방애 phương ngại (cản trở).

Giải nghĩa Khó khăn, trở ngại, người tàn tật.

Cách sử dụng ①Trở ngại, chướng ngại vật, thứ làm trở ngại ~물 chướng ngại vật, ~물경주 chạy chướng ngại vật, ~물을 뛰어넘다 vượt qua chướng ngại vật, ~물을 제거하다 loại bỏ chướng ngại vật, ~요소 các yếu tố gây trở ngại, 정서~ trở ngại về tâm tư tình cảm, 무역~ trở ngại thương mại, 언어 ~ trở ngại về ngôn ngữ, 진보의 ~ trở ngại của sự tiến hóa, 예기치 않은 ~ trở ngại không tính đến, 중대한 ~ trở ngại lớn, ~를 극복하다 khắc phục các trở ngại, ~가 생긴다 phát sinh các trở ngại. ②Tàn tật, ~자/인 người tàn tật, ~인 학교 trường cho người tàn tật, 시각장애 bị mù.

장점 (長點 Trường điểm)

장 Trường Dài, lâu, cái giỏi, sở trường, ưu điểm, 만리장성 vạn lý trường thành, 장수 trường thọ, 장단 trường đoản (dài ngắn), 장기 trường kỳ, 장생불사 trường sinh bất tử, ~거리미사일 tên lửa tầm xa, ~기간 trong thời gian dài, ~시간 thời gian lâu, ~기간 thời gian dài.

점 Điểm — Chấm, đặc tính, 시점 thời điểm, 접점 tiếp điểm, 관점 quan điểm, 결점 khuyết điểm, 약점 yếu điểm, 출발점 xuất phát điểm.

Giải nghĩa — Ưu điểm, điểm mạnh.

Cách sử dụng — ~이 많다 nhiều ưu điểm, ~을 살리다 phát huy ưu điểm, ~과 단점 ưu và nhược điểm, 용기과 인내가 그의 ~이다 dũng cảm và kiên nhẫn đó là ưu điểm của anh ta, 그것이 그의 ~의 하나다 đó là một ưu điểm của anh ta.

장학금 (奬學金 Tưởng học kim)

장 Tưởng — Khen ngợi, khuyến khích.

학 Học — Nghiên cứu, học tập, hiểu, lĩnh hội, 학생 học sinh, 대학 đại học, 학력 học lực, 학문 học vấn, 화학 hóa học, 과학 khoa học, 문학 văn học, 입학 nhập học, 언어학 ngôn ngữ học, 철학 triết học, 심리학 tâm lí học, 경제학 kinh tế học.

금 Kim — Vàng, tiền, kim loại, 백금 bạch kim, 금액 kim ngạch (số tiền), 금자탑 kim tự tháp, 금강 kim cương, 황금 hoàng kim, 합금 hợp kim, 입금 nhập kim (bỏ tiền vào), 송금 tống kim (gửi tiền), 상금 thưởng kim (tiền thưởng), 벌금 phạt kim (tiền phạt), 보증금 bảo chứng kim (tiền đặt cọc), 금광 kim khoáng (mỏ vàng).

Giải nghĩa — Tiền khuyến khích học tập, học bổng.

Cách sử dụng — ~을 받다 nhận học bổng. 장학생 học sinh nhận học bổng. 장학기금 quỹ học bổng, quỹ khuyến học, ~제도를 마련하다 xây dựng chế độ học bổng, ~을 지원하다 hỗ trợ học bổng.

재산 (財産 Tài sản)

재 Tài — Tài sản, tiền của, của cải, 재벌 tài phiệt, 재정 tài chính, 재계 tài giới (giới tài chính), 재원 tài nguyên, 재무 tài vụ, 재력가 tài lực gia (người có sức mạnh tài chính).

산 Sản — Của cải, sinh đẻ, sản phẩm, sản xuất, 자산 tư sản (tài sản) 산업 sản nghiệp (công nghiệp), 농산 nông sản, 광산 khoáng sản, 파산 phá sản, 수산 thủy sản, 무산 vô sản, 공산당 cộng sản đảng (Đảng cộng sản), 세계문화유산 thế giới văn hóa di sản (di sản văn hóa thế giới).

Giải nghĩa — Tài sản, của cải.

Cách sử dụng — ~을 공개하다 công khai tài sản, ~을 남기다 để lại tài sản, ~을 물려받다 thừa kế tài sản, ~을 압류하다 tịch thu tài sản, 개인 ~ tài sản cá nhân, 공유~ tài sản chung, 유형~ tài sản hữu hình, 무형~ tài sản vô hình, ~양도 chuyển nhượng tài sản, ~처분 xử lý tài sản, 수백만 달러 상당의 ~ tài sản đáng giá hàng triệu đô, 전~ toàn bộ tài sản, ~을 탐내어 다투다 tham tài sản sinh ra đánh nhau.

재생 (再生 Tái sinh)

재	Tái	Lại, lần nữa, nhiều lần, hãy, sẽ, 재혼 tái hôn, 재연 tái diễn, 재발 tái phát, 재검토 (tái kiểm thảo (xem xét lại), 재확인 tái xác nhận, 재 투자 tái đầu tư.
생	Sinh	Sinh ra, sự sống, sản xuất ra, học trò, người có ăn học, 발생 phát sinh, 생활 sinh hoạt, 학생 học sinh, 선생 tiên sinh (giáo viên, ông, bà), 생산 sinh sản (sản xuất), 생계 sinh kế (kế sinh nhai), 위생 vệ sinh, 생존 sinh tồn, 기생충 ký sinh trùng, 생명 sinh mệnh, 생동 sinh động, 생물 sinh vật.

Giải nghĩa Hồi sinh, tái sinh, sống lại.

Cách sử dụng ①Hồi sinh, sinh ra trở lại. ~하다. ②Phát cho máy chạy (băng cát sét), ~하다, 녹음을 ~하다 phát lại phần ghi băng. ③Tái sinh, ~하다, ~고무 cao su tái sinh, ~법 cách tái sinh, ~지 giấy tái sinh, ~타이어 lốp tái sinh, ~품 đồ tái chế, ~에너지 năng lượng tái sinh. ④Phục thiện.

재활용 (再活用 Tái hoạt dụng)

재	Tái	Lại, lần nữa, nhiều lần, hãy, sẽ, 재혼 tái hôn, 재연 tái diễn, 재발 tái phát, 재검토 (tái kiểm thảo (xem xét lại), 재확인 tái xác nhận, 재 투자 tái đầu tư.
활	Hoạt	Sống, sinh sống, cứu sống, linh động, 생활 sinh hoạt, 활기 hoạt khí (sức sống), 활동 hoạt động, 활력 hoạt lực (sức sống), 활발 hoạt bát, 활용 hoạt dụng (sử dụng), 활성 hoạt tính, 활어 hoạt ngư (cá sống).
용	Dụng	Dùng, sử dụng, công hiệu, hiệu quả, 반작용 phản tác dụng, 사용 sử dụng, 용구 dụng cụ, 신사~ dùng cho đàn ông, 숙녀~ dùng cho phụ nữ, 이용 lợi dụng, 남용 lạm dụng, 작용 tác dụng, 신용 tín dụng, 실용 thực dụng, 부작용 phụ tác dụng (tác dụng phụ).

Giải nghĩa Dùng lại, sử dụng lại.

Cách sử dụng ~하다, ~ 쓰레기 rác tái sinh, ~휴지 giấy tái sinh, 고철의 ~을 통해 철강재 수입을 줄일 수 있다 có thể giảm lượng sắt nhập khẩu thông qua tái sử dụng sắt cũ, 재원 ~정책 chính sách tái sử dụng tài nguyên.

적금 (積金 Tích kim)

적	Tích	Gom, cất, giữ, 누적 lũy tích (tích lũy), 기적 kỳ tích 면적 diện tích, 성적 thành tích, 유적 di tích, 적극 tích cực, 적금 tích kim (tiền tiết kiệm), 전적 chiến tích.
금	Kim	Vàng, tiền, kim loại, 백금 bạch kim, 금액 kim ngạch (số tiền), 금자탑 kim tự tháp, 금강 kim cương, 황금 hoàng kim, 합금 hợp kim, 입금 nhập kim (bỏ tiền vào), 송금 tống kim (gửi tiền), 상금 thưởng kim (tiền thưởng), 벌금 phạt kim (tiền phạt), 보증금 bảo chứng kim (tiền đặt cọc), 금광 kim khoáng (mỏ vàng).

Giải nghĩa Tiền tiết kiệm.

Cách sử dụng ~통장 sổ tiết kiệm, ~을 찾다 rút tiền tiết kiệm, 은행에 ~이 200 만원 있다 có 2 triệu won tiền tiết kiệm trong ngân hàng, 나는 매월 100 만동씩 ~하고 있다 hàng tháng tôi tiết kiệm được 1 triệu đồng.

저장 (貯藏 Trữ tàng)

저 Trữ — Cất chứa, tích chứa, cất giữ, 저축 trữ súc (tiết kiệm), 저금 trữ kim (tiền tiết kiệm), 저수량 trữ thủy lượng (lượng trữ nước).

장 Tàng — Chứa, trữ, giấu, 옷장 tàng (tủ quần áo), 저장 trữ tràng (trữ, lưu, ghi), 내장 nội tàng (chứa bên trong), 외장하드 ngoại tàng hard (ổ lưu ngoài).

Giải nghĩa — Chứa, trữ, cất, ghi lại, lưu trữ.

Cách sử dụng — ~물 hàng hóa trong kho, chất chứa ở bên trong, ~고 kho hàng, ~량 lượng tàng trữ, lượng chứa, ~비 chi phí bảo quản, ~파일 file chứa, 냉동 ~ cất giữ theo chế độ lạnh, 소금에 절여서 ~하다 ngâm muối cất, 연료를 ~하다 cất trữ nhiên liệu, 오래 ~하기 어렵다 khó bảo quản được lâu.

적 (敌 Địch)

적 Địch — Kẻ thù, giặc, chống chọi, chống đối, đối địch, 무적 vô địch, 적군 địch quân

Giải nghĩa — Kẻ thù, địch.

Cách sử dụng — ①Địch, kẻ thù 평화의 ~ kẻ thù của hòa bình, ~군 quân thù, quân địch, ~과 싸우다 đánh nhau với địch, 아무를 ~으로 삼다 coi ai là kẻ thù, 많은 ~을 만들다 tạo nên nhiều kẻ thù, ~의 수중에 떨어지다 rơi vào tay địch, ~은 마침내 격퇴되었다 quân địch cuối cùng bị đánh lui. ②Đối phương, đối thủ, 너는 그의 ~이 될 수 없다 cậu không thành đối thủ anh ta được đâu.

적극 (積極 Tích cực)

적 Tích — Tích lại, chất, xếp, lâu ngày, tích (kết quả phép nhân), 기적 kỳ tích, 면적 diện tích, 성적 thành tích, 유적 di tích, 적극 tích cực, 적금 tích kim (tiền tiết kiệm), 전적 chiến tích.

극 Cực — Tột cùng, rất, lắm, hết mức, mệt nhọc, 궁극 cùng cực, 극단 cực đoan, 극대 cực đại, 극도 cực độ.

Giải nghĩa — Tích cực, nhiệt tình, nhiệt huyết.

Cách sử dụng — ~적 có tính tính cực, ~적인 사람 người có tính tích cực, ~적인 태도 thái độ tích cực, ~성 tính tích cục, ~성이 있다 có tính tích cực, ~성이 없다 không tích cực, ~적으로 원조하다 viện trợ một cách tích cực, ~적으로 활동하다 tích cực hoạt động.

적당 (適當 Thích đáng)

적 Thích — Thích hợp, dễ chịu, thích ý, vừa vặn, 적응 thích ứng, 적절 thích thiết (phù hợp, tương xứng), 적시 thích thời, 적합 thích hợp, 최적 tối thích (phù hợp nhất).

당 Đáng — Xứng đáng, tương bằng, 정당 chính đáng, 적당 thích đáng, 타당 thỏa đáng, 합당 hợp đáng (phù hợp).

Giải nghĩa — Thích ứng, thích đáng, hợp lý.

Cách sử dụng ~하다, ~히 một cách hợp lý, ~한 직업 ngành nghề phù hợp, ~한 가격 giá phù hợp, ~한 때에 vào lúc phù hợp, 아이들에게 ~한 책 quyển sách phù hợp với trẻ em, ~한 분량 lượng vừa phải, ~한 값으로 giá vừa phải, ~한 조건으로 theo điều kiện hợp lý, ~한 속도로 với tốc độ vừa phải, ~한 운동은 건강에 좋다 sự vận động vừa phải tốt cho sức khỏe, 이옷은 오늘 저녁 파티에는 ~ 치않다 cái áo này không phù hợp với bữa tiệc tối nay.

적성 (適性 Thích tính)

적 Thích — Thích hợp, dễ chịu, thích ý, vừa vặn, 적응 thích ứng, 적절 thích thiết (phù hợp, tương xứng), 적시 thích thời, 적합 thích hợp, 최적 tối thích (phù hợp nhất).

성 Tính — Tính chất, tính cách, mạng sống, giới tính, 인성 nhân tính, 본성 bản tính, 개성 cá tính, 활성 hoạt tính, 성질 tính chất, 성능 tính năng, 동성연애 đồng tính luyến ái.

Giải nghĩa Tính phù hợp, khả năng phù hợp.

Cách sử dụng ~에 맞는 일을 하다 làm việc phù hợp với khả năng sự phù hợp của cá nhân, ~을 살리다 phát huy sự phù hợp của cá nhân, ~검사 kiểm tra xem phù hợp hay không, ~과 능력에 맞는 일 công việc phù hợp với năng lực và tính cách, 성급한 사람은 버스운전기사로서는 ~이 맞지 않는다 người có tính nóng nảy không phù hợp làm tài xế xe buýt.

전 (前 Tiền)

전 — Trước, xưa, phía trước, 안전 nhãn tiền (trước mắt), 전면 tiền diện (mặt trước), 전도 tiền đồ, 혼전동거 hôn tiền đồng cư (sống chung trước hôn nhân), 전사시대 tiền sử thời đại (thời kỳ tiền sử), 전생 tiền sinh (kiếp trước), 전례 tiền lệ.

Giải nghĩa Trước, trước cái gì đó.

Cách sử dụng ①Trước trước đây, kém (đồng hồ), 9 시 5 분~ chín giờ kém 5, 일주~ một tuần trước, 세계대전~ trước chiến tranh thế giới lần 1, 오래~ 에 trước đây lâu, 내가오기~에 trước khi tôi đến, 그녀는 아직 30 ~이다 cô ấy trước 30 tuổi. ②Cũ, cựu, trước, trước đây, ~남편 chồng cũ, ~수상 cựu Thủ tướng. ③Trước khi, 그가 도착하기 ~에 trước khi anh ta đến, 수업 시간이 되기 ~에 trước khi bắt đầu bài học, 아버지는 내가 태어나기 ~에 돌아가셨다 bà tôi mất trước khi tôi sinh ra.

전공 (戰功 Chiến công)

전 Chiến — Trận đánh, đánh nhau, chiến tranh, 백전백승 bách chiến bách thắng, 내전 nội chiến, 대전 đại chiến, 도전 khiêu chiến, 반전 phản chiến, 선전 tuyên chiến, 야전 dã chiến, 전술 chiến thuật, 전선 chiến tuyến, 전쟁 chiến tranh, 전차 chiến xa (xe tăng).

공	Công	Công lao, thành tích, sự nghiệp, thành tựu, 공업 công nghiệp, 공과 công quả, 공신 công thần, 공용 công dụng, 공예품 công nghệ phẩm (hàng thủ công mỹ nghệ), 농공업 nông công nghiệp.
Giải nghĩa		Chiến công.
Cách sử dụng		~있는 장교 tượng có chiến công, ~을 세우다 lập chiến công, 그는 ~으로 훈장을 받았다 anh ta nhận huân chương vì chiến công.

전공 (專攻 Chuyên công)

전	Chuyên	Chuyên môn, chuyên chú, duy nhất, 전용 chuyên dụng, 전공 chuyên công (chuyên môn), 전담 chuyên đảm (chuyên trách), 전임 chuyên nhiệm, 전업 chuyên nghiệp, 전 (chuyên tâm), 전유물 (chuyên hữu vật), 전문가 chuyên môn gia (nhà chuyên môn).
공	Công	Nghiên cứu.
Giải nghĩa		Chuyên môn, chuyên.
Cách sử dụng		수학을 ~하다 chuyên về toán học, ~이 무엇입니까? Chuyên môn của anh là gì? ~분야 lĩnh vực chuyên môn, ~과목 môn chuyên ngành, 부~ chuyên ngành phụ, 대학에서 무엇을 ~하셨습니까? Hồi học đại học anh học chuyên ngành gì ?

전기 (電氣 Điện khí)

전	Điện	Điện, 전극 điện cực, 전력 điện lực, 전기 điện khí, 전압 điện áp, 전산 điện toán, 전자 điện tử, 전해 điện giải. 감전 cảm điện (điện giật).
기	Khí	Khí, hơi, trạng thái, 기상 khí tượng, 공기 không khí, 기후 khí hậu, 기압 khí áp, 용기 dũng khí, 경기구 khinh khí cầu, 생기 sinh khí (sức sống), 고기압 cao khí áp (khí áp cao), 기색 khí sắc (sắc mặt), 기관 khí quản.
Giải nghĩa		Điện, dòng điện.
Cách sử dụng		~를 켜다 bật điện, ~를 끄다 tắt điện, ~경보기 chuông báo điện, ~공 thợ điện, ~난로 lò điện, ~발동기 máy phát điện, ~요금 tiền điện, ~제품 đồ điện, ~회사 công ty điện lực, 수력~ thủy điện, ~반 cái bàn điện, cái cầu dao điện, ~도금 mã điện, ~레인지 bếp nấu bằng điện, ~면도기 dao cạo râu bằng điện, ~밥솥 nồi cơm điện, ~설비 thiết bị điện, ~의자 ghế điện, 화력 ~ nhiệt điện, ~가 들어오다 có điện, điện vào, ~가 끊기다 ngắt điện, mất điện.

전망 (展望 Triển vọng)

전	Triển	Mở ra, trải ra, kéo dài, hoãn thêm, trưng bày, 발전 phát triển, 전시회 triển thị hội (triển lãm), 전망 triển vọng, 진전 tiến triển, 전개 triển khai, 전시 triển thị (triển lãm), 전시회 triển thị hội (triển lãm), 전망대 triển vọng đài (đài quan sát).
망	Vọng	Trông ngóng, nhìn xa, mong ước, 망원경 vọng viễn kính, 갈망 khát vọng, 실망 thất vọng, 절망 tuyệt vọng, 전망 triển vọng, 망부상 vọng phu tượng (hòn vọng phu).
Giải nghĩa		①Nhìn ra phía trước, tầm nhìn trước mắt. ②Triển vọng, tương lai.

Cách sử dụng ~대 cái bục ngắm trên cao, ~탑 tháp ngắm trên cao, ~을 방해하다 hạn chế tầm nhìn, ~이 좋다 triển vọng tốt, 앞으로의 ~ triển vọng về sau, ~이 흐리다 tương lai mịt mùng.

전부 (全部 Toàn bộ)

전 Toàn — Tất cả, đủ, trọn, chính, cả, 안전 an toàn, 전승 toàn thắng 전부 toàn bộ, 전체 toàn thể, 전권 toàn quyền, 완전 hoàn toàn, 전면 toàn diện, 대월사기전서 Đại Việt sử ký toàn thư.

부 Bộ — Một nơi, một phần, bộ phận, ban, cuốn, quyển, 대부분 đại bộ phận, 각부분 các bộ phận, 간부 cán bộ, 남부 nam bộ, 내부 nội bộ, 총무 tổng vụ bộ (phòng tổng vụ), 투자계획부 đầu tư kế hoạch bộ (bộ kế hoạch đầu tư).

Giải nghĩa Toàn bộ, tập thể.

Cách sử dụng ~합해서 gộp tất cả lại, 이야기를 ~듣다 nghe toàn câu chuyện, 이것은 ~이 야? Cái này là tất cả đây ư? ~해서 얼마냐? Tất cả là bao nhiêu? 돈이 ~ 는 아니다 tiền không phải là tất cả, ~가 틀렸다 tất cả sai rồi, 재산 ~를 대학의 장학금으로 내놓다 đưa tất cả tài sản làm quỹ học bổng đại học, ~가 합심하여 이번 고난을 극복해보자 tất cả chúng ta hãy đồng lòng khắc phục khó khăn này.

전송 (傳送 Truyền tống)

전 Truyền — Truyền lại, trao cho, truyền nhiễm, lây, 유전자 di truyền tử, 전단 truyền đơn, 전달 truyền đạt, 전도 truyền đạo, 구전 khẩu truyền (truyền miệng), 전통 truyền thống, 가전 gia truyền.

송 Tống — Đưa đi, chuyển đi, chở đi, 송별 tống biệt, 송년회 tống niên hội (lễ tất niên), 송전 tống điện (truyền điện), 송금 tống kim (gửi tiền), 방송국 phóng tống cục (đài truyền hình), 전송 truyền tống (truyền tải), 호송 hộ tống.

Giải nghĩa Gửi, chuyển, giao, truyền.

Cách sử dụng ~하다. 데이터 ~ truyền dữ liệu, ~ 기능 chức năng truyền tải, ~ 속도 tốc độ truyền tải, ~이 되다 đã được chuyển, ~을 받다 nhận được.

전시 (展示 Triển thị)

전 Triển — Mở ra, trải ra, kéo dài, hoãn thêm, trưng bày, 발전 phát triển, 전시회 triển thị hội (triển lãm), 전망 triển vọng, 진전 tiến triển, 전개 triển khai, 전시 triển thị (triển lãm), 전시회 triển thị hội (triển lãm), 전망대 triển vọng đài (đài quan sát).

시 Thị — Tỏ rõ, chỉ cho thấy, 표시 biểu thị, 지시 chỉ thị, 명시 minh thị (chỉ rõ), 계시 yết thị (đăng ra cho rõ).

Giải nghĩa Trưng bày, cho người khác xem, triển lãm.

Cách sử dụng ~하다, ~관 phòng trưng bày, ~물 hàng trưng bày, ~회 triển lãm, ~장 trung tâm triển lãm, ~실 phòng trưng bày, 도서 ~ 회 triển lãm sách, 사진 ~ 회 triển lãm ảnh, ~용 견본

hàng mẫu dùng để trưng bày, ~되다 được trưng bày, 여러가지 상품이 ~되어있다 nhiều sản phẩm được trưng bày.

전용 (專用 Chuyên dụng)

전 Chuyên — Chuyên môn, tập trung vào, 전용 chuyên dụng, 전공 chuyên công (chuyên môn), 전담 chuyên đảm (chuyên trách), 전임 chuyên nhiệm, 전업 chuyên nghiệp, 전문가 chuyên môn gia (nhà chuyên môn).

용 Dụng — Dùng, sử dụng, công hiệu, hiệu quả, 반작용 phản tác dụng, 사용 sử dụng, 용구 dụng cụ, 신사용 dùng cho đàn ông, 숙녀용 dùng cho phụ nữ, 이용 lợi dụng, 남용 lạm dụng, 작용 tác dụng, 신용 tín dụng, 실용 thực dụng, 부작용 phụ tác dụng (tác dụng phụ).

Giải nghĩa — Chuyên dụng, dùng riêng, chỉ sử dụng vào một mục đích.

Cách sử dụng — ~하다, ~차 xe chuyên dụng, ~비행기 máy bay chuyên dụng, 대통령 ~ 기 máy bay chuyên dụng của thủ tướng, ~전화선 dây điện thoại chuyên dụng, 외국인 ~의 나이트클럽 câu lạc bộ dành riêng cho người nước ngoài, 여성 ~ dùng cho nữ, 축구~구장 sân bóng đá chuyên dụng, 임원 ~ 식당 nhà ăn chuyên dùng cho lãnh đạo.

전철 (電鉄 Điện thiết)

전 Điện — Điện, 전극 điện cực, 전력 điện lực, 전기 điện khí, 전압 điện áp, 전산 điện toán, 전자 điện tử, 전해 điện giải. 감전 cảm điện (điện giật).

철 Thiết — Sắt, gang, cứng cỏi, vũ khí, 지하철 điện hạ thiết (tàu điện ngầm) , 철도 thiết đạo (đường sắt), 철물 thiết vật (đồ vật bằng sắt), 철갑차 thiết giáp xa (xe thiết giáp), 철근 thiết căn (dây sắt), 고철 cổ thiết (sắt vụn).

Giải nghĩa — Tàu điện, đường xe chạy bằng điện trên đó.

Cách sử dụng — ~노선도 sơ đồ tuyến tàu điện, 고속 ~ tàu điện cao tốc, ~을 타다 đi tàu điện, ~노선 tuyến đường tàu điện, 수도권~ tàu điện khu vực thủ đô.

전체 (全體 Toàn thể)

전 Toàn — Tất cả, đủ, trọn, chính, cả, 안전 an toàn, 전승 toàn thắng 전부 toàn bộ, 전체 toàn thể, 전권 toàn quyền, 완전 hoàn toàn, 전면 toàn diện, 대월사기전서 Đại Việt sử ký toàn thư.

체 Thể — Thân thể, hình dạng, bản chất, 체력 thể lực, 육체 nhục thể (cơ thể), 주체 chủ thể, 정체 chính thể, 구체 cụ thể, 전체 toàn thể.

Giải nghĩa — Toàn thể, tất cả, toàn bộ.

Cách sử dụng — ~적으로 một cách toàn thể, 국가 ~ toàn thể đất nước, 가뭄으로 마을 ~가 황폐해졌다 do hạn hán toàn thể ngôi làng trở nên hoang tàn, ~ 합해서 toàn thể hợp lại, ~직원 toàn thể nhân viên, 마을 ~ toàn thể ngôi làng.

전통 (傳統 Truyền thống)

전 Truyền — Truyền lại, trao cho, truyền nhiễm, lây, 유전자 di truyền tử, 전단 truyền đơn, 전달 truyền đạt, 전도 truyền đạo, 구전 khẩu truyền (truyền miệng), 전통 truyền thống, 가전 gia truyền.

통 Thống — Tổng quát, gồm cả, tất cả, dòng, hệ thống, thống trị, mối tơ, 혈통 huyết thống, 정통 chính thống, 통일 thống nhất, 전통 truyền thống, 통제 thống chế (hạn chế), 대통령 đại thống lĩnh (Tổng thống).

Giải nghĩa Có tính kế thừa, tiếp nối, truyền thống.

Cách sử dụng ~ 계승 kế thừa truyền thống, ~의상 trang phục truyền thống, ~놀이 trò chơi truyền thống, ~ 음악 âm nhạc truyền thống, ~혼례 hôn lễ truyền thống, ~적 có tính truyền thống, ~을 세우다 xây dựng truyền thống, ~을 지키다 giữ truyền thống, ~이 길다 truyền thống lâu năm, ~을 이어가다 nối tiếp truyền thống, 오랜~ truyền thống lâu đời, 80 년~이 있는 대학 trường đại học có 80 năm truyền thống, ~을 깨드리다 phá vỡ truyền thống, ~을 따르다 theo truyền thống, ~문화 văn hóa truyền thống, ~을 어기다 trái với truyền thống, ~을 존중하다 tôn trọng truyền thống.

전하다 (傳— Truyền)

전 Truyền — Truyền lại, trao cho, truyền nhiễm, lây, 유전자 di truyền tử, 전단 truyền đơn, 전달 truyền đạt, 전도 truyền đạo, 구전 khẩu truyền (truyền miệng), 전통 truyền thống, 가전 gia truyền.

Giải nghĩa Chuyển từ chỗ này sang chỗ kia, truyền.

Cách sử dụng ①Truyền, chuyển, chuyển lời. 말을 ~ chuyển lời, 정보를 ~ chuyển thông tin. 부인한테인사 말씀을 전해주세요 Cho tôi gửi lời hỏi thăm quý bà 전하는 바에 의하면 như lời người ta nói, 허보를 ~ chuyển một tin giả 비보를 ~ chuyển tin mật, 정보를 ~ chuyển thông tin, 그에게 곧 오라고 전해 주시오 Hãy chuyển lời với anh ta là hãy đến, 이 말을 그에게 전하시오 hãy chuyển lời này đến anh ấy, 그한테 전화 좀 해 달라고 ~ 주십시오? Hãy chuyển lời với anh ấy là hãy điện thoại cho tôi, ~실 말씀 있으세요 Anh có định chuyển lời gì không?. 편지를 아무한테 ~ chuyển thư cho ai. ②Truyền cho. 후세에 ~ truyền cho hậu thế, 제자 에게 지식을 ~truyền tri thức cho học trò, 가보로 전해진 검 thanh kiếm truyền gia bảo, 가보를 대대로 ~ gia bảo truyền từ đời này qua đời khác, 아무에게 비법을 ~ truyền bí pháp cho ai. ③Truyền dẫn. 구리는 전기를 잘 ~ đồng dẫn điện rất tốt. ④ Chuyển từ chỗ này sang chỗ khác. 물건을 ~ chuyển đồ vật.

전화 (電話 Điện thoại)

전 Điện — Điện, 전극 điện cực, 전력 điện lực, 전기 điện khí, 전압 điện áp, 전산 điện toán, 전자 điện tử, 전해 điện giải. 감전 cảm điện (điện giật).

화 Thoại — Nói, lời, chuyện, tiếng, ngôn ngữ, 전화 điện thoại, 신화 thần thoại, 담화 đàm thoại, 통화 thông thoại (nói chuyện điện thoại), 회화 hội thoại.

Giải nghĩa — Điện thoại.

Cách sử dụng — ~하다, ~로 bằng điện thoại, ~를 받다 nhận điện thoại, ~를 걸다 gọi điện thoại, ~가 오다 có điện thoại đến, ~가 입자 người sử dụng điện thoại, ~교환 chuyển máy, ~교환대 bàn trực điện thoại, ~교환원 nhân viên trực điện thoại, ~국 trung tâm điện thoại, ~기 máy điện thoại, ~번호 số điện thoại, ~번호부 quyển danh bạ điện thoại, ~선 dây điện thoại, ~요금 tiền điện thoại, 공중~ điện thoại công cộng, 국제~ điện thoại quốc tế, 국내~ điện thoại quốc nội, ~카드 thẻ gọi điện thoại, 이동~ điện thoại di động, ~선 đường dây.

절망 (絶望 Tuyệt vọng)

절 Tuyệt — Cắt đứt, cực kỳ, vô cùng, cách biệt, hết sạch, 절교 tuyệt giao, 절대 tuyệt đối, 거절 cự tuyệt, 단절 đoạn tuyệt, 절대가인 tuyệt đại giai nhân (tuyệt thế giai nhân).

망 Vọng — Trông ngóng, nhìn xa, mong ước, 망원경 vọng viễn kính, 갈망 khát vọng, 실망 thất vọng, 절망 tuyệt vọng, 전망 triển vọng, 망부상 vọng phu tượng (hòn vọng phu).

Giải nghĩa — Tuyệt vọng.

Cách sử dụng — ~하다, ~적인 상태 trạng thái tuyệt vọng, ~하게 하다 làm cho tuyệt vọng, ~에 빠지다 rơi vào tình cảnh tuyệt vọng, 환자는 이제 ~적이다 bệnh nhân bây giờ coi như tuyệt vọng, ~을 극복하다 khắc phục sự tuyệt vọng, ~을 느끼다 cảm thấy tuyệt vọng.

절약 (節約 Tiết ước)

절 Tiết — Sự, việc, ngày lễ, đúng lễ, 절약 tiết ước (tiết kiệm), 절감 tiết giảm, 절제 tiết chế, 절략 tiết lược (giảm bớt).

약 Ước — Chừng, khoảng, hẹn, giao ước, 선약 tiên ước (cuộc hẹn trước), 약정 ước định (cam kết, qui định), 혼약 hôn ước, 계약 khế ước, 공약 công ước, 규약 quy ước, 약혼 ước hôn (đám hỏi), 협약 hiệp ước.

Giải nghĩa — Cắt giảm cái gì đó, là tiết kiệm, giành dụm.

Cách sử dụng — ~하다, 물자 ~ tiết kiệm vật tư, 에너지 ~ tiết kiệm năng lượng, ~정신 tinh thần tiết kiệm, ~이 몸에 배다 thói quen tiết kiệm thấm vào người, 전기를 ~하다 tiết kiệm điện, 비용을 ~하다 tiết kiệm chi phí, 시간을 ~하다 tiết kiệm thời gian, 모든 ~을 다하다 tiết kiệm tất cả mọi thứ, 가능한 한 ~을 하시오 Hãy tiết kiệm như có thể, 그것은 시간과 노력의 ~이 된다 Cái đó sẽ tiết kiệm được thời gian và công thức.

점 (点 Điểm)

점 Điểm — Chấm, đặc tính, nốt, giờ, 시점 thời điểm, 접점 tiếp điểm, 관점 quan điểm, 결점 khuyết điểm, 약점 yếu điểm, 출발점 xuất phát điểm, 점수 điểm số.

Giải nghĩa Điểm, chấm, điều, nốt ruồi.

Cách sử dụng ~을 치다 đánh điểm, 70~ 70 điểm, 좋은 ~도있고 나쁜~도있다 có điểm xấu và cả điểm tốt, A~ điểm A, 문제~ điểm có vấn đề, 의문~ điểm nghi vấn, 태양의 흑~ điểm đen của vũ trụ.

점수 (点數 Điểm số)

점 Điểm — Chấm, đặc tính, nốt, giờ, 시점 thời điểm, 접점 tiếp điểm, 관점 quan điểm, 결점 khuyết điểm, 약점 yếu điểm, 출발점 xuất phát điểm.

수 Số — Số lượng, đếm, tính, cân nhắc, số mệnh, 대다수 đại đa số, 다수 đa số, 단수 đơn số (số ít), 무수 vô số, 복수 phức số (số phức), 소수 thiểu số.

Giải nghĩa Điểm số, điểm học

Cách sử dụng ~가 깎이다 bị hạ điểm, ~를 매기다 cho điểm, 좋은 ~를 따다 có điểm số tốt, 저선생님은 ~ 가 후하다 thầy giáo ấy cho điểm dễ, ~를 주다 cho điểm.

점심 (点心 Điểm tâm)

점 Điểm — Điểm, chấm, nốt, giờ, ăn lót dạ, một ít, 출발점 xuất phát điểm, 결점 khuyết điểm, 관점 quan điểm, 약점 nhược điểm.

심 Tâm — Trái tim, tấm lòng, tâm tính, trung tâm, tính, 무관심 không quan tâm, 결심 quyết tâm, 성심 thành tâm, 심장 tâm tạng (tim), 심정 tâm tình, 안심 an tâm, 내심 nội tâm, 애국심 ái quốc tâm (lòng yêu nước), 자비심 từ bi tâm (lòng từ bi), 중심 trung tâm, 중심 trọng tâm.

Giải nghĩa Buổi trưa hoặc cơm trưa.

Cách sử dụng ①Buổi trưa, ~때 buổi trưa, lúc trưa, ~시간 thời gian buổi trưa, ~약속 cuộc hẹn buổi trưa. ②Cơm trưa, ~을 먹다 ăn trưa, ~준비가 되었습니다 cơm trưa chuẩn bị xong, ~먹을 시간도 없다 không có thời gian ăn cơm trưa.

점점 (漸漸 Tiệm tiệm)

점 Tiệm — Dần dần, từ từ.

Giải nghĩa Dần dần, từ từ.

Cách sử dụng Dần dần, từ từ. 일이 ~익숙해지다 quen dần với công việc. 관계가 ~나빠지다 quan hệ xấu dần đi. ~더 더워지다 ngày càng nóng thêm. ~더 적어지다 ngày càng ít đi. 나는 영어가 ~ 재미있어진다 tôi thấy tiếng Anh ngày càng thú vị hơn. 약속 시간이 ~ 가까워진다 thời gian hẹn ngày càng gần hơn. 날씨가 ~ 추워진다 thời tiết ngày càng lạnh hơn. 우리는 ~ 불안해지기 시작했다 chúng tôi bắt đầu càng ngày càng cảm thấy lo lắng.

접속 (接續 Tiếp tục)

접 Tiếp — Nối tiếp, nối liền, đón nhận, đón tiếp, 접선 tiếp tuyến, 접지 tiếp địa (tiếp đất), 간접 gián tiếp, 교접 giao tiếp, 접근 tiếp cận, 접대 tiếp đãi, 접촉 tiếp xúc.

속 Tục — Tiếp theo, nối dõi, nối tiếp, thêm vào, 계속 kế tục (tiếp tục), 지속 trì tục (tiếp tục duy trì).

Giải nghĩa — Nối, tiếp nối, liên kết.

Cách sử dụng — ~하다, ~선 đường tiếp nối, ~역 ga tiếp nối, ~항 (港) cảng tiếp nối, 이전선을 저전선에 ~ 해주시오 Nối dây điện này vào dây điện kia hộ tôi, 이 열차는 부산행 열차와 ~된다 tàu hỏa này nối với tàu Busan.

접수 (接受 Tiếp thụ)

접 Tiếp — Nối tiếp, nối liền, đón nhận, đón tiếp, 접선 tiếp tuyến, 접지 tiếp địa (tiếp đất), 간접 gián tiếp, 교접 giao tiếp, 접근 tiếp cận, 접대 tiếp đãi, 접촉 tiếp xúc.

수 Thụ — Nhận, 감수 cảm thụ, 흡수 hấp thụ, 수업 thụ nghiệp (học), 수태 thụ thai.

Giải nghĩa — Tiếp nhận.

Cách sử dụng — ~번호 mã số tiếp nhận, ~처 nơi tiếp nhận, 원서 ~ 기한 thời hạn tiếp nhận đơn, ~를 받다 nhận tiếp nhận, 신청서를 ~하다 tiếp nhận đơn, ~를 마감하다 hết tiếp nhận.

정당 (政黨 Chính Đảng)

정 Chính — Chính trị, chính quyền, hành chính, nhà nước, 정부 chính phủ, 정책 chính sách, 정치 chính trị, 정계 chính giới (giới chính trị), 정권 chính quyền 정치 chính trị, 정권 chính quyền, 정의 chính nghĩa.

당 Đảng — Bè, đảng, nhóm, kết đảng, 공산당 Cộng sản Đảng (đảng Cộng sản), 정당 chính đảng, 민주당 dân chủ đảng (đảng dân chủ), 당파 đảng phái, 당원 đảng viên, 입당 nhập đảng (gia nhập đảng), 여당 dữ đảng (đảng cầm quyền), 야당 dã đảng (đảng đối lập).

Giải nghĩa — Đảng, chính đảng.

Cách sử dụng — ~에 가입하다 tham gia vào chính đảng, ~을 결성하다 thành lập các chính đảng, ~에 속하다 thuộc về chính đảng.

정당 (正當 Chính đáng)

정 Chính — Giữa, chính, ngay thẳng, thích đáng, 정문 chính môn (cửa chính), 정확 chính xác, 정면 chính diện, 정식 chính thức, 정오 chính ngọ, 정직 chính trực, 정의 chính nghĩa.

당 Đáng — Xứng đáng, tương bằng, 정당 chính đáng, 적당 thích đáng, 타당 thỏa đáng, 합당 hợp đáng (phù hợp).

Giải nghĩa — Phù hợp, thỏa đáng, chính đáng, đúng đắn.

Cách sử dụng — ~방위 phòng vệ chính đáng, ~한 사유 lý do chính đáng, ~한 변명 lời biện minh chính đáng, ~한 이유 없이 không có lý do chính đáng.

정답 (正答 Chính đáp)

정 Chính — Giữa, chính, ngay thẳng, thích đáng, 정문 chính môn (cửa chính), 정확 chính xác, 정면 chính diện, 정식 chính thức, 정오 chính ngọ, 정직 chính trực, 정의 chính nghĩa.

답 Đáp — Trả lời, đáp lại, báo đáp, đền đáp, 답례 đáp lễ, 답신 đáp tín (trả lời), 답안 đáp án, 응답 ứng đáp, 보답 báo đáp, 문답 vấn đáp, 회답 hồi đáp.

Giải nghĩa — Đáp án, câu trả lời đúng.

Cách sử dụng — ~을 맞히다 đoán đúng đáp án, ~을 알려 주다 cho biết đáp án, ~ 찾기 tìm đáp án, ~과 오답 đáp án đúng và đáp án sai.

정답다 (情 Tình)

정 Tình — Tình cảm, tình ái, tình, 감정 cảm tình, 표정 biểu tình (nét mặt), 진정 chân tình, 애정 ái tình (tình cảm, tình yêu), 박정 bạc tình, 유정 hữu tình (có tình cảm), 동정 đồng tình, 다정 đa tình (giàu tình cảm), 무정 vô tình.

Cách sử dụng — 정다운 친구 người bạn tình cảm, 정다운 태도 thái độ tình cảm, 정다운 여자 người phụ nữ có tình cảm, 정답게 một cách có tình cảm, 손님을 정답게 맞다 đón tiếp khách một cách tình cảm, 아이들을 정답게 바라보다 nhìn bọn trẻ một cách tình cảm, 그 부부는 정답게 지낸다 vợ chồng ấy sống tình cảm, 할머니의 정다운 눈길 ánh mắt trìu mến của bà, ~게 노래하다 hát một cách cảm xúc.

정도 (程度 Trình độ)

정 Trình — Khóa, hạn, mức, đi, 과정 quá trình, 공정 công trình (công đoạn), 노정 lộ trình, 일정 nhật trình (lịch trình).

도 Độ — Mức độ, qua, trôi qua, độ, đo lường, 정도 trình độ, 제도 chế độ, 태도 thái độ, 속도 tốc độ, 과도 quá độ, 강도 cường độ, 농도 nồng độ, 난도 nan độ (độ khó).

Giải thích — Một mức độ nào đó.

Cách sử dụng — 생활 ~ mức sinh hoạt, 어느~에 ở mức độ nào đó, 손해의 ~ mức độ thiệt hại, 대학 ~의 학교 trường có trình độ đại học, ~를 넘다 vượt quá mức độ nào đó, ~를 지키다 giữ mức độ, 더운 ~가 아니다 không đến mức độ nóng, 장난도 ~껏 해라 Đùa cũng có mức độ, 참는 것도 ~가 있다 chịu đựng cũng có mức độ.

정도 (正道 Chính đạo)

정 Chính — Giữa, chính, ngay thẳng, thích đáng, 정문 chính môn (cửa chính), 정확 chính xác, 정면 chính diện,정식 chính thức, 정오 chính ngọ, 정직 chính trực, 정의 chính nghĩa

도 Đạo — Đường, lối, đạo đức, tôn giáo, phương pháp, cách làm, con đường đi, 도로 đạo lộ (con đường), 보도 bộ đạo (vỉa hè, đường đi bộ), 철도 thiết đạo (đường sắt), 차도 xa đạo (đường cho xe đi), 적도 xích đạo, 궤도 (quỹ đạo), 도덕 đạo đức.

Giải nghĩa — Chính đạo, con đường đúng đắn.

Cách sử dụng 정치의 ~ con đường đúng của chính trị, 언론의 ~con đường đúng của ngôn luận, ~를 걷다 bước đúng đắn, ~를 따르다 theo con đường đúng, ~를 지키다 giữ con đường đúng, ~에 어긋나는 행위 hành vi sai trái , ~를 밟다 đặt chân vào con đường đúng đắn, ~에서 벗어나다 thoát ra khỏi đường lối đúng đắn, 아무를 ~로 이끌다 đưa ai vào con đường đúng đắn, ~에서 벗어나면 되돌아가기가 어렵다 đã bước ra con đường đúng thì khó mà quay trở lại.

정류장 (停留場 Đình lưu trường)

정	Đình	Dừng, ngừng, ngưng chạy, 정지 đình chỉ, 조정 điều đình, 조정안 điều đình án, 정체 đình trệ, 정학 đình học, 정돈 đình đốn (ngưng trệ), 정전 đình chiến.
류	Lưu	Lưu giữ, ở lại, để lại, 보류 bảo lưu, 유심 lưu tâm, 유학 lưu học (ở lại học).
장	Trường	Chỗ đông người tụ tập hoặc làm việc, sân khấu, chợ, sân, 입장 nhập trường (vào sân, vào hội trường), 비행장 phi hành trường (sân bay), 운동장 vận động trường (sân vận động), 극장 kịch trường (rạp hát, sân khấu), 농장 nông trường, 시장 thị trường, 광장 quảng trường.

Giải nghĩa Nơi cho các phương tiện dừng và đỗ, bến đỗ, điểm dừng, ga, trạm.

Cách sử dụng 다음 ~장은 어디입니까? Trạm xuống sau là ở đâu nhỉ? ~에서 버스가 오기를 기다리다 chờ xe buýt ở bến xe.

정리 (整理 Chỉnh lý)

정	Chỉnh	Ngay ngắn, chấn chỉnh, sửa sang, 정돈 chỉnh đốn, 조정 điều chỉnh, 정형 chỉnh hình.
리	Lý	Làm việc, lo liệu, sắp xếp, quy luật, 관리 quản lý, 처리 xử lý, 정리 chỉnh lý, 윤리 luân lý, 도리 đạo lý, 심리 tâm lý, 이론 lý luận, 물리 vật lý.

Giải nghĩa Dọn dẹp, thu xếp, giải quyết, sắp xếp, thanh lý.

Cách sử dụng ~하다, 책상을 ~하다 sắp xếp cái bàn, ~된 교실 phòng học đã được sắp xếp đẹp. 가사를 ~하다 thu xếp việc nhà, 방을 ~하다 dọn dẹp phòng, 회사를 ~하다 thanh lý công ty, 와의 관계를 ~하다 cắt đứt mối quan hệ với ai.

정말 (正— Chính)

정 Chính	Giữa, chính, ngay thẳng, thích đáng, 정문 chính môn (cửa chính), 정확 chính xác, 정면 chính diện, 정식 chính thức, 정오 chính ngọ, 정직 chính trực, 정의 chính nghĩa
말	Lời nói, 말과 글 lời nói và chữ viết, 말을 배우다 học nói, ~을 걸다 bắt chuyện, ~이 빠르다 nói nhanh.

Giải nghĩa Lời nói đúng đắn, nói thật, nói trung thực, chính xác, sự thật, thật sự.

Cách sử dụng ①Lời nói thực, lời nói thật. ~같은 như là thật. ~로 여기다 cho là thật~같은 이야기 chuyện như thật. ~같은 거짓말 lời nói dối như thật. ~인가? Thật không dấy? ~입니다 là sự thật. 그 소문은 ~이었다 tin đồn ấy là sự thật. 그게 ~ 일까? Cái đó có thật không đấy? 지금까지 한 말은 정말이다 những gì tôi nói đến giờ là thật. ②Phó từ, thật là, thật sự. 나는 ~ 슬펐다 tôi thật sự buồn. ~감사합니다 thật sự cảm ơn. 그는 ~ 총명한 사람이다 Anh ta thật sự là người thông minh. 너를 정말 사랑해 thật sự yêu em đấy 그 약이 ~ 그렇게 효과가 있는지는 알 수 없다 không biết là thuốc ấy có hiệu quả như thế hay không. 날씨가 ~ 좋다 thời tiết thật là tốt. 키가 정말 크다. ③Cảm thán từ dùng biểu hiện một sự việc nào đó nghiêm trọng. Đúng là! Đúng là! 큰일 났네, 정말! Hỏng việc rồi, thật là!

정문 (正門 Chính môn)

정 Chính: Đúng lúc, chính, giữa, ngay thẳng, 정문 chính môn (cửa chính), 정확 chính xác, 정면 chính diện, 정식 chính thức, 정오 chính ngọ, 정직 chính trực, 정의 chính nghĩa.

문 Môn: Cái cửa, bộ phận, môn, ngành, loại, bộ phận đóng mở, nhà, gia tộc, ngành, loại, nhóm, 창문 song môn (cửa sổ) , 대문 đại môn (cửa lớn), 가문 gia môn, 명문 danh môn (gia đình danh giá), 교문 hiệu môn (cổng trường), 폐문 bế môn (cửa đóng), 부문 bộ môn, 전문 chuyên môn, 불문 phật môn (cửa Phật).

Giải nghĩa Cửa chính, cổng chính.

Cách sử dụng ~으로 들어가다 đi vào cổng chính, 회사 ~ cổng chính công ty, 학교 ~ cổng chính trường, 공장 ~ cổng chính nhà máy, ~을 통과하다 đi qua cổng chính.

정밀 (精密 Tinh mật)

정 Tinh: Tinh luyện, thuần chất, tinh thần, 정력 tinh lực, 정신 tinh thần, 정교 tinh xảo.

밀 Mật: Giữ kín, bí mật, đông đúc, rậm rạp, tinh vi, 비밀 bí mật, 기밀 cơ mật, 밀도 mật độ, 밀탐 mật thám, 밀실 mật thất (phòng bí mật), 밀서 mật thư, 밀약 mật ước (giao kết bí mật), 친밀 thân mật.

Giải nghĩa Tinh xảo, chính xác, cụ thể.

Cách sử dụng ~하다, ~한 지도 bản đồ chi tiết, ~검사 kiểm tra chi tiết, ~공학 cơ khí chính xác, ~기계 máy chính xác, ~폭격 bắn phá chính xác, ~하게 một cách chính xác, ~한 조사 điều tra chi tiết, ~한 계획 kế hoạch chính xác.

정보 (情報 Tình báo)

정 Tình: Tình hình, rõ ràng, tình cảm, 실정 thật tình, 사정 sự tình, 감정 cảm tình, 열정 nhiệt tình, 연정 luyến tình.

보 Báo: Đưa tin, cho biết, tin tức, báo chí, 보고 báo cáo, 통보 thông báo, 경보 cảnh báo, 보답 báo đáp, 급보 cấp báo, 과보 quả báo.

Giải nghĩa Thông tin, tình báo.

Cách sử dụng ①Thông tin, 관광 ~ thông tin du lịch, 생활 ~ thông tin về sinh hoạt, ~가 누설되다 thông tin bị lộ, 다양한 ~가 있다 còn nhiều thông tin đa dạng, ~를 제공하다 cung cấp thông tin, ~를 수집하다 thu thập thông tin, ~를 교환하다 trao đổi thông tin, ~에 의하면

căn cứ theo thông tin, 허위~ thông tin sai, ~를 모으다 thu thập thông tin, ~망 mạng thông tin, ~처리 xử lý thông tin, ~원 nguồn thông tin, 라는 ~ 가 있다 có thông tin là. ②Tình báo (quân sự), ~활동 hoạt động tình báo, 미중앙~부 Cục tình báo Trung ương Mỹ (CIA), ~국 Cục tình báo, ~기관 cơ quan tình báo, ~망 mạng tình báo.

정복 (整復 Chinh phục)

정	Chinh	Đi xa, đánh dẹp, đánh thuế, 정전 chinh chiến, 정벌 chinh phạt, 정복 chinh phục, 출정 xuất chinh, 장정 trường chinh, 원정 viễn chinh.
복	Phục	Khôi phục, đáp lại, trả lời, 복귀 phục quy, 회복 hồi phục, 복원 phục nguyên, 복제 phục chế, 반복 phản phục (lặp lại).
Giải nghĩa		Chinh phục, khuất phục, chiến thắng.
Cách sử dụng		~하다, ~할 수 없는 không chinh phục được, 알프스를 ~하다 chinh phục ngọn núi Alps, ~자 kẻ chinh phục, ~할 수 없는 có thể chinh phục, 자연을 ~하다 chinh phục tự nhiên, ~을 당하다 bị chinh phục, ~에 나서다 đứng ra chinh phục, 세계~의 야심을 품다 mang dã tâm chinh phục cả thế giới.

정부 (政府 Chính phủ)

정	Chính	Chính trị, chính quyền, hành chính, 정문 chính môn (cửa chính), 정확 chính xác, 정당 chính đảng, 정면 chính diện, 정부 chính phủ, 정식 chính thức, 정오 chính ngọ, 정직 chính trực, 정책 chính sách, 정치 chính trị, 정계 chính giới (giới chính trị), 정권 chính quyền, 정의 chính nghĩa.
부	Phủ	Đơn vị hành chính, cơ quan chính quyền, nơi làm việc, 총독부 thống đốc phủ, 비정부단체 phi chính phủ đoàn thể (đoàn thể phi chính phủ).
Giải nghĩa		Chính phủ.
Cách sử dụng		현~ Chính phủ hiện nay, 한국~ Chính phủ Hàn Quốc, ~를 수립하다 thành lập Chính phủ, ~를 타도하다 lật đổ Chính phủ, ~조직법 luật tổ chức Chính phủ, 연방~ Chính phủ liên bang, 임시~ Chính phủ lâm thời, ~고위층 tầng lớp cao cấp của Chính phủ, ~기관 cơ quan Chính phủ, ~보증 sự bảo lãnh của Chính phủ, ~소식통 nguồn tin của Chính phủ, 중앙[지방] ~ Chính phủ Trung ương [địa phương], ~관련기관 cơ quan Chính phủ liên quan.

정성 (精誠 Tinh thành)

정	Tinh	Tinh luyện, thuần chất, tinh thần, 정력 tinh lực, 정신 tinh thần, 정교 tinh xảo.
성	Thành	Thành thực, thật sự, tin, 성의 thành ý, 성실 thành thật, 열성 nhiệt thành.
Giải nghĩa		Thịnh tình, tấm lòng thành.

Cách sử dụng ~스럽다, ~껏 với tất cả lòng thành, ~을 들이다 hết tấm lòng thành, ~을 다하다 hết sức chân thành, 그는 ~ 껏 우리를 대접했다 anh ta hết lòng đối đãi với chúng ta, ~어린 선물 món quà chan chứa chân tình.

정신 (精神 Tinh thần)

정 Tinh — Tinh luyện, thuần chất, tinh thần, 정력 tinh lực, 정신 tinh thần, 정교 tinh xảo.

신 Thần — Thần tiên, thần thánh, thần khí, thần thái, 신경 thần kinh, 귀신 quỷ thần, 무신 vô thần, 여신 nữ thần, 산신 sơn thần, 수신 thủy thần, 신령 thần linh, 신동 thần đồng, 토신 thổ thần.

Giải nghĩa ①Thần kinh. ②Tinh thần.

Cách sử dụng ①Thần kinh ~과 khoa thần kinh, ~계 hệ thần kinh, ~이상 thần kinh bất bình thường, ~질환 bệnh thần kinh, bệnh tinh thần, ~박약 suy yếu thần kinh, ~병원 bệnh viện thần kinh, bệnh viện tâm thần. ②Tinh thần, ~력 sức mạnh tinh thần, ~적 mặt tinh thần, ~적인 과로 mệt mỏi về mặt tinh thần, ~적인 압력 áp lực về mặt tinh thần, ~적인 유산 di sản có tính chất tinh thần, ~을 차리다 tỉnh lại, ~이 없다 không có tinh thần, mất tinh thần, ~을 단련하다 rèn luyện tinh thần, ~력 sức mạnh tinh thần, ~상태 trạng thái tinh thần, ~상태가 불안정하다 trạng thái tinh thần mất ổn định, ~생활 sinh hoạt về mặt tinh thần, ~수양 rèn luyện tinh thần, ~안정제 thuốc an thần, ~이상 thần kinh không bình thường, ~적인 원조 giúp đỡ về mặt tinh thần, ~적인 타격 cú sốc về mặt tinh thần, ~을 잃다 bất tỉnh, 법의 ~tinh thần của luật pháp, 기본 ~에 어긋나다 trái với tinh thần cơ bản.

정원 (庭園 Đình viên)

정 Đình — Sân trước, nhà, tòa án, 가정 gia đình, 궁정 cung đình, 법정 pháp đình

원 Viên — Cái vườn, vườn trồng hoa hoặc cây cảnh, đất trồng hoa quả, 공원 công viên, 화원 hoa viên, 전원 điền viên.

Giải nghĩa Vườn của nhà, khuôn viên, vườn.

Cách sử dụng ~을 가꾸다 tỉa tót khu vườn, ~을 만들다 làm vườn, 옥상 ~ vườn trên sân thượng, ~을 만들다 làm vườn, ~을 손질하다 trang trí vườn, ~ 나무 cây trong vườn.

정월 (正月 Chính nguyệt)

정 Chính — Giữa, chính, ngay thẳng, thích đáng, 정문 chính môn (cửa chính), 정확 chính xác, 정면 chính diện, 정식 chính thức, 정오 chính ngọ, 정직 chính trực, 정의 chính nghĩa.

월 Nguyệt — Trăng, mặt trăng, tháng, hàng tháng, 반월 bán nguyệt, 월식 nguyệt thực, 월경 nguyệt kinh (kinh nguyệt), 세월 tuế nguyệt (năm tháng), 월급 nguyệt cấp (lương tháng).

Giải nghĩa Tháng giêng âm lịch.

Cách sử dụng ~보름 rằm tháng giêng.

정의 (正義 Chính nghĩa)

정	Chính	Giữa, chính, ngay thẳng, thích đáng, 정문 chính môn (cửa chính), 정확 chính xác, 정면 chính diện, 정식 chính thức, 정오 chính ngọ, 정직 chính trực, 정의 chính nghĩa.
의	Nghĩa	Lẽ phải, tình nghĩa, ý nghĩa, 주의 chủ nghĩa, 강의 giảng nghĩa, 다의 đa nghĩa, 대의 đại nghĩa, 동의 đồng nghĩa, 명의 danh nghĩa, 예의 lễ nghĩa, 의무 nghĩa vụ.
Giải nghĩa		Chính nghĩa.
Cách sử dụng		자유, ~와 진리 tự do, chính nghĩa và chân lý, ~를 위하여 vì chính nghĩa, ~를 위해 싸우다 chiến đấu vì chính nghĩa, 힘은 ~이다 sức mạnh là chính nghĩa, ~를 옹호하다 ủng hộ chính nghĩa, ~는 결국 승리한다 chính nghĩa cuối cùng sẽ thắng.

정지 (停止 Đình chỉ)

정	Đình	Dừng lại, dừng, ngừng, im, đứng, ngưng chạy, 정지 đình chỉ, 정전 đình chiến, 정전 đình điện (mất điện), 정직 đình chức (ngưng việc).
지	Chỉ	Ngăn trở, cấm chỉ, cầm lại, dừng, thôi, 금지 chấm chỉ, 제지 chế chỉ (dừng lại).
Giải nghĩa		Ngưng, ngừng (việc), đình chỉ,
Cách sử dụng		~하다, ~신호 tín hiệu dừng lại, 운행 ~ dừng vận hành, 자격 ~ ngưng tư cách, 집행 ~ ngưng thi hành, 지급을 ~하다 dừng chi trả, 영업을 ~하다 ngưng kinh doanh, 거래는 지금 ~ 상태에 hiện nay tình trạng giao dịch bị ngưng, 지급 ~ ngưng chi trả.

정차 (停車 Đình xa)

정	Đình	Dừng lại, dừng, ngừng, im, đứng, ngưng chạy, 정지 đình chỉ, 정전 đình chiến, 정전 đình điện (mất điện), 정직 đình chức (ngưng việc).
차	Xa	Xe, chiếc xe, 자동차 tự động xa (xe ô tô), 전차 chiến xa (xe tăng), 화차 hỏa xa (tàu hỏa), 마차 mã xa (xe ngựa), 장갑차 trang giáp xa (xe thiết giáp), 차비 xa phí (tiền xe), 차량 xa lượng (xe cộ).
Giải nghĩa		Dừng xe, đậu xe.
Cách sử dụng		~선 vạch dừng xe, ~시간 thời gian dừng xe, ~ 위반 vi phạm dừng xe, ~금지구역 khu vực cấm đậu xe, ~ 중 접촉사고 tai nạn va chạm khi dừng xe.

정치 (政治 Chính trị)

정	Chính	Chính trị, chính quyền, hành chính, nhà nước, 정부 chính phủ, 정책 chính sách, 정치 chính trị, 정계 chính giới (giới chính trị), 정권 chính quyền.
치	Trị	Cai trị, quản lý, chữa trị, 치료 trị liệu, 완치 hoàn trị, 자치 tự trị, 치안 trị an, 통치 thống trị, 난치병 nan trị bệnh (bệnh nan y).
Giải nghĩa		Quản lý về mặt nhà nước, chính trị.

Cách sử dụng ~으로 về mặt chính trị, ~학 chính trị học, ~적 có tính chính trị), 직업 ~ 가 nhà chính trị chuyên nghiệp, ~계 giới chính trị, ~권력 quyền lực chính trị, ~기구 tổ chức chính trị, ~범 chính trị phạm (tù chính trị), ~보복 trả thù chính trị, ~생명 sinh mạng chính trị.

정하다 (定— Định)

정 Định Quyết việc gì, có ý làm gì, ý muốn nào đó, 규정 quy định, 지정 chỉ định, 협정 hiệp định, 부정 phủ định, 정약 định ước, 결정 quyết định, 가정 giả định, 의정 ý định, 고정 cố định, 안정 an định (ổn định).

Giải nghĩa Quy định, định ra, chọn ra, quyết định, quy định.

Cách sử dụng 정한 시간에 vào thời gian quy định. 법이 정하는 바에 따라 theo luật quy định. 날짜를 ~ định ngày. 결혼하기로 ~ quyết dịnh là sẽ kết hôn. 값을 ~ quyết định giá. 우리는 그녀를 우리들의 지도자로 정했다 chúng tôi chọn cô ấy là người chỉ đạo của mình. 우리는 내일 출발하기로 정했다 chúng tôi quyết định ngày mai sẽ xuất phát 나는 모든 것을 팔기로 정했다 tôi quyết định bán mọi thứ.

정확 (正確 Chính xác)

정 Chính Đúng lúc, chính, giữa, ngay thẳng, 정문 chính môn (cửa chính), 정확 chính xác, 정면 chính diện, 정식 chính thức, 정오 chính ngọ, 정직 chính trực, 정의 chính nghĩa.

확 Xác Thực, đúng, xác thực, bền lâu, chắn chắn, 확립 xác lập, 확신 xác tín (tin chắc chắn), 확정 xác định, 확인 xác nhận, 확정 xác định.

Giải nghĩa Chính xác, chuẩn, không sai.

Cách sử dụng ~하다, 신속과 ~ nhanh chóng và chính xác, ~한 발음 phát âm chính xác, ~히 말하면 nếu nói một cách chính xác, ~도 độ chính xác, ~한 시간 thời gian chính xác, 과학적으로 ~ 히 một cách chính xác theo khoa học, 시계처럼 ~ chính xác như đồng hồ, 시간을 ~ 히 지키다 đúng giờ, ~히는 모른다 không biết chính xác, 이 시계는 ~하다 cái đồng hồ này chính xác.

제도 (制度 Chế độ)

제 Chế Phép tắc, đặt ra, làm ra, hạn chế, kiểm soát, 신제품 tân chế phẩm (sản phẩm mới), 법제 pháp chế, 복제 phục chế, 수제 thủ chế (làm bằng tay), 자제 tự chế, 제작 chế tác, 제조 chế tạo, 일제 Nhật chế (hàng Nhật Bản), 외제 ngoại chế (hàng ngoại).

도 Độ Mức độ, qua, trôi qua, độ, đo lường, 정도 trình độ, 제도 chế độ, 태도 thái độ, 속도 tốc độ, 과도 quá độ, 강도 cường độ, 농도 nồng độ, 난도 nan độ (độ khó).

Giải nghĩa Chế độ.

Cách sử dụng 민주주의 ~ chế độ dân chủ chủ nghĩa, 토지 ~ chế độ ruộng đất, ~를 개혁하다 cải cách chế độ, 신~하에 dưới chế độ mới, 사회~ chế độ xã hội, 현행~ chế độ hiện hành,

새로운 ~ chế độ mới, 교육 ~ chế độ giáo dục, 미국의 ~를 본떠서 học theo chế độ của Mỹ, ~를 개선하다 cải tiến chế độ, ~를 확립[폐지]하다 xây dựng [xóa bỏ] chế độ.

제목 (題目 Đề mục)

제 Đề — Đề bài, tiêu đề, kể chuyện, 과제 khóa đề (bài toán), 문제 vấn đề, 숙제 túc đề (bài tập về nhà), 전제 tiền đề, 제안 đề án, 제목 đề mục, 주제 chủ đề, 명제 mệnh đề.

목 Mục — Mắt, nhìn, khoản mục, 목표 mục tiêu, 주목 chú mục (quan tâm, để ý), 과목 khoa mục, 항목 hạng mục, 제목 đề mục, 목격 mục kích (nhìn thấy), 안목 nhãn mục (mắt thường), 목록 mục lục.

Giải nghĩa — Đề mục, tiêu đề.

Cách sử dụng — ~을 붙이다 gắn đề mục, 학위논문 ~ đề mục luận văn tốt nghiệp, 영화 ~ đề mục của bộ phim, 소설 ~ đề mục của tiểu thuyết, ~을 달다 đặt tên, đặt đề mục.

제일 (第一 Đệ nhất)

제 Đệ — Thứ, hạng, bậc, đẳng cấp trong thi cử, dinh thự, 제이차 세계대전 đệ nhị thứ thế giới đại chiến (chiến tranh thế giới lần thứ hai).

일 Nhất — Một, nhất, cùng một, tất cả đều, 통일 thống nhất, 일거일동 nhất cử nhất động, 일정 nhất định, 제일 đệ nhất, 일관 nhất quán, 동일 đồng nhất, 합일 hợp nhất, 단일 đơn nhất.

Giải nghĩa — Thứ nhất, nhất, số một, đầu tiên, trước, tốt nhất.

Cách sử dụng — ~부인 đệ nhất phu nhân, 세계~의 부자 người giàu nhất thế giới, ~먼저 trước nhất, 세계에서 ~높은 산 núi cao nhất thế giới, 건강이 ~이다 sức khỏe là số một, ~보 bước thứ nhất, ~의 목표 mục tiêu đầu tiên, 감기에 걸렸을 때는 쉬는 게 ~이다 khi bị cảm nghỉ là tốt nhất.

조건 (條件 Điều kiện)

조 Điều — Điều khoản, trật tự, khoản mục, thứ tự, hệ thống, chỉnh sửa, 조례 điều lệ, 조사 điều tra, 조절 điều tiết, 조정 điều chỉnh, 조합 điều hợp

건 Kiện — Cái, món, việc, công văn, 사건 sự kiện (vụ việc), 여건 dữ kiện, 문건 văn kiện, 요건 yếu kiện (nội dung chính), 안건 án kiện (vụ việc), 인건비 nhân kiện phí (chi phí nhân lực).

Giải nghĩa — Điều kiện, nội dung, hạng mục.

Cách sử dụng — ①Hoàn cảnh, điều kiện, môi trường, 열악한 노동 ~ điều kiện làm việc lạc hậu, 근무~ điều kiện làm việc. ②Điều kiện, yêu cầu, 계약의 ~ điều kiện hợp đồng, 아무~도 없이 không có bất cứ điều kiện nào, ~으로 với điều kiện, 동등한 ~으로 với điều kiện bình đẳng, ~을 붙이다 gắn điều kiện, ~을 마련하다 ra điều kiện, ~반사 phản xạ có điều kiện, 필수 ~ điều kiện bắt buộc phải có, 지급 ~ điều kiện chi trả, 매매[거래]의 ~ điều kiện mua bán[giao dịch], 회원이 될 수 있는 ~ điều kiện để trở thành hội viên, 유리한

~으로 theo điều kiện có lợi, 불리한 ~으로 với điều kiện có lợi, ~을 설정하다 đặt điều kiện, ~을 변경하다 thay đổi điều kiện, ~을 채우다 làm thỏa mãn điều kiện, 건강은 행복의 필요 ~이다 sức khỏe là điều kiện cần thiết của hạnh phúc, ~을 제시하다 đưa ra điều kiện.

조사 (調査 Điều tra)

조	Điều	Điều chỉnh, lường tính, hòa hợp, phân phối (phân chia), 조절 điều tiết, 조정 điều chỉnh, 조제 điều chế.
사	Tra	Soát, xét, tra xét, tìm tòi, 검사 kiểm tra, 심사 thẩm tra, 신체검사 thân thể kiểm tra (kiểm tra cơ thể).
Giải nghĩa		Điều tra, xét hỏi.
Cách sử dụng		~하다, 인구 ~ điều tra dân số, ~를 벌이다 tiến hành điều tra, ~를 받다 bị điều tra, 원인을 ~하다 điều tra nguyên nhân, ~중이다 đang điều tra, ~결과 kết quả điều tra, ~과 phòng điều tra, ~관 nhân viên điều tra, ~보고 báo cáo điều tra, ~단 đoàn điều tra, ~원 nhân viên điều tra, ~자료 tư liệu điều tra, ~에 의하면 dựa vào điều tra, 을 철저히 ~하다 điều tra một cách triệt để.

조상 (祖上 Tổ thượng)

조	TổÔng	bà, tổ sư, gốc, người đời trước, noi theo, 고조 cao tổ, 조국 tổ quốc. 선조 tiên tổ (tổ tiên), 시조 thủy tổ, 조모 tổ mẫu (bà), 외조모 ngoại tổ mẫu (bà ngoại), 증조부모 tằng tổ phụ mẫu (ông bà cố), 조상숭배 tổ thượng sùng bái (sùng bái tổ tiên).
상	Thượng	Đi lên, ở trên, phía trên, hơn, 상반기 thượng bán kỳ (6 tháng đầu năm), 상류 thượng lưu, 상원 thượng viện, 상책 thượng sách, 상하 thượng hạ, 세상 thế thượng (thế gian), 연상 niên thượng (nhiều tuổi hơn), 옥상 ốc thượng (sân thượng), 최상 tối thượng (cao nhất).
Giải nghĩa		Tổ tiên, ông bà cha mẹ tổ tiên.
Cách sử dụng		~숭배 sùng bái tổ tiên, ~전래의 tổ tiên truyền lại, ~의 이름을 더럽히다 làm bẩn tên tuổi tổ tiên, 이것은 ~ 전래의 보물이다 đây là báu vật tổ tiên để lại, 명절이면 ~의 산소를 찾아가 성묘한다 vào ngày lễ thường đến mộ tổ tiên để tảo mộ.

조선 (造船 Tạo thuyền)

조	Tạo	Làm, đóng, sản xuất ra, chế tạo ra, chế tạo, bịa đặt, 조화 tạo hóa, 개조 cải tạo, 조성 tạo thành, 제조 chế tạo, 창조 sáng tạo, 구조 cấu tạo, 인조 nhân tạo, 건조 kiến tạo, 위조 ngụy tạo (làm giả).
선	Thuyền	Cái thuyền, tàu, ghe, đò, 어선 ngư thuyền (thuyền đánh cá), 선원 thuyền viên, 선장 thuyền trưởng, 승선 thừa thuyền (lên thuyền), 우주선 vũ trụ thuyền (tàu vũ trụ), 목선 mộc thuyền (thuyền gỗ).
Giải nghĩa		Đóng tàu, tạo thuyền.

Cách sử dụng ~하다, ~기사 kỹ sư đóng tàu, ~회사 công ty/ nhà máy đóng tàu, ~업 ngành đóng tàu, ~공 thợ đóng tàu, ~공학 ngành công nghiệp đóng tàu, ~능력 năng lực đóng tàu, ~소 xưởng đóng tàu.

조선 (朝鮮 Triều Tiên)

조 Triều — Sáng mai, sớm mai.

선 Tiên — Mới lạ, sáng sủa, 신선 tân tiên (tươi mới).

Giải nghĩa Buổi sáng yên bình, mới mẻ, Triều Tiên.

Cách sử dụng ~ 왕조 vương triều Triều tiên, ~시대 thời đại Triều tiên, ~어 tiếng Triều tiên.

조심 (操心 Thao tâm)

조 Thao — Nắm giữ, điều khiển, tập luyện, thao tác, 체조 thể thao, 조종 thao túng 조종사 thao túng sĩ (phi công).

심 Tâm — Trái tim, tấm lòng, tâm tính, trung tâm, tính, 무관심 vô quan tâm (không quan tâm), 결심 quyết tâm, 내심 nội tâm, 성심 thành tâm, 심장 tâm tạng (tim), 심정 tâm tình, 안심 an tâm, 애국심 ái quốc tâm (lòng yêu nước), 자비심 từ bi tâm (lòng từ bi), 중심 trung tâm, 중심 trọng tâm.

Giải nghĩa Điều khiển tâm lý, cẩn thận.

Cách sử dụng ~하다, 말을 ~하다 nói năng cẩn thận, 몸을 ~하다 giữ gìn cơ thể, 개~ cẩn thận chó, 위험~ Cẩn thận nguy hiểm, 불~ cẩn thận lửa (biển báo), 속지 않게 ~하다 cẩn thận kẻo bị lừa, 길건널 때는 자동차를 ~ 해라 Nhớ cẩn thận xe ô tô khi sang đường.

조언 (助言 Trợ ngôn)

조 Trợ — Giúp, giúp đỡ, 조사 trợ từ, 협조 hiệp trợ, 보조 bổ trợ, 외조 ngoại trợ (giúp đỡ từ bên ngoài), 원조 viện trợ, 조교 trợ giáo (trợ giảng), 조수 trợ thủ, 상조 tương trợ, 조연 trợ diễn (vai phụ), 구조 cứu trợ.

언 Ngôn — Lời nói, ngôn ngữ, chữ, nói, 언론 ngôn luận, 언급 ngôn cập (đề cập), 언어 ngôn ngữ, 언행 ngôn hành (ngôn ngữ và hành động), 선언 tuyên ngôn, 증언 chứng ngôn (lời làm chứng), 발언 phát ngôn, 명언 danh ngôn, 실언 thất ngôn (lỡ lời).

Giải nghĩa Lời khuyên, nói để khuyên ai.

Cách sử dụng ~하다, ~을 구하다 tìm lời khuyên, ~을 받아들이다 lắng nghe những lời khuyên, 전문가의 ~을 청하다 xin lời khuyên của nhà chuyên môn, ~자 người đưa ra các lời khuyên, 자네 ~이 없었으면 실패했을 거네 không có lời khuyên của cậu chắc tôi đã thất bại, ~ 듣다 nghe lời khuyên.

조절 (調節 Điều tiết)

조	Điều	Điều chỉnh, điều động, phân phối (phân chia), 조제 điều chế, 조정 điều chỉnh, 조화 điều hòa, 조사 điều tra, 조건 điều kiện, 조례 điều lệ, 조약 điều ước, 조목 điều mục.
절	Tiết	Sự, việc, ngày lễ, đúng lễ, 절약 tiết ước (tiết kiệm), 절감 tiết giảm, 절제 tiết chế, 절략 tiết lược (giảm bớt).
Giải nghĩa		Điều chỉnh, điều tiết, chỉnh.
Cách sử dụng		~하다, 음량을 ~하다 điều chỉnh âm thanh, 물가를 ~하다 điều tiết vật giá, 방의 온도를 ~하다 điều chỉnh nhiệt độ trong phòng, 인구 ~ điều tiết dân số.

조퇴 (早退 Tảo thoái)

조	Tảo	Sớm, buổi sáng, từ lâu, từ trước, 조혼 tảo hôn, 조기 tảo khởi (dậy sớm), 조산 tảo sản (sinh non), 조숙 chín sớm, 조식 tảo thực (cơm sáng). 조실부모 tảo thất phụ mẫu (cha mẹ mất sớm).
퇴	Thoái	Lui, lùi lại, rút lui, từ bỏ, 퇴조 thoái trào (suy thoái), 진퇴 tiến thoái, 퇴근 thoái cần (tan ca) 퇴직 thoái chức (nghỉ việc), 쇠퇴 suy thoái.
Giải nghĩa		Nghỉ sớm, tan sớm,
Cách sử dụng		~하다 nghỉ sớm, tan sớm, 학교를 ~하다 tan học sớm, 회사를 ~하다 tan làm sớm, ~시간 thời gian về sớm.

존경 (尊敬 Tôn kính)

존	Tôn	Cao quý, kính trọng, kính, 존중 tôn trọng, 존엄 tôn nghiêm, 존대 tôn đãi (đối xử tôn trọng), 존칭 tôn xưng, 존귀 tôn quý, 자존 tự tôn, 남존여비 nam tôn nữ bỉ (trọng nam khinh nữ),
경	Kính	Tôn trọng, thận trọng, 경어 kính ngữ, 불경 bất kính, 존경 tôn kính, 경축 kính chúc, 경례 kính lễ.
Giải nghĩa		Tôn trọng, tôn kính.
Cách sử dụng		~하다, ~을 받다 được tôn kính, 나의 ~하는 선생님 thầy giáo tôn kính của tôi, ~을 표시하다 bày tỏ sự tôn kính, ~을 못받다 không được tôn kính, 그는 ~ 할 만한 인물이 못된다 anh ta không phải nhân vật đáng kính, 내가 가장 ~하는 사람은 우리 아버지이다 người tôi tôn kính nhất chính là bà tôi.

졸업 (卒業 Tốt nghiệp)

졸	Tốt	Cuối cùng, xong, kết thúc.
업	Nghiệp	Nghề, ngành nghề, công nghiệp, sự nghiệp, 업종 nghiệp chủng (ngành nghề), 업무 nghiệp vụ, 농업 nông nghiệp, 공업 công nghiệp, 부업 phụ nghiệp (nghề phụ), 작업 tác nghiệp.
Giải nghĩa		Tốt nghiệp.

Cách sử dụng ~날 ngày tốt nghiệp, ~식 lễ tốt nghiệp,~ 논문 luận văn tốt nghiệp, ~시험 thi tốt nghiệp, ~장 bằng tốt nghiệp, 대학을 ~하다 tốt nghiệp đại học, 수석으로 ~하다 tốt nghiệp đứng đầu, 대학~후에 sau khi tốt nghiệp đại học.

종류 (種類 Chủng loại)

종 Chủng Thứ, hạng, loại, giống người, 멸종 diệt chủng, 종족 chủng tộc, 인종 nhân chủng, 순종 thuần chủng, 외종 ngoại chủng.

류 Loại Chủng loại, loài, giống, thứ, 일류 nhất loại (hạng một), 동류 đồng loại, 인류 nhân loại, 분류 phân loại, 서류 thư loại (tài liệu), 주류 tửu loại (loại rượu).

Giải nghĩa Chủng loại, chủng.

Cách sử dụng ~가 다르다 khác loại, ~가 같다 cùng loại, 여러 ~의 물건 hàng hóa nhiều loại, 4 ~로 나누다 chia làm 4 loại, 온갖 ~의 mọi chủng loại, 이런 ~의 사건 sự việc loại này, 여러가지 ~의 우표수집 sưu tầm nhiều loại tem thư, 여러 ~의 책 nhiều loại sách, 같은 ~끼리 모아라 gom những thứ cùng loại lại với nhau.

종일 (終日 Chung nhật)

종 Chung Kết cục, hết, cuối cùng, suốt, cả, 임종 lâm chung (băng hà), 종신 chung thân, 종점 chung điểm (điểm cuối cùng) , 최종 tối chung (sau cùng), 시종 thủy chung (từ đầu đến cuối), 종료 chung liễu (kết thúc).

일 Nhật Mặt trời, ngày, ban ngày, hằng ngày, 일정 nhật trình (lịch trình), 일기 nhật ký, 일상 nhật thường (hằng ngày), 생일 sinh nhật, 당일 đương nhật (trong ngày), 평일 bình nhật (ngày thường).

Giải nghĩa Cả ngày, hết ngày.

Cách sử dụng 어제~ cả ngày hôm qua, ~기다렸다 đợi cả ngày, 비가 오기 때문에 하루~ 집에 있었다 hôm qua vì trời mưa nên ở nhà cả ngày.

종점 (終點 Chung điểm)

종 Chung Kết cục, hết, cuối cùng, suốt, cả, 임종 lâm chung (băng hà), 종신 chung thân, 종점 chung điểm (điểm cuối cùng), 최종 tối chung (sau cùng), 시종 thủy chung (từ đầu đến cuối), 종료 chung liễu (kết thúc).

점 Điểm Nơi, chỗ, điểm, chấm, nốt, giờ, một ít, 점수 điểm số, 점심 điểm tâm, 지점 địa điểm, 중점 trọng điểm, 점지 điểm chỉ, 관점 quan điểm, 결점 khuyết điểm.

Giải nghĩa Điểm cuối,

Cách sử dụng 버스~ điểm cuối của xe buýt, ~까지 가다 đi đến điểm cuối.

좌석 (座席 Tọa tịch)

좌 Tọa — Chỗ ngồi, ghế ngồi, ngôi, tòa, ngọn, 좌담 tọa đàm, 좌석 tọa tịch (chỗ ngồi), 좌선 tọa thiền (ngồi thiền), 좌욕 tọa dục (tắm ngồi).

석 Tịch — Chỗ ngồi, vị trí, ghế (trong nghị trường), 수석졸업 thủ tịch tốt nghiệp (tốt nghiệp thủ khoa, tốt nghiệp đầu khóa, 좌석 tọa tịch (chỗ ngồi), 즉석 tức tịch (tại chỗ, tại nơi), 참석 tham tịch (tham gia), 안석 an tịch (an tọa), 주석 chủ tịch, 입석 lập tịch (chỗ đứng, vé đứng).

Giải nghĩa — Chỗ ngồi, chỗ, ghế ngồi.

Cách sử dụng — 앞~ chỗ phía trước, 뒷~ chỗ phía sau, ~을 예약하다 đặt chỗ, ~을 양보하다 nhường chỗ, ~권 vé ngồi, ~번호 số ghế, 지정~ ghế chỉ định, ~배치도 sơ đồ bố trí chỗ ngồi, ~에 앉다 ngồi xuống ghế, ~에서 일어나다 đứng dậy từ ghế, ~이 편안하다 chỗ ngồi thoải mái.

죄송 (罪悚 Tội tủng)

죄 Tội — Tội lỗi, cái khổ, lỗi, 죄명 tội danh, 무죄 vô tội, 중죄 trọng tội, 사죄 tạ tội, 유죄 hữu tội (có tội), 죄악 tội ác, 면죄 miễn tội.

송 Tủng — Nhát, sợ hãi, kinh khiếp.

Giải nghĩa — Xin lỗi, ~하다, ~스럽다, ~하지만 xin lỗi nhưng, ~하지만 담뱃불 좀 빌려주십오 Xin lỗi, anh có thể cho tôi xin tí lửa thuốc được không? 방해해서 ~합니다 xin lỗi đã làm phiền anh, 기다리게 해서 ~합니다 xin lỗi đã bắt anh chờ, 불편을 끼쳐드렸다면 ~합니다 xin lỗi nếu đã làm phiền anh.

주 (週 Chu)

주 Chu — Đi khắp nơi, vòng quanh, tuần lễ, 주위 chu vi, 주기 chu kì.

Giải nghĩa — Tuần 7 ngày, vòng tròn.

Cách sử dụng — 금~에 vào tuần này, 내~ tuần sau, 다음~ tuần sau, 그 회사는 ~ 5 일 근무제가 됐다 Công ty đó áp dụng chế độ tuần làm việc 5 ngày, 일~ một tuần, 격~ 근무 làm việc cách tuần.

주로 (主— Chủ)

주 Chủ — Người chủ, người đứng đầu, coi giữ, phụ trách, cái chính, không phải phụ 주도 chủ đạo, 주장 chủ trương, 주체 chủ thể, 민주 dân chủ, 주권 chủ quyền, 주목적 chủ mục đích (mục đích chính), 주내용 chủ nội dung (nội dung chính), 주수입 chủ thu nhập (thu nhập chính), 소유~ chủ sở hữu (chủ sở hữu).

로 — Chỉ phương thức, 한국어로 bằng tiếng Hàn, 차로 가다 đi bằng xe, 나무로 만들어진다 được làm bằng gỗ.

Giải nghĩa — Chủ yếu là, cái chính là.

Cách sử dụng Chính, chính là, chủ yếu. 학생들은 ~ 지방출신이다 học sinh chủ yếu là người địa phương. 청중들은 ~ 여자 이였다 thính giả chủ yếu là nữ, 주로 가는 곳 nơi sống chủ yếu,` 주로 나타나다 cái gì đó thường hay xuất hiện.

주말 (週末 Chu mạt)

주 Chu Tuần lễ, vòng khắp, toàn bộ, phổ biến, 주말 chu mạt (cuối tuần), 주간 chu gian (trong một tuần), 주일 chu nhật (tuần), 격주 cách chu (cách tuần), 주기 chu kì, 금주 kim chu (tuần này), 주중 chu trung (trong tuần), 일주일 nhất chu nhật (một tuần).

말 Mạt Cuối cùng, hết, 월말 nguyệt mạt (cuối tháng), 세기말 thế kỷ mạt (cuối thế kỷ), 주말 chu mạt (cuối tuần), 연말 niên mạt (cuối năm), 종말 chung mạt (kết thúc), 말기 mạt kỳ (kỳ cuối).

Giải nghĩa Cuối tuần.

Cách sử dụng ~여행 du lịch cuối tuần, 해변에 ~을 보내다 nghỉ cuối tuần ở bãi biển, ~여행 du lịch cuối tuần, ~드라마 phim truyền hình cuối tuần, ~을 교외에서 보내다 nghỉ cuối tuần ở ngoại ô.

주문 (注文 Chú văn)

주 Chú Rót nước, chú giải, giải thích, chú ý, tập trung, 주목 chú mục (chú ý, để ý), 주해 chú giải,주의 chú ý, 주문 chú văn (đặt hàng), 주유 chú du (đổ xăng).

문 Văn Chữ, tiếng, lễ nghi, trí thức, 문화 văn hóa, 논문 luận văn, 문서 văn thư (giấy tờ, tài liệu), 문장 văn chương, 문자 văn tự, 문학 văn học, 문헌 văn hiến, 한문 Hán văn, 문화재 văn hóa tài (di sản văn hóa), 작문 tác văn (viết văn), 문호 văn hào (tác giả nổi tiếng), 문법 văn pháp (ngữ pháp), 문예 văn nghệ.

Giải nghĩa Đặt, đặt hàng, đơn đặt hàng, gọi món, yêu cầu.

Cách sử dụng ~하다, 견본~ đặt hàng theo mẫu, 급한 ~ đơn đặt hàng gấp, ~에 따라 theo đơn đặt hàng, ~을 받다 nhận đơn đặt hàng, ~을 취소하다 hủy đơn đặt hàng, ~변경 thay đổi đơn đặt hàng, ~생산 sản xuất theo đơn đặt hàng, ~자 người đặt hàng, ~장 (帳) giấy đặt hàng, ~처 nơi đặt hàng, đơn vị đặt hàng, ~취소 hủy đơn đặt hàng, ~품 hàng đặt, 재[추가] ~ đặt lại [thêm] hàng, 급한 ~ đơn đặt hàng gấp, ~을 이행하다 thực hiện đơn đặt hàng, ~을 받다 nhận được đơn đặt hàng, ~에 따라 만들다 làm theo đơn đặt hàng, 대량[소량]의 ~이 들어오다 có đơn hàng số lượng lớn[ít] về, ~이 점점 줄어들고 있다 đơn đặt hàng ngày càng ít đi, 이드레스는 ~ 해서 만든 것이다 cái váy này đặt làm đấy, 주문 하시겠습니까? Anh gọi món ăn chứ ?

주부 (主婦 Chủ phụ)

주 Chủ Chủ, chính yếu, 사회주의 xã hội chủ nghĩa, 민주화 dân chủ hóa, 민주주의 dân chủ chủ nghĩa (chủ nghĩa dân chủ), 자주 tự chủ, 주인 chủ nhân, 주상 chủ trương, 주체

chủ thể, 주도 chủ đạo, 민주 dân chủ, 주권 chủ quyền, 주목적 chủ mục đích (mục đích chính), 주내용 chủ nội dung (nội dung chính).

부 Phụ — Đàn bà, phụ nữ, vợ, 명부 mệnh phụ, 과부 quả phụ, 부녀 phụ nữ (mẹ và con gái), 부부 phu phụ (vợ chồng).

Giải nghĩa — Chủ yếu làm vợ là chính, người làm nội trợ.

Cách sử dụng — ~가 되다 thành người nội trợ. ~의 손길 bàn tay của người nội trợ ~를 대상으로 한 강습 bài giảng lấy đối tượng là những người nội trợ, ~ 생활 cuộc sống nội trợ.

주사 (注射 Chú xạ)

주 Chú — Rót nước, chú giải, giải thích, chú ý, tập trung, 주목 chú mục (chú ý, để ý), 주해 chú giải,주의 chú ý, 주문 chú văn (đặt hàng), 주유 chú du (đổ xăng).

사 Xạ — Bắn, phun, tiêm. 사격 xạ kích, 곡사 khú xạ, 방사선 phóng xạ tuyến (tia phóng xạ), 반사 phản xạ (phản chiếu).

Giải nghĩa — Tiêm, chích cái gì vào.

Cách sử dụng — ~하다. 모르핀 ~ tiêm morphin, 진통제 ~ tiêm thuốc giảm đau, 를 놓다 đặt mũi tiêm, ~를 맞다 được tiêm, 예방~를 맞다 tiêm phòng. ~기 cái tiêm. ~약 thuốc tiêm. ~침 mũi tiêm. 포도당을 ~하다 tiêm nước biển, tiếp chất dinh dưỡng 팔에 ~를 맞다 tiêm vào tay. 의사는 내 팔에 진통제를 ~했다 bác sĩ đã tiêm thuốc giảm đau vào tay tôi.

주소 (住所 Trú sở)

주 Trú — Ở, trọ, nghỉ trọ, cư ngụ, 거주 cư trú, 주택 trú trạch (nhà ở), 이주 di trú (di dân), 임시거주 tạm trú (nhiệm thời cư trú), 주민 trú dân (dân cứ trú), 주소 trú sở (địa chỉ cư trú), 의식주 y thực trú (ăn mặc ở), 상주 thường trú.

소 Sở — Cơ quan, sở, đồn, nơi, chỗ, cái mà, điều mà, 장소 trường sở (chỗ, nơi), 소재 sở tại, 경찰소 cảnh sát sở (đồn cảnh sát), 세무소 thuế vụ sở (cục thuế), 소장 sở trưởng (giám đốc chi nhánh, văn phòng, 사무소 sự vụ sở (văn phòng), 소유 sở hữu.

Giải nghĩa — Địa chỉ, nơi cư trú.

Cách sử dụng — ~를 변경하다 thay đổi địa chỉ, ~를 바꾸다 thay đổi địa chỉ, ~를 쓰다 viết địa chỉ, ~가 어디시죠? Địa chỉ ở đâu?, 김선생의 ~를 아십니까? Anh có biết địa chỉ thầy Kim không?, 현 ~ địa chỉ hiện nay, ~불명 địa chỉ không rõ ràng, ~성명 địa chỉ và họ tên, ~를 변경하다 thay đổi địa chỉ, ~가 일정치 않다 địa chỉ không cố định.

주위 (周圍 Chu vi)

주 Chu — Đi khắp nơi, vòng quanh, tuần lễ, 주위 chu vi, 주기 chu kì, 주행 chu hành (xoay vòng), 주년 chu niên (năm kỷ niệm).

위 Vi — Bao vây, vây chặn, xung quanh, 범위 phạm vi, 포위 bao vi (bao vây).

Giải nghĩa — Chu vi, hoặc vị trí xung quanh.

Cách sử dụng ①Chu vi, 호수의 ~가 10 마일된다 chu vi của hồ nước là 10 dặm. ②Xung quanh, ~의 사람들 những người xung quanh, 도시의 ~ xung quanh thành phố, ~의 영향을 받다 chịu sử ảnh hưởng từ xung quanh, ~에 울타리를 두르다 xung quanh có tường rào bao bọc, ~를 둘러보다 nhìn xung quanh, ~에는 아무도 없다 xung quanh không có ai, 공원~에는 나무가 둘러있다 xung quanh công viên có cây bao bọc.

주유 (注油 Chú du)

주 Chú — Rót nước, chú giải, giải thích, chú ý, tập trung, 주목 chú mục (chú ý, để ý), 주해 chú giải,주의 chú ý, 주문 chú văn (đặt hàng).

유 Du — Dầu, mỡ, chất lỏng, trơn bóng, 유가 giá dầu (du giá), 유관 (du quản) ống dẫn dầu, 식(용)유 thức dụng dầu (dầu ăn), 석유 thạch dầu (dầu mỏ), 유정 du tĩnh (giếng dầu).

Giải nghĩa Bơm xăng, đổ xăng , rót xăng.

Cách sử dụng ~하다 đổ xăng, ~소 trạm xăng, ~기 máy bơm xăng, 기계에 ~하다 bơm xăng vào máy.

주인 (主人 Chủ nhân)

주 Chủ — Chủ, chính yếu, 사회주의 xã hội chủ nghĩa, 민주화 dân chủ hóa, 민주주의 dân chủ chủ nghĩa (chủ nghĩa dân chủ), 자주 tự chủ, 주인 chủ nhân, 주장 chủ trương, 주체 chủ thể, 주도 chủ đạo, 민주 dân chủ, 주권 chủ quyền, 주목적 chủ mục đích (mục đích chính), 주내용 chủ nội dung (nội dung chính).

인 Nhân — Người, con người, dân chúng, 개인 cá nhân, 인물 nhân vật, 인권 nhân quyền, 인사 nhân sự, 노인 lão nhân (người già), 인간 nhân gian, 인구 nhân khẩu, 인력 nhân lực, 부인 phu nhân, 군인 quân nhân, 미인 mỹ nhân, 범인 phạm nhân, 살인 sát nhân, 상인 thương nhân, 애인 ái nhân (người yêu), 여인 nữ nhân, 은인 ân nhân.

Giải nghĩa ①Chủ nhân, chủ sở hữu, chủ tuyển dụng. ②Chủ nhà.

Cách sử dụng ~과 하인 chủ và tớ, ~계십니까? Chủ nhà có ở nhà không? ~없는 개 chó không có chủ, 집~ chủ nhà, 가게 ~ chủ cửa hàng, ~이 바뀌다 đổi chủ nhân.

주인공 (主人公 Chủ nhân công)

주 Chủ — Chủ, chính yếu, 사회주의 xã hội chủ nghĩa, 민주화 dân chủ hóa, 민주주의 dân chủ chủ nghĩa (chủ nghĩa dân chủ), 자주 tự chủ, 주인 chủ nhân, 주장 chủ trương, 주체 chủ thể, 주도 chủ đạo, 민주 dân chủ, 주권 chủ quyền, 주목적 chủ mục đích (mục đích chính), 주내용 chủ nội dung (nội dung chính).

인 Nhân — Người, con người, dân chúng, 개인 cá nhân, 인물 nhân vật, 인권 nhân quyền, 인사 nhân sự, 노인 lão nhân (người già), 인간 nhân gian, 인구 nhân khẩu, 인력 nhân lực, 부인 phu nhân, 군인 quân nhân, 미인 mỹ nhân, 범인 phạm nhân, 살인 sát nhân, 상인 thương nhân, 애인 ái nhân (người yêu), 여인 nữ nhân, 은인 ân nhân.

공 Công — Của chung, nhà nước, 공개 công khai, 공공 công cộng, 공원 công quyền, 공중 công chúng, 공익 công ích, 공무 công vụ.

Giải nghĩa Nhân vật chính, vai chính.

Cách sử dụng ①Diễn viên chính,어린이를 ~으로 한 영화 bộ phim có nhân vật chính là thiếu nhi, 여~ nhân vật chính nữ. ②Chỉ người giữ vai trò chính, 역사의 ~ nhân vật chính của lịch sử.

주일 (主日 Chủ nhật)

주 Chủ — Chủ, chính yếu, 사회주의 xã hội chủ nghĩa, 민주화 dân chủ hóa, 민주주의 dân chủ chủ nghĩa (chủ nghĩa dân chủ), 자주 tự chủ, 주인 chủ nhân, 주장 chủ trương, 주체 chủ thể, 주도 chủ đạo, 민주 dân chủ, 주권 chủ quyền, 주목적 chủ mục đích (mục đích chính), 주내용 chủ nội dung (nội dung chính).

일 Nhật — Mặt trời, ngày, ban ngày, hằng ngày, 일정 nhật trình (lịch trình), 일기 nhật ký, 일상 nhật thường (hằng ngày), 생일 sinh nhật, 당일 đương nhật (trong ngày), 평일 bình nhật (ngày thường).

Giải nghĩa Tuần, một tuần.

Cách sử dụng 이번[지난] ~ tuần này[tuần trước], 이달의 마지막 ~ tuần cuối cùng của tháng này, 여러 ~ nhiều tuần.

주장 (主張 Chủ trương)

주 Chủ — Chủ, chính yếu, 사회주의 xã hội chủ nghĩa, 민주화 dân chủ hóa, 민주주의 dân chủ chủ nghĩa (chủ nghĩa dân chủ), 자주 tự chủ, 주인 chủ nhân, 주장 chủ trương, 주체 chủ thể, 주도 chủ đạo, 민주 dân chủ, 주권 chủ quyền, 주목적 chủ mục đích (mục đích chính), 주내용 chủ nội dung (nội dung chính).

장 Trương — Giăng ra, mở ra, thể hiện ra ngoài, 과장 khoa trương, 확장 khuyếch trương (mở rộng)

Giải nghĩa Chủ trương, ý kiến rằng, cho rằng, khăng khăng.

Cách sử dụng ~하다, 자유의 중요성을 ~하다 nhấn mạnh đến tính quan trọng của tự do, 개혁을 ~하다 chủ trương cải cách, 무죄를 ~하다 cho rằng không có tội, ~을 관철하다 quán triệt chủ trương, 자기 ~을 굽히지 않다 không từ bỏ ý kiến của mình, 터무니없는 ~ ý kiến không có căn cứ, 그녀는 자기의 말이 사실이라고~ cô ta cho rằng lời mình là đúng sự thật, 그는 자기 ~이 강하다 anh ấy luôn bảo vệ ý kiến của mình.

주차 (駐車 Trú xa)

주 Trú — Ở, trọ, ngừng, tạnh, nghỉ ngơi, lưu lại, 주한미군 trú Hàn Mỹ quân (lính Mỹ đóng tại Hàn Quốc), 주중대사 trú Trung đại sứ (đại sứ tại Trung Quốc).

차 Xa — Xe, chiếc xe, 자동차 tự động xa (xe ô tô), 전차 chiến xa (xe tăng), 화차 hỏa xa (tàu hỏa), 마차 mã xa (xe ngựa), 장갑차 trang giáp xa (xe thiết giáp), 차비 xa phí (tiền xe), 차량 xa lượng (xe cộ).

Giải nghĩa Đỗ xe, đậu xe.

Cách sử dụng ~하다, ~금지구역 khu vực cấm đậu xe (biển báo), ~료 phí đỗ xe, ~장 bãi đậu xe, parking, ~위반을 하다 vi phạm đỗ xe.

주택 (住宅 Trú trạch)

주 Trú Ở, trọ, nghỉ trọ, cư ngụ, 거주 cư trú, 주택 trú trạch (nhà ở), 이주 di trú (di dân), 임시거주 tạm trú (nhiệm thời cư trú), 주민 trú dân (dân cứ trú), 주소 trú sở (địa chỉ cư trú), 의식주 y thực trú (ăn mặc ở), 상주 thường trú.

택 Trạch Chỗ ở, nhà ở, yên định, 택배 trạch phối (giao tận nhà), 택지 trạch địa (đất xây nhà), 재택근무 tại trạch cần vụ (làm việc tại nhà).

Giải nghĩa Nhà ở, nơi cư trú.

Cách sử dụng 김선생의 ~ nhà của thầy Kim, ~구역 khu vực dân cư cư trú, 한국~공사 công ty nhà ở Hàn Quốc, ~단지 khu dân cư, ~문제 vấn đề nhà ở, ~부족 thiếu nhà ở, ~용지 đất làm nhà ở, 모델 ~ nhà mẫu, 근로자용 ~ nhà cho người lao động, 저수입가 ~ nhà ở cho người thu nhập thấp, 목조~ nhà gỗ, ~을 건설하다 xây nhà ở, ~을 구입하다 mua nhà ở.

준비 (準備 Chuẩn bị)

준 Chuẩn Chuẩn mực, theo như, nhất định, phép tắc, 준장 chuẩn tướng, 표준 tiêu chuẩn, 수준 thủy chuẩn (mức độ).

비 Bị Sửa soạn, sắp sẵn, đề phòng, 설비 thiết bị, 예비 dự bị, 장비 trang bị, 대비 đối bị (đối phó).

Giải nghĩa Chuẩn bị.

Cách sử dụng ~하다, 완벽한 ~ sự chuẩn bị hoàn thiện, ~없는연설 diễn thuyết không có sự chuẩn bị, ~중이다 đang chuẩn bị, 식사~를 하다 chuẩn bị cơm nước, 전투~를 하다 chuẩn bị chiến đấu, 손님을 위해 ~하다 chuẩn bị phòng cho khách, ~운동 khởi động (thể thao), 출발 ~를 하다 chuẩn bị xuất phát, 시험 ~를 하다 chuẩn bị thi, 그는 노후에 걱정이 없도록 ~를 해두었다 anh ta đã chuẩn bị để khi về già không có gì lo lắng lo, 필요한 돈은 ~되어있다 số tiền cần đã chuẩn bị xong.

중간 (中間 Trung gian)

중 Trung Tập trung, ở giữa, ở bên trong, trong (thời gian), 집중 tập trung, 중앙 trung ương, 중간 trung gian, 중심 trung tâm, 중학 trung học, 중급 trung cấp, 중부 trung bộ, 중립 trung lập, 중년 trung niên, 중성 trung tính, 수업중 thụ nghiệp trung (đang họ), 회의중 hội nghị trung (đang trong cuộc họp).

간 Gian Khoảng không gian, giữa, trong khoảng, 기간 kỳ gian (thời hạn, thời gian), 당분간 đương phân gian (tạm thời,), 간격 gian cách (khoảng cách giữa), 중간 trung gian,

공간 không gian, 간식 gian thực (ăn nhẹ giữa các bữa), 형제간 huynh đệ gian (mối quan hệ anh em), 인간 nhân gian.

Giải nghĩa Giữa chừng, chỉ mức độ trung bình, chỉ nằm giữa.

Cách sử dụng 두지점 ~에 있다 nằm ở giữa hai chi nhánh, 학교와집의~ giữa trường học và nhà, 교실 ~에 giữa phòng học, ~ 단계 giai đoạn giữa, ~무역 mậu dịch trung gian, ~역할 vai trò trung gian, ~층 tầng lớp trung gian, ~보고 báo cáo giữa chừng, ~평가 đánh giá giữa chừng.

중고 (中古 Trung cổ)

중 Trung — Tập trung, ở giữa, ở bên trong, trong (thời gian), 집중 tập trung, 중앙 trung ương, 중간 trung gian, 중심 trung tâm, 중학 trung học, 중급 trung cấp, 중부 trung bộ, 중립 trung lập, 중년 trung niên, 중성 trung tính, 수업중 thụ nghiệp trung (đang học), 회의중 hội nghị trung (đang trong cuộc họp).

고 Cổ — Ngày xưa, thời xưa, cũ, cổ xưa, 고금 cổ kim, 고전 cổ truyền, 고대 cổ đại, 고적 cổ tích, 고고 khảo cổ.

Giải nghĩa ①Trung cổ. ②Chỉ đồ đã qua sử dụng.

Cách sử dụng ①Trung cổ, ~사 lịch sử trung cổ. ②Chỉ đồ đã qua sử dụng, ~차 xe đã qua sử dụng, xe cũ, ~품 hàng cũ (đã qua sử dụng).

중급 (中級 Trung cấp)

중 Trung — Tập trung, ở giữa, ở bên trong, trong (thời gian), 집중 tập trung, 중앙 trung ương, 중간 trung gian, 중심 trung tâm, 중학 trung học, 중급 trung cấp, 중부 trung bộ, 중립 trung lập, 중년 trung niên, 중성 trung tính, 수업중 thụ nghiệp trung (đang học), 회의중 hội nghị trung (đang trong cuộc họp).

급 Cấp — Thứ bậc, bậc học, bậc thềm, 고급 cao cấp, 직급 chức cấp, 초급 sơ cấp, 중급 trung cấp, 상급 thượng cấp, 하급 hạ cấp, 승급 thăng cấp, 진급 tiến cấp, 계급 giai cấp, 등급 đẳng cấp (thứ bậc, xếp hạng), 유급 lưu cấp (ở lại lớp), 특급 đặc cấp, 동급 đồng cấp.

Giải nghĩa Mức độ giữa, mức độ trung bình.

Cách sử dụng ~ 과정 khóa học trung cấp, ~ 규모 qui mô vừa, ~ 수준 mức độ trung bình, ~ 회화 hội thoại trung cấp, ~영어 tiếng Anh trung cấp. ~품 hàng trung bình. ~ 한국어 회화 hội thoại tiếng Hàn Quốc trung cấp.

중국 (中國 Trung Quốc)

중 Trung — Tập trung, ở giữa, ở bên trong, trong (thời gian), 집중 tập trung, 중앙 trung ương, 중간 trung gian, 중심 trung tâm, 중학 trung học, 중급 trung cấp, 중부 trung bộ, 중립 trung lập, 중년 trung niên, 중성 trung tính, 수업중 thụ nghiệp trung (đang học), 회의중 hội nghị trung (đang trong cuộc họp).

국 Quốc — Đất nước, chỉ chung lãnh thổ, dân chúng và chính quyền, thuộc về quốc gia, 국가 quốc gia, 국방 quốc phòng, 국립 quốc lập (công lập), 국영 quốc doanh (nhà nước vận hành), 국적 quốc tịch, 국내 quốc nội (trong nước), 국외 quốc ngoại (ngoài nước), 국제 quốc tế, 국회 quốc hội, 국사 quốc sự, 국기 quốc kỳ, 국화 quốc hoa, 국민 quốc dân, 국책 quốc sách, 조국 tổ quốc, 외국 ngoại quốc.

Giải nghĩa Trung Quốc, đất nước nằm ở giữa.

Cách sử dụng ~공산당 Đảng cộng sản Trung Quốc, ~사람 người Trung Quốc, ~어 tiếng Trung Quốc, ~요리 món ăn Trung Quốc, ~요리점 cửa hàng ăn Trung Quốc, ~대륙 Trung quốc đại lục.

중동 (中東 Trung Đông)

중 Trung — Tập trung, ở giữa, ở bên trong, trong (thời gian), 집중 tập trung, 중앙 trung ương, 중간 trung gian, 중심 trung tâm, 중학 trung học, 중급 trung cấp, 중부 trung bộ, 중립 trung lập, 중년 trung niên, 중성 trung tính, 수업중 thụ nghiệp trung (đang học), 회의중 hội nghị trung (đang trong cuộc họp).

동 Đông — Phía đông, phương đông, hướng mặt trời mọc, 동경 đông kinh (kinh độ) 동구 đông âu, 동궁 đông cung, 동남 đông nam.

Giải nghĩa Trung Đông.

Cách sử dụng ~지역 khu vực Trung Đông, ~사태 tình hình Trung Đông, ~전쟁 chiến tranh Trung Đông.

중소기업 (中小企業 Trung tiểu xí nghiệp)

중 Trung — Tập trung, ở giữa, ở bên trong, trong (thời gian), 집중 tập trung, 중앙 trung ương, 중간 trung gian, 중심 trung tâm, 중학 trung học, 중급 trung cấp, 중부 trung bộ, 중립 trung lập, 중년 trung niên, 중성 trung tính, 수업중 thụ nghiệp trung (đang học), 회의중 hội nghị trung (đang trong cuộc họp).

소 Tiểu — Nhỏ, trẻ nhỏ, nàng hầu, 소학 tiểu học, 소맥 tiểu mạch (lúa mạch), 소설 tiểu thuyết, 소인 tiểu nhân, 소대 tiểu đội, 소뇌 tiểu não, 소강당 tiểu giảng đường (giảng đường nhỏ), 소규모 tiểu qui mô (qui mô nhỏ), 소변 tiểu tiện, 소매 tiểu mại (bán lẻ).

기 Xí — Mong muốn, trông mong.

업 Nghiệp — Nghề, ngành nghề, công nghiệp, sự nghiệp, 업종 nghiệp chủng (ngành nghề), 업무 nghiệp vụ, 농업 nông nghiệp, 공업 công nghiệp, 부업 phụ nghiệp (nghề phụ), 작업 tác nghiệp.

Giải nghĩa Doanh nghiệp vừa và nhỏ.

Cách sử dụng ~청 Tổng cục các doanh nghiệp vừa và nhỏ, 정부는 ~ 육성책 강화를 다짐했다 chính phủ quyết tâm đẩy mạnh chính sách phát triển các doanh nghiệp vừa và nhỏ, ~경영자 người điều hành doanh nghiệp vừa và nhỏ, ~협동조합중앙회 Hiệp hội các doanh nghiệp vừa và nhỏ HQ (KFSB).

중심 (中心 Trung tâm)

중	Trung	Tập trung, ở giữa, ở bên trong, trong (thời gian), 집중 tập trung, 중앙 trung ương, 중간 trung gian, 중심 trung tâm, 중학 trung học, 중급 trung cấp, 중부 trung bộ, 중립 trung lập, 중년 trung niên, 중성 trung tính, 수업중 thụ nghiệp trung (đang học), 회의중 hội nghị trung (đang trong cuộc họp).
심	Tâm	Trái tim, tấm lòng, tâm tính, trung tâm, tính, 무관심 vô quan tâm (không quan tâm), 결심 quyết tâm, 내심 nội tâm, 성심 thành tâm, 심장 tâm tạng (tim), 심정 tâm tình, 안심 an tâm, 애국심 ái quốc tâm (lòng yêu nước), 자비심 từ bi tâm (lòng từ bi), 중심 trung tâm, 중심 trọng tâm.
Giải nghĩa		①Ở giữa, trung tâm, cốt lõi. ②Thăng bằng. ③Trọng tâm, điểm quan trọng.
Cách sử dụng		①Trung tâm, ở giữa. ~가 khu phố trung tâm, 태풍 ~부의 바람 gió giữa trung tâm bão, ~에 서다 đứng ở giữa, ~을 벗어나다 thoát ra khỏi vùng trung tâm, 과녁의 ~을 꿰뚫다 bắn thủng giữa tấm bia, ~지 vùng trung tâm, 공업의 ~지 khu trung tâm công nghiệp, 수도의 ~ trung tâm thủ đô, 지구는 태양을 ~으로 돌고 있다 trái đất xoay quanh mặt trời. ②Thăng bằng, trọng tâm, ~을 잡다[잃다] giữ [mất] thăng bằng, ~점 điểm giữa, ~을 잃고 넘어지다 mất thăng bằng ngã xuống. ③Trọng tâm, điểm quan trọng, ~과제 nhiệm vụ trọng tâm, ~문제 vấn đề trọng tâm, ~부 phần trọng tâm, ~기능 kỹ năng trọng tâm, ~내용 nội dung trọng tâm, ~사상 tư tưởng trung tâm.

중요 (重要 Trọng yếu)

중	Trọng	Nặng, nhiều, trọng lượng, quan trọng, quyền lực, 귀중 quý trọng, 중대 trọng đại, 중책 trọng trách, 신중 thận trọng, 존중 tôn trọng, 중신 trọng thần, 체중 thể trọng (trọng lượng cơ thể).
요	Yếu	Quan trọng, nhất định phải, cần, nên, 필요 tất yếu, 수요 nhu yếu, 주요 chủ yếu, 요소 yếu tố, 요인물 yếu nhân vật (nhân vật quan trọng (VIP).
Giải nghĩa		Quan trọng.
Cách sử dụng		~하다, 역사상의 ~사건 vụ việc quan trọng trong lịch sử, ~한 사람 người quan trọng, ~한 역할을 하다 đóng vai trò quan trọng, ~하지 않다 không quan trọng, ~문제 vấn đề quan trọng, ~ 부분 bộ phận quan trọng, ~사항 nội dung quan trọng, ~서류 tài liệu quan trọng, ~인물 nhân vật quan trọng, ~사항 nội dung quan trọng, điều quan trọng, ~산업 ngành công nghiệp quan trọng, ~상품 hàng hóa quan trọng, ~지위 vị trí quan trọng, 그는 회사에서 ~한 지위를 차지하고 있다 anh ta đang giữ một vai trò quan trọng trong công ty, 이 일은 내게 매우 ~하다 việc này rất quan trọng đối với tôi.

중점 (重點 Trọng điểm)

중	Trọng	Nặng, nhiều, trọng lượng, quan trọng, quyền lực, 귀중 quý trọng, 중대 trọng đại, 중책 trọng trách, 신중 thận trọng, 존중 tôn trọng, 중신 trọng thần, 체중 thể trọng (trọng lượng cơ thể).

점 Điểm Điểm, chấm, nốt, giờ, chỗ, kiểm soát, quan điểm, 시점 thời điểm, 접점 tiếp điểm, 관점 quan điểm, 결점 khuyết điểm, 약점 yếu điểm, 출발점 xuất phát điểm.

Giải nghĩa Trọng điểm, tập trung vào.

Cách sử dụng ~생산 trọng điểm sản xuất, 불법영업 ~ 단속 tập trung bắt giữ kinh doanh trái phép, ~을 두다 tập trung làm gì, 영어를 ~적으로 공부하다 tập trung vào học tiếng Anh, 그는 그방을 ~적으로 조사했다 anh ta đang tập trung điều tra căn phòng đó.

증가 (增加 Tăng gia)

증 Tăng Thêm lên, tăng lên, nhiều hơn lên, 증강 tăng cường (củng cố), 증진 tăng tiến , 증대 tăng đại (lớn lên), 급증 cấp tăng (tăng đột ngột), 증원 tăng viên (tăng thêm người).

가 Gia Thêm vào, tăng thêm, hơn, nhấn mạnh, 증가 tăng gia, 가감 gia giảm, 가공 gia công, 가공제품 gia công chế phẩm (sản phẩm gia công), 부가 phụ gia (tăng thêm), 가속 gia tốc.

Giải nghĩa Tăng, tăng lên, gia tăng.

Cách sử dụng ~하다, 수출~ tăng xuất khẩu, 소득 ~ tăng thu nhập, 체중 ~ tăng cân, lên cân, 인구가 ~하다 tăng dân số, ~율 tỷ lệ tăng, ~액 số tiền tăng lên, 무역은 해마다 ~한다 mậu dịch năm nào cũng tăng, 관광객의 수가 요즘 크게 ~했다 số khách thăm quan gần đây tăng lên nhiều.

증거 (證據 Chứng cớ)

증 Chứng Chứng tỏ, bằng chứng, can gián, tố cáo, 증명 chứng minh, 검증 kiểm chứng, 보증 bảo chứng, 증서 chứng thư, 물증 vật chứng, 공증 công chứng.

거 Cứ, cớ Căn cứ, cứ, theo, 근거 căn cứ, 본거 bản cứ, 논거 luận cứ, 거점 cứ điểm, 의거 y cứ (dựa vào).

Giải nghĩa Chứng cớ, chứng cứ.

Cách sử dụng 충분한 ~ chứng cứ đầy đủ, ~ 불충분 chứng cứ không đầy đủ, 확실한 ~ chứng cứ chính xác, ~가 되다 trở thành chứng cớ, ~를 제출하다 đưa ra chứng cớ, ~를 수집하다 thu thập chứng cớ, ~물 vật làm chứng, ~보전 bảo toàn chứng cứ, ~인 người làm chứng, 간접~ chứng cứ gián tiếp, 직접~ chứng cứ trực tiếp, ~인멸 xóa chứng cứ, ~인멸을 꾀하다 cố ý xóa chứng cứ, 결정적 ~를 못잡다 chưa nắm được chứng cứ quyết định, 그가 유죄라는 ~는 없다 không có chứng cứ anh ta có tội.

증세 (症勢 Chứng thế)

증 Chứng Bệnh, chứng, chứng bệnh, 중독증 trúng độc chứng (chứng nghiện), 현기증 huyễn khí chứng (chứng chóng mặt), 증상 chứng trạng (triệu chứng), 고도공포증 cao độ khủng bố chứng (chứng sợ độ cao), 병증 bệnh chứng (chứng bệnh).

세 Thế Tình hình, tình thế, hình dạng, 형세 hình thế, 자세 tư thế, 세력 thế lực, 정세 tình thế, 시세 thời thế, 운세 vận thế, 약세 nhược thế (yếu thế), 지세 địa thế.

Giải nghĩa Triệu chứng, tình trạng bệnh nhân.

Cách sử dụng 독감 ~ triệu chứng của cúm, ~가 악화되다 triệu chứng xấu đi, ~가 좋아지다 triệu chứng tốt dần lên.

지각 (遲刻 Trì khắc)

지 Trì — Trì hoãn, chậm trễ, muộn, 지연 trì diên (bị chậm trễ), 지체 trì trệ.

각 Khắc — Khoảnh khắc, chạm, khắc, một khắc, 즉각 tức khắc, 시각 thời khắc, 일각 nhất khắc (15p), 시시각각 thời thời khắc khắc (từng giờ từng phút).

Giải nghĩa Đến muộn, đi muộn, muộn.

Cách sử dụng ~하다, 학교에 ~하다 đi học muộn, 직장에 ~하다 đi làm muộn, ~생[자] học sinh [người] chuyên đi muộn, ~일수 sáng ngày đi muộn, 그는 늘 ~한다 anh ta thường xuyên đi muộn.

지갑 (紙匣 Chỉ hạp)

지 Chỉ — Giấy viết, giấy, tờ, bản, 벽지 bích chỉ (giấy dán tường), 색지 sắc chỉ (giấy màu), 백지 bạch chỉ (giấy trắng).

갑 Hạp (hộ) — Cái hộp, cái tráp, nhà tù, 목갑 mộc hạp (hộp bằng gỗ), 책갑 thư hạp (hộp đựng sách), 약갑 dược hạp (hộp đựng thuốc).

Giải nghĩa Vật dụng làm bằng giấy để đựng cái gì đó, ví, bóp, túi nhỏ.

Cách sử dụng 가죽~ ví da, 두툼한 ~ cái ví dày, ~이 가볍다 ví nhẹ, hết tiền, ~을 톡톡 털다 giũ hết ví ra, ~에서 돈을 꺼내다 lấy tiền trong ví ra.

지구 (地球 Địa cầu)

지 Địa — Đất, nơi, vùng, miền, 지역 địa vực (khu vực), 지방 địa phương, 지질 địa chất, 토지 thổ địa, 지도 địa đồ, 지진 địa chấn (động đất), 지하 địa hạ (dưới lòng đất).

구 Cầu — Quả cầu, quả bóng, địa cầu, 농구 lung cầu (bóng rổ), 전구 điện cầu (bóng điện), 구면 cầu diện (mặt cầu), 구형 cầu hình (hình tròn), 안구 nhãn cầu, 혈구 huyết cầu, 남반구 nam bán cầu.

Giải nghĩa Trái đất, quả cầu.

Cách sử dụng ~궤도 quỹ đạo trái đất, ~관측위성 vệ tinh quan sát trái đất, ~궤도 quỹ đạo trái đất, ~표면 bề mặt trái đất, ~는 지축을 중심으로 자전한다 trái đất tự quay xung quanh trục của mình, ~는 태양의 주위를 돈다 trái đất quay xung quanh mặt trời, ~온난화 hiện tượng nóng lên của trái đất, ~촌 làng toàn cầu, ~상에 있는 có trên trái đất.

지금 (只今 Chỉ kim)

지 Chí — Mỗi, một, duy nhất.

금 Kim Nay, hôm nay, hiện giờ, hiện tại, 금년 kim niên (năm nay), 금주 kim chu (tuần này), 금일 kim nhật (hôm nay, ngay bây giờ), 금천 kim thiên (hôm nay), 금시 kim thời (lúc này).

Giải nghĩa Chỉ lúc này, chỉ lúc này, bây giờ.

Cách sử dụng ~의 대통령 tổng thống hiện nay, ~의 상태 tình trạng hiện nay, ~까지 đến hiện nay, ~부터 (bắt đầu) từ bây giờ, ~부터 50 년후 50 năm sau tính từ bây giờ, ~ 몇시이죠? Bây giờ là mấy giờ? ~이나 옛날이나 dù là giờ hay là ngày xưa, ~와서 돌이켜볼 때 nếu bây giờ quay lại nhìn, ~은 여름이다 bây giờ là mùa hè, 그는 ~ 쯤 뭐하고 있을까? Bây giờ anh ta đang làm gì nhỉ? ~부터라도 늦지 않다 bây giờ cũng chưa muộn, ~지불해 주시오 trả tiền ngay bây giờ cho tôi.

지도 (地圖 Địa đồ)

지 Địa Đất, nơi, vùng, miền, 지역 địa vực (khu vực), 지방 địa phương, 지구 địa cầu, 지질 địa chất, 토지 thổ địa, 지도 địa đồ, 지진 địa chấn (động đất), 지하 địa hạ (dưới lòng đất).

도 Đồ Hình vẽ, tranh vẽ, bức vẽ, bản vẽ, 도안 đồ án, 지형도 địa hình đồ (bản đồ địa hình), 일기도 nhật khí đồ (bản đồ thời tiết), 도화 đồ họa, 도면 đồ diện (bản vẽ), 약도 lược đồ, 해도 hải đồ, 도서 đồ thư (sách và ảnh).

Giải nghĩa Hình vẽ mặt đất, bản đồ, địa hình.

Cách sử dụng ~제작 làm bản đồ, ~책 sách bản đồ, 상세한 ~ bản đồ chi tiết, ~로 찾다 tìm bằng bản đồ, ~를 보고길을 찾다 nhìn bảng đồ tìm đường, ~를 그리다 vẽ bản đồ, 한국[세계] ~ bản đồ Hàn Quốc[thế giới], 백분의 일 ~ bản đồ với tỉ lệ 1/100, ~에 있다[없다] có [không có] trên bản đồ.

지도 (指導 Chỉ đạo)

지 Chỉ Chỉ, dùng ngón tay chỉ, chĩa, ngón tay, 지시 chỉ thị, 지적 chỉ trích, 지휘 chỉ huy, 지정 chỉ định.

도 Đạo Đường, chiều, tia, đạo, nói, 도로 đạo lộ (con đường), 보도 bộ đạo (vỉa hè, đường đi bộ), 철도 thiết đạo (đường sắt), 차도 xa đạo (đường cho xe đi), 적도 xích đạo, 궤도 (quỹ đạo), 주도 chủ đạo.

Giải nghĩa Chỉ đạo, lãnh đạo, hướng dẫn.

Cách sử dụng ~하다, ~층 tầng lớp lãnh đạo, ~에 따르다 theo chỉ đạo, ~적 역할 vai trò chỉ đạo, ~교사 giáo viên hướng dẫn, ~권 quyền chỉ đạo, ~권을 쥐다 nắm quyền chỉ đạo, ~법 phương pháp chỉ đạo, ~원 nhân viên hướng dẫn, ~층 tầng lớp lãnh đạo, 의 ~ 밑에 dưới sự chỉ đạo của ai, ~를 맡다 đảm nhận việc chỉ đạo, ~를 받다 nhận sự chỉ đạo, ~가 어렵다 khó chỉ đạo.

지도자 (指導者 Chỉ đạo giả)

지 Chỉ Chỉ trõ, chĩa, ngón tay, trông cậy vào, ý đồ, 지시 chỉ thị, 지적 chỉ trích, 지휘 chỉ huy, 지정 chỉ định, 지남 chỉ nam.

도 Đạo Đường, chiều, tia, đạo, nói, 도로 đạo lộ (con đường), 보도 bộ đạo (vỉa hè, đường đi bộ), 철도 thiết đạo (đường sắt), 차도 xa đạo (đường cho xe đi), 적도 xích đạo, 궤도 quỹ đạo.

자 Giả Người, giả (dùng để chỉ người, vật hoặc sự việc), 학자 học giả, 작업자 tác nghiệp giả (người làm việc), 강자 cường giả (kẻ mạnh), 노약자 lão nhược giả (người già yếu), 독자 độc giả, 시청자 thị thính giả (khán thính giả), 사자 sứ giả, 기자 ký giả (phóng viên).

Giải nghĩa Người lãnh đạo, người chỉ đạo.

Cách sử dụng 유능한 ~ người lãnh đạo có năng lực, ~가 되다 trở thành người lãnh đạo, ~의 교체 thay đổi lãnh đạo.

지방 (地方 Địa phương)

지 Địa Đất, nơi, vùng, miền, 지역 địa vực (khu vực), 지방 địa phương, 지구 địa cầu, 지질 địa chất, 토지 thổ địa, 지도 địa đồ, 지진 địa chấn (động đất), 지하 địa hạ (dưới lòng đất).

방 Phương Nơi chốn, phương, hướng, cách thức, 방언 phương ngôn (tiếng địa phương), 후방 hậu phương, 방향 phương hướng, 방면 phương diện, 방법 phương pháp, 방위 phương vị.

Giải nghĩa Địa phương, khu vực.

Cách sử dụng 중부 ~ khu vực miền trung, 열대 ~ khu vực nhiệt đới, 낯선 ~으로 여행하다 đi du lịch vùng lạ, 서울 ~ khu vực Seoul, ~도시 thành phố ở địa phương, ~법원 tòa địa phương, ~선거 bầu cử địa phương, ~신문 báo địa phương, ~자치 tự trị địa phương, ~적인 có tính địa phương, ~경찰 cảnh sát địa phương, ~사투리 giọng địa phương, ~에 가다 về địa phương, ~정부 chính quyền địa phương.

지배 (支配 Chi phối)

지 Chi Cấp cho, chi cấp, cành, bộ phận, 지원 chi viện, 지급 chi cấp, 지출 chi xuất.

배 Phối Kết hợp, phân phối (phân chia), pha, hòa, 분배 phân phối (phân chia), 배우자 phối ngẫu giả (bạn đời), 배합 phối hợp, 배색 phối sắc (phối màu).

Giải nghĩa Chi phối.

Cách sử dụng ~하다, ~를 받다 bị quản lý, 환경에 ~되다 bị chi phối bởi hoàn cảnh, ~계급 giai cấp thống trị, ~자 kẻ thống trị, ~력 sức chi phối, ~권 quyền thống trị, ~능력 năng lực chi phối, 백인이 ~하는 사회 xã hội do người da trắng chi phối, 강국에 의한 약소국의 ~ sự chi phối bởi các nước lớn với nước nhỏ, 여론을 ~하다 chi phối dư luận, 감정에 ~되다 bị chi phối bằng tình cảm, 세계를 ~하다 chi phối cả thế giới, ~하에 두다 đặt dưới sự chi phối của ai, 만물은 자연의 법칙에 ~된다 mọi vật đều sự chi phối bởi quy tắc thiên nhiên.

지속 (持續 Trì tục)

지 Trì Cầm, giữ, nắm, 유지 duy trì, 주지 chủ trì, 소지 sở trì (cầm, giữ, nắm).

속 Tục Tiếp tục, tiếp theo, nối tiếp, 연속 liên tục, 계속 kế tục (tiếp tục).

Giải nghĩa Tiếp tục, kéo dài.

Cách sử dụng ~력 sức bền, ~성 tính liên tục, ~성이 있는 có tính liên tục, ~적으로 tiếp tục, 회의는 오래 ~되지 않았다 cuộc họp ấy không kéo dài lâu, 약효의 ~시간 thời gian có hiệu lực kéo dài của thuốc, 물가상승의 ~ sự tiếp tục tăng của giá cả, ~기간 thời gian liên tục, 생명을 지속하다 kéo dài sự sống, 약효의 ~ 기간 khoảng thời gian kéo dài hiệu lực của thuốc, 안정세가 ~되다 tình hình ổn định được tiếp tục kéo dài.

지식 (知識 Tri thức)

지 Trí, tri Biết, quen nhau, tri thức, sự hiểu biết, 감지 cảm trí (cảm nhận và biết), 통지 thông tri (thông báo), 무지 vô tri, 지기 tri kỷ, 지천명 tri thiên mệnh (biết mệnh trời), 지성 tri tính (đầu óc, lý trí), 지각 tri giác.

식 Thức Biết, nhận biết, nhận ra, hiểu biết, kiến thức, 인식 nhận thức, 의식 ý thức, 지식 tri thức, 상식 thường thức, 학식 học thức, 식별 thức biệt (phân biệt), 식견 thức kiến (cách nhìn nhận).

Giải nghĩa Tri thức.

Cách sử dụng ~이 있다 có tri thức, ~이 없다 không có tri thức, ~계급 giai cấp tri thức, 기초~ tri thức cơ bản, 전문~ tri thức chuyên môn, ~인 người có tri thức, ~집약산업 ngành công nghiệp cần nhiều tri thức, ~이 늘다 tri thức tăng lên, ~을 쌓다 tích lũy tri thức, ~을 흡수하다 hấp thụ tri thức.

지역 (地域 Địa vực)

지 Địa Đất, nơi, vùng, miền, 지역 địa vực (khu vực), 지방 địa phương, 지구 địa cầu, 지질 địa chất, 토지 thổ địa, 지도 địa đồ, 지진 địa chấn (động đất), 지하 địa hạ (dưới lòng đất).

역 Vực Vùng, phạm vi, bờ cõi, 구역 khu vực, 영역 lĩnh vực, 전역 toàn vực (toàn bộ khu vực)

Giải nghĩa Khu vực, vùng.

Cách sử dụng ~별로 từng khu vực, ~간 격차 sự khác biệt từng khu vực, ~개발 phát triển khu vực, ~주민 dân từng khu vực, ~특성 đặc điểm từng khu vực, ~적 (인) có tính khu vực, 자연보존 ~ khu vực bảo tồn thiên nhiên, ~에 따라 다르다 tùy theo từng khu vực, ~감정 cục bộ địa phương.

지위 (地位 Địa vị)

지 Địa Đất, nơi, vùng, miền, 지역 địa vực (khu vực), 지방 địa phương, 지구 địa cầu, 지질 địa chất, 토지 thổ địa, 지도 địa đồ, 지진 địa chấn (động đất), 지하 địa hạ (dưới lòng đất).

위 Vị Nơi, chỗ, vị trí, chức vị, 직위 chức vị, 단위 đơn vị, 학위 học vị, 위치 vị trí.

Giải nghĩa Vị trí, chức vị, chức vụ.

Cách sử dụng ~ 있는 사람 người có địa vị, 사회적~ vị trí trong xã hội, ~가 높다 chức vụ cao, ~를 잃다 mất chức, ~를 남용하다 lạm dụng chức vụ, 교수의 ~ chức vụ giáo sư, ~가 오르다 leo lên chức vụ, ~를 차지하다 giữ chức vụ, 높은 ~에 있다 ở chức vụ cao, ~를 회복하다 phục hồi chức vụ.

지장 (支障 Chi chướng)

지 Chi Cấp cho, chi cấp, cành, bộ phận, 지원 chi viện, 지급 chi cấp, 지배 chi phối, 지사 chi xã (chi nhánh công ty).

장 Chướng Cách trở, ngăn chặn, chắn, che, 장애 chướng ngại, 장애인 chướng ngại nhân (người tàn tật), 장애물 chướng ngại vật, 장벽 chướng bích (khó khăn).

Giải nghĩa Trở ngại, khó khăn.

Cách sử dụng ~이 있다 có trở ngại, ~을 주다 gây trở ngại, ~이 없으면 nếu không có gì trở ngại, 공부에 ~이 있다 có khó khăn trong việc học hành, 책 읽는데 ~이 없다 không có trở ngại gì trong việc đọc sách, ~을 초래하다 gây trở ngại.

지점 (支店 Chi điếm)

지 Chi Cấp cho, chi cấp, cành, bộ phận, 지원 chi viện, 지급 chi cấp, 지불 chi phát, 지배 chi phối, 지사 chi xã (chi nhánh).

점 Điếm Cửa hàng, tiệm, nhà trọ, 백화점 bách hóa điếm (trung tâm thương mại), 편이점 tiện nghi điếm (cửa hàng tiện ích), 매점 mại điếm (nơi bán), 상점 thương điếm (cửa hàng), 서점 thư điếm (hiệu sách), 점원 điếm viên (nhân viên cửa hàng), 지점 chi điếm (chi nhánh), 주점 tửu điếm (quán rượu).

Giải nghĩa Chi nhánh, đại lý.

Cách sử dụng ~망 mạng đại lý, 외국은행의 베트남~ chi nhánh ngân hàng nước ngoài tại Việt Nam, ~장 trưởng chi nhánh, 해외 ~ chi nhánh ở nước ngoài, ~을 내다 [설치하다] mở [thành lập] chi nhánh.

지출 (支出 Chi xuất)

지 Chi Cấp cho, chi cấp, cành, bộ phận, 지원 chi viện, 지급 chi cấp, 지배 chi phối, 지사 chi xã (chi nhánh).

출 Xuất Ra ngoài, đi ra, làm ra, 출발 xuất phát, 노출 lộ xuất (lộ ra), 외출 ngoại xuất (đi ra ngoài), 출신 xuất thân, 출판 xuất bản, 출장 xuất trường (đi công tác), 출근 xuất cần (đi làm), 출입 xuất nhập (ra vào), 출가 xuất gia, 출강 xuất giảng (đi giảng ở ngoài), 출행 xuất hành (lên đường), 출고 xuất khố (xuất kho), 출구 xuất khẩu (lối ra), 출격 xuất kích, 출국 xuất quốc (xuất cảnh).

Giải nghĩa Chi trả, chi ra, khoản chi, chi tiêu,

Cách sử dụng 수입과 ~ thu và chi, ~이 늘다 số chi tăng lên, ~을 절약하다 tiết kiệm chi tiêu, 예산외~ số tiền chi ra ngoài dự toán, 정부[재정] ~ chi tiêu chính phủ [tài chính], 총~ tổng chi tiêu, 부당 ~ khoản chi không hợp lý, ~을 삭감하다 cắt giảm khoản chi, 금주에는 ~이 많았다 tuần này còn nhiều khoản phải chi quá, 한달간의 ~ 명세 chi tiết chi tiêu một tháng, ~을 줄이다 giảm chi tiêu.

지하 (地下 Địa hạ)

지 Địa — Đất, nơi, vùng, miền, 지역 địa vực (khu vực), 지방 địa phương, 지구 địa cầu, 지질 địa chất, 토지 thổ địa, 지도 địa đồ, 지진 địa chấn (động đất), 지하 địa hạ (dưới lòng đất).

하 Hạ — Dưới, ít hơn, bên dưới, rơi xuống, 상하 thượng hạ (trên dưới), 천하 thiên hạ, 수하 thủ hạ (thuộc hạ), 지하철 địa hạ thiết (tàu điện ngầm), 하류 hạ lưu, 지하 địa hạ (dưới lòng đất), 하층 hạ tầng (tầng dưới), 하락 hạ lạc (giảm xuống, rơi xuống), 이하 dĩ hạ (dưới), 하반기 hạ bán kỳ (sáu tháng cuối năm), 연하 niên hạ (ít tuổi hơn).

Giải nghĩa Dưới lòng đất.

Cách sử dụng Dưới lòng đất, ~갱도 đường ngầm dưới lòng đất, ~도 đường ngầm, ~에서 일하다 làm việc dưới lòng đất, ~에 파묻다 đào chôn dưới lòng đất, ~에 잠입하다 đi sâu vào lòng đất.

직면 (直面 Trực diện)

직 trực — Thẳng, trực tiếp, ngay thẳng, 직접 trực tiếp, 직결 trực kết (liên kết trực tiếp), 직선 trực tuyến, 정직 chính trực.

면 Diện — Mặt, bề mặt, ngoài mặt, tình huống, 내면 nội diện (mặt trong), 다면 đa diện (nhiều mặt), 대면 đối diện, 면모 diện mạo, 방면 phương diện, 국면 cục diện, 반면 phản diện, 전면 toàn diện, 면적 diện tích, 체면 thể diện, 정면 chính diện.

Giải nghĩa Gặp ngay trước mặt, đối diện.

Cách sử dụng 위험에 ~하다 đối diện với nguy hiểm, ~한 문제 vấn đề đối diện, 파산에 ~하다 đối diện phá sản, 회사는 경영 위기에 ~해 있다 công ty đang đối diện với nguy cơ trong kinh doanh, 그는 죽음에 ~했다 anh ta đã đối diện với cái chết.

직업 (職業 Chức nghiệp)

직 Chức — Công việc, phần việc về mình, phụ trách, 직원 chức viên (nhân viên), 직업 chức nghiệp (nghề nghiệp), 직장 chức trường (nơi làm việc), 퇴직 thoái chức (nghỉ việc), 직책 chức trách, 취직 tựu chức (xin việc), 구직 cầu chức (tìm việc), 현직 hiện chức (chức vụ hiện nay).

업 Nghiệp — Nghề, ngành nghề, công nghiệp, sự nghiệp, 업종 nghiệp chủng (ngành nghề), 업무 nghiệp vụ, 농업 nông nghiệp, 공업 công nghiệp, 부업 phụ nghiệp (nghề phụ), 작업 tác nghiệp.

Giải nghĩa Nghề nghiệp, nghề, việc làm.

Cách sử dụng ~ 소개 giới thiệu việc làm, ~소개소 trung tâm giới thiệu việc làm, ~별로 từng ngành nghề, ~이 없다 không có nghề nghiệp, ~을 구하다 tìm nghề, ~군인 bộ đội chuyên nghiệp, ~분야 lĩnh vực công nghiệp, ~선수 vận động viên chuyên nghiệp, ~외교관 nhà ngoại giao chuyên nghiệp, ~의식 ý thức nghề nghiệp, ~적 thuộc về nghề nghiệp, ~적성 tính phù hợp với công việc, ~전환 đổi nghề, ~학교 trường dạy nghề, ~훈련 huấn luyện nghề, dạy nghề, ~을 고르다 chọn nghề, ~을 바꾸다 đổi nghề, ~은 인쇄공이다 nghề nghiệp là thợ in, ~이 무엇입니까? Nghề nghiệp anh là gì?, ~을 잃다 mất việc làm.

직원 (職員 Chức viên)

직 Chức Công việc, phần việc về mình, phụ trách, 직원 chức viên (nhân viên), 직업 chức nghiệp (nghề nghiệp), 직장 chức trường (nơi làm việc), 퇴직 thoái chức (nghỉ việc), 직책 chức trách, 취직 tựu chức (xin việc), 구직 cầu chức (tìm việc), 현직 hiện chức (chức vụ hiện nay).

원 Viên Người, kẻ, viên, 위원 ủy viên, 회원 hội viên, 교원 giáo viên, 인원 nhân viên, 공무원 công vụ viên (viên chức), 회사원 hội xã viên (nhân viên), 선원 thuyền viên, 당원 đảng viên.

Giải nghĩa Nhân viên, công nhân, người làm công

Cách sử dụng 회사의 ~으로 với tư cách là nhân viên công ty, ~명부 danh sách nhân viên, ~일동 toàn thể nhân viên, 동료 ~ đồng nghiệp, 부하 ~ nhân viên dưới quyền, ~을 고용하다 tuyển dụng nhân viên, 여~ nhân viên nữ, công nhân nữ.

직장 (職場 Chức trường)

직 Chức Công việc, phần việc về mình, phụ trách, 직원 chức viên (nhân viên), 직업 chức nghiệp (nghề nghiệp), 직장 chức trường (nơi làm việc), 퇴직 thoái chức (nghỉ việc), 직책 chức trách, 취직 tựu chức (xin việc), 구직 cầu chức (tìm việc), 현직 hiện chức (chức vụ hiện nay).

장 Trường Chỗ đông người tụ tập hoặc làm việc, sân khấu, chợ, sân, 입장 nhập trường (vào sân, vào hội trường), 비행장 phi hành trường (sân bay), 운동장 vận động trường (sân vận động), 극장 kịch trường (rạp hát, sân khấu), 농장 nông trường, 시장 thị trường, 광장 quảng trường.

Giải nghĩa Nơi làm việc, công việc.

Cách sử dụng ~을 구하다 kiếm chỗ làm, ~경력 quá trình công tác, ~이탈 rời bỏ nơi làm việc, ~환경 môi trường làm việc, ~에 충실하다 hết lòng vì công việc, ~에서 쫓겨나다 bị đuổi khỏi nơi làm việc, ~을 그만두다 nghỉ việc, ~을 자주 바꾸다 hay thay đổi công việc, ~을 찾다 tìm việc, ~을 얻다 tìm được việc.

직접 (直接 Trực tiếp)

직 Trực	Thẳng thắn, trực tiếp, thật, đặc biệt, 직행 trực hành (đi thẳng, đi một mạch) 강직 cương trực, 직관 trực quan, 직속 trực thuộc, 정직 chính trực, 직각 trực giác, 직면 trực diện.
접 Tiếp	Tiếp tục, nối tiếp, tiếp theo, 근접 cận tiếp (tiếp cận), 접견 tiếp kiến, 대접 đãi tiếp (tiếp đãi), 접점 tiếp điểm, 접전 tiếp chiến, 접수 tiếp thu, 간접 gián tiếp.
Giải nghĩa	Trực tiếp.
Cách sử dụng	~으로 một cách trực tiếp, ~ 보다 nhìn trực tiếp, ~ 듣다 nghe thấy trực tiếp, ~ 만나다 gặp trực tiếp, ~ 본인한테 물어보다 trực tiếp hỏi người đó, ~원인 nguyên nhân trực tiếp, ~담판 đàm phán trực tiếp, ~거래 giao dịch trực tiếp, ~선거 bầu cử trực tiếp, ~영향 ảnh hưởng trực tiếp, ~투자 đầu tư trực tiếp, ~적으로 một cách trực tiếp, ~간접적으로 trực tiếp và gián tiếp, 사고의 ~원인 nguyên nhân trực tiếp của tai nạn, ~얻은 정보 thông tin trực tiếp có được, 에 ~적인 영향을 주다 tạo ảnh hưởng trực tiếp, ~관계가 있다 có quan hệ trực tiếp, 네가 그에게 ~ 말해라 Cậu trực tiếp nói với anh ta đi, 내가 ~ 그에게 편지를 쓰겠습니다 tôi sẽ trực tiếp viết thư cho anh ta, 나는 그와는 ~ 관계가 없다 tôi chẳng có quan hệ trực tiếp với anh ta cả.

직행 (直行 Trực hành)

직 Trực	Thẳng thắn, trực tiếp, thật, đặc biệt, 강직 cương trực, 직관 trực quan, 직속 trực thuộc, 정직 chính trực, 직각 trực giác, 직면 trực diện.
행 Hành	Đi, làm, thi hành, tiến hành, lưu hành, 실행 thực hành, 행걸 hành khất, 행동 hành động, 동행 đồng hành, 행법 hành pháp, 행정 hành chính, 시행 thi hành, 수행 tu hành, 행위 hành vi, 진행 tiến hành, 집행 chấp hành (thi hành).
Giải nghĩa	Đi thẳng không ngưng giữa chừng
Cách sử dụng	~하다, ~버스 xe buýt chạy thẳng, ~열차 tàu nhanh, 결승전~ đi thẳng vào trận chung kết.

진급 (進級 Tiến cấp)

진 Tiến	Đi trước, cải tiến, sau đó, 선진국 tiên tiến quốc (nước tiên tiến), 진화 tiến hoá, 진전 tiến triển, 진취 tiến thủ, 진퇴 tiến thoái, 진행 tiến hành.
급 Cấp	Thứ bậc, bậc học, bậc thềm, 고급 cao cấp, 직급 chức cấp, 초급 sơ cấp, 중급 trung cấp, 상급 thượng cấp, 하급 hạ cấp, 승급 thăng cấp, 진급 tiến cấp, 계급 giai cấp, 등급 đẳng cấp (thứ bậc, xếp hạng), 유급 lưu cấp (ở lại lớp), 특급 đặc cấp, 동급 đồng cấp.
Giải nghĩa	Lên bậc, lên cấp, lên lớp, thăng chức.
Cách sử dụng	~하다. ~시키다 lên chức cho ai. ~이 빠르다 nhanh lên chức. 대령으로 ~하다 lên chức Đại tá. ~시험 thi lên lớp. ~시험 thi lên chức. 3 학년에 ~하다 lên năm 3. ~이 늦다 lên chức chậm.

진주 (眞珠 Chân châu)

진	Chân	Thật, thực, thành thật, thật thà, 진심 chân tâm, 진실 chân thật, 진리 chân lý, 진정 chân chính, 진정 chân tình.
주	Châu	Ngọc trai, hạt châu, hạt, viên, giọt.
Giải nghĩa		Ngọc trai, hòn ngọc quý.
Cách sử dụng		~와 같다 giống như ngọc, ~양식장 trại nuôi ngọc trai, 인조~ ngọc nhân tạo, 흑~ ngọc trai đen, ~목걸이 dây chuyền ngọc trai, ~조개 trai lấy ngọc, ~빛 màu ngọc trai, ~를 박은 반지 nhẫn có gắn ngọc trai, 돼지 앞에 ~를 던지다 [tục ngữ] Vứt ngọc cho heo.

진통제 (鎭痛劑 Trấn thống tễ)

진	Trấn	Canh giữ, làm giảm, làm dịu, 진정 trấn tĩnh (bình tĩnh), 진압 trấn áp, 진화 trấn hỏa (dập lửa).
통	Thống	Đau đớn, quá mức, đau thương, 치통 xỉ thống (đau răng), 두통 đầu thống (đau đầu), 복통 phúc thống (đau bụng), 골통 cốt thống (đau xương), 고통 khổ thống (đau khổ).
제	Tễ	Thuốc, 항암제 kháng nham tễ (thuốc chống ung thư), 소화제 tiêu hóa tễ (thuốc tiêu hóa, 영양제 dinh dưỡng tễ (thuốc dinh dưỡng).
Giải nghĩa		Thuốc giảm đau, thuốc làm giảm đau.
Cách sử dụng		이 약은 진통 효과가 탁월하다 thuốc này hiệu quả giảm cơn đau rất tốt, ~ 부작용 tác dụng phụ của thuốc giảm đau, ~효과 hiệu quả của thuốc giảm đau, ~ 과다복용 uống quá nhiều thuốc giảm đau.

질 (質 Chất)

질	Chất	성질 tính chất, 본질 bản chất, 품질 phẩm chất, 자질 tư chất, 변질 biến chất, 체질 thể chất, 물질 vật chất, 동질 đồng chất.
Giải nghĩa		Chất lượng, phẩm chất, nội dung bên trong.
Cách sử dụng		~이 좋다 chất lượng tốt, ~을 올리다 nâng cao chất lượng, ~이 나쁘다 chất lượng kém, 삶의 ~을 높이다 nâng cao chất lượng cuộc sống. 물건의 ` chất lượng hàng hóa, ~이 높다 chất lượng cao, ~이 떨어지다 chất lượng kém.

질문 (質問 Chất vấn)

질	Chất	Chất lượng, phẩm chất, hỏi, chân thật, 성질 tính chất, 본질 bản chất, 품질 phẩm chất, 자질 tư chất, 변질 biến chất, 체질 thể chất, 물질 vật chất, 동질 đồng chất.
문	Vấn	Hỏi, hỏi thăm, thăm viếng, quan tâm đến, 문제 vấn đề, 의문 nghi vấn, 자문 tư vấn, 질문 chất vấn, 고문 cố vấn, 학문 học vấn, 심문 thẩm vấn, 문답 vấn đáp.
Giải nghĩa		Câu hỏi, hỏi về vấn đề nào đó.
Cách sử dụng		~하다, ~에 대답하다 trả lời câu hỏi, ~이 있습니다 Tôi có một câu hỏi, 엉뚱한 ~ câu hỏi đâu đâu, ~의 연발 những câu hỏi liên tục, ~을 받다 nhận câu hỏi, tiếp nhận câu

hỏi, 귀찮게 ~하다 hỏi đến mức phiền toái, ~이 있습니까? Có câu hỏi nào không ạ? 이 ~에 대답을 해 주십시오 Hãy trả lời câu hỏi này cho tôi.

질병 (疾病 Tật bệnh)

질 Tật — Bệnh tật, ốm, đau, 질환 tật hoạn (bệnh hoạn).

병 Bệnh — Ốm, đau, bệnh, mắc bệnh, 병원 bệnh viện, 질병 tật bệnh (bệnh tật), 발병 phát bệnh, khán bệnh (chăm bệnh), 병명 bệnh danh (tên bệnh), 전염병 truyền nhiễm bệnh (bệnh truyền nhiễm), 광우병 cuồng ngưu bệnh (bệnh bò điên), 고질병 cố tật bệnh (bệnh lâu ngày), 중병 trọng bệnh (bệnh nặng), 불치병 bất trị bệnh (bệnh nan y).

Giải nghĩa Bệnh tật, bệnh.

Cách sử dụng ~의 예방 dự phòng bệnh tật, ~과 싸우다 chiến đấu với bệnh tật, ~에 걸리다 mắc bệnh tật, ~을 앓다 đau bệnh, ~에 시달리다 vật lộn với bệnh tật.

집단 (集團 Tập đoàn)

집 Tập — Tập hợp, tụ tập, gom góp, tập (sách), 집중 tập trung, 소집 triệu tập, 편집 biên tập, 집중 tập trung, 집합 tập hợp, 시집 thi tập (tập thơ).

단 Đoàn — Tập hợp, hình tròn, nắm, cuộn, 단체 đoàn thể, 단결 đoàn kết, 사단 sư đoàn, 중단 trung đoàn, 소단 tiểu đoàn, 군단 quân đoàn, 대단결 đại đoàn kết, 단장 đoàn trường, 대표~ nhóm đại biểu.

Giải nghĩa Tập thể, đoàn, nhóm.

Cách sử dụng ~강도 cướp tập thể, ~경기 trận đấu tập thể, ~ 결혼 kết hôn tập thể, ~살인 giết người tập thể, ~ 생활 sinh hoạt tập thể, ~ 자살 tự sát tập thể, ~폭행 bạo lực tập thể, ~검거 bắt giữ tập thể, ~ 농장 nông trang tập thể, ~식중독 ngộ độc tập thể, ~토론 thảo luận tập thể, ~의 이익을 위해 행동하다 hành động vì lợi ích tập thể, ~으로 사표를 제출하다 đưa đơn nghỉ việc tập thể.

ㅊ

차 (車 Xa)

차 Xa — Xe, chiếc xe, 자동차 tự động xa (xe ô tô), 전차 chiến xa (xe tăng), 화차 hỏa xa (tàu hỏa), 마차 mã xa (xe ngựa), 장갑차 trang giáp xa (xe thiết giáp), 차비 xa phí (tiền xe), 차량 xa lượng (xe cộ).

Giải nghĩa Xe, xe cộ.

Cách sử dụng ~에서 내리다 xuống xe, ~로 가다 đi bằng xe, ~에 태우다 chở bằng xe, ~를 멈추다 dừng xe.

차 (茶 Trà)

차 Trà — Chè, trà, 차배 trà bôi (ly uống trà), 차구 trà cụ (dụng cụ uống trà), 홍차 hồng trà, 인삼차 nhân sâm trà (trà nhân sâm), 녹차 lục trà (trà xanh).

Giải nghĩa — Cây chè, trà để uống.

Cách sử dụng — 따뜻한 ~ trà nóng, ~를 끓이다 pha trà, ~를 대접하다 tiếp trà, mời trà, ~를 마시다 uống trà, ~나무밭 ruộng chè, cánh đồng chè. ~찌끼 bã chè. ~한 잔 một cốc trà.

차례 (次例 Thứ lệ)

차 Thứ — Sau, tiếp theo, thứ bậc, lần lượt, 차녀 thứ nữ, 차남, thứ nam, 차관 thứ quan (thứ trưởng).

례 Lệ — Tiền lệ, thói quen, thông thường, 예외 lệ ngoại (ngoại lệ), 관례 quán lệ (phong tục, thói quen), 전례 tiền lệ, 통례 thông lệ (thường lệ), 예문 lệ văn (câu ví dụ).

Giải nghĩa — Thứ tự, lượt.

Cách sử dụng — 내~ lượt của tôi, ~로 theo thứ tự, theo lượt, 크기의 ~로 theo thứ tự về kích cỡ, ~가 오다 đến lượt, 누구 ~지? Đến lượt ai vậy?

차비 (車費 Xa phí)

차 Xa — Xe, chiếc xe, 자동차 tự động xa (xe ô tô), 전차 chiến xa (xe tăng), 화차 hỏa xa (tàu hỏa), 마차 mã xa (xe ngựa), 장갑차 trang giáp xa (xe thiết giáp), 차비 xa phí (tiền xe), 차량 xa lượng (xe cộ).

비 Phí — Phí, chi phí, tiền, tốn, chi tiêu, 학비 học phí, 기숙비 ký túc phí (tiền ký túc xá), 식비 thực phí (tiền ăn) 교통비 giao thông phí (tiền xăng xe), 접대비 tiếp đãi phí (phí tiếp khách), 생활비 sinh hoạt phí (chi phí sinh hoạt), 통신비 thông tin phí (chi phí liên lạc), 낭비 lãng phí, 경비 kinh phí, 학비 học phí, 인건비 nhân kiện phí (phí nhân công), 치료비 trị liệu phí (tiền điều trị), 참가비 tham gia phí (phí tham gia).

Giải nghĩa — Tiền tàu xe, tiền đi lại.

Cách sử dụng — ~를 내다 trả tiền tàu xe, ~를 할인하다 giảm giá tàu xe, 부산까지의 ~는 얼마지요? Tiền xe đến Busan là bao nhiêu?

차이 (差異 Sai dị)

차 Sai — Khác biệt, chênh lệch, lầm lẫn, 차별 sai biệt (khác biệt), 차이점 sai dị điểm (điểm khác biệt), 차별대우 sai biệt đãi ngộ (phân biệt đối xử), 빈부격차 bần phú cách sai (khoảng cách giàu nghèo), 차액 sai ngạch (chênh lệch số tiền).

이 Dị — Khác, cái khác, người khác, khác lạ, 동상이몽 đồng sàng dị mộng, 이변 dị biến, 이성 dị tính (khác giới tính), 이별 dị biệt, 이물 dị vật.

Giải nghĩa — Sự chênh lệch, sự khác biệt, sự cách biệt.

Cách sử dụng 빈부의 ~ sự chênh lệch giàu nghèo, 의견의 ~ sự chênh lệch về ý kiến, 취미의 ~ sự khác biệt về sở thích, 연령의 ~ sự khác biệt về tuổi tác, ~가 있다 có sự khác biệt, ~가 없다 không có sự khác biệt, 듣는 바와 실제는 큰 ~가 있다 giữa nghe và thực tế có sự chênh lệch lớn, 그녀는 나와 다섯살 ~다 cô ấy chênh lệch với tôi 5 tuổi.

찬성 (贊成 Tán thành)

찬 Tán: Khen ngợi, giúp đỡ, chỉ dẫn, 찬동 tán đồng, 찬양 tán dương.

성 Thành: Làm xong, xong xuôi, trở thành, giỏi, 성인 thành nhân, 성적 thành tích, 성패 thành bại, 성립 thành lập, 구성 cấu thành, 성숙 thành thục, 성공 thành công, 성장 thành trưởng (trưởng thành), 성과 thành quả, 조성 tạo thành, 형성 hình thành, 양성 dưỡng thành (nuôi dưỡng).

Giải nghĩa Đồng ý.

Cách sử dụng 계획에 ~하다 đồng ý với kế hoạch, 남의 의견에 ~하다 tán thành ý kiến người khác, ~을 얻다 giành được sự tán thành của người khác, ~ 투표 bỏ phiếu tán thành, 의안에 ~하다 tán thành với bản đề nghị, 만장 일치로 ~하다 tất cả mọi người đều giơ tay tán thành.

참가 (參加 Tham gia)

참 Tham: Can dự, tham gia, gia nhập, xen vào, 참여 tham dự, 참견 tham kiến (tham gia ý kiến), 참관 tham quan, 참고 tham khảo, 참모 tham mưu, 참정 tham chính, 참전 tham chiến, 참고서 tham khảo thư (sách tham khảo).

가 Gia: Thêm vào, tăng thêm, hơn, nhấn mạnh, 증가 tăng gia, 가감 gia giảm, 가공 gia công, 가공제품 gia công chế phẩm (sản phẩm gia công), 부가 phụ gia (tăng thêm), 가속 gia tốc.

Giải nghĩa Tham gia.

Cách sử dụng ~하다 tham gia, ~를 신청하다 đăng ký tham gia, 경기에 ~하다 tham gia vào trận đấu, 전쟁에 ~하다 tham gia chiến tranh, 40 개국이 그 조약에 ~하고 있다 40 nước đã tham gia vào điều ước này, ~국[팀] nước [đội] tham gia, ~료 chi phí tham gia, ~자 người tham gia, 불~ không tham gia,

참석 (參席 Tham tịch)

참 Tham: Can dự, tham gia, gia nhập, xen vào, 참여 tham dự, 참견 tham kiến (tham gia ý kiến), 참관 tham quan, 참고 tham khảo, 참모 tham mưu, 참정 tham chính, 참진 tham chiến, 참고서 tham khảo thư (sách tham khảo).

석 Tịch: Chỗ ngồi, vị trí, ghế (trong nghị trường), 수석졸업 thủ tịch tốt nghiệp (tốt nghiệp thủ khoa), 좌석 tọa tịch (chỗ ngồi), 즉석 tức tịch (tại chỗ, tại nơi), 참석 tham tịch (tham gia), 안석 an tịch (an tọa), 주석 chủ tịch, 입석 lập tịch (chỗ đứng, vé đứng).

Giải nghĩa Tham dự, có mặt.

Cách sử dụng ~하다 tham dự, 결혼식에 ~하다 tham dự đám cưới, 회의에 ~하다 tham dự cuộc họp, ~자 người tham dự, 내일 밤의 축하파티에 ~해 주시겠습니까? Ngày mai anh (chị) sẽ tham dự bữa tiệc chúc mừng tối mai của tôi chứ?

창문 (窓門 Song môn (cửa sổ)

창 Song Cửa sổ, 창문 song môn (cửa sổ), 창구 song khẩu (quầy giao dịch), 차창 xa song (cửa kính xe).

문 Môn Cái cửa, bộ phận, môn, ngành, loại, bộ phận đóng mở, nhà, gia tộc, ngành, loại, nhóm, 창문 song môn (cửa sổ) , 대문 đại môn (cửa lớn), 가문 gia môn, 명문 danh môn (gia đình danh giá), 교문 hiệu môn (cổng trường), 정문 chính môn (cửa chính), 폐문 bế môn (cửa đóng), 부문 bộ môn, 전문 chuyên môn, 불문 phật môn (cửa Phật).

Giải nghĩa Cửa sổ.

Cách sử dụng ~ 밖으로 손이나 얼굴을 내밀지 마라 không thò tay hoặc đầu ra ngoài cửa sổ, ~틀 khung cửa sổ, ~가에 서다 đứng cạnh cửa sổ, ~을 열다 mở cửa sổ, ~을 닫다 đóng cửa sổ, 눈은 마음의 ~이다 đôi mắt là cửa sổ của tâm hồn.

창업 (創業 Sáng nghiệp)

창 Sáng Khởi đầu, khai sáng, mới dựng lên, mới lập ra, 창작 sáng tác, 창조 sáng tạo, 창립 sáng lập, 창제 sáng chế.

업 Nghiệp Nghề, ngành nghề, công nghiệp, sự nghiệp, 업종 nghiệp chủng (ngành nghề), 업무 nghiệp vụ, 농업 nông nghiệp, 공업 công nghiệp, 부업 phụ nghiệp (nghề phụ), 작업 tác nghiệp.

Giải nghĩa Khởi nghiệp.

Cách sử dụng ~ 30 주년 kỷ niệm 30 năm khởi nghiệp, 회사를 ~ 하다 khởi nghiệp công ty, ~ 지원센터 trung tâm hỗ trợ khởi nghiệp, ~자 người khởi nghiệp.

창피 (猖披 Xương phi)

창 Xương Sự hung dữ, ngông cuồng.

피 Phi Vạch ra, phơi ra, chỉ ra.

Giải nghĩa Xấu hổ, ngượng ngùng.

Cách sử dụng ~하다, ~스럽다, 큰~ sự xấu hổ lớn, ~한 일 việc làm xấu hổ, ~를 당하다 bị xấu hổ, ~를 주다 làm cho ai xấu hổ, ~를 알다 biết xấu hổ, ~해서 머리를 숙이다 xấu hổ cúi đầu.

책방 (冊房 Sách phòng)

책 Sách Quyển sách, sổ, mưu kế, giúp đỡ, phù trợ, 공책 không sách (vở), 역사책 lịch sử sách (sách lịch sử), 의학책 y học sách (sách y học) , ~을 만들다 làm thành sách, ~을 내다 phát hành sách, ~을 쓰다 viết sách, ~을 읽다 đọc sách.

방 Phòng Căn phòng, ngăn, buồng, 객방 khách phòng (phòng ở của khách), 독방 độc phòng (phòng đơn), 냉방 lãnh phòng (phòng lạnh).

Giải nghĩa Cửa hàng sách, tiệm bán sách.

Cách sử dụng ~을 경영하다 kinh doanh cửa hàng sách, ~주인 chủ cửa hàng sách.

책상 (冊床 Sách sàng)

책 Sách Quyển sách, sổ, mưu kế, giúp đỡ, phù trợ, 공책 không sách (vở), 역사책 lịch sử sách (sách lịch sử), 의학책 y học sách (sách y học).

상 Sàng Cái giá, sàn, bàn, máy, 동상이몽 đồng sàng dị mộng, 임상 lâm sàng, 병상 bệnh sàng (giường bệnh).

Giải nghĩa Bàn học, bàn làm việc.

Cách sử dụng ~에 앉다 ngồi vào bàn học, ~위의 서류를 치우다 dọn tất cả hồ sơ trên bàn, 사무용 ~ bàn làm việc.

책임 (責任 Trách nhiệm)

책 Trách Cầu xin, trách mắng, yêu cầu, 중책 trọng trách, 견책 khiển trách, 공동책임 cộng đồng trách nhiệm (trách nhiệm chung), 개인책임 cá nhân trách nhiệm (trách nhiệm cá nhân), 직책 chức trách, 자책 tự trách.

임 Nhiệm Gánh vác, đảm nhận, chịu đựng, 임기 nhiệm kỳ, 겸임 kiêm nhiệm, 책임 trách nhiệm, 취임 tựu nhiệm (nhậm chức), 퇴임 thoái nhiệm (từ chức), 신임대사 tân nhiệm đại sứ (đại sứ mới bổ nhiệm), 담임 đảm nhiệm, 책임자 trách nhiệm giả (người chịu trách nhiệm), 무책임 vô trách nhiệm.

Giải nghĩa Trách nhiệm.

Cách sử dụng 무거운 ~ trách nhiệm nặng nề, 법률에 대한 ~ trách nhiệm về mặt pháp luật, 사고에 대한 ~ trách nhiệm đối với tai nạn, ~이 있다 có trách nhiệm, ~이 없다 không có trách nhiệm, ~을 묻다 quy trách nhiệm, đổ trách nhiệm, ~을 전가하다 đùn đẩy trách nhiệm, ~을 지다 chịu trách nhiệm, ~을 지지 않다 không chịu trách nhiệm, ~을 함께 나누다 cùng chịu trách nhiệm, ~을 회피하다 trốn tránh trách nhiệm, 내 ~은 아니다 không phải là trách nhiệm của tôi, 나는 그 일에 ~을 안 진다 tôi không chịu trách nhiệm về việc ấy, 공동~ trách nhiệm chung, 개인 ~ trách nhiệm cá nhân, ~을 회피하다 trốn tránh trách nhiệm, 부모를 봉양하는 것은 당신의 ~이다 nuôi bố mẹ là trách nhiệm của anh, ~자 người có trách nhiệm.

처리 (處理 Xử lý)

처 Xử Xử lý, 처리 xử lí, 처벌 xử phạt, 대처 đối xử, 난처 nan xử (khó xử).

리 lý Làm việc, lo liệu, quy luật, lý lẽ, hợp lý, 관리 quản lý, 처리 xử lý, 정리 chỉnh lý, 윤리 luân lý, 도리 đạo lý, 심리 tâm lý, 이론 lý luận, 물리 vật lý.

Giải nghĩa Xử lý.
Cách sử dụng ~하다, 문제를 ~하다 giải quyết vấn đề, 열을 ~하다 xử lý nhiệt, 일을 ~하다 xử lý công việc, 쓰레기[하수]~ xử lý rác [nước thải], 폐기물을 ~하다 xử lý chất thải, ~장 bãi xử lý.

처방 (處方 Xử phương)

처 Xử — Xử lý, 처리 xử lí, 처벌 xử phạt, 대처 đối xử, 난처 nan xử (khó xử).
방 Phương — Phương thuốc.
Giải nghĩa Đơn thuốc xử lý, đơn thuốc.
Cách sử dụng ~하다, 의사의 ~대로 theo đơn thuốc của bác sĩ, ~을 쓰다 viết đơn thuốc, ~을 잘못하다 làm đơn thuốc sai, ~으로 약을 조제하다 làm thuốc theo đơn.

천장 (天障 Thiên chướng)

천 Thiên — Bầu trời, trời, không gian, tự nhiên, 천문학 thiên văn học, 노천 lộ thiên, 천당 thiên đường, 천명 thiên mệnh (mệnh trời), 천부 thiên phú, 천사 thiên sứ (thiên thần), 천생 thiên sinh (trời sinh), 천성 thiên tính (trời phú), 천연 thiên nhiên, 천자 thiên tử, 천재 thiên tai, thiên tài, 천추 thiên thu (ngàn năm), 천하 thiên hạ.
장 Chướng — Cách trở, ngăn chặn, chắn, che, 장애 chướng ngại, 장애인 chướng ngại nhân (người tàn tật), 장애물 chướng ngại vật, 장벽 chướng bích (khó khăn).
Giải nghĩa Trở ngại ở trên đầu, trở ngại ở bên trên, cái trần nhà.
Cách sử dụng 유리 ~ trần bằng kính, 석고~ trần thạch cao, ~과 바닥 trần và sàn, ~이 내려앉다 trần nhà bị sà xuống, ~이 무너지다 trần nhà bị sập, ~이 낮은[높은] 방 phòng trần cao [thấp]. ~에 매달려 있다 treo trên trần nhà.

천재 (天才 Thiên tài)

천 Thiên — Bầu trời, trời, không gian, tự nhiên, 천문학 thiên văn học, 노천 lộ thiên, 천당 thiên đường, 천명 thiên mệnh (mệnh trời), 천부 thiên phú, 천사 thiên sứ (thiên thần), 천생 thiên sinh (trời sinh), 천성 thiên tính (trời phú), 천연 thiên nhiên, 천자 thiên tử, 천하 thiên hạ.
재 Tài — Tài năng, 다재 đa tài, 영재 anh tài.
Giải nghĩa Thiên tài.
Cách sử dụng 뛰어난~ một nhân tài xuất chúng, ~이다 là thiên tài, ~적 có tính thiên tài, 수학의 ~ thiên tài toán học, 에디슨은 ~란「1%의 영감과 99%의 노력」이라고 말했다 Edison đã nói thiên tài là 1% tài năng và 99% nỗ lực, 어학의~ thiên tài ngôn ngữ, ~아 đứa bé thiên tài.

철학 (哲學 Triết học)

철	Triết	Khôn, trí tuệ, triết học, 철학과 triết học khoa (khoa triết học), 철학가 triết học gia (nhà triết học), 인생철학 triết học nhân sinh (triết lý nhân sinh), 현철 hiền triết, 철인 triết nhân.
학	Học	Nghiên cứu, học tập, hiểu, lĩnh hội, 학생 học sinh, 대학 đại học, 학력 học lực, 학문 học vấn, 화학 hóa học, 과학 khoa học, 문학 văn học, 입학 nhập học, 언어학 ngôn ngữ học, 철학 triết học, 심리학 tâm lí học, 경제학 kinh tế học.
Giải nghĩa		Triết học.
Cách sử dụng		~적 có tính triết học, 동양~ triết học phương đông, 서양~ triết học phương tây, ~과 khoa triết học.

청구서 (請求書 Thỉnh cầu thư)

청	Thỉnh	Mời mọc, xin mời, đề nghị, yêu cầu, 청혼 thỉnh hôn (cầu hôn), 청구 thỉnh cầu, 요청 yêu thỉnh (yêu cầu), 간청 khẩn thỉnh (nài nỉ), 청객 thỉnh khách (khách mời), 초청자 chiêu thỉnh giả (người mời).
구	Cầu	Xin, mong muốn, 구직 cầu chức (xin việc), 구혼 cầu hôn, 요구 yêu cầu, 욕구 dục cầu (nhu cầu), 청구 thỉnh cầu, 구인 cầu nhân (tìm người).
서	Thư	Sách, thư tín (thư từ), đơn, giấy tờ, văn kiện, 독서 độc thư (đọc sách), 문서 văn thư (giấy tờ, tài liệu), 계약서 khế ước thư (hợp đồng), 보고서 báo cáo thư (bản báo cáo), 교과서 giáo khoa thư (sách giáo khoa), 서류 thư loại (tài liệu), 서신 thư tín (thư từ), 서기 thư ký (bí thư), 도서 đồ thư (sách).
Giải nghĩa		Giấy yêu cầu, giấy thỉnh cầu.
Cách sử dụng		~를 내다 đưa giấy yêu cầu ra, ~를 쓰다 viết giấy yêu cầu, 손해 배상~ giấy yêu cầu bồi thường thiệt hại, 지급~ giấy yêu cầu chi trả, ~양식 mẫu đơn, 대금~ phiếu yêu cầu thanh toán.

청소 (淸掃 Thanh tảo)

청	Thanh	Sạch, 청결 thanh khiết (sạch sẽ), 청렴 thanh liêm, 청담 thanh đạm.
소	Tảo	Quét, cái chổi, 소멸 tảo diệt (tiêu diệt, diệt trừ, biến mất), 소제 tảo trừ (dọn dẹp).
Giải nghĩa		Dọn vệ sinh, làm vệ sinh, quét dọn.
Cách sử dụng		~하다, 방안을 ~하다 dọn vệ sinh phòng, 거리를 ~ 하다 dọn vệ sinh đường phố, ~부(夫) người dọn vệ sinh, 대~ tổng vệ sinh, ~기 máy dọn vệ sinh, máy hút bụi, 깨끗이 ~하다 dọn sạch, ~당번 ca trực nhật, ~차 xe rác.

청소년 (青少年 Thanh thiếu niên)

청	Thanh	Xanh, màu xanh, thanh niên, tuổi trẻ, 청춘 thanh xuân, 청천 thanh thiên, 청결 thanh khiết (sạch sẽ), 청아 thanh nhã.

소 Thiếu	Kém, không đủ, trẻ tuổi, 소녀 thiếu nữ, 소년 thiếu niên, 소좌 thiếu tá, 소장 thiếu tướng, 소림사 thiếu lâm tự (chùa thiếu lâm), 소아 thiếu nhi.
년 Niên	Năm, tuổi, lứa tuổi, thời, mùa, 백년 bách niên (trăm năm), 신년 tân niên (năm mới), 연대 niên đại (thời kỳ, năm tháng), 학년 niên học (năm học), 반년 bán niên (nửa năm), 천년기 thiên niên kỷ, 미성년 (vị thành niên), 청소년 (thanh thiếu niên), 내년 lai niên (năm sau), 노년 lão niên (tuổi già), 매년 mỗi niên (mỗi năm), 성년 thành niên (người lớn), 소년 thiếu niên, 중년 trung niên.
Giải nghĩa	Thanh thiếu niên.
Cách sử dụng	~범죄 tội phạm thanh thiếu niên, 세계~축구대회 giải vô địch bóng đá thanh thiếu niên thế giới, ~층 tầng lớp thanh thiếu niên, ~교육 giáo dục thanh thiếu niên, ~보호 위원회 Ủy ban bảo vệ thanh thiếu niên.

청와대 (靑瓦臺 Thanh ngõa đài)

청 Thanh	Xanh, màu xanh, thanh niên, tuổi trẻ, 청춘 thanh xuân, 청천 thanh thiên, 청결 thanh khiết, 청아 thanh nhã.
와 Ngõa	Viên ngói, 와기 ngọa khí (đồ gốm, ngói).
대 Đài	Cái lầu, cái bục, chỗ để đặt, 등대 đăng đài (ngọn hải đăng), 기대 kỳ đài (bục cờ), 탁구대 trác cầu đài (bàn bóng bàn), 무대 vũ đài.
Giải nghĩa	Cái tòa nhà có màu ngói xanh, tòa nhà ngói xanh, dinh Tổng thống Hàn Quốc.
Cách sử dụng	~ 조직도 sơ đồ tổ chức dinh Tổng thống, ~ 경호원 vệ sĩ dinh Tổng thống, ~ 집무실 phòng làm việc dinh Tổng thống, ~내부 bên trong dinh Tổng thống.

청첩 (請牒 Thỉnh thiệp)

청 Thỉnh	Mời mọc, xin mời, đề nghị, yêu cầu, 청혼 thỉnh hôn (cầu hôn), 청구 thỉnh cầu, 요청 yêu thỉnh (yêu cầu), 간청 khẩn thỉnh (nài nỉ), 청객 thỉnh khách (khách mời), 초청자 chiêu thỉnh giả (người mời).
첩 Điệp	Tờ trát, tờ trình, công văn, giấy chứng, 통첩 thông điệp, 첩보 điệp báo (tình báo), 간첩 gián điệp.
Giải nghĩa	Việc mời đám cưới.
Cách sử dụng	~장 giấy mời đám cưới, ~을 내다 gửi giấy mời, ~을 받다 nhận giấy mời, ~장 giấy mời, 결혼 ~장 giấy mời đám cưới.

체육 (體育 Thể dục)

체 Thể	Thân, mình, hình thể, dạng, 체력 thể lực, 체질 thể chất, 체제 thể chế, 체면 thể diện, 단체 đoàn thể, 하체 hạ thể (phần chân), 해체 giải thể.
육 Dục	Nuôi nấng, sinh sản, lớn lên, 교육 giáo dục, 양육 dưỡng dục, 성교육 tính giáo dục (giáo dục giới tính), 육아 dục nhi (dạy trẻ).
Giải nghĩa	Thể dục, thể thao.

Cách sử dụng ~ 교사 giáo viên thể dục, ~단체 đoàn thể thao, ~회 nhóm chơi thể thao, ~관 nhà thi đấu, phòng thể dục, ~대회 đại hội thể thao.

체중 (體重 Thể trọng (trọng lượng cơ thể)

체 Thể — Thân, mình, hình thể, dạng, 체력 thể lực, 체질 thể chất, 체제 thể chế, 체면 thể diện, 단체 đoàn thể, 하체 hạ thể (phần chân), 해체 giải thể.

중 Trọng — Nặng, coi trọng, kính trọng, chuộng, 중요 trọng yếu, 신중 thận trọng, 중병 trọng bệnh, 중대 trọng đại, 중점 trọng điểm, 중량 trọng lượng, 중력 trọng lực.

Giải nghĩa Trọng lượng cơ thể.

Cách sử dụng ~의 증가 tăng trọng lượng cơ thể, ~의 감소 giảm trọng lượng cơ thể, ~이 얼마입니까? Trọng lượng cơ thể anh là bao nhiêu? ~ 을 달다 cân trọng lượng, ~을 줄이다 giảm trọng lượng, ~ 이 늘다 trọng lượng tăng.

체험 (體驗 Thể nghiệm)

체 Thể — Thân, mình, hình thể, dạng, 체력 thể lực, 체질 thể chất, 체제 thể chế, 체면 thể diện, 단체 đoàn thể, 하체 hạ thể (phần chân), 해체 giải thể.

험 Nghiệm — Trải qua, chứng nghiệm, kiểm nghiệm, chứng cớ, bằng chứng, 경험 kinh nghiệm, 시험 thí nghiệm, 실험 thực nghiệm, 효험 hiệu nghiệm, 체험 thể nghiệm (trải nghiệm).

Giải nghĩa Trực tiếp bản thân mình trải qua, trải nghiệm.

Cách sử dụng ~하다, 직접 ~하다 trực tiếp trải nghiệm, 온갖 고생을 ~하다 trải qua mọi khổ hạnh, 힘든 농사일을 ~하다 trải nghiệm việc nhà nông vất vả.

초급 (初級 Sơ cấp)

초 Sơ — Lần đầu, vừa mới, bắt đầu, 초기 sơ kì (thời kỳ đầu), 연초 niên sơ (đầu năm), 초급 sơ cấp, 초략 sơ lược, 초가을 đầu thu, 초저녁 chậm choạng tối, 신혼 초기 tân hôn sơ kỳ (thời kỳ đầu hôn nhân).

급 Cấp — Thứ bậc, bậc học, bậc thềm, 고급 cao cấp, 직급 chức cấp, 초급 sơ cấp, 중급 trung cấp, 상급 thượng cấp, 하급 hạ cấp, 승급 thăng cấp, 진급 tiến cấp, 계급 giai cấp, 등급 đẳng cấp (thứ bậc, xếp hạng), 유급 lưu cấp (ở lại lớp), 특급 đặc cấp, 동급 đồng cấp.

Giải nghĩa Sơ cấp, trình độ sơ đẳng.

Cách sử dụng ~ 강좌 bài giảng sơ cấp, ~ 과정 quá trình sơ cấp, ~ 교재 giáo trình sơ cấp, ~ 단계 giai đoạn sơ cấp, ~ 학생 học sinh sơ cấp, ~영어 tiếng Anh sơ cấp. 프랑스어의 ~ -코스 chương trình sơ cấp tiếng Pháp.

초대 (招待 Chiêu đãi)

초 Chiêu — Mời, vẫy tay gọi, tuyển, mộ, 초청 chiêu thỉnh (mời).

대 Đãi — Đối đãi, đối xử, cư xử, 환대 hoan đãi, 대인관계 đãi nhân quan hệ (quan hệ đối nhân xử thế), 박대 bạc đãi, 학대 ngược đãi, 대우 đãi ngộ (đối xử), 대접 đãi tiếp (tiếp đãi), 우대 ưu đãi, 초대 chiêu đãi, 후대 hậu đãi.

Giải nghĩa Mời.

Cách sử dụng ~하다, ~를 받다 được mời, 결혼시에 ~하다 mời đám cưới, 저녁식사에 ~하다 mời ăn cơm tối, ~를 사절하다 từ chối lời mời, ~장 giấy mời, ~객 khách mời, ~권 giấy mời, ~석 ghế dành cho khách mời.

초등학교 (初等學校 Sơ đẳng học hiệu)

초 Sơ — Lần đầu, vừa mới, bắt đầu, 초기 sơ kì (thời kỳ đầu), 연초 niên sơ (đầu năm), 초급 sơ cấp, 초략 sơ lược, 초가을 đầu thu, 초저녁 đầu hôm, chập choạng tối, 신혼 초기 tân hôn sơ kỳ (thời kỳ đầu hôn nhân).

등 Đẳng — Bằng nhau, thứ bậc, chờ đợi, 등급 đẳng cấp (thứ bậc, xếp hạng), 우등 ưu đẳng, 평등 bình đẳng, 일등 nhất đẳng, 하등 hạ đẳng, 중등 trung đẳng, 상등 thượng đẳng.

학 Học — Nghiên cứu, học tập, hiểu, lĩnh hội, 학생 học sinh, 대학 đại học, 학력 học lực, 학문 học vấn, 화학 hóa học, 문학 văn học, 입학 nhập học, 언어학 ngôn ngữ học, 철학 triết học, 심리학 tâm lí học, 경제학 kinh tế học, 학기 học kì, 학비 học phí, 학자 học giả, 학위 học vị, 과학 khoa học, 법학 pháp học (luật học), 수학 số học (toán), 유학 du học/ lưu học, 의학 y học.

교 Hiệu — Trường học, 감교 giám hiệu, 등교 đăng hiệu (đi học), 교장 hiệu trưởng, 대학교 đại học hiệu (trường đại học), 고등학교 cao đẳng học hiệu (trường cấp 3), 교명 hiệu danh (tên trường), 분교 phân hiệu.

Giải nghĩa Trường cấp một, trường tiểu học.

Cách sử dụng ~는 의무교육이다 trường cấp một là giáo dục bắt buộc, 한국에서는 6 세에 ~에 들어간다 ở Hàn Quốc 6 tuổi là học cấp một, ~교사 giáo viên cấp một, ~ 과정 chương trình học tiểu học, ~ 교육 giáo dục tiểu học.

초보 (初步 Sơ bộ)

초 Sơ — Lần đầu, vừa mới, bắt đầu, 초기 sơ kì (thời kỳ đầu), 연초 niên sơ (đầu năm), 초급 sơ cấp, 초략 sơ lược, 초가을 đầu thu, 초저녁 đầu hôm, chập choạng tối, 신혼 초기 tân hôn sơ kỳ (thời kỳ đầu hôn nhân).

보 Bộ — Bước, đi bộ, đi, bước, giai đoạn, suy tính, 진보 tiến bộ, 양보 nhượng bộ, 보행 bộ hành, 보병 bộ binh.

Giải nghĩa Sơ bộ, bước đầu, tập sự.

Cách sử dụng ~를 배우다 học bước đầu, ~영어 học tiếng Anh sơ cấp, ~자 người mới vào học sơ cấp, ~ 부터 từ sơ bộ, ~ 단계 giai đoạn ban đầu.

최고 (最高 Tối cao)

최 Tối — Cực kỳ, hơn nhất, chót, 최다 tối đa, 최대 tối đại (lớn nhất), 최상 tối thượng (cao nhất), 최소 tối thiểu, 최악 tối ác (tồi tệ nhất), 최하 tối hạ (thấp nhất), 최후 tối hậu (sau cùng), 최신 tối tân.

고 Cao — Cao, đắt, cao thượng, thanh cao, nhiều, hơn, 고속 cao tốc, 고도 cao độ, 고층 cao tầng, 고온 cao ôn (nhiệt độ cao), 제고 đề cao (nâng cao), 고등학교 cao đẳng học hiệu (trường cấp 3), 고급 cao cấp, 고속도로 cao tốc đạo lộ (đường cao tốc), 고혈압 cao huyết áp, 최고급 tối cao cấp (cao nhấp nhất).

Giải nghĩa Tối cao, cao nhất.

Cách sử dụng ~가격 giá cao nhất, ~기관 cơ quan tối cao, ~사령관 tư lệnh tối cao, ~속도 tốc độ cao nhất, ~수준 mức độ cao nhất, 세계 ~의 산 núi cao nhất thế giới, ~고문 cố vấn tối cao, ~품 hạng tốt nhất, ~품질 chất lượng tốt nhất.

최근 (最近 Tối cận)

최 Tối — Cực kỳ, hơn nhất, chót, 최다 tối đa, 최대 tối đại (lớn nhất), 최상 tối thượng (cao nhất), 최소 tối thiểu, 최악 tối ác (tồi tệ nhất), 최하 tối hạ (thấp nhất), 최후 tối hậu (sau cùng), 최신 tối tân.

근 Cận — Gần, thân, bên cạnh, giống như, 근대 cận đại, 근시 cận thị, 부근 phụ cận, 인근 lân cận, 접근 tiếp cận, 친근 thân cận, 원근 viễn cận (xa gần), 근처 cận xứ (nơi gần đây)

Giải nghĩa Gần đây, gần nhất.

Cách sử dụng ~3 년동안 trong 3 năm gần đây, ~의 유행 mốt hiện nay, ~에 출판된 책 quyển sách mới được phát hành hiện nay, ~에 그를 전혀 만나보지 못했다 gần đây tôi hoàn toàn không gặp được anh ta, ~거리 cự li gần nhất, 아주 ~에 rất gần.

최선 (最善 Tối thiện)

최 Tối — Cực kỳ, hơn nhất, chót, 최다 tối đa, 최대 tối đại (lớn nhất), 최상 tối thượng (cao nhất), 최소 tối thiểu, 최악 tối ác (tồi tệ nhất), 최하 tối hạ (thấp nhất), 최후 tối hậu (sau cùng), 최신 tối tân.

선 Thiện — Lành, khéo léo, tốt, giỏi, 진선미 chân thiện mỹ, 자선 từ thiện, 개선 cải thiện, 선의 thiện ý (ý tốt), 선량 thiện lương (lương thiện).

Giải nghĩa Tốt nhất, lành nhất, khéo nhất, hết sức, cố gắng nhất.

Cách sử dụng ~의 길 con đường tốt nhất, ~의 방안 phương án tốt nhất, ~의 방책 phương sách tốt nhất, ~의 선택 sự lựa chọn tốt nhất, ~의 수단 cách tốt nhất, ~의 해결책 cách giải quyết tốt nhất, ~을 지향하다 hướng đến sư tốt nhất, ~노력 nỗ lực hết sức,. ~을 다하다 gắng hết sức.

최신 (最新 Tối tân)

최	Tối	Cực kỳ, hơn nhất, chót, 최다 tối đa, 최대 tối đại (lớn nhất), 최상 tối thượng (cao nhất), 최소 tối thiểu, 최악 tối ác (tồi tệ nhất), 최하 tối hạ (thấp nhất), 최후 tối hậu (sau cùng), 최신 tối tân.
신	Tân	Mới, cái mới, vừa mới, mới mẻ, 혁신 cách tân, 신세대 tân thế hệ (thế hệ mới), 신입생 tân nhập sinh (học sinh mới nhập học), 신학기 tân học kì (học kỳ mới), 신방 tân phòng.
Giải nghĩa		Mới nhất.
Cách sử dụng		~기술 kỹ thuật mới nhất, ~정보 thông tin mới nhất, ~유행 mốt mới nhất, ~의 설비를 갖추다 trang bị thiết bị mới nhất, ~형 loại hình mới nhất.

최악 (最惡 Tối ác)

최	Tối	Cực kỳ, hơn nhất, chót, 최다 tối đa, 최대 tối đại (lớn nhất), 최상 tối thượng (cao nhất), 최소 tối thiểu, 최악 tối ác (tồi tệ nhất), 최하 tối hạ (thấp nhất), 최후 tối hậu (sau cùng), 최신 tối tân.
악	Ác	Ác độc, xấu xí, dơ bẩn, tồi tệ, 악보 ác báo, 악마 ác ma, 악몽 ác mộng, 악순환 ác tuần hoàn (cái vòng lẩn quẩn, vòng tuần hoàn xấu), 악영향 ác ảnh hưởng (ảnh hưởng xấu), 흉악 hung ác, 악취 ác xú (mùi hôi).
Giải nghĩa		Tồi tệ nhất, xấu nhất.
Cách sử dụng		~의 경우에는 trong trường hợp tồi tệ nhất, ~의 경우에 대비하다 đối phó với trường hợp xấu nhất, ~의 사태를 극복하다 khắc phục tình trạng xấu nhất, ~의 상태에 빠지다 rơi vào tình trạng tồi tệ nhất, ~의 결과를 초래하다 mang lại kết quả xấu nhất.

최저 (最低 Tối đê)

최	Tối	Cực kỳ, hơn nhất, chót, 최다 tối đa, 최대 tối đại (lớn nhất), 최상 tối thượng (cao nhất), 최소 tối thiểu, 최악 tối ác (tồi tệ nhất), 최하 tối hạ (thấp nhất), 최후 tối hậu (sau cùng), 최신 tối tân.
저	Đê	Thấp, cuối xuống, hạ xuống, 저소득 đê sở đắc (thu nhập thấp), 저온 đê ôn (nhiệt độ thấp), 저급 đê cấp (cấp thấp), 저기압 đê khí áp (khí áp thấp), 저혈압 đê huyết áp (huyết áp thấp), 저출산 đê xuất sản (ít sinh đẻ), 저금리 đê kim lợi (lãi suất thấp), 저학년 đê học niên (bậc học thấp).
Giải nghĩa		Thấp nhất, ít nhất, tối thiểu,
Cách sử dụng		~가 giá thấp nhất, ~연령 tuổi thấp nhất, ~임금 mức lương thấp nhất, mức lương tối thiểu, ~기록 kỷ lục thấp nhất, ~기온 nhiệt độ thấp nhất, ~생활비 chi phí sinh hoạt thấp nhất, ~ 필요조건 điều kiện cần thiết tối thiểu.

최후 (最後 Tối hậu)

최	Tối	Cực kỳ, hơn nhất, chót, 최다 tối đa, 최대 tối đại (lớn nhất), 최상 tối thượng (cao nhất), 최소 tối thiểu, 최악 tối ác (tồi tệ nhất), 최하 tối hạ (thấp nhất), 최후 tối hậu (sau cùng), 최신 tối tân.
후	Hậu	Sau, phía sau, sau này, con cháu, con nối dòng, 후예 hậu duệ, 후배 hậu bối, 후회 hậu hối (hối hận), 후과 hậu quả, 후면 hậu diện (mặt sau), 식후 thực hậu (sau khi ăn), 후방 hậu phương, 최후 tối hậu (sau cùng), 내후년 lai hậu niên (năm sau nữa), 전후 tiền hậu (trước sau).
Giải nghĩa		Cuối cùng, phần cuối, sau cùng.
Cách sử dụng		~의 결정 quyết định sau cùng, ~의 노력 sự nỗ lực sau cùng ~의 5 분간 năm phú cuối cùng, ~의 저항 sự chống cự cuối cùng, ~의 한 사람까지 đến người cuối cùng, …에 ~의 희망을 걸다 mang hy vọng cuối cùng vào.., ~까지 đến cuối cùng.

추구 (追求 Truy cầu)

추	Truy	Đuổi theo, truy tìm, hồi tưởng, nhớ lại, 추격 truy kích, 추구 truy cứu (tìm tòi nghiên cứu), 추납 truy nạp.
구	Cầu	Xin, mong muốn, 구직 cầu chức (xin việc), 구혼 cầu hôn, 요구 yêu cầu, 욕구 dục cầu (nhu cầu), 청구 thỉnh cầu, 구인 cầu nhân (tìm người).
Giải nghĩa		Theo đuổi, theo và tìm kiếm.
Cách sử dụng		이윤 ~ theo đuổi lợi nhuận, 이상을 ~하다 theo đuổi lý tưởng, 행복을 ~하다 truy cầu hạnh phúc, 목적을 ~하다 theo đuổi mục đích nào đó.

추석 (秋夕 Thu tịch)

추	Thu	Mùa thu, năm, lúc, thời, buổi, 추수기 thu thu kỳ (thời kỳ thu hoạch vụ thu), 추야 thu dạ (đêm thu), 추곡 thu cốc (vụ thu), 추색 thu sắc (sắc màu mùa thu) 춘하추동 xuân hạ thu đông.
석	Tịch	Buổi chiều, buổi tối, bóng tối, 석식 tịch thực (cơm tối).
Giải nghĩa		Đêm mùa thu, đêm giữa thu, Trung thu.
Cách sử dụng		~선물 quà trung thu, ~을 맞다 đón Trung thu, ~을 쇠러 고향에 가다 về quê nghỉ Trung thu, ~ 보름달 trăng Trung thu, ~ 의미 ý nghĩa của Trung thu, ~ 음식 món ăn Trung thu.

추억 (追憶 Truy ức)

추	Truy	Đuổi theo, truy tìm, hồi tưởng, nhớ lại, 추격 truy kích, 추구 truy cầu (theo đuổi), 추납 truy nạp.
억	Ức	Nhớ, ghi nhớ, nghĩ tới, 기억 ký ức.
Giải nghĩa		Kỷ niệm, ký ức, tìm lại những kỷ niệm.

Cách sử dụng ~하다, 아름다운 ~ kỉ niệm đẹp, 슬픈 ~ ký ức buồn, 어린 시절의 ~ kỉ niệm thời niên thiếu, ~에 잠기다 chìm vào ký ức, 즐거웠던 옛~담을 이야기하다 kể chuyện ngày xưa vui vẻ.

축구 (蹴球 Xúc cầu)

축 Xúc — Đá, dùng chân đá.

구 Cầu — Quả cầu, quả bóng, địa cầu, 농구 lung cầu (bóng rổ), 지구 địa cầu, 전구 điện cầu (bóng điện), 구면 cầu diện (mặt cầu), 구형 cầu hình (hình tròn), 안구 nhãn cầu, 혈구 huyết cầu, 남반구 nam bán cầu.

Giải nghĩa Bóng đá, túc cầu.

Cách sử dụng ~경기 trận đấu bóng đá, ~공 quả bóng, ~장 sân bóng đá, ~팀 đội bóng đá, 국가~ 대표팀 đội tuyển bóng đá quốc gia, 2002 년 (도) 월드컵~ Giải bóng đá thế giới năm 2002, ~를 하다 đá bóng, 그는 ~를 잘한다 anh ta đá bóng giỏi, ~선수 cầu thủ bóng đá, 국제~연맹 liên đoàn bóng đá thế giới (FIFA), 대한 ~ 협회 Hiệp hội bóng đá Hàn Quốc.

축하 (祝賀 Chúc hạ)

축 Chúc — Chúc tụng, mong muốn, mừng, 경축 kính chúc, 축복 chúc phúc, 축사 chúc từ (lời chúc), 축원 chúc nguyện, 축의금 chúc nghi kim (tiền mừng).

하 Hạ — Đưa đồ mừng, chúc tụng, 하객 hạ khách (khách mừng).

Giải nghĩa Chúc mừng.

Cách sử dụng ~하다, ~의 말씀 lời chúc mừng, ~를 받다 nhận chúc mừng, 생일~ chúc mừng sinh nhật, ~드립니다 Xin chúc mừng anh (chị), 합격을 ~하다 chúc mừng thi đỗ, ~선물 quà chúc mừng, ~장 thư chúc mừng, 전승을 ~하다 chúc mừng chiến thắng, 졸업을 ~하다 chúc mừng tốt nghiệp, 합격을 ~합니다 chúc mừng thi đỗ, ~객 khách chúc mừng.

출구 (出口 Xuất khẩu)

출 Xuất — Ra ngoài, đi ra, làm ra, 출발 xuất phát, 노출 lộ xuất (lộ ra), 외출 ngoại xuất (đi ra ngoài), 출신 xuất thân, 출판 xuất bản, 출장 xuất trường (đi công tác), 출근 xuất cần (đi làm), 출입 xuất nhập (ra vào), 출가 xuất gia, 출강 xuất giảng (đi giảng ở ngoài), 출행 xuất hành (lên đường), 출고 xuất khố (xuất kho), 출구 xuất khẩu (lối ra), 출격 xuất kích, 출국 xuất quốc (xuất cảnh).

구 Khẩu — Miệng, cửa, 식구 thực khẩu (miệng ăn), 인구 nhân khẩu, 입구 (nhập khẩu) lối vào, cửa vào, 돌파구 đột phá khẩu (lối đột phá), 창구 song khẩu (cửa sổ hoặc quầy giao dịch, quầy làm việc), 구호 khẩu hiệu, 구령 khẩu lệnh.

Giải nghĩa ①Cửa ra, lối ra. ②Cách giải quyết.

Cách sử dụng ①Cửa ra, lối ra, 극장의 ~ lối ra kịch trường (rạp hát, sân khấu), ~는 이쪽입니다 cửa ra ở lối này, 그는 둘러보며 ~를 찾았다 anh ta nhìn xung quanh tìm lối ra, ②Lối giải quyết, lối ra, 문제의 ~를 찾다 tìm lối ra cho vấn đề.

출발 (出發 Xuất phát)

출 Xuất — Ra ngoài, đi ra, làm ra, 출발 xuất phát, 노출 lộ xuất (lộ ra), 외출 ngoại xuất (đi ra ngoài), 출신 xuất thân, 출판 xuất bản, 출장 xuất trường (đi công tác), 출근 xuất cần (đi làm), 출입 xuất nhập (ra vào), 출가 xuất gia, 출강 xuất giảng (đi giảng ở ngoài), 출행 xuất hành (lên đường), 출고 xuất khố (xuất kho), 출구 xuất khẩu (lối ra), 출격 xuất kích, 출국 xuất quốc (xuất cảnh).

발 Phát — Tốt lên, bắt đầu làm gì, sắp sửa chuyển động, 출발 xuất phát, 재발 tái phát, 자발 tự phát, 발휘 phát huy, 발효 phát hiệu (có hiệu lực), 발행 phát hành, 발표 phát biểu (công bố, thông báo), 발전 phát triển, 발전 phát điện, 발음 phát âm, 발열 phát nhiệt (sốt), 발생 phát sinh, 발병 phát bệnh, 발명 phát minh, 발광 phát quang (phát sáng), 발견 phát kiến (phát hiện).

Giải nghĩa Xuất phát, khởi hành.

Cách sử dụng ~하다, 비행기가 ~하다 máy bay xuất phát, 몇시에 ~할까요? Mấy giờ chúng ta xuất phát? 일찍 ~하다 xuất phát sớm, ~시간 thời gian xuất phát, ~신호 tín hiệu.

출생 (出生 Xuất sinh)

출 Xuất — Ra ngoài, đi ra, làm ra, 출발 xuất phát, 노출 lộ xuất (lộ ra), 외출 ngoại xuất (đi ra ngoài), 출신 xuất thân, 출판 xuất bản, 출장 xuất trường (đi công tác), 출근 xuất cần (đi làm), 출입 xuất nhập (ra vào), 출가 xuất gia, 출강 xuất giảng (đi giảng ở ngoài), 출행 xuất hành (lên đường), 출고 xuất khố (xuất kho), 출구 xuất khẩu (lối ra), 출격 xuất kích, 출국 xuất quốc (xuất cảnh).

생 Sinh — Sinh ra, sự sống, sản xuất ra, học trò, người có ăn học, 발생 phát sinh, 생활 sinh hoạt, 학생 học sinh, 선생 tiên sinh (giáo viên, ông, bà), 생산 sinh sản (sản xuất), 생계 sinh kế (kế sinh nhai), 위생 vệ sinh, 생존 sinh tồn, 기생충 ký sinh trùng, 생명 sinh mệnh, 생동 sinh động, 생물 sinh vật.

Giải nghĩa Sinh ra, sinh.

Cách sử dụng ~하다, ~한 집 nhà nơi mình sinh ra, 갓~ 한 아이 em bé vừa sinh, 시골~ sinh ra ở quê, 가난한 집에 ~하다 sinh ra trong một gia đình nghèo, 양반가문에 ~하다 sinh ra trong gia đình quý tộc, 달이 못 차서 ~하다 sinh thiếu tháng, ~률 tỷ lệ sinh, ~신고 khai báo sinh, ~연월일 ngày tháng năm sinh, ~증명서 giấy khai sinh, ~지 nơi sinh.

출신 (出身 Xuất thân)

출	Xuất	Ra ngoài, đi ra, làm ra, 출발 xuất phát, 노출 lộ xuất (lộ ra), 외출 ngoại xuất (đi ra ngoài), 출신 xuất thân, 출판 xuất bản, 출장 xuất trường (đi công tác), 출근 xuất cần (đi làm), 출입 xuất nhập (ra vào), 출가 xuất gia, 출강 xuất giảng (đi giảng ở ngoài), 출행 xuất hành (lên đường), 출고 xuất khố (xuất kho), 출구 xuất khẩu (lối ra), 출격 xuất kích, 출국 xuất quốc (xuất cảnh).
신	Thân	Người, mình mẩy, tính mạng, thân phận, 신분 thân phận, 신체 thân thể, 독신 độc thân, 심신 tâm thân (tâm hồn và cơ thể), 자신 tự thân, 헌신 hiến thân.

Giải nghĩa Xuất thân.

Cách sử dụng ~하다, 양반~ 이다 xuất thân tầng lớp quý tộc, 농민~ xuất thân nông dân, 외국어 대학생 ~ xuất thân sinh viên ngoại ngữ, 선생님~ xuất thân thầy giáo.

출입 (出入 Xuất nhập)

출	Xuất	Ra ngoài, đi ra, làm ra, 출발 xuất phát, 노출 lộ xuất (lộ ra), 외출 ngoại xuất (đi ra ngoài), 출신 xuất thân, 출판 xuất bản, 출장 xuất trường (đi công tác), 출근 xuất cần (đi làm), 출입 xuất nhập (ra vào), 출가 xuất gia, 출강 xuất giảng (đi giảng ở ngoài), 출행 xuất hành (lên đường), 출고 xuất khố (xuất kho), 출구 xuất khẩu (lối ra), 출격 xuất kích, 출국 xuất quốc (xuất cảnh).
입	Nhập	Vào, vào trong, tham gia, 가입 gia nhập, 수입 thu nhập, 입금 nhập kim (bỏ tiền vào), 입국 nhập quốc (nhập cảnh), 입대 nhập đội (nhập ngũ), 입원 nhập viện, 입학 nhập học.

Giải nghĩa Ra vào, vào ra.

Cách sử dụng 사람의 ~이 많다 nhiều người ra vào, ~을 금하다 cấm ra vào, ~금지 cấm ra vào (biển báo), 미성년자 ~금지 cấm trẻ vị thành niên ra vào, 도서관에 마음대로 ~하다 ra vào thư viện tùy ý.

출퇴근 (出退勤 Xuất thoái cần)

출	Xuất	Ra ngoài, đi ra, làm ra, 출발 xuất phát, 노출 lộ xuất (lộ ra), 외출 ngoại xuất (đi ra ngoài), 출신 xuất thân, 출판 xuất bản, 출장 xuất trường (đi công tác), 출근 xuất cần (đi làm), 출입 xuất nhập (ra vào), 출가 xuất gia, 출강 xuất giảng (đi giảng ở ngoài), 출행 xuất hành (lên đường), 출고 xuất khố (xuất kho), 출구 xuất khẩu (lối ra), 출격 xuất kích, 출국 xuất quốc (xuất cảnh).
퇴	Thoái	Lui, lùi lại, rút lui, từ bỏ, 퇴조 thoái trào (suy thoái), 진퇴 tiến thoái, 퇴근 thoái cần (tan ca) 퇴직 thoái chức (nghỉ việc), 쇠퇴 suy thoái.
근	Cần	Chăm chỉ, cần cù, cố hết sức, 근로자 cần lao giả (người lao động), 근무 cần vụ (làm việc), 야근 dạ cần (làm đêm), 외근 ngoại cần (làm ngoài), 퇴근 thoái cần (tan ca), 근면 cần mẫn (chăm chỉ), 근왕 cần vương (giúp vua), 근로 cần lao (lao động), 출근 xuất cần (đi làm).

Giải nghĩa Đi làm và tan sở.

Cách sử dụng ~ 버스 xe buýt đi làm và tan sở, ~ 시간 thời gian đi làm và tan tầm, 전철로 ~하다 đi làm và về bằng tàu điện ngầm, ~ 자유 đi làm và tan sở tự do.

출판 (出版 Xuất bản)

출 Xuất — Ra ngoài, đi ra, làm ra, 출발 xuất phát, 노출 lộ xuất (lộ ra), 외출 ngoại xuất (đi ra ngoài), 출신 xuất thân, 출판 xuất bản, 출장 xuất trường (đi công tác), 출근 xuất cần (đi làm), 출입 xuất nhập (ra vào), 출가 xuất gia, 출강 xuất giảng (đi giảng ở ngoài), 출행 xuất hành (lên đường), 출고 xuất khố (xuất kho), 출구 xuất khẩu (lối ra), 출격 xuất kích, 출국 xuất quốc (xuất cảnh).

판 Bản — Bản in, lần xuất bản, sổ sách, trang, 판권 bản quyền, 간판 khán bản (bảng hiệu), 안내판 án nội bản (bảng hướng dẫn), 게시판 yết thị bản (bảng hướng dẫn), 광고판 quảng cáo bản (bảng quảng cáo).

Giải nghĩa Xuất bản.

Cách sử dụng ~하다, 책을 ~하다 xuất bản sách, ~법 luật xuất bản, ~사 nhà xuất bản, ~허가 giấy phép xuất bản, 자비로 ~하다 xuất bản bằng kinh phí của mình, ~되다 được xuất bản, 그 책은 벌써 ~되었다 quyển sách ấy đã được xuất bản, 그 책은 갓~ 된 것이다 quyển sách ấy vừa mới được xuất bản.

충격 (衝擊 Xung kích)

충 Xung — Xung điện, dội, xông ra, va chạm, 충돌 xung đột, 충동 xung động (rung động), 충격 xung kích (sốc).

격 Kích — Đánh mạnh, gõ mạnh, công kích, 유격 du kích, 공격 công kích, 습격 tập kích, 반격 phản kích, 양동격서 dương đông kích tây.

Giải nghĩa Cú sốc, cú va chạm.

Cách sử dụng ①Sự va chạm, ~이 크다 va chạm mạnh, ~을 받다 bị va vào, bị đâm vào. ②Cú sốc, nỗi buồn, ~하다, ~을 주다 gây cú sốc, ~을 받다 bị sốc, ~적인 có tính sốc, 정신적 ~ cú sốc về mặt tinh thần, 사회에 ~을 주다 mang lại cú sốc cho toàn xã hội.

충돌 (衝突 Xung đột)

충 Xung — Xung điện, dội, xông ra, va chạm, 충돌 xung đột, 충동 xung động (rung động), 충격 xung kích (sốc).

돌 Đột — Phá tung hoặc bất ngờ, 돌변 đột biến, 돌연사 đột nhiên tử (đột tử), 돌격 đột kích, 돌파 đột phá, 당돌 đường đột, 돌출 đột xuất.

Giải nghĩa Xông ra và va chạm với nhau, xung đột, va chạm.

Cách sử dụng ①Sự va chạm, sự đụng độ, đâm phải. ~하나. 바위에 ~하다 đụng vào đá. 자동차가 서로 ~하다 xe ô tô đâm vào nhau. 정면~하다 đâm thẳng vào nhau. ~차. 로 죽다 chết vì đâm xe.②Đụng đọ, xung đột. ~하다. 감정의~ sự xung đột tình cảm. 군사적~ xung đột về mặt quân sự. 의견~ xung đột về ý kiến. ~을 피하다 tránh xung đột. 무력~ xung đột vũ lực. 국경에서의 양군의 ~ quân đội 2 nước xung đột ở khu vực biên giới.

충분 (充分 Sung phần)

충 Sung — Đầy đủ, làm đầy, tinh thần sung túc, 보충 bổ sung, 충만 sung mãn (đầy đủ), 충전 sung điện (xạc điện), 충원 sung viên (bổ sung thêm người).

분 Phần — Phân chia, thành phần, nhiệm vụ, 분자 phần tử, 성분 thành phần, 다분 đa phần, 여분 dư phần (phần còn lại).

Giải nghĩa — Đầy đủ.

Cách sử dụng — ~하다, ~한 돈 món tiền đủ, 한 시간이면 ~하다 một tiếng đồng hồ thì quá đủ, ~히 một cách đầy đủ, ~히 설명하다 giải thích một cách đầy đủ, ~히 쉬다 nghỉ ngơi thoải mái, ~히 이해하다 hiểu một cách đầy đủ, 돈은 ~히 있다 tiền có đầy đủ, ~한 이유 lý do đầy đủ.

충성 (忠誠 Trung thành)

충 Trung — Trung thành, làm hết bổn phận, hết lòng, 충실 trung thực, 충언 trung ngôn (lời nói ngay thẳng hoặc lời khuyên), 충견 trung khuyển (chó trung thành), 충신 trung thần, 충효 trung hiếu.

성 Thành — Thật thà, thành thật, thật sự, 성실 thành thật, 열성 nhiệt thành, 성의 thành ý.

Giải nghĩa — Trung thành.

Cách sử dụng — ~하다, ~스럽다, ~스러운 마음 tấm lòng trung thành, ~스러운 신하 thuộc hạ trung thành, 나라에 ~하다 trung thành với đất nước, 과잉~ quá trung thành.

취급 (取扱 Thủ tráp)

취 Thủ — Lấy, dùng, áp dụng, 취재 thủ tài (lấy tin tức), 진취 tiến thủ, 청취 thính thủ (nghe), 취득 thủ đắc (lấy được).

급 Tráp — Động tới, chạm tới.

Giải nghĩa — Động tới, chạm tới cái gì, lấy cái gì để làm gì, đối xử, vận hành, xử lý vv.

Cách sử dụng — ①Đối xử. ~하다. 개처럼 ~하다 đối xử như chó. 공평한 ~ sự đối xử công bằng. 무례한~을 받다 bị đối xử bất lịch sự. 사람을 공평하게 ~하다 đối xử với mọi người công bằng. ②Vận hành, sử dụng, xử lý, nói đến. ~하다. ~설명서 giấy hướng dẫn sử dụng. 사회 문제를 ~한 소설 tiểu thuyết đề cập đến vấn đề xã hội. 문제를 가볍게[신중히] ~하다 xử lý vấn đề đề đơn giản. ③Mua bán vv. 저희는 그런 상품을 ~하지 않습니다 chúng tối không buôn bán loại sản phẩm ấy. ~량 lượng mua bán.

취미 (趣味 Thú vị)

취 Thú — Thú vui, ham thích, ý vị (ý nghĩa).

미	Vị	Mùi, hương vị, thú vị, ý nghĩa, 무미 vô vị (không vị), 취미 thú vị, 미각 vị giác, 구미 khẩu vị, 별미 biệt vị (món ngon), 감미 cam vị (vị ngọt), 조미료 điều vị liệu (bột ngọt), 고미 khổ vị (vị đắng).
Giải nghĩa		Sở thích.
Cách sử dụng		~가 있다 có sở thích, ~가 없다 không có sở thích, 시에 ~ 가 있다 có sở thích về thơ, ~에 맞다 hợp sở thích, 사람마다 ~가 있다 mỗi người có một sở thích, 고상[저속]한 ~ sở thích cao thượng[bẩn thỉu], 별난~ sở thích đặc biệt, ~로 theo sở thích, ~를 잃다 mất sở thích, 그 부부는 ~ 가 서로 다르다 cặp vợ chồng khác nhau về sở thích.

취소 (取消 Thủ tiêu)

취	Thủ	Lấy, dùng, áp dụng, 취재 thủ tài (lấy tin tức), 진취 tiến thủ, 청취 thính thủ (nghe), 취득 thủ đắc (lấy được).
소	Tiêu	Tiêu tan, tiêu biến, mất đi, 소비 tiêu phí (tiêu dùng), 소진 tiêu tận (cạn kiệt), 소화 tiêu hóa, 해소 giải tiêu (giải quyết), 소독 tiêu độc (diệt khuẩn).
Giải nghĩa		Hủy bỏ, hủy.
Cách sử dụng		~하다, ~할 수 있다 có thể hủy bỏ, ~할 수 없다 không thể hủy bỏ, 계약을 ~하다 hủy hợp đồng, 면허를 ~하다 hủy giấy phép, 약혼을 ~하다 hủy hứa hôn, 예약 ~ hủy đặt chỗ, 주문~ hủy đặt hàng/ gọi món, 면허~ hủy giấy phép, 약속~ hủy cam kết.

취업 (就業 Tựu nghiệp)

취	Tựu	Nên, thành công, thành tựu, đi đến, theo, 성취 thành tựu, 취임 tựu nhậm (nhậm chức), 취업 tựu nghiệp (xin việc), 취득 tựu đắc (thu được).
업	Nghiệp	Nghề, ngành nghề, công nghiệp, sự nghiệp, 업종 nghiệp chủng (ngành nghề), 업무 nghiệp vụ, 농업 nông nghiệp, 공업 công nghiệp, 부업 phụ nghiệp (nghề phụ), 작업 tác nghiệp.
Giải nghĩa		Làm việc, đang làm việc.
Cách sử dụng		중소기업에 ~중이다 đang làm việc ở doanh nghiệp vừa và nhỏ, ~중 면회사절『biển báo』Khi làm việc không tiếp khách, 해외~ làm việc ở nước ngoài, 미~자 người chưa có việc làm, ~률 tỷ lệ có việc làm, ~ 알선 môi giới việc làm, 연령~ tuổi làm việc, ~지(地) nơi làm việc, ~난 tình hình xin việc khó khăn.

취직 (就職 Tựu chức)

취	Tựu	Nên, thành công, thành tựu, đi đến, theo, 성취 thành tựu, 취임 tựu nhậm (nhậm chức), 취업 tựu nghiệp (xin việc), 취득 tựu đắc (thu được).
직	Chức	Công việc, phần việc về mình, phụ trách, 직원 chức viên (nhân viên), 직업 chức nghiệp (nghề nghiệp), 직장 chức trường (nơi làm việc), 퇴직 thoái chức (nghỉ việc), 직책 chức trách, 취직 tựu chức (xin việc), 구직 cầu chức (tìm việc), 현직 hiện chức (chức vụ hiện nay).

Giải nghĩa Có được nghề, xin được việc làm.

Cách sử dụng ~을 알선하다 giới thiệu xin việc, ~이 어렵다 vấn nạn thất nghiệp, 에 ~했다 đã vào làm việc ở đâu đó, ~ 시키다 xin việc cho ai, 관청에 ~하다 xin việc vào cơ quan nhà nước, 여행사에 ~ 해 있다 đang làm việc ở công ty du lịch, ~ 시험 thi đầu vào việc làm.

층 (層 Tầng)

층 Tầng — Tầng, lớp, 상층 thượng tầng (tầng trên), 하층 hạ tầng (tầng dưới), 계층 giai tầng (tầng lớp), 고층 cao tầng, 지층 địa tầng, 상류층 thượng lưu tầng (tầng lớp thượng lưu).

Giải nghĩa Tầng, lớp, bậc, giai cấp.

Cách sử dụng ①Tặng lớp, bậc, giai cấp. 근로자~ tầng lớp người lao động. 사회 최하의 ~ tầng lớp dưới cùng của xã hội. 지식~ tầng lớp tri thức. ②Địa tầng, tầng đất, lớp. 석탄~ tầng than. ~이 두껍다 lớp dày. ③Tầng nhà. 2~에 ở tầng 2. 3~건물 tòa nhà 3 tầng. 1~ tầng 1. 2~ tầng 2.

치과 (齒科 Xỉ khoa)

치 Xỉ — Răng, vật có hình răng, tuổi tác, 충치 trùng xỉ (sâu răng), 치아 xỉ nha (răng), 치약 xỉ dược (kem đánh răng), 치통 xỉ thống (đau răng).

과 Khoa — Chuyên ngành, khoa, bộ môn, hạng mục, 과학 khoa học, 치과 xỉ khoa (nha khoa), 외과 ngoại khoa, 안과 nhãn khoa (khoa mắt), 법과 pháp khoa (khoa luật), 내과 nội khoa 과목 khoa mục (môn, hạng mục), 소아과 tiểu nhi khoa (khoa nhi), 교과서 giáo khoa thư (sách giáo khoa), 산부인과 sản phụ nhân khoa (khoa sản phụ), 비과학적 phi khoa học đích (không có tính khoa học).

Giải nghĩa Nha khoa, khoa răng.

Cách sử dụng ~의사 bác sĩ nha khoa, ~병원 bệnh viện nha khoa, ~에 가다 đi nha khoa, ~대학 đại học nha khoa, ~치료 điều trị nha khoa.

치수 (—數 Số)

치 — Đơn vị đo của Hàn quốc xưa, bằng 3.33cm.

수 Số — Số lượng, đếm, tính, vài, mấy, 대다수 đại đa số, 다수 đa số, 단수 đơn số (số ít), 무수 vô số, 복수 phức số (số phức).

Giải nghĩa Số tấc, số đơn vị đo, chỉ số, số đo.

Cách sử dụng 발 ~ số đo chân, 옷 ~ số đo áo, 작은 ~ số đo nhỏ, ~가 맞다 đúng số đo, ~를 재다 đo số đo, ~대로 theo chỉ số. 자로 ~를 재다 đo chỉ số bằng thước

친구 (親舊 Thân cựu)

친 Thân — Gần gũi, thân cận, cha mẹ, thân thiết, 부친 phụ thân, 친절 thân thiết, 친근 thân cận, 친밀 thân mật, 친선 thân thiện, 친애 thân ái, 친척 thân thích.

구 Cựu — Cũ, lâu, xưa, bạn cũ, 구식 cựu thức (phương thức cũ), 복구 phục cựu (phục hồi cái cũ).

Giải nghĩa — Người thân thiết lâu năm cũ, bạn, bạn bè.

Cách sử dụng — 술~ bạn rượu, 학교~ bạn học, 오랜~ bạn lâu ngày, 좋은~ bạn tốt, 친한 ~ bạn thân, 평생의 ~ bạn suốt cả cuộc đời, ~를 고르다 chọn bạn, ~를 사귀다 kết bạn, ~가 많다 nhiều bạn, ~가 없다 không có bạn, 여자~ bạn gái, người yêu, 남자~ bạn trai, người yêu, 사람은 사귀는 ~를 보면 알 수 있다 con người chỉ cần nhìn vào bạn đang chơi là biết.

친밀 (親密 Thân mật)

친 Thân — Gần gũi, thân cận, cha mẹ, thân thiết, 부친 phụ thân, 친절 thân thiết, 친근 thân cận, 친밀 thân mật, 친선 thân thiện, 친애 thân ái, 친척 thân thích.

밀 Mật — Giữ kín, bí mật, đông đúc, rậm rạp, tinh vi, 비밀 bí mật, 기밀 cơ mật, 밀도 mật độ, 밀탐 mật thám, 밀실 mật thất (phòng bí mật), 밀서 mật thư, 밀약 mật ước (giao kết bí mật), 친밀 thân mật.

Giải nghĩa — Thân thiết, thân thiện.

Cách sử dụng — ~하다, ~하게 지내다 sống thân thiện, ~해지다 trở nên thân thiện, ~한 사이다 quan hệ thân thiện.

친절 (親切 Thân thiết)

친 Thân — Gần gũi, thân cận, cha mẹ, thân thiết, 부친 phụ thân, 친절 thân thiết, 친근 thân cận, 친밀 thân mật, 친선 thân thiện, 친애 thân ái, 친척 thân thích.

절 Thiết — Gần gũi, 절실 thiết thực, 간절 khẩn thiết.

Giải nghĩa — Thân với, quen thuộc, thân tình thân thiện với ai.

Cách sử dụng — ~하다, ~을 베풀다 thân thiện với ai, ~하게 가르쳐 주다 dạy một cách thân thiện, ~히 안내하다 hướng dẫn một cách thân thiết.

침대 (寢臺 Tẩm đài)

침 Tẩm — Ngủ, 침실 tẩm thất (phòng ngủ), 침상 tẩm sàng (giường).

대 Đài — Cái lầu, cái bục, chỗ để đặt, 등대 đăng đài (ngọn hải đăng), 기대 kỳ đài (bục cờ), 탁구대 trác cầu đài (bàn bóng bàn), 무대 vũ đài.

Giải nghĩa — Cái chỗ để ngủ, cái giường.

Cách sử dụng — 접이식 ~ giường gấp, ~ 다리 chân giường, ~ 생활 cuộc sống chăn gối, ~에 눕다 nằm trên giường, ~에서 자다 ngủ trên giường.

칭찬 (稱讚 Xưng tán)

칭 Xưng	Khai, nói ra, kêu, gọi. 호칭 hô xưng (xưng hô), 총칭 tổng xưng (gọi chung), 명칭 danh xưng, 존칭 tôn xưng.
찬 Tán	Ca ngợi, khen ngợi, 찬양 tán dương, 극찬 cực tán (khen hết lời), 찬미 tán mĩ (khen ngợi), 과찬 (quá tán (quá khen).
Giải nghĩa	Khen ngợi.
Cách sử dụng	~하다, ~과 격려 khen ngợi và khích lệ, ~과 위로 khen ngợi và an ủi, ~을 기대하다 chờ đợi lời khen, ~을 보내다 gửi lời khen, ~을 받다 được khen ngợi. ~의 말 lời khen ngợi. 극구 ~하다 hết lời khen ngợi. 우리는 그의 용기를 ~했다 chúng tôi đều khen ngợi sự dũng cảm của anh ta.

ㅌ

탁구 (桌球 Trác cầu)

탁	Trác	Cái bàn, bàn, mâm, 식탁 thực trác (bàn ăn), 탁자 trác tử (cái bàn).
구	Cầu	Quả cầu, quả bóng, địa cầu, 농구 lung cầu (bóng rổ), 지구 địa cầu, 전구 điện cầu (bóng điện), 구면 cầu diện (mặt cầu), 구형 cầu hình (hình tròn), 안구 nhãn cầu, 혈구 huyết cầu, 남반구 nam bán cầu.
Giải nghĩa		Bóng bàn.
Cách sử dụng		~를 치다 đánh bóng bàn, ~공 quả bóng bàn, ~대 bàn bóng bàn, ~선수 tuyển thủ bóng bàn.

탑승 (搭乘 Đáp thừa/ thăng)

탑	Đáp	Ngồi (xe, thuyền, máy bay).
승	Thừa/thăng	Cưỡi, đi, đáp, ngồi, 승객 thừa khách (hành khách), 승무원 thừa vụ viên (tiếp viên hàng không), 승마 thừa mã (cưỡi ngựa).
Giải nghĩa		Đi máy bay, đi thuyền.
Cách sử dụng		~하다, 비행기에 ~하다 đi máy bay, ~권 vé máy bay, ~원 tiếp viên hàng không, ~객 khách đi trên máy bay, ~자명단 danh sách hành khách, 국내선 ~ 수속 thủ tục lên máy bay tuyến quốc nội, ~ 수속 마감 hết giờ làm thủ tục lên xe.

탈모 (脫毛 Thoát mao)

탈	Thoát	Rời đi, thoát ra, 탈출 thoát xuất (rời đi), 탈피 thoát bì (lột xác), 탈세 thoát thuế (trốn thuế), 탈선 thoát tuyến (trật đường ray).
모	Mao	Sợi lông, râu, tóc, 모피 mao bì (da lông), 모공 mao khổng (lỗ chân lông), 모직 mao chức (dệt vải từ lông), 양모 dương mao (lông cừu), 모근 mao căn (chân tóc), 탈모 thoát mao (rụng tóc).

Giải nghĩa		Rụng lông, rụng tóc.
Cách sử dụng		~ 증세 triệu chứng rụng tóc, ~ 예방 phòng chống rụng tóc, ~ 약 thuốc rụng tóc, ~샴푸 광고 quảng cáo dầu gội chống rụng tóc.

태권도 (跆拳道 Đài quyền đạo)

태	Đài	Xéo, đạp, giẫm lên.
권	Quyền	Nắm tay, quả đấm, quyền thuật, 태극권 thái cực quyền, 권투 quyền đấu (quyền anh), 권총 quyền súng (súng ngắn).
도	Đạo	Đường, chiều, tia, đạo, nói, 도로 đạo lộ (con đường), 보도 bộ đạo (vỉa hè, đường đi bộ), 철도 thiết đạo (đường sắt), 차도 xa đạo (đường cho xe đi), 적도 xích đạo, 궤도 quỹ đạo.
Giải nghĩa		Môn võ Taekwondo.
Cách sử dụng		세계~연맹 Hiệp hội Taekwondo thế giới, ~ 품새 các cấp đai trong Teakwondo, ~ 겨루기 đấu Teakwondo.

태양 (太陽 Thái dương)

태	Thái	Cao, to, rất, vũ trụ, 태평 thái bình, 태극기 thái cực kỳ (cờ thái cực, quốc kỳ Hàn Quốc), 태음 thái âm.
양	Dương	Mặt trời, dương, phần dương, 양극 dương cực, 양성 dương tính, 양력 dương lịch, 음양 âm dương.
Giải nghĩa		Mặt trời, thái dương.
Cách sử dụng		~계 hệ thái dương, ~광선 ánh sáng mặt trời, ~신 thần mặt trời, ~에너지 năng lượng mặt trời, ~의 표면 bề mặt mặt trời.

태풍 (颱風 Đài phong)

태	Đài	Cơn bão, bão, gió bão.
풍	Phong	Gió, tục, thói quen, bệnh phong, 광풍 cuồng phong, 대풍 đại phong (gió lớn), 역풍 nghịch phong (gió ngược), 풍파 phong ba.
Giải nghĩa		Bão, cơn bão, gió bão.
Cách sử dụng		~권 khu vực gió mùa, ~권내에 있다 trong khu vực gió mùa, ~경보 cảnh báo gió mùa.

토론 (討論 Thảo luận)

토	Thảo	Xem xét, bàn bạc, dò xét, tìm xét, nghiên cứu, 검토 kiểm thảo, 토의 thảo nghị (bàn bạc), 재검토 tái kiểm thảo (xem xét lại).
론 (논)	Luận	Bàn bạc, xem xét, đánh giá, trao đổi, nói, 여론 dư luận, 언론 ngôn luận, 토론 thảo luận, 이론 lý luận, 변론 biện luận, 결론 kết luận, 논점 luận điểm, 논쟁 luận tranh (tranh luận), 반론 phản luận (phản bác), 의론 nghị luận (bàn bạc).

Giải nghĩa Thảo luận.

Cách sử dụng ~하다, 무익한 ~ cuộc thảo luận vô ích, ~중 đang trong quá trình thảo luận, ~에 참가하다 tham gia thảo luận, ~자 những người thảo luận, ~회 buổi thảo luận, 공개~ thảo luận công khai, 많은 ~끝에 sau nhiều lần thảo luận, ~에 들어가다 đi vào thảo luận, 자유[집단]~ thảo luận tự do [nhóm].

통계 (統計 Thống kế)

통 Thống — Dòng, hệ thống, thống trị, mối tơ, 혈통 huyết thống, 정통 chính thống, 통일 thống nhất, 전통 truyền thống, 통제 thống chế (hạn chế), 대통령 đại thống lĩnh (tổng thống).

계 Kế — Mưu mẹo, phép tính, công cụ tính, tiếp nối, 계획 kế hoạch, 계책 kế sách, 생계 sinh kế (kế sinh nhai), 모계 mưu kế, 고육지계 khổ nhục chi kế (khổ nhục kế) 미인계 mỹ nhân kế, 계략 kế lược, 계승 kế thừa, 계모 kế mẫu (mẹ kế), 계부 kế phụ (cha kế), 계산 kế toán (tính toán), 계속 kế tục (tiếp tục), 계위 kế vị, 묘계 diệu kế, 설계 thiết kế.

Giải nghĩa Thống kê, tính toán tổng gộp lại.

Cách sử dụng ~하다, ~상 theo thống kê, ~보고 báo cáo thống kê, ~자료 tư liệu thống kê, ~학 thống kê học, 범죄~ thống kê tội phạm, 인구~ thống kê dân số.

통신 (通信 Thông tín)

통 Thông — Xuyên qua, truyền khắp, tóm tắt, phổ biến, 통고 thông cáo (thông báo), 통례 thông lệ (thường lệ), 보통 phổ thông, 통상 thông thường, 통상 thông thương (thương mại), 통속 thông tục, 통용 thông dụng, 통역 thông dịch, 통신 thông tin, 통보 thông báo, 교통 giao thông, 통화 thông thoại (nói chuyện điện thoại), 통관 thông quan, 통과 thông qua.

신 Tin — Thư, thư từ, tin cậy, 서신 thư tín (thư từ), 회신 hồi tín (hồi âm), 전신 điện tín, 신호 tín hiệu.

Giải nghĩa Thông tin, liên lạc.

Cách sử dụng ~하다, ~기관 cơ quan thông tin, ~기술 kỹ thuật thông tin, ~망 mạng thông tin, ~선 tuyến thông tin, đường dây thông tin, ~원 thông tin viên, 정보~부 Bộ Bưu chính viễn thông, ~사 hãng thông tấn, ~ 망 mạng thông tin, ~위성 vệ tinh thông tin.

통일 (統一 Thống nhất)

통 Thống — Gom lại, hệ thống, thống trị, 혈통 huyết thống, 정통 chính thống, 통일 thống nhất, 전통 truyền thống, 통제 thống chế (hạn chế), 대통령 đại thống lĩnh (tổng thống).

일 Nhất — Một, bộ nhất, tất cả, toàn, suốt, 통일 thống nhất, 일거일동 nhất cử nhất động, 일정 nhất định, 제일 đệ nhất, 일관 nhất quán, 동일 đồng nhất, 합일 hợp nhất, 단일 đơn nhất.

Giải nghĩa ①Thống nhất. ②Nắm bắt. ③Tập trung.

Cách sử dụng ~하다, ~되다 được thống nhất, ~적 có tính thống nhất, 나라를 ~하다 thống nhất đất nước, ~국가 đất nước thống nhất, 재~하다 tái thống nhất, ~의 길이 아직 멀다 con đường thống nhất còn xa lắm, 하나로 ~하다 thống nhất thành một, ~체 thể thống nhất, 남북~ thống nhất nam bắc, 정신을 ~하다 tập trung tinh thần.

통장 (通帳 Thông trướng)

통 Thông: Xuyên qua, truyền khắp, tóm tắt, phổ biến, 통고 thông cáo (thông báo), 통례 thông lệ (thường lệ), 보통 phổ thông, 통상 thông thường, 통상 thông thương (thương mại), 통속 thông tục, 통용 thông dụng, 통역 thông dịch, 통신 thông tin, 통보 thông báo, 교통 giao thông, 통화 thông thoại (nói chuyện điện thoại), 통관 thông quan, 통과 thông qua.

장 Trướng: Sổ ghi tiền, 장부 trướng bộ (sổ ghi chép).

Giải nghĩa Sổ ghi tiền.

Cách sử dụng 은행~ sổ ngân hàng, 예금~ sổ tiết kiệm, ~ 발급 cấp sổ ngân hàng, ~ 사본 bản sao sổ ngân hàng, 전자~ sổ điện tử, ~ 정리 xem lại toàn bộ sổ, sắp xếp sổ ngân hàng, ~ 개설 mở sổ ngân hàng.

통증 (痛症 Thống chứng)

통 Thống: Đau đớn, quá mức, đau thương, 치통 xỉ thống (đau răng), 두통 đầu thống (đau đầu), 복통 phúc thống (đau bụng), 골통 cốt thống (đau xương), 고통 khổ thống (đau khổ).

증 Chứng: Bệnh, chứng, chứng bệnh, 중독증 trúng độc chứng (chứng nghiện), 현기증 huyễn khí chứng (chứng chóng mặt), 증상 chứng trạng (triệu chứng), 고도공포증 cao độ khủng bố chứng (chứng sợ độ cao), 병증 bệnh chứng (chứng bệnh).

Giải nghĩa Đau, chứng đau, cơn đau.

Cách sử dụng ~을 느끼다 cảm thấy đau, ~이 심하다 rất đau, ~을 참다 nhịn đau, ~이 덜하다 bớt đau.

통화 (通話 Thông thoại)

통 Thông: Xuyên qua, truyền khắp, tóm tắt, phổ biến, 통고 thông cáo (thông báo), 통례 thông lệ (thường lệ), 보통 phổ thông, 통상 thông thường, 통상 thông thương (thương mại), 통속 thông tục, 통용 thông dụng, 통역 thông dịch, 통신 thông tin, 통보 thông báo, 교통 giao thông, 통화 thông thoại (nói chuyện điện thoại), 통관 thông quan, 통과 thông qua.

화 Thoại: Nói, lời, chuyện, tiếng, ngôn ngữ, 전화 điện thoại, 신화 thần thoại, 담화 đàm thoại, 통화 thông thoại (nói chuyện điện thoại), 회화 hội thoại.

Giải nghĩa Nói điện thoại, gọi điện thoại, cú điện thoại.

Cách sử dụng ~하다, ~중이다 đang nói chuyện điện thoại, ~량 lượng sử dụng điện thoại, 시내[시외] ~ cú gọi trong thành [ngoại tỉnh], ~료 tiền điện thoại, ~신호 tín hiệu nối máy.

퇴근 (退勤 Thoái cần)

퇴	Thoái	Lui, lùi lại, rút lui, từ bỏ, 퇴조 thoái trào (suy thoái), 진퇴 tiến thoái, 퇴근 thoái cần (tan ca) 퇴직 thoái chức (nghỉ việc), 쇠퇴 suy thoái.
근	Cần	Chăm chỉ, cần cù, cố hết sức, 근로자 cần lao giả (người lao động), 근무 cần vụ (làm việc), 야근 dạ cần (làm đêm), 외근 ngoại cần (làm ngoài), 퇴근 thoái cần (tan ca), 근면 cần mẫn (chăm chỉ), 근왕 cần vương (giúp vua), 근로 cần lao (lao động), 출근 xuất cần (đi làm).
Giải nghĩa		Tan việc, kết thúc công việc, nghỉ làm.
Cách sử dụng		~하다, 5 시에 ~하다 nghỉ việc lúc 5 giờ, 시간 thời gian đi làm về, thời gian tan tầm, ~길에 trên đường đi làm về.

퇴원 (退院 Thoái viện)

퇴	Thoái	Lui, lùi lại, rút lui, từ bỏ, 퇴조 thoái trào (suy thoái), 진퇴 tiến thoái, 퇴근 thoái cần (tan ca) 퇴직 thoái chức (nghỉ việc), 쇠퇴 suy thoái.
원	Viện	Nơi, chỗ, toà quan, sở, viện, 연구원 nghiên cứu viện (viện nghiên cứu), 법원 pháp viện (tòa án), 병원 bệnh viện, 학원 học viện, 원장 viện trưởng, 의원 y viện, 감사원 viện kiểm sát, 고아원 viện mồ côi, 대학원 đại học viện (sau đại học), 퇴원 thoái viện (ra viện), 선원 thiền viện.
Giải nghĩa		Ra viện, xuất viện.
Cách sử dụng		~하다, ~을 명하다 có lệnh ra viện, 그는 곧 ~할 것입니다 anh sắp xuất viện rồi.

퇴장 (退場 Thoái trường)

퇴	Thoái	Lui, lùi lại, rút lui, từ bỏ, 퇴조 thoái trào (suy thoái), 진퇴 tiến thoái, 퇴근 thoái cần (tan ca) 퇴직 thoái chức (nghỉ việc), 쇠퇴 suy thoái.
장	Trường	Chỗ đông người tụ tập hoặc làm việc, sân khấu, chợ, sân, 입장 nhập trường (vào sân, vào hội trường), 비행장 phi hành trường (sân bay), 운동장 vận động trường (sân vận động), 극장 kịch trường (rạp hát, sân khấu), 농장 nông trường, 시장 thị trường, 광장 quảng trường.
Giải nghĩa		①Rời sân, rời thảm đấu. ②Rời sàn diễn, sân khấu.
Cách sử dụng		~하다, ~당하다 bị đuổi khỏi sân, ~ 명령 lệnh rời sân, ~을 시키다 cho rời sân, 선수 ~ cầu thủ rời sân.

투표 (投票 Đầu phiếu)

투	Đầu	Đưa vào, bỏ vào, dốc vào, 투자 đầu tư, 투기 đầu cơ, 투항 đầu hàng.
표	Phiếu	Tấm vé, tem, phiếu, giấy, tiền giấy, 수표 thủ phiếu (ngân phiếu), 우표 bưu phiếu, 득표 đắc phiếu (giành được phiếu), 개표 khai phiếu (mở phiếu), 투표소 đầu phiếu sở (nơi

bỏ phiếu), 매표소 mại phiếu sở (nơi bán vé), 가격표 giá cách phiếu (bảng giá), 차표 xa phiếu (vé xe).

Giải nghĩa Bỏ phiếu, biểu quyết, bầu phiếu,

Cách sử dụng ~하다, ~로 bằng hình thức bỏ phiếu, biểu quyết ~의 결과 kết quả bỏ phiếu, ~하러 가다 đi bỏ phiếu, 보수당 후보에게~하다 bỏ phiếu cho ứng cử viên đảng bảo thủ, P 씨에 ~하다 bỏ phiếu cho anh P, ~에 이기다 thắng nhờ bỏ phiếu, ~로 결정하다 quyết định bằng bỏ phiếu, ~반대 bỏ phiếu chống, ~자 người đi bầu, ~함 thùng phiếu, 국민~ phổ thông bầu phiếu, 불신 bỏ phiếu bất tín nhiệm, 직접~ bỏ phiếu trực tiếp.

특별 (特別 Đặc biệt)

특 Đặc: Riêng biệt, đặc trưng, khác hẳn mọi thứ, 특별 đặc biệt, 특성 đặc tính, 특수 đặc thù, 특점 đặc điểm, 특효 đặc hiệu (hiệu quả đặc biệt) 특공 đặc công, 특권 đặc quyền, 특명 đặc mệnh, 특사 đặc xá, 특산 đặc sản.

별 Biệt: Khác biệt, phân ra, lạ, xa cách, 이별 ly biệt (chia tay), 별장 biệt trang (biệt phủ), 구별 khu biệt (phân biệt), 차별 sai biệt (khác nhau), 별명 biệt danh, 사별 tử biệt 개별 cá biệt, 특별 đặc biệt.

Giải nghĩa Đặc biệt, đặc trưng, cố hữu.

Cách sử dụng ~하다, ~조사위원회 ủy ban điều tra đặc biệt, ~히 một cách đặc biệt, ~히 좋은 đặc biệt tốt, 우리와 ~한 관계에 있는 분들 những người có quan hệ đặc biệt với chúng ta, ~한 이유 lý do đặc biệt, ~히 주의하다 đặc biệt chú ý, ~규정 quy định đặc biệt, ~기 (機) chuyến chuyên cơ, chuyến bay đặc biệt, ~임무 nhiệm vụ đặc biệt, ~상 giải thưởng đặc biệt, ~석 chỗ ngồi đặc biệt.

특성 (特性 Đặc tính)

특 Đặc: Riêng biệt, đặc trưng, khác hẳn mọi thứ, 특별 đặc biệt, 특성 đặc tính, 특수 đặc thù, 특점 đặc điểm, 특효 đặc hiệu (hiệu quả đặc biệt) 특공 đặc công, 특권 đặc quyền, 특명 đặc mệnh, 특사 đặc xá, 특산 đặc sản.

성 Tính: Tính chất, tính cách, mạng sống, giới tính, 인성 nhân tính, 본성 bản tính, 개성 cá tính, 활성 hoạt tính, 성질 tính chất, 성능 tính năng, 동성연애 đồng tính luyến ái.

Giải nghĩa Đặc tính, tính chất đặc biệt.

Cách sử dụng 국민적~ Đặc tính dân tộc, 금속의 ~ Đặc tính của kim loại, ~을 나타내다 thể hiện đặc tính, 탄력은 고무의 ~이다 đàn hồi là đặc tính của cao su.

특징 (特徵 Đặc trưng)

특 Đặc: Riêng biệt, đặc trưng, khác hẳn mọi thứ, 특별 đặc biệt, 특성 đặc tính, 특수 đặc thù, 특점 đặc điểm, 특효 đặc hiệu (hiệu quả đặc biệt) 특공 đặc công, 특권 đặc quyền, 특명 đặc mệnh, 특사 đặc xá, 특산 đặc sản.

징 Trưng — Chứng minh, thu, trưng tập, 표징 biểu trưng (tượng trưng) 상징 tượng trưng.

Giải nghĩa — Đặc trưng, tính chất nổi bật.

Cách sử dụng — ~적인 mang tính đặc trưng, ~이 있다 có nét đặc trưng, 베트남 기후의 ~ đặc trưng của khí hậu Việt Nam, ~ (이) 없는 không có gì đặc trưng cả.

ㅍ

파 (派 Phái)

파 Phái — Phe, ngành, nhánh, 학파 học phái (trường phái giáo dục), 교파 giáo phái, 당파 đảng phái, 지파 chi phái (chi họ), 좌파 tả phái (cánh tả), 우파 hữu phái (cánh phải).

Giải nghĩa — ①Đảng phái, cánh. ②Phái, nhóm, trường phái.

Cách sử dụng — 좌~ phái tả, 우~ phái hữu, 혁신~ phái cải cách, 정치~ giới chính trị, 출판~ giới xuất bản, 학술~ giới học thuật, 교육~ giới giáo dục, 언론~ giới ngôn luận, 제조업~ giới chế tạo.

파괴 (破壞 Phá hoại)

파 Phá — Rách nát, phá vỡ, nổ ra, 대파 đại phá, 타파 đả phá, 공파 công phá, 돌파 đột phá, 돌파력 đột phá lực (sức đột phá).

괴 Hoại — Tồi, kém, xấu, hư, hỏng, ung, 훼괴 hủy hoại, 괴사 hoại tử

Giải nghĩa — Phá hoại, phá hỏng, phá hủy.

Cách sử dụng — ~하다, ~적인 có tính phá hoại, ~되다 bị phá hoại, 평화를 ~하다 phá hoại hòa bình, 한 마을을 완전히 ~하다 phá hủy hoàn toàn một ngôi làng ~병기 vũ khí phá hoại, ~분자 phần tử phá hoại, ~자 kẻ phá hoại, 행복을 ~하다 phá hoại hạnh phúc, ~력 sức công phá.

판단 (判斷 Phán đoán)

판 Phán — Phát quyết, sử kiện, xem xét, 담판 đàm phán, 판결 phán quyết, 재판 tài phán (xét xử), 판정 phán định (phán quyết), 판정승 phán định (phán quyết) thắng (thắng do phán quyết).

단 Đoán — Quyết đoán, dứa khoát, cắt đứt, 진단 chẩn đoán, 추단 suy đoán, 예단 dự đoán, 독단 độc đoán, 결단 quyết đoán.

Giải nghĩa — Phán đoán.

Cách sử dụng — ~하다, 나의 ~으로는 theo phán đoán của tôi thì, 자기~으로 theo theo phán đoán của bản thân mình, 운수를 ~하다 phán đoán vận số, ~기준 tiêu chuẩn để phán đoán.

편견 (偏見 Thiên kiến)

편 Thiên — Nghiêng, lệch, 편애 thiên ái (thiên vị ai), 편차 thiên sai (sai lệch).

견 Kiến — Gặp, trông thấy, thăm, 의견 ý kiến, 회견 hội kiến (phỏng vấn, gặp gỡ), 정견 định kiến, 예견 dự kiến, 주견 chủ kiến, 참견 tham kiến (tham gia ý kiến), 견습 kiến tập, 접견 tiếp kiến, 기자회견 ký giả hội kiến (họp báo).

Giải nghĩa Định kiến, thành kiến.

Cách sử dụng ~적인 có tính định kiến, ~없는 không có định kiến gì, ~을 가지다 mang ác cảm, 그는 외국인에 대해 ~을 가지고 있다 anh ta có định kiến với người nước ngoài.

편도 (片道 Phiến đạo)

편 Phiến — Tấm, miếng. 석편 thạch phiến (tấm đá), 목편 mộc phiến (tấm gỗ), 철편 thiết phiến (tấm sắt).

도 Đạo — Đường, chiều, tia, đạo, nói, 도로 đạo lộ (con đường), 보도 bộ đạo (vỉa hè, đường đi bộ), 철도 thiết đạo (đường sắt), 차도 xa đạo (đường cho xe đi), 적도 xích đạo, 궤도 quỹ đạo.

Giải nghĩa Một chuyến, một lượt, một chiều.

Cách sử dụng ~ 3 백원 một lượt đi 300 won, ~승차권 vé một chiều, ~거리 cự ly một chiều.

편리 (便利 Tiện lợi)

편 Tiện — Thuận tiện, yên ổn, quen thuộc, liền, 편의 tiện nghi, 편리 tiện lợi (thuận lợi), 편의점 tiện nghi điếm (cửa hàng tiện lợi), 편안 tiện an (thoải mái), 불편 bất tiện.

리 /이 Lợi — Lợi ích, công dụng, sắc, nhọn, 이익 lợi ích, 이용 lợi dụng, 이해 lợi hại, 지리 địa lợi, 명리 danh lợi.

Giải nghĩa Thuận lợi, tiện lợi.

Cách sử dụng ~하다, 교통이 ~하다 thuận tiện giao thông, 지하철을 이용하면 ~하다 đi tàu diện thì tiện lợi hơn, ~한 지하철 tàu điện tiện lợi.

편의 (便宜 Tiện nghi)

편 Tiện — Thuận tiện, yên ổn, quen thuộc, liền, 편의 tiện nghi, 편리 tiện lợi (thuận lợi), 편의점 tiện nghi điếm (cửa hàng tiện lợi), 편안 tiện an (thoải mái), 불편 bất tiện.

의 Nghi — Thích đáng, phù hợp, nên, 적의 thích nghi.

Giải nghĩa Thuận tiện, tiện lợi.

Cách sử dụng ~를 제공하다 mang/ đưa lại sự tiện lợi, ~점 cửa hàng tiện lợi, ~를 도모하다 mang lại sự thoải mái, tiện lợi, 생활의 ~ sự tiện lợi trong sinh hoạt, ~ 시설 hạ tầng tiện ích, ~를 고려하다 tính toán đến tiện ích.

편의점 (便宜店 Tiện nghi điếm)

편 Tiện — Thuận tiện, yên ổn, quen thuộc, liền, 편의 tiện nghi, 편리 tiện lợi (thuận lợi), 편의점 tiện nghi điếm (cửa hàng tiện lợi), 편안 tiện an (thoải mái), 불편 bất tiện.

의	Nghi	Thích đáng, phù hợp, nên.
점	Điếm	Cửa hàng, tiệm, nhà trọ, 백화점 bách hóa điếm (trung tâm thương mại), 편이점 tiện nghi điếm (cửa hàng tiện ích), 매점 mại điếm (nơi bán), 상점 thương điếm (cửa hàng), 서점 thư điếm (hiệu sách), 점원 điếm viên (nhân viên cửa hàng), 지점 chi điếm (chi nhánh), 주점 tửu điếm (quán rượu).

Giải nghĩa Cửa hàng tiện ích, cửa hàng tiện lợi.

Cách sử dụng ~ 영업시간 thời gian vận hành của cửa hàng tiện ích, ~ 창업비용 chi phí khởi nghiệp mở cửa hàng tiện ích, ~ 아르바이트 làm thêm ở cửa hàng tiện ích, ~에 들르다 ghé cửa hàng tiện ích.

편지 (片紙 Phiến chỉ)

편	Phiến	Tấm, miếng. 석편 thạch phiến (tấm đá), 목편 mộc phiến (tấm gỗ), 철편 thiết phiến (tấm sắt).
지	Chỉ	Giấy, giấy viết, tờ, bản, 편지 phiến chỉ (bức thư), 휴지 hưu chỉ (giấy loại), 백지 bạch chỉ (giấy trắng), 답안지 đáp án chỉ (giấy đáp án), 벽지 bích chỉ (giấy gián tường), 색지 sắc chỉ (giấy màu).

Giải nghĩa Bức thư.

Cách sử dụng ~하다 viết thư, ~를 쓰다 viết thư, ~를 주고 받다 thư đi, thư lại, ~를 부치다 gửi thư, ~를 받다 nhận thư, ~를 뜯다 bóc thư, mở thư, ~봉투 bao thư, phong bì thư, ~지 giấy viết thư, 안부~ thư hỏi thăm, 연애~ thư tình.

평가 (評價 Bình giá)

평	Bình	Phê bình, bình phẩm, đánh giá, 평론 bình luận, 평의 bình nghị (thảo luận đánh giá), 비평 phê bình, 비평가 phê bình giả (nhà phê bình), 논평 luận bình (bình luận, đánh giá).
가	Giá	Giá trị, giá cả, giá tiền, 가치 giá trị, 고가제품 cao giá chế phẩm (hàng đắt tiền, hàng hiệu), 동가 đồng giá, 진가 chân giá (giá thật), 원가 nguyên giá (giá gốc), 물가 vật giá, 단가 đơn giá, 품가 phẩm giá, 유가 du giá (giá dầu).

Giải nghĩa Nhận xét giá trị của cái gì đó, đánh giá.

Cách sử dụng ~하다, 아무를 높이 ~하다 đánh giá cao ai đó, 과대~ đánh giá quá cao, 손해를 ~하다 đánh giá mức thiệt hại, 재산을 ~하다 đánh giá tài sản, 사람을 능력의 높이 ~하다 đánh giá cao năng lực của ai đó.

평균 (平均 Bình quân)

평	Bình	Bằng nhau, ngang bằng, bằng phẳng, 공평 công bình (công bằng), 불평 bất bình, 평등 bình đẳng, 평면 bình diện (mặt phẳng), 평원 bình nguyên.
균	Quân	Đều, bằng nhau, tất cả, công bình (công bằng), 균등 quân đẳng (bằng nhau, ngang nhau), 불규형 bất quân hành (không thăng bằng, không tương xứng), 연평균 niên bình quân (bình quân năm).

Giải nghĩa ①Bình quân. ②Sự cân bằng.

Cách sử dụng ~하다, 한 사람~ bình quân mỗi người, 연~ bình quân năm, 한 달의 ~ bình quân ngày tháng, ~이상 trên mức bình quân, 하루 ~열 시간 근무하다 bình quân mỗi ngày làm việc 10 tiếng đồng hồ, ~수 chỉ số bình quân, ~수명 tuổi thọ bình quân, ~온도 nhiệt độ bình quân, ~잡다 giữ cân bằng.

평범 (平凡 Bình phàm)

평 Bình Bằng nhau, ngang bằng, bằng phẳng, 공평 công bình (công bằng), 불평 bất bình, 평등 bình đẳng, 평면 bình diện (mặt phẳng), 평원 bình nguyên.

범 Phàm Bình thường, đại khái, thường, chung, 대범 đại phàm (rộng lượng), 범인 phàm nhân (người thường), 비범 phi phàm, 범부 phàm phu (người trần tục).

Giải nghĩa Bình thường.

Cách sử dụng ~하다, ~한 사람 một con người bình thường, ~한 생활을 하다 sống một cuộc sống bình thường, ~한 일 một công việc bình thường, ~한 아내가 되고 싶다 muốn trở thành một người vợ bình thường, ~한 얼굴 khuôn mặt bình thường, 그는 아주 ~한 화가에 지나지 않는다 anh ta chẳng qua chỉ là một họa sĩ bình thường, 그는 ~ 한 작가가 아니다 anh ta không phải là một tác giả bình thường.

평소 (平素 Bình tố)

평 Bình Bằng nhau, ngang bằng, bằng phẳng, 공평 công bình (công bằng), 불평 bất bình, 평등 bình đẳng, 평면 bình diện (mặt phẳng), 평원 bình nguyên.

소 Tố Nguyên chất, chất, vốn dĩ, trắng.

Giải nghĩa Lúc bình thường, ngày thường không có gì đặc biệt, bình thường.

Cách sử dụng ~에 vào ngày thường, ~와 같아 như thường, ~에는 말이 없다 bình thường ít nói.

평야 (平野 Bình dã)

평 Bình Bằng nhau, ngang bằng, bằng phẳng, 공평 công bình (công bằng), 불평 bất bình, 평등 bình đẳng, 평면 bình diện (mặt phẳng), 평원 bình nguyên.

야 Dã Cõi, giới hạn, dân gian, cánh đồng, ngoại thành, 야채 dã thái (rau), 야구 dã cầu (bóng chày), 야외 dã ngoại (ngoài trời), 야생 dã sinh (sống hoang dã), 황야 hoang dã, 전야 điền dã (ruộng vườn), 야수 dã thú.

Giải nghĩa Bình nguyên, đồng bằng.

Cách sử dụng 광활한 ~ đồng bằng bao la, ~지대 khu vực đồng bằng, ~ 지역 특징 đặc trưng của khu vực đồng bằng.

평일 (平日 Bình nhật)

평 Bình — Bằng nhau, ngang bằng, bằng phẳng, 공평 công bình (công bằng), 불평 bất bình, 평등 bình đẳng, 평면 bình diện (mặt phẳng), 평원 bình nguyên.

일 Nhật — Mặt trời, ngày, ban ngày, hằng ngày, 일정 nhật trình (lịch trình), 일기 nhật ký, 일상 nhật thường (hằng ngày), 생일 sinh nhật, 당일 đương nhật (trong ngày), 평일 bình nhật (ngày thường), 청천백일 thanh thiên bạch nhật, 주일 chủ nhật.

Giải nghĩa Ngày thường.

Cách sử dụng ~에는 vào ngày thường, ~처럼 như ngày thường, ~ 휴일 nghỉ vào ngày thường.

평평하다 (平平 Bình bình)

평 Bình — Bằng nhau, ngang bằng, bằng phẳng, 공평 công bình (công bằng), 불평 bất bình, 평등 bình đẳng, 평면 bình diện (mặt phẳng), 평원 bình nguyên.

Giải nghĩa Bằng phẳng, bình bình.

Cách sử dụng ~한 땅바닥 cái sàn bằng phẳng, ~한 지구 địa cầu phẳng, ~한 이마 cái trán phẳng.

평화 (平和 Bình hòa)

평 Bình — Bằng nhau, ngang bằng, bằng phẳng, 공평 công bình (công bằng), 불평 bất bình, 평등 bình đẳng, 평면 bình diện (mặt phẳng), 평원 bình nguyên.

화 Hòa — Cùng, và, trộn lẫn, hòa nhã, 화합 hợp hòa, 화해 hòa giải, 화기 hòa khí, 화순 hòa thuận, 화목 hòa mục (hòa thuận).

Giải nghĩa Hòa bình, an bình, an lành.

Cách sử dụng 세계 ~ hòa bình thế giới, 남북한의 ~ 통일 thống nhất hòa bình Nam bắc Hàn, ~ 적 có tính hòa bình, ~ 유지군 quân giữ gìn hòa bình (LHQ).

포기 (抛棄 Phao khí)

포 Phao — Ném đi, vứt đi.

기 Khí — Vứt bỏ.

Giải nghĩa Từ bỏ, buông bỏ, bỏ.

Cách sử dụng ~하다, ~ 상태 tình trạng từ bỏ, ~ 의사 ý từ bỏ, ~를 선언하다 tuyên bố từ bỏ, 계획을 ~ từ bỏ kế hoạch. 직장을 ~하다 bỏ việc làm. 시험을 ~ bỏ thi. 의사가 그를 ~했다 bác sĩ đã bất lực với anh ta. 권리를 ~하다 từ bỏ quyền. 그녀는 재산권을 ~했다 cô ta từ bỏ quyền tài sản.

포함 (包含 Bao hàm)

포 Bao — Bao bọc, bao, túi, gói, đảo bảo, 포용 bao dung, 포괄 bao quát, 내포 nội bao (hàm chứa, bao gồm chứa bên trong), 소포 tiểu bao (cái túi nhỏ), 포장지 bao trang chỉ (giấy đóng gói).

함 Hàm — Chứa đựng, ngậm, nuốt, bao gồm, 함량 hàm lượng, 함의 hàm ý, 함수 hàm số, 함축 hàm súc (hàm ý, ngụ ý), 함양 hàm dưỡng (nuôi dưỡng).

Giải nghĩa — Bao gồm, bao hàm, chứa.

Cách sử dụng — ~하다, ~을 포함하다 bao gồm cả cái gì trong đó, ~하지 않다 không bao gồm, 에 ~되다[~되어 있다] được chứa trong, ~시키다 cho chứa vào, cho vào trong.

폭락 (暴落 Bạo lạc)

폭 Bạo — To, mạnh, tàn ác, hấp tấp, nóng nảy, 폭동 bạo động, 폭력 bạo lực, 폭행 bạo hành, 폭언 bạo ngôn (chửi mắng), 폭발 bạo phát (nổ).

락 /낙 Lạc — Rơi, rụng, rớt lại, 낙엽 lạc diệp (lá rụng), 낙후 lạc hậu, 낙제 lạc đệ (thi rớt), 탈락 thoái lạc (hư hỏng, sa đọa).

Giải nghĩa — Giảm đột ngột, giảm nhiều, giảm nhanh.

Cách sử dụng — ~하다, 주식 시장의 ~ thị trường chứng khoán giảm đột ngột, 인기가 ~되다 sự mến mộ bị giảm đột ngột, 주식~ cổ phiếu rớt giá mạnh, 가상화폐 ~이유 lý do đồng tiền ảo mất giá mạnh.

표 (票 Phiếu)

표 Phiếu — Tấm vé, tem, phiếu, giấy, tiền giấy, 수표 thủ phiếu (ngân phiếu), 우표 bưu phiếu, 득표 đắc phiếu (giành được phiếu), 개표 khai phiếu (mở phiếu), 투표소 đầu phiếu sở (nơi bỏ phiếu), 매표소 mại phiếu sở (nơi bán vé), 가격표 giá cách phiếu (bảng giá), 차표 xa phiếu (vé xe).

Giải nghĩa — ①Vé (tàu xe, máy bay, vào cổng). ②Phiếu bầu.

Cách sử dụng — 왕복~ vé khứ hồi, 기차~ vé tàu, 입장~ vé vào cổng, ~를 예약하다 đặt vé, ~를 사다 mua vé, ~를 검사하다 kiểm tra vé, ~를 얻다 giành phiếu, ~를 모으다 gom phiếu.

표정 (表情 Biểu tình)

표 Biểu — Tiêu biểu, ngoài, bề ngoài, nêu rõ, bày tỏ, 대표 đại biểu (đại diện, thay mặt), 표현 biểu hiện, 표시 biểu thị, 표정 biểu tình (nét mặt), 표면 biểu diện (bề mặt), 발표 phát biểu.

정 Tình — Tình yêu, tình cảm, tình hình, sự thực, ý nguyện, 감정 cảm tình, 진정 chân tình, 애정 ái tình (tình cảm, tình yêu), 박정 bạc tình, 유정 hữu tình (có tình cảm), 동정 đồng tình, 다정 đa tình (giàu tình cảm), 무정 vô tình.

Giải nghĩa — Nét mặt, cảm xúc qua khuôn mặt.

Cách sử dụng — ~이 없다 không thể hiện một nét gì cả, ~없는 얼굴 khuôn mặt không có cảm xúc, ~에 나타나다 bày tỏ qua nét mặt, ~을 짓다 tỏ rõ ra mặt, thể hiện trên khuôn mặt, ~이 굳어지다 nét mặt đanh lại.

표현 (表現 Biểu hiện)

표 Biểu — Tiêu biểu, ngoài, bề ngoài, nêu rõ, bày tỏ, 대표 đại biểu (đại diện, thay mặt), 표현 biểu hiện, 표시 biểu thị, 표정 biểu tình (nét mặt), 표면 biểu diện (bề mặt), 발표 phát biểu.

현 Hiện — Xuất hiện, tồn tại, bây giờ, 현상 hiện tượng, 현신 hiện thân, 현장 hiện trường, 현물 hiện vật, 현재 hiện tại, 현대화 hiện đại hóa, 현행 hiện hành, 현금 hiện kim (tiền mặt), 출현 xuất hiện.

Giải nghĩa Biểu hiện, thể hiện.

Cách sử dụng ~하다, ~의 자유 tự do trong thể hiện, 무어라고 ~수가 없다 không biểu hiện được là cái gì, 말로 ~할 수 없다 không biểu hiện bằng lời nói được, ~적인 có tính biểu hiện, 교묘[적절]한 ~ một sự thể hiện tinh xảo [thích hợp], 예술적~ biểu hiện có tính nghệ thuật, ~력 sức thể hiện, ~형식 hình thức thể hiện.

품 (品 Phẩm)

품 Phẩm — Đồ vật, chủng loại, đức tính, phê bình, 전리품 chiến lợi phẩm, 약품 dược phẩm, 공예품 công nghệ phẩm (hàng thủ công mỹ nghệ), 식품 thực phẩm, 작품 tác phẩm.

Giải nghĩa Hàng hoá, vật dụng.

Cách sử dụng 외제~ hàng ngoại, 수입~ hàng nhập ngoại, 고급~ hàng chất lượng cao, 국산~ hàng nội, 정~ hàng chính phẩm, 저질~ hàng chất lượng kém.

품질 (品質 Phẩm chất)

품 Phẩm — Đồ vật, chủng loại, đức tính, phê bình, 전리품 chiến lợi phẩm, 약품 dược phẩm, 공예품 công nghệ phẩm (hàng thủ công mỹ nghệ), 식품 thực phẩm, 작품 tác phẩm.

질 Chất — Chất lượng, phẩm chất, hỏi, chân thật, 성질 tính chất, 본질 bản chất, 품질 phẩm chất, 자질 tư chất, 변질 biến chất, 체질 thể chất, 물질 vật chất, 동질 đồng chất.

Giải nghĩa Chất lượng, phẩm chất.

Cách sử dụng ~이 좋다 chất lượng tốt, ~이 나쁘다 Chất lượng kém, ~을 개량하다 cải tiến chất lượng, ~관리 quản lý chất lượng , ~규격 quy cách chất lượng, ~보증 bảo hành chất lượng, ~보증 제도 chế độ bảo hành chất lượng, ~본위 (khẩu hiệu) Chất lượng là trên hết, ~저하 chất lượng kém, ~증명 chứng minh chất lượng.

풍선 (風扇 Phong phiến)

풍 Phong — Gió, tục, thói quen, bệnh phong, 광풍 cuồng phong, 대풍 đại phong (gió lớn), 역풍 nghịch phong (gió ngược), 풍파 phong ba.

선 Phiến — Cánh, cửa, 선풍기 phiến phong cơ (cái quạt).

Giải nghĩa Bong bóng.

Cách sử dụng ~을 불다 thổi bong bóng. ~을 띄우다 thả bong bóng. 고무~ bong bóng cao su. ~을 터뜨리다 làm cho bong bóng nổ~폭탄 bom bong bóng.

풍습 (風習 Phong tập)

풍 Phong Thói quen, tục, gió, 풍속습관 phong tục tập quán, 양풍미숙 lương phong mỹ tục (thuần phong mỹ tục), 풍토병 phong thổ bệnh (bệnh phong thổ).

습 Tập Học đi học lại, luyện tập, quen, 습관 tập quán, 습속 tập tục, 실습 thực tập, 연습 luyện tập, 학습 học tập, 습성 tập tính.

Giải nghĩa Phong tục, tập quán.

Cách sử dụng ~에 따르다 theo phong tục tập quán, ~에 따르다 theo phong tục tập quán, 이 지방에는 아직 옛날 ~이 남아 있다 ở địa phương này còn nhiều phong tục xưa.

풍요 (豐饒 Phong nhiêu)

풍 Phong Dồi dào, sung túc, được mùa, 풍부 phong phú, 풍족 phong túc (đầy đủ), 풍년 phong niên (năm được mùa), 풍만 phong mãn (đầy đặn- ngực), 풍작 phong tác (được mùa).

요 Nhiêu Nhiều, đầy đủ, khoan dung.

Giải nghĩa Sự giàu có, sự phong phú, đầy đủ.

Cách sử dụng ~하다, ~로운 사회 xã hội giàu có, ~속의 빈곤 nghèo đói trong sự đầy đủ, ~를 누리다 hưởng sự giàu đó, ~한 사회 một xã hội giàu có.

피곤 (疲困 Bì khốn)

피 Bì Mỏi mệt, 피로 bì lao (mệt).

곤 Khốn Vất vả, khó, gian nan, khổ sở, nghèo túng, 빈곤 bần khốn (nghèo khó), 곤난 khốn nạn (khó khăn), 곤궁 khốn cùng, 곤경 (khốn cảnh (hoàn cảnh khó khăn).

Giải nghĩa Mệt mỏi và khó khăn.

Cách sử dụng ~하다, ~이 가라앉다 cơn mệt mỏi lắng xuống, ~을 덜다 giảm bớt mệt mỏi, ~을 유발하다 gây ra mệt mỏi, ~을 풀다 giải tỏa mệt mỏi, ~한 느낌 cảm giác mệt mỏi, 서 있어서 ~하다 đứng nên mệt.

피부 (皮膚 Bì phu)

피 Bì Da, bề ngoài, vỏ bọc, 표피 biểu bỉ, 양피 dương bì (da cừu), 호피 hổ bì (da hổ), 백피 bạc phì (bạch tạng).

부 Phu Da ngoài, ở ngoài, da.

Giải nghĩa Da, nước da.

Cách sử dụng ~가 거칠다 da sần sùi, ~건조증 bệnh khô da, ~병 bệnh về da, ~염 viêm da, ~경화증 bệnh sừng da, cứng da, ~색소 sắc tố da, ~기 매끄럽다 trơn tru, ~신경 thần kinh da, ~암 ung thư da, ~미백 làm trắng da.

피하다 (避— Tị)

피 Tị Trốn, 피난 tị nạn (trốn tai nạn), 피서 tị thử (trốn nóng).

Giải nghĩa Trốn, tránh, lánh.

Cách sử dụng ①Tránh, lánh. 난을 ~ lánh nạn. 남의 눈을 ~ tránh ánh mắt của người khác. 위험을 ~ tránh chỗ nguy hiểm. 국외로 ~ tránh ra nước ngoài. 길을 ~ tránh đường. 자동차를 ~ tránh xe ô tô. ②Trốn lánh, lẫn tránh. 피하기 어려운 책임 trách nhiệm khó tránh. 책임을 ~ trốn tránh trách nhiệm.

피해 (被害 Bị hại)

피 Bị — Bị, chịu, được, 피고 bị cáo, 피보험자 bị bảo hiểm giả (người được bảo hiểm), 피위임자 bị ủy nhiệm giả (người được ủy quyền), 피동 bị động.

해 Hại — Hãm hại, có hại, tai họa, 침해 xâm hại, 손해 tổn hại, 방해 phương hại (gây thiệt hại) 재해 tai hại, 해충 hại trùng (sâu có hại), 독해 độc hại.

Giải nghĩa Bị thiệt hại, thiệt hại.

Cách sử dụng ~가 크다 thiệt hại nhiều, ~를 입다 bị thiệt hại, ~를 주다 gây thiệt hại, ~액 số tiền bị thiệt hại, ~자 người bị thiệt hại, người bị hại, 홍수 ~자 người bị hại vì bão lụt, ~지 khu vực bị hại.

필요 (必要 Tất yếu)

필 Tất — Tất yếu, nhất định, cần phải, chắc, tất yếu, tất thắng. 필수 tất nhu (chắc chắn cần), 필연 tất nhiên, 필승 tất thắng, 하필 hà tất (cớ gì), 필수품 tất nhu phẩm (hàng tất yếu).

요 Yếu — Quan trọng, nhất định phải, cần, nên, 필요 tất yếu, 수요 nhu yếu, 주요 chủ yếu, 요소 yếu tố, 요인물 yếu nhân vật (nhân vật quan trọng - VIP), 중요 trọng yếu.

Giải nghĩa Nhu cầu, cần thiết, yêu cầu.

Cách sử dụng ~하다, ~할 때에 khi cần, ~에 의하면 dựa theo nhu cầu, 할~가 있다 cần thiết phải làm gì đó, 갈~가 없다 không cần thiết phải đi, ~경비 kinh phí cần thiết, ~성 tính tất yếu, ~조건 điều kiện cần thiết, 이런 일에는 용기가 ~하다 những việc thế này phải cần dũng khí, 그는 언제나 ~이 상으로 돈을 많이 갖고 있다 lúc nào anh ta cũng cầm tiền trên mức cần thiết, ~품 hàng hoá cần thiết.

ㅎ

하숙 (下宿 Hạ túc)

하 Hạ — Dưới, ít hơn, bên dưới, rơi xuống, 상하 thượng hạ (trên dưới), 천하 thiên hạ, 수하 thủ hạ (thuộc hạ), 지하철 địa hạ thiết (tàu điện ngầm), 하류 hạ lưu, 지하 địa hạ (dưới lòng đất), 하층 hạ tầng (tầng dưới), 하락 hạ lạc (giảm xuống, rơi xuống), 이하 dĩ hạ (dưới), 하반기 hạ bán kỳ (sáu tháng cuối năm), 연하 niên hạ (ít tuổi hơn).

숙 Túc — Trú đêm, ở qua đêm, lưu lại, 기숙사 ký túc xá, 노숙자 lộ túc giả (người vô gia cư), 숙식 túc thực (ăn ở).

Giải nghĩa Ở trọ, trọ, ở, sống.

Cách sử dụng ~하다, ~집 nhà trọ, ~생 học sinh ở trọ, ~비 chi phí nhà trọ, ~을 찾고 있다 đang tìm nhà trọ, 그녀는 김선생님 댁에 ~하고 있다 cô ấy đang ở trọ ở nhà thầy Kim, 나는 학교 부근에 ~하고 있다 tôi trọ ở gần trường.

하청 (下請 Hạ thỉnh)

하 Hạ — Dưới, ít hơn, bên dưới, rơi xuống, 상하 thượng hạ (trên dưới), 천하 thiên hạ, 수하 thủ hạ (thuộc hạ), 지하철 địa hạ thiết (tàu điện ngầm), 하류 hạ lưu, 지하 địa hạ (dưới lòng đất), 하층 hạ tầng (tầng dưới), 하락 hạ lạc (giảm xuống, rơi xuống), 이하 dĩ hạ (dưới), 하반기 hạ bán kỳ (sáu tháng cuối năm), 연하 niên hạ (ít tuổi hơn).

청 Thỉnh — Mời mọc, xin mời, đề nghị, yêu cầu, 청혼 thỉnh hôn (cầu hôn), 청구 thỉnh cầu, 요청 yêu thỉnh (yêu cầu), 간청 khẩn thỉnh (nài nỉ), 청객 thỉnh khách (khách mời), 초청자 chiêu thỉnh giả (người mời).

Giải nghĩa Giao lại cho thầu phụ, cho thầu lại thấp hơn.

Cách sử dụng ~업체 các doanh nghiệp thầu phụ, ~을 주다 giao cho đơn vị thầu phụ, ~공사 công trình thầu phụ, ~공장 nhà máy gia công (cho công ty khác), ~업자 nhà thầu phụ, ~을 맡다 nhận thầu phụ, 의 ~ 하청업체 là nhà thầu phụ của ai đó.

학과 (學科 Học khoa)

학 Học — Nghiên cứu, học tập, hiểu, lĩnh hội, 학생 học sinh, 대학 đại học, 학력 học lực, 학문 học vấn, 화학 hóa học, 문학 văn học, 입학 nhập học, 언어학 ngôn ngữ học, 철학 triết học, 심리학 tâm lí học, 경제학 kinh tế học, 학기 học kì, 학비 học phí, 학자 học giả, 학위 học vị, 과학 khoa học, 법학 pháp học (luật học), 수학 số học (toán), 유학 du học/ lưu học, 의학 y học.

과 Khoa — Chuyên ngành, khoa, bộ môn, hạng mục, 과학 khoa học, 치과 xỉ khoa (nha khoa), 외과 ngoại khoa, 안과 nhãn khoa (khoa mắt), 법과 pháp khoa (khoa luật), 내과 nội khoa 과목 khoa mục (môn, hạng mục), 소아과 tiểu nhi khoa (khoa nhi), 교과서 giáo khoa thư (sách giáo khoa), 산부인과 sản phụ nhân khoa (khoa sản phụ), 비과학적 phi khoa học đích (không có tính khoa học).

Giải nghĩa Khoa, ngành học.

Cách sử dụng ~ 증설 thành lập thêm khoa nào đó, 경영~ khoa quản trị kinh doanh, 영문~ khoa tiếng Anh, 동방~ Khoa Đông phương, ~ 선택 chọn ngành học.

학교 (學校 Học hiệu)

학 Học — Nghiên cứu, học tập, hiểu, lĩnh hội, 학생 học sinh, 대학 đại học, 학력 học lực, 학문 học vấn, 화학 hóa học, 문학 văn học, 입학 nhập học, 언어학 ngôn ngữ học, 철학 triết học, 심리학 tâm lí học, 경제학 kinh tế học, 학기 học kì, 학비 học phí, 학자 học giả, 학위 học vị, 과학 khoa học, 법학 pháp học (luật học), 수학 số học (toán), 유학 du học/ lưu học, 의학 y học.

교 Hiệu — Trường học, 감교 giám hiệu, 등교 đăng hiệu (đi học), 교장 hiệu trưởng, 대학교 đại học hiệu (trường đại học), 고등학교 cao đẳng học hiệu (trường cấp 3), 교명 hiệu danh (tên trường), 분교 phân hiệu.

Giải nghĩa Trường học.

Cách sử dụng ~의 성적 thành tích học, thành tích ở trường, ~에 가다 đi học, ~에 다니다 đi học, đến trường, ~에 들어가다 vào trường, ~에 보내다 gửi tới trường, cho đi học, ~에서 돌아오다 từ trường về, ~를 나오다 ra trường, ~를 졸업하다 tốt nghiệp, ~장 hiệu trưởng, ~친구 bạn học, ~에서 가르치다 dạy ở trường ~를 그만두다[중퇴하다] bỏ học ~를 그만두게 하다 bắt bỏ học, ~를 설립하다 thành lập trường, 그는 ~를 갓 나왔다 Anh ta vừa ra trường, ~는 몇시에 시작되나 Trường mấy giờ bắt đầu?

학기 (學期 Học kỳ)

학 Học — Nghiên cứu, học tập, hiểu, lĩnh hội, 학생 học sinh, 대학 đại học, 학력 học lực, 학문 học vấn, 화학 hóa học, 문학 văn học, 입학 nhập học, 언어학 ngôn ngữ học, 철학 triết học, 심리학 tâm lí học, 경제학 kinh tế học, 학기 học kì, 학비 học phí, 학자 học giả, 학위 học vị, 과학 khoa học, 법학 pháp học (luật học), 수학 số học (toán), 유학 du học/ lưu học, 의학 y học.

기 Kỳ — Thời kỳ, lúc, thời gian, kỳ hạn, 시기 thời kỳ, 기한 kỳ hạn, 학기 học kỳ, 주기 chu kỳ, 초기 sơ kỳ, 장기 trường kỳ (dài hạn), 혼기 hôn kỳ (tuổi hôn nhân).

Giải nghĩa Học kỳ.

Cách sử dụng ~말 cuối học kỳ, ~말 시험 thi cuối kì, ~초 đầu học kỳ, 제일~ học kỳ một, 가을 ~ học kỳ mùa đông, 첫 ~ học kỳ đầu tiên, ~가 끝나다 kết thúc học kỳ.

학당 (學唐 Học đường)

학 Học — Nghiên cứu, học tập, hiểu, lĩnh hội, 학생 học sinh, 대학 đại học, 학력 học lực, 학문 học vấn, 화학 hóa học, 문학 văn học, 입학 nhập học, 언어학 ngôn ngữ học, 철학 triết học, 심리학 tâm lí học, 경제학 kinh tế học, 학기 học kì, 학비 học phí, 학자 học giả, 학위 học vị, 과학 khoa học, 법학 pháp học (luật học), 수학 số học (toán), 유학 du học/ lưu học, 의학 y học.

당 Đường — Nhà chính, gian nhà giữa, phòng dành riêng cho việc gì, 학당 học đường, 성당 thánh đường, 교당 giáo đường, 강당 giảng đường, 식당 thực đường (nhà ăn), 천당 thiên đường.

Giải nghĩa — Nơi để học, trung tâm để học, tòa nhà để học, trường học.

Cách sử dụng — 한국어 ~ trung tâm ngoại ngữ, 가나다 한국어 ~ trường Hàn ngữ Kanata.

학비 (學費 Học phí)

학 Học — Nghiên cứu, học tập, hiểu, lĩnh hội, 학생 học sinh, 대학 đại học, 학력 học lực, 학문 học vấn, 화학 hóa học, 문학 văn học, 입학 nhập học, 언어학 ngôn ngữ học, 철학 triết học, 심리학 tâm lí học, 경제학 kinh tế học, 학기 học kì, 학비 học phí, 학자 học giả, 학위 học vị, 과학 khoa học, 법학 pháp học (luật học), 수학 số học (toán), 유학 du học/ lưu học, 의학 y học.

비 Phí — Phí, chi phí, tiền, tốn, chi tiêu, 학비 học phí, 기숙비 ký túc phí (tiền ký túc xá), 식비 thực phí (tiền ăn) 교통비 giao thông phí (tiền xăng xe), 접대비 tiếp đãi phí (phí tiếp khách), 생활비 sinh hoạt phí (chi phí sinh hoạt), 통신비 thông tin phí (chi phí liên lạc), 낭비 lãng phí, 경비 kinh phí, 학비 học phí, 인건비 nhân kiện phí (phí nhân công), 치료비 trị liệu phí (tiền điều trị), 참가비 tham gia phí (phí tham gia).

Giải nghĩa — Học phí, tiền học.

Cách sử dụng — ~를 내다 trả học phí, ~를 벌다 kiếm tiền học phí, ~를 대주다 trả tiền học phí cho, ~면제 miễn học phí,

학생 (學生 Học sinh)

학 Học — Nghiên cứu, học tập, hiểu, lĩnh hội, 학생 học sinh, 대학 đại học, 학력 học lực, 학문 học vấn, 화학 hóa học, 문학 văn học, 입학 nhập học, 언어학 ngôn ngữ học, 철학 triết học, 심리학 tâm lí học, 경제학 kinh tế học, 학기 học kì, 학비 học phí, 학자 học giả, 학위 học vị, 과학 khoa học, 법학 pháp học (luật học), 수학 số học (toán), 유학 du học/ lưu học, 의학 y học.

생 Sinh — Sinh ra, sự sống, sản xuất ra, học trò, người có ăn học, 발생 phát sinh, 생활 sinh hoạt, 학생 học sinh, 선생 tiên sinh (giáo viên, ông, bà), 생산 sinh sản (sản xuất), 생계 sinh kế (kế sinh nhai), 위생 vệ sinh, 생존 sinh tồn, 기생충 ký sinh trùng, 생명 sinh mệnh, 생동 sinh động, 생물 sinh vật.

Giải nghĩa — Học sinh, sinh viên, người đi học.

Cách sử dụng — ~용 dùng cho học sinh, ~의 날 ngày học sinh, ~툭별할인 giảm giá đặc biệt cho học sinh, 이 학교는 ~이 많다 trường này nhiều học sinh, ~복 áo quần học sinh, ~증 thẻ học sinh, ~회 hội học sinh, ~회관 hội quán học sinh, ~시절 thời đi học, ~활동 hoạt động học sinh, ~회 hội học sinh sinh viên, ~회 회장 Chủ tịch hội học sinh, ~회관 hội quán học sinh, 법과~ học sinh khoa luật.

학설 (學說 Học thuyết)

학	Học	Nghiên cứu, học tập, hiểu, lĩnh hội, 학생 học sinh, 대학 đại học, 학력 học lực, 학문 học vấn, 화학 hóa học, 문학 văn học, 입학 nhập học, 언어학 ngôn ngữ học, 철학 triết học, 심리학 tâm lí học, 경제학 kinh tế học, 학기 học kì, 학비 học phí, 학자 học giả, 학위 học vị, 과학 khoa học, 법학 pháp học (luật học), 수학 số học (toán), 유학 du học/ lưu học, 의학 y học.
설	Thuyết	Nói, giảng giải, giải thích, 연설 diễn thuyết, 설명 thuyết minh, 설법 thuyết pháp (cách nói), 전설 truyền thuyết, 학설 học thuyết.
Giải nghĩa		Học thuyết.
Cách dùng		새 ~을 세우다 dựng ra một học thuyết mới, ~을 중심으로 lấy học thuyết làm trung tâm, ~의 대립 đối lập của các học thuyết.

학원 (學院 Học viện)

학	Học	Nghiên cứu, học tập, hiểu, lĩnh hội, 학생 học sinh, 대학 đại học, 학력 học lực, 학문 học vấn, 화학 hóa học, 문학 văn học, 입학 nhập học, 언어학 ngôn ngữ học, 철학 triết học, 심리학 tâm lí học, 경제학 kinh tế học, 학기 học kì, 학비 học phí, 학자 học giả, 학위 học vị, 과학 khoa học, 법학 pháp học (luật học), 수학 số học (toán), 유학 du học/ lưu học, 의학 y học.
원	Viện	Nơi, chỗ, toà quan, sở, viện, 연구원 nghiên cứu viện (viện nghiên cứu), 법원 pháp viện (tòa án), 병원 bệnh viện, 학원 học viện, 원장 viện trưởng, 의원 y viện, 감사원 viện kiểm sát, 고아원 viện mồ côi, 대학원 đại học viện (sau đại học), 퇴원 thoái viện (ra viện), 선원 thiền viện.
Giải nghĩa		Trường học, trung tâm học, nơi để học kỹ năng gì đó.
Cách sử dụng		외국어 ~ trung tâm ngoại ngữ, 요리~ trường dạy nấu ăn, 자동차 운전~ Trường dạy lái xe, ~인허가 giấy phép thành lập trung tâm, ~ 설립기준 tiêu chuẩn thành lập trung tâm, 보습~ trung tâm dạy thêm.

학자 (學者 Học giả)

학	Học	Nghiên cứu, học tập, hiểu, lĩnh hội, 학생 học sinh, 대학 đại học, 학력 học lực, 학문 học vấn, 화학 hóa học, 문학 văn học, 입학 nhập học, 언어학 ngôn ngữ học, 철학 triết học, 심리학 tâm lí học, 경제학 kinh tế học, 학기 học kì, 학비 học phí, 학자 học giả, 학위 học vị, 과학 khoa học, 법학 pháp học (luật học), 수학 số học (toán), 유학 du học/ lưu học, 의학 y học.
자	Giả	Người, kẻ, cái, giả, 지도자 chỉ đạo giả (người lãnh đạo), 구매자 cầu mãi giả (người mua), 작업자 tác nghiệp giả (người làm việc), 강자 cường giả (kẻ mạnh), 노약자 lão

nhược giả (người già yếu), 독자 độc giả, 시청자 thị thính giả (khán thính giả), 사자 sứ giả, 기자 ký giả (phóng viên).

Giải nghĩa Học giả.

Cách sử dụng 저명한 ~ học giả nổi tiếng, ~ 기질 tố chất học giả.

한 (限 Hạn)

한 Hạn — Giới hạn, 한계 hạn giới (giới hạn), 한정 hạn định, 기한 kỳ hạn, 유한 hữu hạn, 권한 quyền hạn, 제한 chế hạn (hạn chế), 한도 hạn độ (mức giới hạn), 기한 kỳ hạn, 무한 vô hạn.

Giải nghĩa Giới hạn, kỳ hạn, điều kiện, trong giới hạn, trong điều kiện có thể.

Cách sử dụng ~이 있다 có giới hạn, ~이 없다 không có giới hạn, 허욕에는 ~이 없는 것 같다 tham vọng viễn vông thì không có giới hạn, 그의 야망은 ~이 없다 tham vọng của anh ta không có giới hạn, 수업료는 이달 25 일 ~ 납부할 것 tiền học phí nộp trước hạn 15 tháng này, 가능한 ~ trong khả năng, như có thể, 내가 아는[알고 있는] ~ trong giới hạn mà tôi biết, như tôi biết, 사정이 허락하는 ~ trong điều kiện cho phép, 사정이 허락하는 ~ 빨리 돌아오겠다 sẽ quay trở về nhanh nhất trong điều kiện cho phép, 될 수 있는~ 하겠습니다 Tôi sẽ làm như có thể.

한강 (漢江 Hán giang)

한 Hán — Thuộc về Trung quốc, hoặc có tính chất lớn.

강 Giang — Con sông, sông lớn, sông cái, 강산 giang sơn (sông núi, thiên nhiên), 강북 giang bắc (phía bắc sông Hán), 강남 giang nam (phía nam sông Hán), 강안 giang ngạn (bờ sông), 장강 trường giang, 강수 giang thủy (nước sông).

Giải nghĩa Sông Hán.

Cách sử dụng ~대교 Cây cầu bắc qua sông Hán, ~종합개발계획 Kế hoạch phát triển tổng hợp sông Hán, ~의 기적 kỳ tích sông Hán, ~ 공원 công viên sông Hán, 한강에 돌 던지기 (tục ngữ) Như muối bỏ biển.

한계 (限界 Hạn giới)

한 Hạn — Giới hạn, 한계 hạn giới (giới hạn), 한정 hạn định, 기한 kỳ hạn, 유한 hữu hạn, 권한 quyền hạn, 제한 chế hạn (hạn chế), 한도 hạn độ (mức giới hạn), 기한 kỳ hạn, 무한 vô hạn.

계 Giới — Ranh giới, ngành, cõi, tầm, địa hạt, 정치계 chính trị giới (giới chính trị), 계엄 giới nghiêm, 계한 giới hạn, 경계 cảnh giới (cảnh giác), 경계선 cảnh giới tuyến (đường ranh giới), 실업계 giới doanh nghiệp.

Giải nghĩa Giới hạn, hạn mức.

Cách sử dụng 인간 능력의 ~ giới hạn năng lực của con người, ~를 넘다 vượt quá giới hạn, ~를 정하다 định giới hạn, 자기 능력의 ~를 알다 biết giới hạn năng lực của mình, ~가격

giá giới hạn, ~개념 khái niệm giới hạn, ~능율 năng lực giới hạn, 자기 능력의 ~를 알다 biết giới hạn sức của mình, 모든 것에는 ~가 있다 tất cả mọi cái đều có giới hạn.

한국 (韓國 Hàn Quốc)

한 Hàn — Thuộc về Hàn Quốc, 한우 Hàn ngưu (bò Hàn Quốc), 한옥 Hàn ốc (nhà kiểu Hàn Quốc), 한식 Hàn thực (món ăn Hàn Quốc), 한인 Hàn nhân (người Hàn), 한교 Hàn kiều (kiều bào Hàn quốc), 한미관계 Hàn Mỹ quan hệ (quan hệ Hàn Mỹ), 한류 Hàn lưu (trào luu Hàn Quốc),대한민국 Đại Hàn Dân Quốc.

국 Quốc — Đất nước, chỉ chung lãnh thổ, dân chúng và chính quyền, thuộc về quốc gia, 국가 quốc gia, 국방 quốc phòng, 국립 quốc lập (công lập), 국영 quốc doanh (nhà nước vận hành), 국적 quốc tịch, 국내 quốc nội (trong nước), 국외 quốc ngoại (ngoài nước), 국제 quốc tế, 국회 quốc hội, 국사 quốc sự, 국기 quốc kỳ, 국화 quốc hoa, 국민 quốc dân, 국책 quốc sách, 조국 tổ quốc, 외국 ngoại quốc.

Giải nghĩa — Hàn Quốc, South Korea, Nam Triều Tiên.

Cách sử dụng — ~국민 nhân dân Hàn Quốc, ~전쟁 chiến tranh Hàn Quốc, chiến tranh Triều Tiên, ~말 tiếng Hàn Quốc, ~사람 Người Hàn Quốc, ~요리 món ăn Hàn Quốc, ~음식점 cửa hàng ăn Hàn Quốc, ~학 Hàn Quốc học, ~말로 무어라 합니까? Tiếng Hàn gọi là gì?, 한국어를 ~하다 học tiếng Hàn.

한복 (韓服 Hàn phục)

한 Hàn — Thuộc về Hàn Quốc, 한우 Hàn ngưu (bò Hàn Quốc), 한옥 Hàn ốc (nhà kiểu Hàn Quốc), 한식 Hàn thực (món ăn Hàn Quốc), 한인 Hàn nhân (người Hàn), 한교 Hàn kiều (kiều bào Hàn quốc), 한미관계 Hàn Mỹ quan hệ (quan hệ Hàn Mỹ), 한류 Hàn lưu (trào lưu Hàn Quốc), 대한민국 Đại Hàn Dân Quốc.

복 Phục — Quần áo, trang phục, 의복 y phục, 군복 quân phục, 동복 đồng phục, 복장 phục trang, 양복 dương phục (quần áo tây), 아동복 nhi đồng phục (quần áo trẻ em), 기성복 ký thành phục (quần áo may sẵn), 운동복 vận động phục (quần áo thể thao).

Giải nghĩa — Áo quần truyền thống của Hàn Quốc, mặc Hàn Phục

Cách sử dụng — ~을 입다 mặc Hàn phục, ~ 소개 giới thiệu Hàn phục, ~특징 đặc trưng Hàn phục, ~역사 lịch sử Hàn phục, ~의미 ý nghĩa của Hàn phục, ~의 아름다움 vẻ đẹp của Hàn phục.

한식 (韓式 Hàn thức)

한 Hàn — Thuộc về Hàn Quốc, 한우 Hàn ngưu (bò Hàn Quốc), 한옥 Hàn ốc (nhà kiểu Hàn Quốc), 한식 Hàn thực (món ăn Hàn Quốc), 한인 Hàn nhân (người Hàn), 한교 Hàn kiều (kiều bào Hàn quốc), 한미관계 Hàn Mỹ quan hệ (quan hệ Hàn Mỹ), 한류 Hàn lưu (trào lưu Hàn Quốc). 대한민국 Đại Hàn Dân Quốc.

식 Thức — Phép tắc, khuôn mẫu, nghi lễ, lễ, 공식 công thức, 지식 tri thức, 격식 cách thức (nghi thức), 의식 ý thức, 방식 phương thức, 형식 hình thức, 정식 chính thức, 결혼식 kết hôn thức (lễ kết hôn).

Giải nghĩa — Kiểu Hàn Quốc, phong cách kiểu dáng Hàn Quốc.

Cách sử dụng — ~집 nhà kiểu Hàn ~ 기와집 nhà ngói kiểu Hàn quốc, ~ 요리 món ăn kiểu Hàn, ~ 정원 vườn kiểu Hàn quốc, ~ 지붕 mái ngói kiểu Hàn quốc, ~으로 만들다 làm theo kiểu Hàn quốc, ~으로 짓다 xây theo kiểu Hàn.

한식 (韓食 Hàn thực)

한 Hàn — Thuộc về Hàn Quốc, 한우 Hàn ngưu (bò Hàn Quốc), 한옥 Hàn ốc (nhà kiểu Hàn Quốc), 한식 Hàn thực (món ăn Hàn Quốc), 한인 Hàn nhân (người Hàn), 한교 Hàn kiều (kiều bào Hàn quốc), 한미관계 Hàn Mỹ quan hệ (quan hệ Hàn Mỹ), 한류 Hàn lưu (trào luu Hàn Quốc). 대한민국 Đại Hàn Dân Quốc.

식 Thực — Ăn, thức ăn, 식생활 thực sinh hoạt (chuyện ăn uống), 식중독 thực trúng độc (ngộ độc thực phẩm), 급식 cấp thực (cung cấp thức ăn/ bữa ăn), 번식 phồn thực (sinh sản), 분식 phấn thực (thức ăn dạng bột), 시식 thí thực (nếm thử), 음식 ẩm thực, 식량 thực lương (lương thực), 식후 thực hậu (sau khi ăn).

Giải nghĩa — Món ăn của Hàn quốc.

Cách sử dụng — ~ 식당 nhà hàng Hàn quốc, ~을 먹다 ăn món ăn Hàn quốc, ~을 요리하다 nấu món Hàn quốc, ~을 주문하다 gọi món Hàn quốc.

한자 (漢字 Hán tự)

한 Hán — Thuộc về Trung quốc, hoặc có tính chất lớn, 한서 Hán thư (sách chữ Hán), 한문 Hán văn, 한시 Hán thi (thơ Hán), 한약 hán dược (thuốc bắc), 한자음 Hán tự âm (âm chữ Hán), 한강 Hán giang (sông Hán).

자 Tự — Chữ viết, 천자문 thiên tự văn, 문자 văn tự, 홍십자 hồng thập tự (chữ thập đỏ), 금자탑 kim tự tháp, 고자 cổ tự (chữ cổ).

Giải nghĩa — Chữ Hán, ~로 쓰다 viết bằng chữ Hán.

Cách sử dụng — ~를 알다 biết chữ Hán, ~를 모른다 không biết chữ Hán, ~사전 từ điển chữ Hán, ~성어 thành ngữ chữ Hán, ~ 공부 học chữ Hán.

한정 (限定 Hạn định)

한 Hạn — Giới hạn, 한계 hạn giới (giới hạn), 유한 hữu hạn, 한정 hạn định, 기한 kỳ hạn, 권한 quyền hạn, 제한 chế hạn (hạn chế), 한도 hạn độ (mức giới hạn), 기한 kỳ hạn, 무한 vô hạn.

정 Định — Quyết việc gì, có ý làm gì, ý muốn nào đó, 규정 quy định, 지정 chỉ định, 협정 hiệp định, 부정 phủ định, 정약 định ước, 결정 quyết định, 가정 giả định, 의정 ý định, 고정 cố định, 안정 an định (ổn định).

Giải nghĩa — Định ra một giới hạn nào đó, hạn định, giới hạn.

Cách sử dụng — ~하다, ~가격 giá giới hạn, 에 ~되다 bị giới hạn ở, 그들의 활동은 좁은 범위에 ~돼 있다 hoạt động của họ bị giới hạn ở phạm vi nhỏ, 연설은 7 분 동안으로 ~돼 있다 diễn thuyết được giới hạn trong vòng 7 phút, 인원수를 ~하다 giới hạn số người, 지원자격이 ~되다 tư cách tham gia bị giới hạn.

할부 (割賦 Cát phú)

할 Cát — Chia ra, cắt ra thành từng phần, phân chia, 할당 cát đương (phân chia), 할인 cát dẫn (giảm giá).

부 Phú — Trưng, thu, thu về, 부과 phú khóa (đánh thuế).

Giải nghĩa — Trả thành từng phần, lấy từng phần, chia ra các đợt để thu về.

Cách sử dụng — Trả góp, ~제 chế độ trả góp, ~로 사다 mua trả góp, ~판매 bán trả góp, ~상환 trả góp từng phần.

합계 (合計 Hợp kế)

합 Hợp — Hợp, vừa ý, nhắm mắt, hợp lại, 결합 kết hợp , 합일 hợp nhất, 합작 hợp tác, 합금 hợp kim, 합법 hợp pháp, 합리 hợp lý, 합성 hợp thành, 종합 tổng hợp, 연합 liên hợp, 집합 tập hợp, 부합 phù hợp, 결합 kết hợp, 적합 thích hợp.

계 Kế — Mưu mẹo, phép tính, công cụ tính, tiếp nối, 계획 kế hoạch, 계책 kế sách, 생계 sinh kế (kế sinh nhai), 모계 mưu kế, 고육지계 khổ nhục chi kế (khổ nhục kế) 미인계 mỹ nhân kế, 계략 kế lược, 계승 kế thừa, 계모 kế mẫu (mẹ kế), 계부 kế phụ (cha kế), 계산 kế toán (tính toán), 계속 kế tục (tiếp tục), 계위 kế vị, 묘계 diệu kế, 설계 thiết kế.

Giải nghĩa — Tổng lại, gộp lại, tính gộp lại.

Cách sử dụng — ~하다, 비용은 ~해서 3 만원이 되었다 tổng chi phí gộp lại khoảng 30000 won, 물건 값을 ~ tính tất cả số tiền hàng hóa.

해결 (解決 Giải quyết)

해 Giải — Phân tích, trình bày, lời giải đáp, mổ xẻ, mở ra. 오해 ngộ giải (hiểu lầm), 난해 nan giải (khó giải quyết), 해체 giải thể, 해설 giải thuyết (giải thích), 화해 hòa giải, 이해 lý giải, 분해 phân giải.

결 Quyết — Quyết tâm, nhất định, quyết đoán, phải, xét đoán, xác định, 결승전 quyết thắng chiến (trận chung kết), 결정 quyết định, 판결 phán quyết, 해결 giải quyết, 표결 biểu quyết, 자결 tự quyết, 해결책 giải quyết sách (phương án giải quyết), 결심 quyết tâm.

Giải nghĩa — Giải quyết.

Cách sử dụng ~하다, ~책 quyết sách, 완전히 ~되다 được giải quyết triệt để, 평화적으로 ~하다 giải quyết bằng hoà bình, ~할 수 없다 không thể giải quyết được, 문제를 ~하다 giải quyết vấn đề, 나는 지금 ~책을 모색 중이다 tôi đang tìm phương án giải quyết, 조속히 ~해야 할 문제 vấn đề phải giải quyết nhanh chóng, 분쟁을 ~하다 giải quyết tranh chấp, 외교로 ~하다 giải quyết bằng ngoại giao, 문제~하다 giải quyết vấn đề.

해고 (解雇 Giải cố)

해 Giải — Phân tích, trình bày, lời giải đáp, mổ xẻ, mở ra. 오해 ngộ giải (hiểu lầm), 난해 nan giải (khó giải quyết), 해체 giải thể, 해설 giải thuyết (giải thích), 화해 hòa giải, 이해 lý giải, 분해 phân giải.

고 Cố — Mướn, thuê, tuyển dụng, 고용 cố dụng (tuyển dụng), 고주 cố chủ (chủ tuyển dụng).

Giải nghĩa — Cởi bỏ sự tuyển dụng, không tuyển dụng nữa, sa thải, thải hồi.

Cách sử dụng — ~하다, 근로자를 ~하다 sa thải người lao động, ~를 당하다 bị sa thải, ~통지 thông báo sa thải, 한 달 전에 ~통지를 하다 thông báo sa thải một tháng trước, 종업원을 ~하다 sa thải nhân viên, 즉석에서 ~하다 sa thải ngay tại chỗ.

해설 (解說 Giải thuyết)

해 Giải — Phân tích, trình bày, lời giải đáp, mổ xẻ, mở ra. 오해 ngộ giải (hiểu lầm), 난해 nan giải (khó giải quyết), 해체 giải thể, 해설 giải thuyết (giải thích), 화해 hòa giải, 이해 lý giải, 분해 phân giải.

설 Thuyết — Nói, giảng giải, giải thích, 연설 diễn thuyết, 설명 thuyết minh, 설법 thuyết pháp (cách nói), 전설 truyền thuyết, 학설 học thuyết.

Giải nghĩa — Nói cho rõ, giải thích, thuyết minh, tường thuật.

Cách sử dụng — ~하다, ~자 thuyết minh viên, tường thuật viên, 축구 ~ tường thuật bóng đá, 오림픽~ tường thuật Olympic, ~이 있는 클래식 공연 buổi trình diễn nhạc cổ điển có giải thích.

핵가족 (核家族 Hạch gia tộc)

핵 Hạch — Hạt, hột, nhân, 핵심 hạch tâm (trọng tâm), 핵무기 hạch vũ khí (vũ khí hạt nhân).

가 Gia — Nhà, nơi ở, nơi cư trú, thuộc về nhà ở, gia đình, người làm việc gì đó, 가정 gia đình, 가족 gia tộc (thành viên trong gia đình), 가풍 gia phong, 가보 gia bảo, 가산 gia sản, 가사 gia sự (việc nhà), 가도 gia đạo, 가내 gia nội (trong nhà), 가전 gia truyền, 전문가 chuyên môn gia (nhà chuyên môn), 가문 gia môn, 대가족 đại gia tộc, 가축 gia súc, 가훈 gia huấn, 국가 quốc gia, 귀가 quy gia (quay về nhà)

족 Tộc — Loài, dòng dõi, họ, 친족 thân tộc (họ hàng), 부족 bộ tộc, 혈족 huyết tộc, 족장 tộc trưởng, 민족 dân tộc, 종족 chủng tộc, 동족 đồng tộc.

Giải nghĩa — Gia đình hạt nhân, gia đình chỉ hai thế hệ.

Cách sử dụng ~시대 thời đại gia đình, ~이 늘고 있다 số lượng gia đình hai thế hệ ngày càng tăng lên, ~의 장점 ưu điểm của gia đình hai thế hệ, ~ 의 문제점 vấn đề của gia đình hai thế hệ.

행복 (幸福 Hạnh phúc)

행 Hạnh — May mắn, yêu dấu, vui mừng, 행운 hạnh vận (vận may), 덕행 đức hạnh, 품행 phẩm hạnh (nhân phẩm), 박행 bạc hạnh (không may mắn), 고행 khổ hạnh, 불행중다행 bất hạnh trung đa hạnh (trong cái rủi có cái may).

복 Phúc — May mắn, điều tốt lành, cơ hội, 복리 phúc lợi, 축복 chúc phúc, 다복 đa phúc, 복권 phúc khoán (vé số), 박복 bạc phúc (không may mắn),).

Giải nghĩa Hạnh phúc.

Cách sử dụng ~하다[스럽다], ~하게 살다 sống một cách hạnh phúc, ~복이 가득하다 tràn đầy hạnh phúc, ~을 느끼다 cảm thấy hạnh phúc, ~한 생활 cuộc sống hạnh phúc, ~의 절정 tuyệt đỉnh của hạnh phúc, ~의 추구 mưu cầu hạnh phúc, 인생의 ~ hạnh phúc của cuộc đời, ~을 누리다 tìm hạnh phúc, ~을 빌다 cầu mong hạnh phúc, ~을 깨뜨리다 phá vỡ hạnh phúc, 더할나위 없이 ~하다 không hạnh phúc nào bằng.

행사 (行事 Hành sự)

행 Hành — Đi, làm, thi hành, tiến hành, lưu hành, 실행 thực hành, 행걸 hành khất, 행동 hành động, 동행 đồng hành, 행법 hành pháp, 행정 hành chính, 시행 thi hành, 수행 tu hành, 행위 hành vi, 진행 tiến hành, 집행 chấp hành (thi hành).

사 Sự — Việc, sự việc, công việc, sự nghiệp, 혼사 hôn sự, 가사 gia sự (việc nhà), 사무 sự vụ (công việc), 사정 sự tình, 형사 hình sự, 무사 vô sự, 민사 dân sự, 사고 sự cố, 시사 thời sự, 군사 quân sự, 영사관 lãnh sự quán, 사실 sự thật, 사건 sự kiện (vụ việc), 행사 hành sự (sự kiện), 사물 sự vật, 인사 nhân sự.

Giải nghĩa Thực hiện một điều gì đó, hoặc sự kiện, chương trình.

Cách sử dụng ①국제적 ~ sự kiện quốc tế, 연중~ sự kiện trong năm, 경축~ sự kiện chúc mừng, 독립기념일 ~ chương trình ngày kỷ niệm độc lập, ~에 참혀하다 tham gia vào sự kiện.
②권력을 ~ thực thi quyền lực, 무역을 ~하다 thực hiện vũ lực, 묵비권을 ~하다 thực hiện quyền im lặng.

향기 (香氣 Hương khí)

향 Hương — Hương, mùi, mùi thơm, thơm ngon, 향기 hương khí (mùi thơm), 향료 hương liệu, 향화 hương hoa, 향미료 hương vị liệu (chất tạo mùi), 침향 trầm hương.

기 Khí — Khí, hơi, trạng thái, 기상 khí tượng, 공기 không khí, 기후 khí hậu, 기압 khí áp, 용기 dũng khí, 경기구 khinh khí cầu, 생기 sinh khí (sức sống), 고기압 cao khí áp (khí áp cao), 기색 khí sắc (sắc mặt), 기관 khí quản.

Giải nghĩa Mùi thơm.

Cách sử dụng 꽃~ mùi hoa, hương hoa, 장미~ mùi thơm hoa hồng, ~가 좋다 thơm, ~를 내다[풍기다] toả hương, 커피~ mùi thơm cà phê.

향상 (向上 Hướng thượng)

향 Hướng Hướng, phía, hướng vào, nhắm vào, 방향 phương hướng, 북향 bắc hướng (hướng bắc), 지향 chí hướng, 남향집 nam hướng (nhà hướng nam).

상 Thượng Đi lên, ở trên, phía trên, hơn, 상반기 thượng bán kỳ (6 tháng đầu năm), 상류 thượng lưu, 상원 thượng viện, 상책 thượng sách, 상하 thượng hạ, 세상 thế thượng (thế gian), 연상 niên thượng (nhiều tuổi hơn), 옥상 ốc thượng (sân thượng), 최상 tối thượng (cao nhất).

Giải nghĩa Đi lên, hướng lên trên, cải thiện, tốt lên.

Cách sử dụng ~하다, 생활수준이 ~하다 mức sống đi lên, ~심 (心) cái tâm hướng thượng, 교육수준의 ~ sự cải thiện của trình độ giáo dục, 여성의 지위~ nâng cao vị trí của người phụ nữ, 노인 복지를 ~시키다 nâng cao phúc lợi xã hội cho người già, 그의 영어 실력은 크게 ~했다 trình độ tiếng Anh của anh ta nâng lên nhiều.

향수 (香水 Hương thủy)

향 Hương Hương, mùi, mùi thơm, thơm ngon, 향기 hương khí (mùi thơm), 향료 hương liệu, 향화 hương hoa, 향미료 hương vị liệu (chất tạo mùi), 침향 trầm hương.

수 Thủy Nước, hồ nước, sông, suối, 수력 thủy lực (sức nước), 수뢰 thủy lôi, 수산 thủy sản, 수압 thủy áp (áp lực nước), 강수량 giáng thủy lượng (lượng mưa), 냉수 lãnh thủy (nước lạnh), 온수 ôn thủy (nước nóng), 호수 hồ thủy (ao nước).

Giải nghĩa Nước có mùi thơm, nước hoa.

Cách dùng ~를 뿌리다 xịt nước hoa, ~ 냄새 mùi nước hoa, 남자~ nước hoa giành cho nam, ~ 유통기한 thời hạn sử dụng nước hoa.

향하다 (向— Hướng)

향 Hướng Hướng, phía, hướng vào, nhắm vào, 방향 phương hướng, 북향 bắc hướng (hướng bắc), 지향 chí hướng, 남향집 nam hướng (nhà hướng nam).

Giải nghĩa Chiều, phương, hướng.

Cách sử dụng ①Hướng tới, hướng về. 바다를 ~ hướng về phía biển. 위를[밑을]~ hướng lên trên [xuống dưới]. 서로 마주~ hướng vào nhau. 서로 마주 향하여 서다 đứng hướng vào nhau, 집이 숲쪽[큰길쪽]을 향해있다 ngôi nhà hướng vào rừng (con đường lớn), 창문은 뜰을 향해 있다 cửa sổ hướng ra bãi cỏ. ②Tấm lòng, hướng về, để ý đến. 마음이 고향을 ~ tấm lòng hướng về quê hương. 민심을 ~ hướng về lòng dân. ③Chỉ về, nhắm, mục đích là, 을 향해 권총을 발사하다 hướng về gì đó bắn, 그 말은 나를

향한 것이었다 lời nói của anh ấy là chĩa vào tôi, 자침 (磁針)이 북 (北)을 ~고 있다 kim la bàn đang chỉ phương Bắc.

허락 (許諾 Hứa nặc)

허 Hứa	Cho phép, 허용 hứa dung (cho phép), 허가 hứa khả (cho phép), 면허 miễn hứa (cho phép), 특허 đặc hứa (cho phép đặc biệt), 허다 (hứa đa), 불허 bất hứa (không cho phép), 무면허 (vô miễn hứa) không giấy phép).
락/낙 Nặc	Bằng lòng, 승낙 thừa nặc (đồng ý, cho phép).
Giải nghĩa	Cho phép, đồng ý.
Cách sử dụng	~하다, 결혼을 ~하다 đồng ý kết hôn, ~을 받다 được phép, đã được đồng ý, ~없이 tự tiện, không có sự cho phép, 법이 ~하는 범위내에서 trong phạm vi luật cho phép, 시간이 ~하는 한 trong khả năng thời gian cho phép. 사정이 ~하면 nếu tình hình cho phép, 외출을 ~하다 cho phép đi ra ngoài.

현금 (現金 Hiện kim)

현 Hiện	Xuất hiện, tồn tại, bây giờ, 현상 hiện tượng, 현신 hiện thân, 현장 hiện trường, 현물 hiện vật, 현재 hiện tại, 현대화 hiện đại hóa, 현행 hiện hành, 현금 hiện kim (tiền mặt), 출현 xuất hiện.
금 Kim	Vàng, tiền, kim loại, 백금 bạch kim, 금액 kim ngạch (số tiền), 금자탑 kim tự tháp, 금강 kim cương, 황금 hoàng kim, 합금 hợp kim, 입금 nhập kim (bỏ tiền vào), 송금 tống kim (gửi tiền), 상금 thưởng kim (tiền thưởng), 벌금 phạt kim (tiền phạt), 보증금 bảo chứng kim (tiền đặt cọc), 금광 kim khoáng (mỏ vàng).
Giải nghĩa	Tiền mặt.
Cách sử dụng	~으로 지급하다 trả bằng tiền mặt, ~가격 giá bằng tiền mặt, ~보유고 kho bảo quản tiền mặt, ~선불 dùng tiền mặt, ~수송차 xe chuyển tiền mặt, ~인출 카드 thẻ rút tiền mặt, ~자동 지급기 máy rút tiền mặt tự động, ~지불 trả tiền mặt, ~으로 바꾸다 đổi sang tiền mặt, ~으로 사다[팔다] mua [bán] bằng tiền mặt, ~으로 지급[지불]하다 trả bằng tiền mặt.

현대 (現代 Hiện đại)

현 Hiện	Xuất hiện, tồn tại, bây giờ, 현상 hiện tượng, 현신 hiện thân, 현장 hiện trường, 현물 hiện vật, 현재 hiện tại, 현대화 hiện đại hóa, 현행 hiện hành, 현금 hiện kim (tiền mặt), 출현 xuất hiện.
대 Đại	Thời kỳ, 고대 cổ đại, 현대 hiện đại, 세대 thế đại (thế hệ), 연대 niên đại (thời kỳ, năm tháng), 당대 đương đại.
Giải nghĩa	Hiện đại, hiện tại.

Cách sử dụng ~하다, ~화하다 hiện đại hoá, ~문학 văn học hiện đại, ~의학으로도 고치지 못하는 병이 많다 còn nhiều bệnh mà y học hiện đại không chữa được, ~의 삶 cuộc sống hiện tại, ~교육 giáo dục hiện đại, ~적 có tính hiện đại, ~인 건물 tòa nhà hiện đại, ~적인 시설 cơ sở vật chất hiện đại.

현실 (現實 Hiện thực)

현 Hiện Xuất hiện, tồn tại, bây giờ, 현상 hiện tượng, 현신 hiện thân, 현장 hiện trường, 현물 hiện vật, 현재 hiện tại, 현대화 hiện đại hóa, 현행 hiện hành, 현금 hiện kim (tiền mặt), 출현 xuất hiện.

실 Thực/thật Thật, thật là, thực, thật thà, chứng thực, 실제 thực tế, 실시 thực thi, 현실 hiện thực, 실천 thực tiễn, 진실 chân thực, 실험 thực nghiệm, 실력 thực lực, 사실 sự thật, 실감 thật cảm (cảm nhận thực), 실질 thực chất.

Giải nghĩa Hiện thực, thực tế.

Cách sử dụng ~도피 trốn tránh hiện thực, ~주의 chủ nghĩa hiện thực, ~화 hiện thực hoá, ~성 tính hiện thực, 네 계획에는 ~성이 없다 kế hoạch của cậu không có tính hiện thực ~적 (인) có tính hiện thực, ~의 문제로서 vấn đề hiện thực, ~로 되다 thành hiện thực, ~에 맞는 계획을 세우다 xây dựng kế hoạch đúng với hiện thực, ~에 맞지 않다 không đúng hiện thực, không đúng với thực tế, 이상과 ~을 혼동해서는 안 된다 không được nhầm lẫn giữa ý tưởng và hiện thực.

혈압 (血壓 Huyết áp)

혈 Huyết Máu, có quan hệ máu mủ, 출혈 xuất huyết, 혈관 huyết quản, 혈통 huyết thống, 혈맥 huyết mạch.

압 Áp Đè, ép, nén, bức bách, 수압 thủy áp (áp lực nước), 압박 áp bách (áp bức).

Giải nghĩa Huyết áp.

Cách sử dụng ~을 재다 đo huyết áp, ~이 오르다 huyết áp tăng, ~이 높다 huyết áp cao, 고 ~증 bệnh cao huyết áp, 고~환자 bệnh nhân cao huyết áp, 나는 고~이다 tôi bị cao huyết áp.

형 (兄 Huynh)

형 Huynh Anh trai, người lớn hơn, tiếng gọi người đàn ông lớn tuổi hơn, 형제 huynh đệ, 처형 thê huynh (chị vợ), 대형 đại huynh (anh cả).

Giải nghĩa Anh trai, anh.

Cách sử dụng ①Anh trai (em trai gọi), 맏~ anh trai đầu, ~이 두명 있다 có hai anh trai, 매~ anh rể, ~수 chị dâu ②Người nhiều tuổi hơn, anh (đàn ông với nhau), 김~ anh Kim.

호 (號 Hiệu)

호	Hiệu	Tín hiệu, ám hiệu, khẩu hiệu, 구호 khẩu hiệu, 신호 tín hiệu, 밀호 mật hiệu.
Giải nghĩa		Tín hiệu, ám hiệu, khẩu hiệu, mã số, số.
Cách sử dụng		①Số (tạp chí, báo, phòng vv), 다음~ số tiếp theo, 3 월~ số tháng 3. ②Con số, số thứ tự nào đó, 101~ 강의실 phòng học số 101, 14~실 phòng số 14. ③Tên, ký hiệu (tàu), 새마을~ tàu hiệu Semaul, 통일~ tàu thống nhất KXT, 고속~ tàu cao tốc.

호기심 (好奇心 Hiếu kỳ tâm)

호	Hiếu	Ham, thích, ưa thích, 호기 hiếu kỳ, 호색 hiếu sắc (háo sắc), 호승 hiếu thắng, 호전 hiếu chiến.
기	Kỳ	Đặc biệt, hiếm, lạ, đẹp, 기적 kỳ tích, 기관 kỳ quan.
심	Tâm	Trái tim, tấm lòng, tâm tính, trung tâm, tính, 무관심 vô quan tâm (không quan tâm), 결심 quyết tâm, 성심 thành tâm, 심장 tâm tạng (tim), 심정 tâm tình, 안심 an tâm, 내심 nội tâm, 애국심 ái quốc tâm (lòng yêu nước), 자비심 từ bi tâm (lòng từ bi).
Giải nghĩa		Sự tò mò, tính tò mò.
Cách sử dụng		~이 많다 nhiều tò mò, ~을 만족 시키다 làm cho thoả mãn sự tò mò, ~이 강한 사람 người hay tò mò, ~을 일으키다 gây sự tò mò, 아이들은 ~ 이 많다 trẻ em hay tò mò.

호수(湖水 Hồ thủy)

호	Hồ	Hồ nước, cái hồ, 호변 hồ biên (bờ hồ), 화산호 hỏa san hồ (hồ núi lửa).
수	Thủy	Nước, hồ nước, sông, suối, 수력 thủy lực (sức nước), 수뢰 thủy lôi, 수산 thủy sản, 수압 thủy áp (áp lực nước), 강수량 giáng thủy lượng (lượng mưa), 냉수 lãnh thủy (nước lạnh), 온수 ôn thủy (nước nóng), 호수 hồ thủy (ao nước).
Giải nghĩa		Hồ, hồ nước, ao hồ, 산정~ hồ nước trên đỉnh núi,

호주 (戶主 Hộ chủ)

호	Hộ	Cửa một cánh, nhà, gia đình, 호적 hộ tịch (hộ khẩu), 가가호호 gia gia hộ hộ (nhà nhà hộ hộ), 호적등본 hộ tịch đăng bản (sổ hộ khẩu).
주	Chủ	Người chủ, người đứng đầu, coi giữ, phụ trách, 주장 chủ trương, 주체 chủ thể, 주도 chủ đạo, 민주 dân chủ, 주권 chủ quyền, 주목적 chủ mục đích (mục đích chính), 주내용 chủ nội dung (nội dung chính), 주수입 chủ thu nhập (thu nhập chính), 소유주 sở hữu chủ (chủ sở hữu).
Giải nghĩa		Chủ hộ.
Cách sử dụng		~와의 관계 quan hệ với chủ hộ, ~권 quyền chủ hộ.

혹시 (或是 Hoặc thị)

혹	Hoặc	Có lẽ, hay là, giả là, 간혹 gian hoặc (thỉnh thoảng), 의혹 nghi hoặc.

시 Thị Là, đúng, 시비 thị phi.

Giải nghĩa Hoặc là, có khi là, biết đâu, không chừng, có thể, nếu.

Cách sử dụng 혹시 상황이 악화되도 Lỡ nếu tình hình có xấu đi, ~ 실패해도 lỡ nếu có thất bại. ~일이 생기면 hoặc khi vấn đề phát sinh, ~ 죽게 된다면 nếu lỡ có chết, ~비가 오면 lỡ khi mưa. ~하고 걱정했던 일이 사실이 되었다 biết đâu chuyện mình lo thành sự thật. ~김군을 아십니까? Cậu có biết cháu Kim không. ~그가 올지도 모르겠다 biết đâu anh ta đến. ~실패하더라도 용기를 잃지 마라 nếu có thất bại cũng đừng mất dũng khí. ~절 모르시겠습니까? Không biết anh có biết tôi không?

혼외 (婚外 Hôn ngoại)

혼 Hôn Cưới, lấy vợ hoặc chồng, 혼인 hôn nhân, 성혼 thành hôn, 이혼 li hôn, 만혼 mãn hôn (kết hôn muộn), 구혼 cầu hôn, 결혼 kết hôn, 약혼 ước hôn (đính hôn), 혼례 hôn lễ, 재혼 tái hôn, 혼수 hôn thú, 신혼 tân hôn.

외 Ngoại Ngoài, bên ngoài, phía ngoài, 외국 ngoại quốc, 제외 trừ ngoại (trừ ra), 해외 hải ngoại, 외교 ngoại giao, 외모 ngoại mạo (ngoại hình), 외계인 ngoại giới nhân (người ngoài hành tinh), 외식 ngoại thực (ăn ở ngoài).

Giải nghĩa Hôn ngoại, ngoài giá thú.

Cách sử dụng ~자식 con ngoài giá thú, ~ 아들 con riêng, ~임신 có mang ngoài giá thú, ~자 출생신고 khai sinh của con ngoài giá thú, ~자 상속 thừa kế của con ngoài giá thú

홍수 (洪水 Hồng thủy)

홍 Hồng Lớn lao, mưa to, nước lũ.

수 Thủy Nước, hồ nước, sông, suối, 수력 thủy lực (sức nước), 수뢰 thủy lôi, 수산 thủy sản, 수압 thủy áp (áp lực nước), 강수량 giáng thủy lượng (lượng mưa), 냉수 lãnh thủy (nước lạnh), 온수 ôn thủy (nước nóng), 호수 hồ thủy (ao nước).

Giải nghĩa Cơn lụt, cơn hồng thủy.

Cách sử dụng ①Hồng thuỷ, cơn lụt. ~가 나다 xảy ra trận lụt, ~지역 khu vực xảy ra lụt, ~경보 cảnh báo lụt, ~예보 dự báo lụt, ~피해자 thiệt hại do lũ lụt, 대~ đại hồng thuỷ, ~와 가뭄이 없는 비옥한 땅 mảnh đất phì nhiêu không có lũ và hạn hán ②Chỉ ý so sánh cái gì đó quá đông, dòng, dòng lũ, 자동차의 ~ dòng lũ xe, 정보의 ~ cơn lũ thông tin, 차~ cơn lũ xe cộ.

화가 (畫家 Họa gia)

화 Họa Vẽ, bức tranh, hình vẽ, nét, 화가 hoạ gia (họa sĩ), 도화 đồ họa, 벽화 bích họa (bức vẽ trên tường), 회화 hội họa, 금기시화 cầm kỳ thi họa.

가 Gia Người làm nghề, trường phái, người chuyên môn, nhà, 가정 gia đình, 가족 gia tộc (thành viên trong gia đình), 가풍 gia phong, 가보 gia bảo, 가산 gia sản, 가사 gia sự (việc nhà), 가도 gia đạo, 가내 gia nội (trong nhà), 가전 gia truyền, 전문가 chuyên môn gia (nhà chuyên môn), 가문 gia môn, 대가족 đại gia tộc, 가축 gia súc, 가훈 gia huấn, 국가 quốc gia, 귀가 quy gia (quay về nhà).

Giải nghĩa Người làm nghề vẽ, họa sĩ.

Cách sử dụng ~가 되다 thành họa sĩ, 유명한 ~ họa sĩ nổi tiếng.

화나다 (火 Hỏa)

화 Hỏa Lửa, nhiệt, nổi nóng, nổi giận, 방화 phóng hỏa, 화재 hỏa tai (hỏa hoạn) 화산 hỏa sơn (núi lửa), 화상 hỏa thương (bị bỏng), 화력 hỏa lực, 전화 điểm hỏa (đốt), 화장 hỏa táng.

Giải nghĩa Nổi giận, tức giận.

Cách sử dụng ~게 하다 làm cho ai nổi giận, 화난 얼굴 nét mặt giận dữ.

화면 (畫面 Họa diện)

화 Họa Vẽ, bức tranh, hình vẽ, nét, 화가 hoạ gia (họa sĩ), 도화 đồ họa, 벽화 bích họa (bức vẽ trên tường), 회화 hội họa, 금기시화 cầm kỳ thi họa.

면 Diện Mặt, bề mặt, ngoài mặt, tình huống, 내면 nội diện (mặt trong), 다면 đa diện (nhiều mặt), 대면 đối diện, 면모 diện mạo, 방면 phương diện, 국면 cục diện, 반면 phản diện, 전면 toàn diện, 면적 diện tích, 체면 thể diện, 정면 chính diện.

Giải nghĩa ①Màn hình. ②Bề mặt bức tranh.

Cách sử dụng ~에서 사라지다 biến mất khỏi màn hình, ~이 어둡다 màn hình tối, ~ 보호 bảo vệ màn hình, ~캡쳐 chụp màn hình, 컴퓨터~ màn hình máy tính, 컴퓨터 배경~ màn hình nền máy tính.

화분 (花盆 Hoa bồn)

화 Hoa Bông hoa, hoa, hoa của cây cỏ, 매화 mai hoa (hoa mai), 연화 liên hoa (hoa sen), 국화 quốc hoa, 도화 đào hoa (hoa đào), 화초 hoa thảo (hoa cỏ), 생화 sinh hoa (hoa tươi), 야화 dã hoa (hoa dại), 화병 hoa bình (bình hoa).

분 Bồn Cái bồn, cái chậu sành.

Giải nghĩa Bồn hoa.

Cách dùng ~에 꽃을 심다 trồng hoa vào bồn, 큰 ~ bồn hoa lớn, 작은 ~ bồn hoa nhỏ, ~받침대 giá đỡ bình hoa, ~에 물을 주다 tưới nước vào bồn hoa.

화성 (火星 Hỏa tinh)

화 Hỏa Lửa, nhiệt, nổi nóng, nổi giận, 방화 phóng hỏa, 화재 hỏa tai (hỏa hoạn) 화산 hỏa sơn (núi lửa), 화상 hỏa thương (bị bỏng), 화력 hỏa lực, 전화 điểm hỏa (đốt), 화장 hỏa táng.

성 Tinh — Ngôi sao, sao, ngôi sao điện ảnh, 위성 vệ tinh, 행성 hành tinh, 토성 thổ tinh (sao Thổ), 금성 kim tinh (sao Kim), 오성호텔 ngũ tinh hotel (khách sạn năm sao).

Giải nghĩa ao Hỏa.

Cách dùng 화성에서 온 남자 금성에서 온 여자 đàn ông đến từ sao Hỏa, đàn bà đến từ sao Kim, ~ 표면 bề mặt sao Hỏa, ~ 탐사 thám hiểm sao Hỏa.

화장실 (化粧室 Hóa trang thất)

화 Hóa — Biến đổi, thay đổi, tan, chảy, làm cho biến thành, 변화 biến hóa, 강화 cường hóa (tăng cường), 악화 ác hóa (xấu đi), 소화 tiêu hóa, 약화 nhược hóa (yếu đi), 화장 hóa trang, 문화재 văn hóa tài (di sản văn hóa), 노화 lão hóa, 화석 hóa thạch, 화학 hóa học.

장 Trang — Trang điểm, tô điểm, trang trí, 개장 cải trang, 장치 trang trí, 장비 trang bị, 무장 vũ trang, 장식 trang sức, 위장 ngụy trang, 가장 giả trang.

실 Thất — Nhà, buồng, phòng, 실내 thất nội (trong phòng), 화장실 hóa trang thất (phòng vệ sinh), 교실 giáo thất (phòng học), 연구실 nghiên cứu thất (phòng nghiên cứu), 욕실 dục thất (phòng tắm), 탈의실 thoát y thất (phòng thay đồ), 회의실 hội nghị thất (phòng họp), 사무실 sự vụ thất (văn phòng) (văn phòng), 객실 khách thất (phòng ở của khách).

Giải nghĩa Nhà vệ sinh, toilet (WC).

Cách sử dụng ~에 가다 đi vệ sinh, ~이 어디 있습니까? Nhà vệ sinh ở đâu vậy? ~청소 dọn nhà vệ sinh, 배가 아파 잠시 ~에 다니다 đau bụng đi nhà vệ sinh, 여자~ nhà vệ sinh nữ, 남자 ~ nhà vệ sinh nam, 공중~ nhà vệ sinh công cộng.

화제 (話題 Thoại đề)

화 Thoại — Nói, lời, chuyện, tiếng, ngôn ngữ, 전화 điện thoại, 신화 thần thoại, 담화 đàm thoại, 통화 thông thoại (nói chuyện điện thoại), 회화 hội thoại.

제 Đề — Đề bài, tiêu đề, kể chuyện, 과제 khóa đề (bài toán), 문제 vấn đề, 숙제 túc đề (bài tập về nhà), 전제 tiền đề, 제안 đề án, 제목 đề mục, 주제 chủ đề, 명제 mệnh đề.

Giải nghĩa Đề tài nói chuyện, chủ đề nói chuyện, cái để nói.

Cách sử dụng ~의 인물 nhân vật thành chủ đề nói chuyện, 오늘의 ~ chủ đề nói chuyện hôm nay, ~로 삼다 lấy làm chủ đề, ~를 바꾸다 thay đổi chủ đề.

확률 (確率 Xác suất)

확 Xác — Thực, đúng, xác thực, bền lâu, chắn chắn, 확립 xác lập, 확신 xác tín (tin chắc chắn), 확정 xác định, 확인 xác nhận, 확정 xác định.

률 Suất — Noi theo, quản lãnh, đại khái, tính toán, tỉ lệ, 평균율 bình quân suất (tỷ lệ bình quân), 경쟁률 cạnh tranh suất (tỷ lệ cạnh tranh), 사망율 tử vong suất (tỷ lệ tử vong), 비율 tỷ suất.

Giải nghĩa Khả năng có thể xảy ra, xác suất.

Cách sử dụng 성공할 ~xác suất thành công, ~오차통계 tỷ lệ thống kê sai số có thể, 이 경기에선 우리 팀이 이길 ~이 크다 khả năng chúng ta thắng trận này là lớn, 눈이 올 ~은 20 퍼센트이다 khả năng tuyết sẽ rơi là 20%, 이 사업이 성공할 ~은 높다 [낮다] khả năng thành công của ngành nghề này là cao [thấp].

확산 (擴散 Khuếch tán)

확 Khuếch Mở rộng, khuếch đại, làm to ra, 확대 khuếch đại (mở rộng), 확장 khuếch trường (làm dài thêm), 확성기 khuếch thanh cơ (loa)

산 Tán Tan, rời ra, rải rác, vãi tung, 분산 phân tán, 해산 giải tán, 산란 tán loạn, 발산 phát tán, 이산 ly tán, 해산 giải tán, 우산 vũ tán (ô che mưa).

Giải nghĩa Lan rộng, lan ra, toả ra.

Cách sử dụng ~하다, 핵~금지 cấm phổ biến vụ khí hạt nhân, 소문이 ~되었다 tin đồn lan rộng ra, 전염병의 ~을 막다 ngăn chặn sự lan truyền của bệnh dịch.

확실 (確實 Xác thực)

확 Xác Thực, đúng, xác thực, bền lâu, chắn chắn, 확립 xác lập, 확신 xác tín (tin chắc chắn), 확정 xác định, 확인 xác nhận, 확정 xác định.

실 Thực Đúng, sự thực, thực, thật là, thực, thật thà, chứng thực, 실제 thực tế, 실시 thực thi, 현실 hiện thực, 실천 thực tiễn, 실험 thực nghiệm, 실력 thực lực, 진실 chân thực, 사실 sự thật, 실감 thật cảm (cảm nhận thực), 실력 thực lực, 실질 thực chất.

Giải nghĩa Đúng sự thật, chắc chắn, đúng, đáng tin

Cách sử dụng ~ 하다, ~성 tính xác thực, ~히 một cách chắc chắn, ~한 근거 căn cứ chắc chắn, ~한 방법 phương pháp chắc chắn, ~한 사실 sự thật rõ ràng, ~한 증거 chứng cứ rõ ràng, ~히는 모르다 không biết chính xác, ~한 것은 말할 수 없다 không thể nói chắc chắn, ~한 담보 sự đảm bảo chắc chắn, ~한 투자 khoản đầu tư chắc chắn.

확인 (確認 Xác nhận)

확 Xác Thực, đúng, xác thực, bền lâu, chắn chắn, 확립 xác lập, 확신 xác tín (tin chắc chắn), 확정 xác định, 확인 xác nhận, 확정 xác định.

인 Nhận Nhận ra, nhận biết, chấp thuận, bằng lòng, 공인 công nhận, 부인 phủ nhận, 승인 thừa nhận, 증인 chứng nhận.

Giải nghĩa Kiểm tra, xác nhận, thừa nhận, làm rõ.

Cách sử dụng ~하다, 사실을 ~하다 xác nhận sự thật, 예약을 ~하다 xác nhận việc đặt trước, ~서 giấy xác nhận, ~되지 않은 chưa được xác nhận, 계약을 ~하다 xác nhận hợp đồng.

환경 (環境 Hoàn cảnh)

환 Hoàn Vòng, vật hình tròn, vây quanh, quanh, 악순환 ác tuần hoàn (vòng luẩn quẩn, vòng tuần hoàn xấu), 반환 phản hoàn (trả lại), 상환 thường hoàn (hoàn lại), 순환 tuần hoàn, 일환 nhất hoàn (một vòng), 화환 hoa hoàn (vòng hoa), 선순환 thiện tuần hoàn (vòng tuần hoàn tốt).

경 Cảnh Biên giới, nơi, chỗ, chốn, hoàn cảnh. 경계선 cảnh giới tuyến (đường ranh giới), 입경 nhập cảnh, 출경 xuất cảnh, 변경 biên cảnh (biên cương, biên giới).

Giải nghĩa Môi trường, các yếu tố tác động xung quanh, hoàn cảnh sống.

Cách sử dụng 좋은 ~에서 태어나다 sinh ra trong môi trường tốt, 가정~ hoàn cảnh gia đình, 사회~ môi trường xã hội, 생활~ môi trường sống, ~문제 vấn đề môi trường, ~보전 giữ gìn môi trường, ~보전법 luật giữ gìn môi trường, ~보호 bảo vệ môi trường, ~부 Bộ môi trường, ~오염 ô nhiễm môi trường, ~위생 vệ sinh môi trường, ~의 날 ngày môi trường, ~파괴 phá hoại môi trường, ~의 영향 ảnh hưởng của môi trường, ~ 이 좋다[나쁘다] môi trường tốt [xấu], 사람은 ~의 산물이다 con người là sản phẩm của môi trường, ~미화 làm đẹp môi trường.

환영 (歡迎 Hoan nghênh)

환 Hoan Vui vẻ, mừng rỡ, vui thích, thân ái, 환호 hoan hô, 환락 hoan lạc (khoái lạc), 환희 hoan hỉ, 환호성 hoan hô thanh (tiếng hoan hô), 환담 hoan đàm (nói chuyện vui vẻ).

영 Nghênh Đón tiếp, ứng đón, đón chào, nghênh tiếp, 영접실 nghênh tiếp thất (phòng chào đón), 영입 nghênh nhập (mời về, đưa về), 환영사 hoan nghênh từ (bài phát biểu chào mừng), 환영회 hoan nghênh hội (tiệc hoan nghênh), 송구영신 tống cựu nghênh tân.

Giải nghĩa Hoan nghênh, đón tiếp.

Cách sử dụng ~하다, ~사 lời chúc mừng, ~을 받다 được hoan nghênh, ~회 lễ đón tiếp, ~식 lễ hoan nghênh, 대~ đại hoan nghênh, rất hoan nghênh, 성대한 ~ đón tiếp long trọng, 박수로 ~하다 vỗ tay hoan nghênh, 열렬히 ~받다 được hoan nghênh nhiệt liệt.

활기 (活氣 Hoạt khí)

활 Hoạt Sống, sinh sống, cứu sống, linh động, 생활 sinh hoạt, 활기 hoạt khí (sức sống), 활동 hoạt động, 활력 hoạt lực (sức sống), 활발 hoạt bát, 활용 hoạt dụng (sử dụng), 활성 hoạt tính, 활어 hoạt ngư (cá sống).

기 Khí Khí, hơi, trạng thái, 기상 khí tượng, 공기 không khí, 기후 khí hậu, 기압 khí áp, 용기 dũng khí, 경기구 khinh khí cầu, 생기 sinh khí (sức sống), 고기압 cao khí áp (khí áp cao), 기색 khí sắc (sắc mặt), 기관 khí quản.

Giải nghĩa Sức sống.

Cách sử dụng ~있는 có sức sống, ~찬[있는] đầy sức sống, ~없는 không có sức sống, ~에 찬 도시 thành phố đầy sức sống.

활용 (活用 Hoạt dụng)

활 Hoạt — Sống, sinh sống, cứu sống, linh động, 생활 sinh hoạt, 활기 hoạt khí (sức sống), 활동 hoạt động, 활력 hoạt lực (sức sống), 활발 hoạt bát, 활용 hoạt dụng (sử dụng), 활성 hoạt tính, 활어 hoạt ngư (cá sống).

용 Dụng — Dùng, sử dụng, công hiệu, hiệu quả, 반작용 phản tác dụng, 사용 sử dụng, 용구 dụng cụ, 신사~ dùng cho đàn ông, 숙녀~ dùng cho phụ nữ, 이용 lợi dụng, 남용 lạm dụng, 작용 tác dụng, 신용 tín dụng, 실용 thực dụng, 부작용 phụ tác dụng (tác dụng phụ).

Giải nghĩa Sử dụng, dùng.

Cách sử dụng ~하다, 최대한으로 ~하다 sử dụng hết mức tối đa, 인재를 잘 ~하다 sử dụng giỏi nhân tài, 자본을 ~하다 sử dụng đồng vốn.

황혼 (黃昏 Hoàng hôn)

황 Hoàng — Vàng, màu vàng, 황인종 hoàng nhân chủng (người da vàng), 황금 hoàng kim (vàng), 황토 hoàng thổ (đất vàng), 황사 hoàng sa cát vàng), 황우 hoàng ngưu (bò vàng).

혼 Hôn — Lúc sẩm tối.

Giải nghĩa Hoàng hôn, xế chiều.

Cách sử dụng ~이 지다 hoàng hôn xuống 인생의 ~기에 vào tuổi hoàng hôn của cuộc đời, ~ 이혼 ly hôn tuổi xế chiều, ~ 나이 tuổi xế chiều.

회사 (會社 Hội xã)

회 Hội — Hợp lại, cuộc họp, đoàn thể, ban, dịp, 사회 xã hội, 국회 quốc hội, 회담 hội đàm, 회의 hội nghị, 회사 hội xã (công ty), 회장 hội trưởng (chủ tịch nhóm, trưởng nhóm), 위원회 ủy viên hội (ủy ban), 토론회 thảo luận hội (buổi thảo luận), 대회 đại hội, 협회 hiệp hội, 회견 hội kiến (phỏng vấn, gặp gỡ), 사회생활 xã hội sinh hoạt (sinh hoạt ngoài xã hội).

사 Xã — 사교 xã giao, 사회 xã hội, 사원 xã viên (nhân viên), 공사 công xã (công ty nhà nước), 사장 xã trưởng (giám đốc công ty), 지사 chi xã (chi nhánh công ty), 본사 bổn xã (công ty mẹ), 출판사 xuất bản xã (nhà xuất bản), 신문사 tân văn xã (tòa soạn báo), 항공사 hàng không xã (hãng hàng không).

Giải nghĩa Nhóm tập hợp lại, tập thể, công ty.

Cách sử dụng ~를 운영하다 điều hành một công ty, 계열~ công ty chi nhánh, 제조~ công ty chế tạo, ~사장 giám đốc công ty, ~를 경영하다 điều hành công ty, 무역~ công ty mậu dịch, 건설~ công ty xây dựng, ~내규 nội quy công ty, ~임원 ban giám đốc/ thành viên lãnh đạo công ty, ~조직 tổ chức công ty, ~에 나가다[출근하다] đi làm, ~를 해산하다 giải tán công ty, ~정관 điều lệ công ty.

효과 (效果 Hiệu quả)

효 Hiệu — Công hiệu, 무효 vô hiệu, 유효 hữu hiệu, 효용 hiệu dụng (công dụng), 효능 hiệu năng, 효력 hiệu lực, 효율 hiệu suất, 효험 hiệu nghiệm.

과 Quả — Quả nhiên, trái cây, trái, kết cục, 결과 kết quả, 성과 thành quả, 인과 nhân quả, 과보 quả báo, 과연 quả nhiên.

Giải nghĩa — Hiệu quả, kết quả, tác dụng.

Cách sử dụng — ~가 있다 có hiệu quả, ~가 없다 không có hiệu quả, ~가 적다 hiệu quả ít, 방지에 ~가 있다 có tác dụng ngăn chặn, ~를 높이다 nâng cao hiệu quả.

후 (後 Hậu)

후 Hậu — Sau, phía sau, sau này, con cháu, con nối dòng, 후예 hậu duệ, 후배 hậu bối, 후회 hậu hối (hối hận), 후과 hậu quả, 후면 hậu diện (mặt sau), 식후 thực hậu (sau khi ăn), 후방 hậu phương, 최후 tối hậu (sau cùng). 내후년 lai hậu niên (năm sau nữa), 전후 tiền hậu (trước sau).

Giải nghĩa — Sau này, về sau.

Cách sử dụng — ~에 연락하자 liên lạc sau nhé, ~에 딴 말씀 하지 마십시오 sau này đừng nói khác đi, 죽은 ~ sau khi chết, 2 틀~ hai ngày sau, 10 년후에 mười năm sau, 잠시~ một lát nữa.

후회 (後悔 Hậu hối)

후 Hậu — Sau, phía sau, đằng sau, con cháu, 후예 hậu duệ, 후배 hậu bối, 후회 hậu hối (hối hận), 후과 hậu quả, 후면 hậu diện (mặt sau), 식후 thực hậu (sau khi ăn), 후방 hậu phương, 최후 tối hậu (sau cùng). 내후년 lai hậu niên (năm sau nữa), 전후 tiền hậu (trước sau).

회 Hối — Nuối tiếc, hối hận, ân hận, ăn năn, 개회 cải hối (hối cải), 참회 sám hối, 회죄 hối tội.

Giải nghĩa — Hối hận về sau, hối hận.

Cách sử dụng — ~하다, 죄를 ~하다 hối hận về tội lỗi của mình, ~해 봤자 소용없다 Có hối hận cũng chẳng làm gì, 자네 나중에 ~할 거다 Sau này cậu sẽ hối hận cho mà xem, ~없다 không hối hận.

휴식 (休息 Hưu tức)

휴 Hưu — Nghỉ ngơi, thôi, dừng, tốt lành, 연휴 liên hưu (nghỉ dài ngày), 휴관 hưu quán (đóng cửa tòa nhà), 휴일 hưu nhật (ngày nghỉ), 휴업 hưu nghiệp (nghỉ kinh doanh), 휴직 hưu chức (tạm nghỉ việc).

식 Tức — Ngừng, nghỉ, nghỉ ngơi.

Giải nghĩa — Nghỉ ngơi, nghỉ giải lao.

Cách sử dụng — ~하다, ~시간 thời gian nghỉ, 잠깐~ nghỉ một chút, 5 분간 (의) ~ nghỉ 5 phút, ~ 공간 không gian nghỉ ngơi, ~법 cách nghỉ ngơi, 완전히 ~하다 nghỉ ngơi hoàn toàn, ~의 중요성 tầm quan trọng của việc nghỉ ngơi.

휴양 (休養 Hưu dưỡng)

휴 Hưu Nghỉ ngơi, thôi, dừng, tốt lành, 연휴 liên hưu (nghỉ dài ngày), 휴관 hưu quán (đóng cửa tòa nhà), 휴일 hưu nhật (ngày nghỉ), 휴업 hưu nghiệp (nghỉ kinh doanh), 휴직 hưu chức (tạm nghỉ việc).

양 Dưỡng Nuôi, bồi bổ, 영양 dinh dưỡng, 양노 dưỡng lão, 양자 dưỡng tử (con nuôi), 양모 dưỡng mẫu (mẹ nuôi), 양육 dưỡng dục, 양성 dưỡng thành (nuôi dưỡng nuôi nấng), 교양 giáo dưỡng.

Giải nghĩa Nghỉ ngơi, dưỡng sức, nghỉ mát.

Cách sử dụng ~하다, ~지 nơi nghỉ ngơi, nơi nghỉ mát, ~여행 du lịch nghỉ mát, ~ 시설 cơ sở vật chất nghỉ dưỡng, 시골에서 ~하다 nghỉ dưỡng ở quê.

휴일 (休日 Hưu nhật)

휴 Hưu Nghỉ ngơi, thôi, dừng, tốt lành, 연휴 liên hưu (nghỉ dài ngày), 휴관 hưu quán (đóng cửa tòa nhà), 휴일 hưu nhật (ngày nghỉ), 휴업 hưu nghiệp (nghỉ kinh doanh), 휴직 hưu chức (tạm nghỉ việc).

일 Nhật Mặt trời, ngày, ban ngày, hằng ngày, 일정 nhật trình (lịch trình), 일기 nhật ký, 일상 nhật thường (hằng ngày), 생일 sinh nhật, 당일 đương nhật (trong ngày), 평일 bình nhật (ngày thường), 청천백일 thanh thiên bạch nhật, 주일 chủ nhật.

Giải nghĩa Ngày nghỉ.

Cách sử dụng ~근무 làm việc vào ngày nghỉ, ~수당 lương làm thêm vào ngày nghỉ, 매주 일 회 ~를 주다 cho nghỉ tuần một ngày.

휴지 (休紙 Hưu chỉ)

휴 Hưu Nghỉ ngơi, thôi, dừng, tốt lành, 연휴 liên hưu (nghỉ dài ngày), 휴관 hưu quán (đóng cửa tòa nhà), 휴일 hưu nhật (ngày nghỉ), 휴업 hưu nghiệp (nghỉ kinh doanh), 휴직 hưu chức (tạm nghỉ việc).

지 Chỉ Giấy viết, giấy, tờ, bản, 벽지 bích chỉ (giấy dán tường), 색지 sắc chỉ (giấy màu), 백지 bạch chỉ (giấy trắng).

Giải nghĩa ①Giấy loại. ②Giấy dùng vệ sinh.

Cách sử dụng ~조각 mẩu giấy loại, ~통 thùng giấy loại, ~조각이나 다름 없다 chẳng khác gì tờ giấy loại.

흥 (興 Hứng)

흥 Hứng Hứng thú, vui thích, vui vẻ, 흥분 hưng phấn.

Giải nghĩa Vui vẻ, thích thú, cái hứng.

Cách sử dụng ~이 나면 nếu hứng, nếu vui ~이 나다 hứng, vui, ~을 깨다 làm mất hứng, mất vui.

흥미 (興味 Hứng vị)

흥 Hứng Hứng thú, vui thích, vui vẻ, 감흥 cảm hứng, 즉흥 tức hứng (ngẫu hứng).

미 Vị Mùi, hương vị, thú vị, ý nghĩa, 무미 vô vị (không vị), 취미 thú vị, 미각 vị giác, 구미 khẩu vị, 별미 biệt vị (món ngon), 감미 cam vị (vị ngọt), 조미료 điều vị liệu (bột ngọt), 고비 khổ vị (vị đắng).

Giải nghĩa Hứng thú, thú vui, vui, vui vẻ.

Cách sử dụng ~있다 có hứng thú, ~없다 không có hứng thú, ~를 잃다 mất hứng thú, 다소 ~ (가) 있는 이야기 câu chuyện có ít nhiều hứng thú, ~를 잃게 하다 làm mất hứng thú, ~를 일으키다 gây hứng thú.

흡인력 (吸引力 Hấp dẫn lực)

흡 Hấp Hút, hít vào, hút vào trong, 흡수 hấp thu, 흡연 hấp yên (hút thuốc), 인공호흡 nhân công hô hấp (hô hấp nhân tạo), 흡기 hấp khí (hút khí).

인 Dẫn Dẫn dắt, đưa đến, gây ra, 인증 dẫn chứng, 인도 dẫn độ (chuyển giao), 인상 dẫn thượng (tăng lên), 흡인 hấp dẫn (sự hút, thu hút, hấp thụ), 인입 dẫn nhập.

력 Lực Sức, lực, sức lực, khả năng đạt tới, khỏe, 수력 thuỷ lực, 속력 tốc lực, 세력 thế lực, 병력 binh lực, 주력 chủ lực, 합력 hợp lực, 노력 nỗ lực, 능력 năng lực, 폭력 bạo lực, 협력 hiệp lực, 권력 quyền lực, 인력 nhân lực, 효력 hiệu lực, 학력 học lực.
인력 Dẫn lực Sức hút. ~ 있는 có sức hút, 태양 [지구]의 ~ sức hút của mặt trời[trái đất], ~의 법칙 quy luật lực hấp dẫn, 조수의 간만은 달의 ~ 때문이다 thủy triều lên và xuống là do sức hút của mặt trăng, ~이 세다 sức hút rất lớn.

Giải nghĩa Sức hút, sự hấp dẫn, sự thu hút

Cách sử dụng 진공청소기의 ~ sức hút của máy hút bụi, 강한 ~ sức hút mạnh, ~이 세다 sức hút mạnh, 청중을 끌어당기는 ~이 있다 có sức hút lôi cuốn khán giả.

희망 (希望 Hy vọng)

희 Hy Mong mỏi, mong muốn, ít, hiếm, 희귀 hy quý (quý hiếm).

망 Vọng Trông ngóng, nhìn xa, mong ước, 갈망 khát vọng, 실망 thất vọng, 절망 tuyệt vọng, 전망 triển vọng, 망부상 vọng phu tượng (hòn vọng phu).

Giải nghĩa Hy vọng, mong muốn.

Cách sử dụng ~하다, 큰~을 품다 mang hy vọng lớn, 자식에 게 ~을 걸다 hy vọng vào con cái, ~을 가지고 với hy vọng rằng, ~퇴직 xin nghỉ việc, 간절한 ~ hy vọng khẩn thiết, ~대로 như hy vọng, như mong muốn, 헛된 ~ hy vọng hão huyền, ~에 찬 말 lời nói tràn đầy hy vọng, ~을 달성하다 đạt được hy vọng, ~을 들어주다 giúp cho hy vọng của ai thành hiện thực, ~을 버리다 vứt bỏ hy vọng, ~을 잃다 mất hy vọng, ~을 주다 mang lại hy vọng, 앞날에 ~이 없다 không có hy vọng cho tương lai, 나의 모든~이 수포로 돌아갔다 tất cả hy vọng của tôi thành bong bóng, ~이 있다 có hy vọng, ~이 없다 không có hy vọng, ~이 보이다 có hy vọng, 그에게는 더 이상 살 ~이 남아 있지 않았다 anh ta không còn hy vọng sống nữa.

희생 (犧牲 Hy sinh)

희	Hy	Con vật để tế thần, 희생 hy sinh.
생	Sinh	Súc vật, muông sinh, súc vật dùng để cúng tế.
Giải nghĩa		①Hy sinh. ②Vật tế thần, vật thay thế.
Cách sử dụng		~하다, ~적 정신 tinh thần hy sinh, 그는 조국의 위해 ~했다 anh ta hy sinh vì tổ quốc, ~물 vật hy sinh, vật thay thế, ~정신이 강한 사람 người có tinh thần hy sinh lớn, 어떠한 ~을 치르더라도 dù có phải hy sinh cái gì đó, ~을 치르다 hy sinh gì đó, 많은 ~을 치르다 hy sinh nhiều, 몸을 ~하다 hy sinh thân thể, 많은 ~을 치르고 승리했다 Hy sinh nhiều vào thắng lợi.

PHẦN 2. 1700 TỪ HÁN VIỆT CÓ CÁCH PHÁT ÂM GIỐNG NHAU

가곡	Ca khúc
가공	Gia công
가금	Gia cầm
가능	Khả năng
가상	Giả tưởng
가입	Gia nhập
가정	Gia đình
가축	Gia súc
가치	Giá trị
간고	Gian khổ
간단	Giản đơn
간부	Cán bộ
간섭	Can thiệp
간접	Gián tiếp
간첩	Gián điệp
감각	Cảm giác
감격	Cảm kích
감금	Giam cầm
감동	Cảm động
감상	Cảm tưởng
감응	Cảm ứng
감정	Cảm tình
감정	Giám định
감탄	Cảm thán
감흥	Cảm hứng
강국	Cường quốc
강당	Giảng đường
강도	Cường độ
강산	Giang sơn
강제	Cưỡng chế
개념	Khái niệm
개막	Khai mạc
개선	Cải thiện
개성	Cá tính
개인	Cá nhân
개전	Khai chiến
개조	Cải tạo
개체	Cá thể
개통	Khai thông
개혁	Cải cách
객관	Khách quan
거동	Cử động
거절	Cự tuyệt
거주	Cư trú
건설	Kiến thiết
건조	Kiến tạo
건축	Kiến trúc
검사	Kiểm tra
검정	Kiểm định
검증	Kiểm chứng
검찰	Kiểm sát
검토	Kiểm thảo
격려	Khích lệ
격리	Cách ly
견고	Kiên cố
결과	Kết quả
결국	Kết cục
결단	Kết đoàn
결단	Quyết đoán
결론	Kết luận
결심	Quyết tâm
결연	Kết duyên
결정	Quyết định
결합	Kết hợp
결혼	Kết hôn
겸손	Khiêm tốn
경고	Cảnh cáo
경관	Cảnh quan
경보	Cảnh báo
경비	Kinh phí
경영	Kinh doanh
경쟁	Cạnh tranh
경제	Kinh tế
경찰	Cảnh sát
경축	Kính chúc
경향	Khuynh hướng
경험	Kinh nghiệm
계급	Giai cấp
계획	Kế hoạch
고급	Cao cấp
고대	Cổ đại
고도	Cao độ
고독	Cô độc
고립	Cô lập
고문	Cổ văn
고문	Cố vấn
고속	Cao tốc
고의	Cố ý
고전	Cổ điển
고전	Cổ truyền
고정	Cố định
고집	Cố chấp
고혈압	Cao huyết áp
곤충	Côn trùng
공간	Không gian
공개	Công khai
공격	Công kích
공경	Cung kính
공구	Công cụ
공군	Không quân
공급	Cung cấp
공기	Không khí
공동	Cộng đồng
공로	Công lao
공룡	Khủng long
공립	Công lập
공상	Không tưởng
공상	Công thương
공생	Cộng sinh
공업	Công nghiệp
공연	Công diễn
공예	Công nghệ
공원	Công viên
공인	Công nhận
공자	Khổng Tử
공주	Công chúa
공중	Công chúng
공중	Không trung
공직	Công chức
공포	Công bố
공헌	Cống hiến
공화	Cộng hòa
공황	Khủng hoảng

1000 TỪ HÀN HÁN VIỆT thông dụng nhất

과감	Quả cảm	국로	Quốc lộ	금기	Cấm kỵ
과거	Quá khứ	국립	Quốc lập	급보	Cấp báo
과도	Quá độ	국민	Quốc dân	급성	Cấp tính
과부	Quả phụ	국방	Quốc phòng	급속	Cấp tốc
과연	Quả nhiên	국법	Quốc pháp	긍정	Khẳng định
과정	Quá trình	국사	Quốc sư	기계	Cơ giới
과학	Khoa học	국사	Quốc sử	기공	Khí công
관객	Quan khách	국사	Quốc sự	기공	Khởi công
관계	Quan hệ	국상	Quốc tang	기관	Cơ quan
관념	Quan niệm	국어	Quốc ngữ	기관	Khí quản
관리	Quản lý	국적	Quốc tịch	기관	Kì quan
관심	Quan tâm	국제	Quốc tế	기구	Khí cầu
관점	Quan điểm	국회	Quốc hội	기념	Kỷ niệm
관중	Quan chúng	군도	Quần đảo	기능	Kỹ năng
관찰	Quan sát	군사	Quân sự	기록	Kỷ lục
광경	Quang cảnh	군인	Quân nhân	기본	Cơ bản
광고	Quảng cáo	궁녀	Cung nữ	기사	Kỵ sĩ
광산	Khoáng sản	권력	Quyền lực	기사	Ký sự
광장	Quảng trường	권리	Quyền lợi	기사	Kỹ sư
광풍	Cuồng phong	권한	Quyền hạn	기생	Ký sinh
괴물	Quái vật	궤도	Quĩ đạo	기소	Khởi tố
교류	Giao lưu	귀객	Quý khách	기숙사	Ký túc xá
교무	Giáo vụ	귀결	Quy kết	기술	Kỹ thuật
교배	Giao phối	귀납	Quy nạp	기압	Khí áp
교역	Giao dịch	귀신	Quỷ thần	기억	Kí ức
교육	Giáo dục	귀인	Quý nhân	기자	Ký giả
교점	Giao điểm	귀족	Quý tộc	기점	Khởi điểm
교접	Giao tiếp	귀중	Quý trọng	기초	Cơ sở
교통	Giao thông	규모	Quy mô	기한	Kỳ hạn
교환	Giao hoán	규약	Quy ước	기호	Ký hiệu
교회	Giáo hội	규율	Quy luật	기회	Cơ hội
구미	Khẩu vị	규정	Quy định	기후	Khí hậu
구역	Khu vực	규칙	Quy tắc	긴급	Khẩn cấp
구조	Cấu tạo	극단	Cực đoan	나체	Lõa thể
구조	Cứu trợ	극대	Cực đại	낙관	Lạc quan
구체	Cụ thể	극복	Khắc phục	낙타	Lạc đà
구형	Cấu hình	극본	Kịch bản	낙후	Lạc hậu
구호	Cứu hộ	근거	Căn cứ	난간	Lan can
구혼	Cầu hôn	근대	Cận đại	난시	Loạn thời
국가	Quốc ca	근면	Cần mẫn	난시	Loạn thị
국가	Quốc gia	근본	Căn bản	남극	Nam cực
국기	Quốc kỳ	근시	Cận thị	남녀	Nam nữ

남부	Nam bộ
남북	Nam bắc
남성	Nam tính
남용	Lạm dụng
납세	Nạp thuế
낭만	Lãng mạn
낭비	Lãng phí
낭자	Nương tử
내각	Nội các
내과	Nội khoa
내규	Nội quy
내란	Nội chiến
내무	Nội vụ
내부	Nội bộ
내선	Nội tuyến
내심	Nội tâm
내용	Nội dung
내의	Nội y
내장	Nội tạng
내전	Nội chiến
냉담	Lãnh đạm
노동	Lao động
노력	Nỗ lực
노련	Lão luyện
노비	Nô tỳ
노비	Lộ phí
노역	Lao dịch
노예	Nô lệ
노인	Lão nhân
노자	Lão Tử
노장	Lão tướng
노정	Lộ trình
노천	Lộ thiên
노파	Lão bà
노화	Lão hóa
논거	Luận cứ
논문	Luận văn
논어	Luận ngữ
논점	Luận điểm
농노	Nông nô
농도	Nồng độ
농림	Nông lâm
농민	Nông dân
농업	Nông nghiệp
농장	Nông trường
농촌	Nông thôn
능동	Năng động
능력	Năng lực
능율	Năng suất
다각	Đa giác
다감	Đa cảm
다능	Đa năng
다면	Đa diện
다방면	Đa phương diện
다수	Đa số
다양	Đa dạng
다의	Đa nghi
다의	Đa nghĩa
다재	Đa tài
다정	Đa tình
단가	Đơn giá
단결	Đoàn kết
단독	Đơn độc
단명	Đoản mệnh
단성	Đơn tính
단순	Đơn thuần
단신	Đơn thân
단일	Đơn nhất
단체	Đoàn thể
담당	Đảm đương
담임	Đảm nhiệm
담판	Đàm phán
답안	Đáp án
당연	Đương nhiên
당원	Đảng viên
대개	Đại khái
대내	Đối nội
대뇌	Đại não
대다수	Đại đa số
대대	Đại đội
대로	Đại lộ
대륙	Đại lục
대립	Đối lập
대변	Đại biện
대변	Đại tiện
대부분	Đại bộ phận
대사	Đại sứ
대사	Đại sự
대사관	Đại sứ quán
대상	Đối tượng
대성공	Đại thành công
대소변	Đại tiểu tiện
대승	Đại thắng
대양	Đại Dương
대왕	Đại vương
대외	Đối ngoại
대우	Đãi ngộ
대위	Đại úy
대응	Đối ứng
대인	Đối nhân
대인	Đại nhân
대장	Đại tướng
대장부	Đại trượng phu
대전	Đại chiến
대조	Đối chiếu
대중	Đại chúng
대증	Đối chứng
대책	Đối sách
대패	Đại bại
대포	Đại pháo
대표	Đại biểu
대항	Đối kháng
대형	Đại huynh
대형	Đội hình
대화	Đối thoại
대회	Đại hội
덕성	Đức tính
덕행	Đức hạnh
도구	Đạo cụ
도덕	Đạo đức
도량	Độ lượng
도리	Đạo lý
도사	Đạo sĩ
도시	Đô thị
도적	Đạo tặc
독단	Độc đoán

독립	Độc lập
독성	Độc tính
독소	Độc tố
독약	Độc dược
독자	Độc giả
독재	Độc tài
독점	Độc chiếm
독주	Độc tấu
독촉	Đốc thúc
독해	Độc hại
돌연	Đột nhiên
돌연사	Đột nhiên tử
돌파	Đột phá
동감	Đồng cảm
동기	Động cơ
동기	Đồng kỳ
동등	Đồng đẳng
동류	Đồng loại
동맥	Động mạch
동맹	Đồng minh
동물	Động vật
동북	Đông bắc
동사	Động từ
동성	Đồng tính
동심	Đồng tâm
동요	Đồng dao
동원	Động viên
동음	Đồng âm
동의	Đồng nghĩa
동의	Đồng ý
동일	Đồng nhất
동자	Đồng tử
동작	Động tác
동정	Đồng tình
동정	Động tĩnh
동조	Đồng điệu
동지	Đông chí
동지	Đồng chí
동태	Động thái
동포	Đồng bào
동행	Đồng hành
동화	Đồng hoá
두부	Đậu phụ
등기	Đăng ký
마력	Ma lực
마력	Mã lực
만능	Vạn năng
만물	Vạn vật
만사	Vạn sự
만사여의	Vạn sự như ý
만성	Mãn tính
만세	Vạn tuế
망상	Vọng tưởng
매개	Môi giới
매복	Mai phục
매장	Mai táng
매장	Mại trường
매혹	Mê hoặc
맹렬	Mãnh liệt
맹자	Mạnh Tử
면모	Diện mạo
면세	Miễn thuế
면역	Miễn dịch
면적	Diện tích
면제	Miễn trừ
멸망	Diệt vong
멸시	Miệt thị
명가	Danh gia
명령	Mệnh lệnh
명민	Minh mẫn
명백	Minh bạch
명분	Danh phận
명사	Danh từ
명성	Danh tính
명성	Minh tinh
명언	Danh ngôn
명예	Danh dự
명인	Danh nhân
모계	Mưu kế
모방	Mô phỏng
모범	Mô phạm
모살	Mưu sát
모순	Mâu thuẫn
모자	Mẫu tử
모친	Mẫu thân
모험	Mạo hiểm
모형	Mô hình
목록	Mục lục
목사	Mục sư
목적	Mục đích
목표	Mục tiêu
몽롱	Mông lung
몽상	Mộng tưởng
묘사	Miêu tả
무가치	Vô giá trị
무고	Vu cáo
무관	Vô quan/can
무기	Vô cơ
무기	Vũ khí
무기한	Vô kỳ hạn
무도	Vô đạo
무력	Vũ lực
무례	Vô lễ
무리	Vô lý
무명	Vô danh
무미	Vô vị
무사	Vô sự
무산	Vô sản
무색	Vô sắc
무선	Vô tuyến
무성	Vô tính
무수	Vô số
무술	Võ thuật
무심	Vô tâm
무역	Mậu dịch
무용	Vô dụng
무장	Vũ trang
무적	Vô địch
무정	Vô tình
무조건	Vô điều kiện
무죄	Vô tội
무책임	Vô trách nhiệm
무한	Vô hạn
무형	Vô hình
무효	Vô hiệu
문답	Vấn đáp

문명	Văn minh
문묘	Văn miếu
문무	Văn võ
문서	Văn thư
문예	Văn nghệ
문자	Văn tự
문장	Văn chương
문제	Vấn đề
문학	Văn học
문화	Văn hoá
물리	Vật lý
물증	Vật chứng
물품	Vật phẩm
미각	Vị giác
미관	Mỹ quan
미녀	Mỹ mữ
미생물	Vi sinh vật
미성년	Vị thành niên
미술	Mỹ thuật
미신	Mê tín
미인	Mỹ nhân
미혹	Mê hoặc
민간	Dân gian
민족	Dân tộc
민주	Dân chủ
밀도	Mật độ
박명	Bạc mệnh
박애	Bác ái
박하	Bạc hà
박학	Bác học
반경	Bán kính
반구	Bán cầu
반대	Phản đối
반도	Bán đảo
반동	Phản động
반란	Phản loạn
반박	Phản bác
반사	Phản xạ
반역	Phản nghịch
반영	Phản ánh
반응	Phản ứng
반작용	Phản tác dụng
발광	Phát cuồng
발광	Phát quang
발동	Phát động
발명	Phát minh
발병	Phát bệnh
발산	Phát tán
발생	Phát sinh
발언	Phát ngôn
발열	Phát nhiệt
발음	Phát âm
발전	Phát điện
발전	Phát triển
발표	Phát biểu
발행	Phát hành
발현	Phát hiện
발휘	Phát huy
방관	Bàng quan
방면	Phương diện
방법	Phương pháp
방비	Phòng bị
방생	Phóng sinh
방식	Phương thức
방안	Phương án
방어	Phương ngữ
방어	Phòng ngự
방역	Phòng dịch
방위	Phòng vệ
방제	Phòng trừ
방침	Phương châm
방향	Phương hướng
방화	Phóng hoả
배경	Bối cảnh
배상	Bồi thường
배양	Bồi dưỡng
배제	Bài trừ
배치	Bài trí
배합	Phối hợp
백과	Bách khoa
백금	Bạch kim
번성	Phồn thịnh
번식	Phồn thực
번영	Phồn vinh
번잡	Phức tạp
번화	Phồn hoa
범법	Phạm pháp
범위	Phạm vi
범인	Phạm nhân
범죄	Phạm tội
법률	Pháp luật
법리	Pháp lý
법사	Pháp sư
변고	Biến cố
변동	Biến động
변론	Biện luận
변명	Thanh minh
변압	Biến áp
변증	Biện chứng
변질	Biến chất
변천	Biến thiên
변태	Biến thái
변호	Biện hộ
변화	Biến hóa
별명	Biệt danh
병력	Binh lực
병리	Bệnh lý
병사	Binh sĩ
병원	Bệnh viện
보고	Báo cáo
보관	Bảo quản
보급	Phổ cập
보답	Báo đáp
보류	Bảo lưu
보모	Bảo mẫu
보물	Bảo vật
보배	Bảo bối
보살	Bồ tát
보석	Bảo thạch
보수	Bảo thủ
보어	Bổ ngữ
보조	Bổ trợ
보존	Bảo tồn
보충	Bổ sung
보통	Phổ thông
보편	Phổ biến

보험	Bảo hiểm
보호	Bảo hộ
복종	Phục tùng
복직	Phục chức
본능	Bản năng
본분	Bổn phận
본색	Bản sắc
본성	Bản tính
본질	Bản chất
봉건	Phong kiến
부귀	Phú quý
부대	Bộ đội
부동산	Bất động sản
부득이	Bất đắc dĩ
부락	Bộ lạc
부분	Bộ phận
부인	Phu nhân
부인	Phủ nhận
부정	Phủ định
부흥	Phục hưng
북극	Bắc Cực
북부	Bắc bộ
분노	Phẫn nộ
분류	Phân loại
분배	Phân phối
분석	Phân tích
분자	Phần tử
분포	Phân bố
불경	Phật kinh
불경	Bất kính
불교	Phật giáo
불변	Bất biến
불사	Bất tử
불안	Bất an
불평	Bất bình
불평등	Bất bình đẳng
불행	Bất hạnh
불화	Bất hòa
불효	Bất hiếu
비결	Bí quyết
비관	Bi quan
비극	Bi kịch
비밀	Bí mật
비범	Phi phàm
비법	Bí pháp
비율	Tỷ suất
비준	Phê chuẩn
비중	Tỷ trọng
비참	Bi thảm
비판	Phê phán
비평	Phê bình
사가	Tư gia
사건	Sự kiện
사계	Tứ quý
사고	Sự cố
사관	Sĩ quan
사교	Xã giao
사농공상	Sỹ nông công thương
사령	Tư lệnh
사리	Xá lợi
사리	Tư lợi
사립	Tư lập
사막	Sa mạc
사망	Tử vong
사면	Tứ diện
사명	Sứ mệnh
사물	Sự vật
사방	Tứ phương
사범	Sư phạm
사법	Tư pháp
사부	Sư phụ
사상	Tư tưởng
사신	Sứ thần
사실	Sự thật
사용	Sử dụng
사유	Sở hữu
사유	Tư hữu
사자	Sứ giả
사자	Sư tử
사전	Từ điển
사죄	Tạ tội
사죄	Xá tội
사직	Từ chức
사치	Xa xỉ
사형	Sư huynh
사형	Tử hình
사회	Xã hội
산물	Sản vật
산부	Sản phụ
산아	Sản nhi
산업	Sản nghiệp
산하	Sơn hà
산호	San hô
살균	Sát khuẩn
살기	Sát khí
살상	Sát thương
살생	Sát sinh
살인	Sát nhân
살충	Sát trùng
살해	Sát hại
삼각	Tam giác
상당	Tương đương
상대	Tương đối
상동	Tương đồng
상례	Tang lễ
상례	Thường lệ
상류	Thượng lưu
상무	Thương vụ
상민	Thường dân
상병	Thương binh
상사	Tương tư
상상	Tưởng tượng
상식	Thường thức
상업	Thương nghiệp
상인	Thương nhân
상조	Tương trợ
상주	Thường trú
상징	Tượng trưng
상책	Thượng sách
상쾌	Sảng khoái
상태	Trạng thái
상해	Thương hại
상해	Thượng Hải
색소	Sắc tố
생기	Sinh khí
생리학	Sinh lý học

생명	Sinh mạng
생물	Sinh vật
생사	Sinh tử
생존	Sinh tồn
생태	Sinh thái
생활	Sinh hoạt
서신	Thư tín
석고	Thạch cao
석사	Thạc sĩ
석영	Thạch anh
선거	Tuyển cử
선고	Tuyên cáo
선교	Tuyên giáo
선녀	Tiên nữ
선례	Tiên lệ
선배	Tiên bối
선봉	Tiên phong
선사	Thiện sự
선사	Thiền sư
선사	Tiền sử
선생	Tiên sinh
선서	Tuyên thệ
선수	Tuyển thủ
선악	Thiện ác
선언	Tuyên ngôn
선왕	Tiên vương
선의	Thiện ý
선인	Thiện nhân
선인	Tiên nhân
선장	Thuyền trưởng
설계	Thiết kế
설교	Thuyết giáo
설립	Thiết lập
성가	Thánh ca
성가	Thánh giá
성격	Tính cách
성공	Thành công
성과	Thành quả
성년	Thành niên
성능	Tính năng
성당	Thánh đường
성실	Thành thật
성악	Thanh nhạc
성원	Thành viên
성의	Thành ý
성인	Thánh nhân
성인	Thành nhân
성적	Thành tích
성패	Thành bại
성행	Thịnh hành
세계	Thế giới
세기	Thế kỷ
세력	Thế lực
소유	Sở hữu
속도	Tốc độ
손상	Tổn thương
손실	Tổn thất
손해	Tổn hại
쇠약	Suy nhược
쇠퇴	Suy thoái
수공	Thủ công
수납	Thu nạp
수도	Thủ dô
수동	Thụ động
수량	Số lượng
수련	Tu luyện
수령	Thụ lãnh
수령	Thủ lĩnh
수뢰	Thủy lôi
수복	Thu phục
수분	Thụ phấn
수산	Thủy sản
수의	Thú y
수입	Thu nhập
수정	Thụ tinh
수정	Thủy tinh
수지	Thu chi
수집	Sưu tập
수태	Thụ thai
수하	Thủ hạ
수학	Số học
수행	Tu hành
수확	Thu hoạch
숙녀	Thục nữ
순결	Thuần khiết
순환	Tuần hoàn
숭배	Sùng bái
습격	Tập kích
습성	Tập tính
승리	Thắng lợi
승인	Thừa nhận
승진	Thăng tiến
승화	Thăng hoa
시가	Thi ca
시각	Thị giác
시각	Thời khắc
시공	Thi công
시국	Thời cục
시기	Thời cơ
시기	Thời kì
시대	Thời đại
시력	Thị lực
시비	Thị phi
시세	Thời thế
시위	Thị vệ
시인	Thi nhân
시장	Thị trưởng
시장	Thị trưởng
시점	Thí điểm
시점	Thời điểm
시찰	Thị sát
시체	Thi thể
시행	Thi hành
식물	Thực vật
식민	Thực dân
식품	Thực phẩm
신경	Thần kinh
신기	Thần kỳ
신도	Tín đồ
신랑	Tân lang
신비	Thần bí
신용	Tín dụng
신임	Tín nhiệm
신체	Thân thể
신호	Tín hiệu
신혼	Tân hôn

신화 Thần thoại
실력 Thực lực
실례 Thất lễ
실망 Thất vọng
실습 Thực tập
실시 Thực thi
실업 Thất nghiệp
실용 Thực dụng
실천 Thực tiễn
실패 Thất bại
실행 Thực hành
실현 Thực hiện
심령 Tâm linh
심리학 Tâm lý học
심문 Thẩm vấn
심사 Thẩm tra
아편 Á phiện
악감 Ác cảm
악녀 Ác nữ
악독 Ác độc
악마 Ác ma
악몽 Ác mộng
악보 Ác báo
악성 Ác tính
악의 Ác ý
악인 Ác nhân
안거 An cư
안락 An lạc
안심 An tâm
안위 An nguy
안장 An táng
안전 An toàn
안정 An định
암담 Ảm đảm
암살 Ám sát
암시 Ám thị
암호 Ám hiệu
압도 Áp đảo
압력 Áp lực
애국 Ái quốc
애정 Ái tình
야광 Dạ quang
야만 Dã man
야수 Dã thú
야심 Dã tâm
야외 Dã ngoại
야전 Dã chiến
야회 Dạ hội
약도 Lược đồ
약사 Dược sĩ
약품 Dược phẩm
양극 Dương cực
양극 Lưỡng cực
양금 Dương cầm
양력 Dương lịch
양보 Nhượng bộ
양생 Dưỡng sinh
양식 Lương thực
양심 Lương tâm
양육 Dưỡng dục
어뢰 Ngư lôi
어민 Ngư dân
어법 Ngữ pháp
어부 Ngư phủ
어업 Ngư nghiệp
언론 Ngôn luận
언어 Ngôn ngữ
엄격 Nghiêm khắc
엄금 Nghiêm cấm
엄숙 Nghiêm túc
업무 Nghiệp vụ
여객 Lữ khách
여건 Dữ kiện
여관 Lữ quán
여권 Lữ khoán
여권 Nữ quyền
여론 Dư luận
여성 Nữ tính
여신 Nữ thần
여왕 Nữ hoàng
여왕 Nữ vương
여행 Lữ hành
역경 Nghịch cảnh
역사 Lịch sử
역사 Lực sĩ
연구 Nghiên cứu
연극 Diễn kịch
연대 Niên đại
연락 Liên lạc
연료 Nhiên liệu
연루 Liên lụy
연방 Liên bang
연상 Liên tưởng
연속 Liên tục
연습 Luyện tập
연애 Luyến ái
염치 Liêm sỉ
영감 Linh cảm
영광 Vinh quang
영구 Vĩnh cửu
영문 Anh văn
영사관 Lãnh sự quán
영양 Dinh dưỡng
영양 Linh dương
영업 Doanh nghiệp
영역 Lĩnh vực
영웅 Anh hùng
영원 Vĩnh viễn
영접 Nghênh tiếp
영지 Lãnh địa
영지 Linh chi
영토 Lãnh thổ
영해 Lãnh hải
영향 Ảnh hưởng
영혼 Linh hồn
예감 Dự cảm
예명 Nghệ danh
예방 Dự phòng
예보 Dự báo
예비 Dự bị
예술 Nghệ thuật
예의 Lễ nghi
예의 Lễ nghĩa
오염 Ô nhiễm
오인 Ngộ nhận
온대 Ôn đới

[illegible]	ộ
[illegible]	oan cố
[illegible]	Hoàn thành
[illegible]	Vương quốc
[illegible]	Vương quyền
위	Vương vị
왕조	Vương triều
외과	Ngoại khoa
외관	Ngoại quan
외교	Ngoại giao
외래	Ngoại lai
외무	Ngoại vụ
외침	Ngoại xâm
외형	Ngoại hình
요구	Yêu cầu
요소	Yếu tố
용감	Dũng cảm
용구	Dụng cụ
용궁	Long cung
용기	Dũng khí
용납	Dung nạp
용량	Dung lượng
용매	Dung môi
용맹	Dũng mãnh
용모	Dung mạo
용사	Dũng sĩ
용액	Dung dịch
용왕	Long vương
우대	Ưu đãi
우선	Ưu tiên
우세	Ưu thế
우수	Ưu sầu
우수	Ưu tú
우의	Hữu nghị
우정	Hữu tình
우주	Vũ trụ
운명	Vận mệnh
웅변	Hùng biện
웅장	Hùng tráng
원료	Nguyên liệu
원리	Nguyên lý
원문	Nguyên văn
원생	Nguyên sinh
원소	Nguyên tố
원수	Nguyên thủ
원시	Nguyên thủy
원시	Viễn thị
원인	Nguyên nhân
원자	Nguyên tử
원작	Nguyên tác
원조	Viện trợ
원칙	Nguyên tắc
원한	Oán hận
월경	Việt cảnh
위급	Nguy cấp
위도	Vĩ độ
위력	Uy lực
위반	Vi phản
위생	Vệ sinh
위성	Vệ tinh
위신	Uy tín
위엄	Uy nghiêm
위원	Ủy viên
위인	Vĩ nhân
위장	Ngụy trang
위조	Ngụy tạo
위치	Vị trí
위탁	Ủy thác
위풍	Uy phong
위험	Nguy hiểm
위협	Uy hiếp
유교	Nho giáo
유물	Di vật
유산	Di sản
유서	Di thư
유역	Lưu vực
유익	Hữu ích
유일	Duy nhất
유적	Di tích
유전	Di truyền
유지	Duy trì
유치	Ấu trĩ
유통	Lưu thông
유학	Du học
유학	Nho học
유한	Hữu hạn
유해	Di hài
유행	Lưu hành
유형	Hữu hình
유형	Loại hình
유효	Hữu hiệu
육군	Lục quân
윤리	Luân lý
윤회	Luân hồi
은덕	Ân đức
은인	Ân nhân
은정	Ân tình
은행	Ngân hàng
은혜	Ân huệ
음력	Âm lịch
음모	Âm mưu
음성	Âm thanh
음성	Âm tính
음악	Âm nhạc
음양	Âm dương
음절	Âm tiết
음조	Âm điệu
음향	Âm hưởng
응용	Ứng dụng
의견	Ý kiến
의결	Nghị quyết
의과	Y khoa
의논	Nghị luận
의도	Ý đồ
의례	Nghi lễ
의무	Nghĩa vụ
의무팀	Y vụ team
의문	Nghi vấn
의미	Ý vị
의술	Y thuật
의식	Nghi thức
의식	Ý thức
의원	Y viện
의원	Nghị viên
의원	Nghị viện

의지	Ý chí
의학	Y học
의향	Ý hướng
이기	Lợi kỷ
이동	Di động
이력	Lý lịch
이론	Lý luận
이민	Di dân
이별	Ly biệt
이산	Ly tán
이상	Lý tưởng
이용	Lợi dụng
이유	Lý do
이윤	Lợi nhuận
이전	Di chuyển
이해	Lợi hại
이해	Lý giải
이혼	Ly hôn
인격	Nhân cách
인과	Nhân quả
인권	Nhân quyền
인근	Lân cận
인도	Ấn Độ
인도	Dẫn độ
인도	Nhân đạo
인력	Nhân lực
인류	Nhân loại
인문	Nhân văn
인물	Nhân vật
인민	Nhân dân
인사	Nhân sự
인삼	Nhân sâm
인상	Nhân tướng
인상	Ấn tượng
인생	Nhân sinh
인식	Nhận thức
인심	Nhân tâm
인애	Nhân ái
인어	Nhân ngư
인연	Nhân duyên
인원	Nhân viên
인자	Nhân từ
인재	Nhân tài
인정	Nhận định
인정	Nhân tình
인조	Nhân tạo
인종	Nhân chung
인종	Nhân chủng
인증	Dẫn chứng
인증	Nhân chứng
인칭	Nhân xưng
인품	Nhân phẩm
일관	Nhất quán
일기	Nhật ký
일식	Nhật thực
일정	Nhật trình
일정	Nhất định
임기	Nhiệm kỳ
임무	Nhiệm vụ
임상	Lâm sàng
임시	Lâm thời
임종	Lâm chung
입문	Nhập môn
입법	Lập pháp
입원	Nhập viện
입장	Lập trường
입체	Lập thể
입학	Nhập học
입헌	Lập hiến
자각	Tự giác
자격	Tư cách
자궁	Tử cung
자급	Tự cấp
자동	Tự động
자력	Tự lực
자립	Tự lập
자만	Tự mãn
자문	Tư vấn
자발	Tự phát
자본	Tư bản
자부	Tự phụ
자살	Tự sát
자선	Từ thiện
자성	Từ tính
자세	Tư thế
자수	Tự thú
자신	Tự tin
자연	Tự nhiên
자원	Tài nguyên
자원	Tự nguyện
자위	Tự vệ
자유	Tự do
자존	Tự tôn
자주	Tự chủ
자질	Tư chất
자칭	Tự xưng
작용	Tác dụng
작자	Tác giả
작전	Tác chiến
작품	Tác phẩm
잡음	Tạp âm
잡종	Tạp chủng
잡지	Tạp chí
장래	Tương lai
장로	Trưởng lão
장벽	Chướng bích
장비	Trang bị
장생	Trường sinh
장수	Trường thọ
장치	Trang bị
재난	Tai nạn
재능	Tài năng
재덕	Tài đức
재무	Tài vụ
재발	Tái phát
재벌	Tài phiệt
재범	Tái phạm
재산	Tài sản
재생	Tái sinh
재앙	Tai ương
재연	Tái diễn
재정	Tài chính
재직	Tại chức
재해	Tai hại
재혼	Tái hôn
적극	Tích cực

	ng
	hủ
	ch ứng
	Thích hợp
	Triển khai
	Tiền đồ
도	Truyền đạo
전람	Triển lãm
전략	Chiến lược
전력	Điện lực
전례	Tiền lệ
전망	Triển vọng
전보	Điện báo
전사	Chiến tử
전사	Chiến sĩ
전사	Chiến sử
전자	Điện tử
전쟁	Chiến tranh
전적	Chiến tích
전제	Chuyên chế
전제	Tiền đề
전통	Truyền thống
전투	Chiến đấu
전형	Điển hình
전화	Điện thoại
점령	Chiếm lĩnh
점수	Điểm số
접근	Tiếp cận
접촉	Tiếp xúc
정견	Chính kiến
정권	Chính quyền
정규	Chính quy
정기	Định kỳ
정당	Chính đáng
정당	Chính đảng
정돈	Chỉnh đốn
정리	Chỉnh lý
정리	Định lý
정복	Chinh phục
정부	Chính phủ
정세	Tình thế
정식	Chính thức
정의	Chính nghĩa
정의	Định nghĩa
정전	Chính điện
정전	Đình chiến
정전	Đình điện
정정	Đính chính
정중	Trịnh trọng
정지	Đình chỉ
정직	Chính trực
정책	Chính sách
정체	Chính thể
정치	Chính trị
정탐	Trinh thám
정통	Chính thống
정통	Tinh thông
제국	Đế quốc
제도	Chế độ
제목	Đề mục
제안	Đề án
제어	Chế ngự
제의	Đề nghị
제자	Đệ tử
제작	Chế tác
조건	Điều kiện
조국	Tổ quốc
조류	Trào lưu
조수	Trợ thủ
조장	Tổ trưởng
조직	Tổ chức
조형	Tạo hình
조혼	Tảo hôn
족장	Tộc trưởng
존경	Tôn kính
존망	Tồn vong
존엄	Tôn nghiêm
존재	Tồn tại
종교	Tôn giáo
종류	Chủng loại
종합	Tổng hợp
좌담	Toạ đàm
주관	Chủ quan
주관	Chủ quản
주권	Chủ quyền
주기	Chu kỳ
주도	Chủ đạo
주동	Chủ động
주량	Tửu lượng
주력	Chủ lực
주모	Chủ mưu
주색	Tửu sắc
주석	Chủ tịch
주요	Chủ yếu
주위	Chu vi
주의	Chủ nghĩa
주의	Chú ý
주의	Chủ ý
주인	Chủ nhân
주임	Chủ nhiệm
주장	Chủ trương
주제	Chủ đề
주체	Chủ thể
준비	Chuẩn bị
준수	Tuân thủ
중간	Trung gian
중고	Trung cổ
중국	Trung Quốc
중급	Trung cấp
중년	Trung niên
중대	Trọng đại
중대	Trung đội
중독	Trúng độc
중동	Trung Đông
중량	Trọng lượng
중력	Trọng lực
중류	Trung lưu
중립	Trung lập
중부	Trung bộ
중성	Trung tính
중순	Trung tuần
중심	Trọng tâm
중심	Trung tâm
중앙	Trung ương
중위	Trung úy
중위	Trung vệ

중장	Trung tướng
중재	Trọng tài
중점	Trọng điểm
중점	Trung điểm
중화	Trung Hoa
중화	Trung hòa
즉각	Tức khắc
즉시	Tức thì
즉위	Tức vị
증가	Tăng gia
증거	Chứng cứ
증권	Chứng khoán
증명	Chứng minh
지각	Tri giác
지도	Chỉ đạo
지도	Địa đồ
지리	Địa lý
지명	Địa danh
지방	Địa phương
지수	Chỉ số
지시	Chỉ thị
지식	Tri thức
지옥	Địa ngục
지원	Chí nguyện
지원	Chi viện
지위	Địa vị
지정	Chỉ định
지중해	Địa Trung Hải
지진	Địa chấn
지체	Trì trệ
지형	Địa hình
지휘	Chỉ huy
직권	Chức quyền
직무	Chức vụ
직분	Chức phận
직속	Trực thuộc
직원	Chức viên
직접	Trực tiếp
직책	Chức trách
진군	Tiến quân
진도	Tiến độ
진리	Chân lý
진보	Tiến bộ
진심	Chân tâm
진압	Trấn áp
진전	Tiến triển
진취	Tiến thủ
진퇴	Tiến thoái
진행	Tiến hành
진화	Tiến hóa
집중	Tập trung
집합	Tập hợp
집행	Chấp hành
징벌	Trừng phạt
찬성	Tán thành
찬양	Tán dương
참가	Tham gia
참견	Tham kiến
참고	Tham khảo
참관	Tham quan
참모	Tham mưu
참살	Thảm sát
참여	Tham dự
참전	Tham chiến
참패	Thảm bại
참혹	Thảm khốc
참화	Thảm họa
창립	Sáng lập
창작	Sáng tác
창조	Sáng tạo
책임	Trách nhiệm
처리	Xử lý
처벌	Xử phạt
천당	Thiên Đường
천문학	Thiên văn học
천부	Thiên phú
천사	Thiên sứ
천연	Thiên nhiên
천자	Thiên tử
천재	Thiên tai
천재	Thiên tài
천직	Thiên chức
천추	Thiên thu
청각	Thính giác
청구	Thỉnh cầu
청년	Thanh niên
청렴	Thanh liêm
청산	Thanh toán
청소년	Thanh thiếu niên
청춘	Thanh xuân
체력	Thể lực
체류	Thể lưu
체면	Thể diện
체육	Thể dục
체제	Thể chế
체중	Thể trọng
체질	Thể chất
초급	Sơ cấp
초능력	Siêu năng lực
초속	Siêu tốc
촉진	Xúc tiến
총공격	Tổng công kích
총독부	Tổng đốc phủ
총동원	Tổng động viên
총명	Thông minh
총선거	Tổng tuyển cử
총애	Sủng ái
총영사	Tổng lãnh sự
총체	Tổng thể
최고	Tối cao
최상	Tối thượng
최소	Tối thiểu
최신	Tối tân
추상	Trừu tượng
추세	Xu thế
축복	Chúc phúc
춘하추동	Xuân hạ thu đông
출가	Xuất gia
출가	Xuất giá
출발	Xuất phát
출신	Xuất thân
출판	Xuất bản
출현	Xuất hiện
출혈	Xuất huyết
충성	Trung thành
충실	Trung thực

	.c
	an thiện
	hân ái
	Châm cứu
	Xâm lược
범	Xâm phạm
침해	Xâm hại
쾌락	Khoái lạc
타협	Thỏa hiệp
탄복	Thán phục
탄압	Đàn áp
탐험	Thám hiểm
태도	Thái độ
태아	Thai nhi
태양	Thái dương
태자	Thái tử
태평양	Thái Bình Dương
토론	Thảo luận
토양	Thổ nhưỡng
통계	Thống kê
통과	Thông qua
통관	Thông quan
통보	Thông báo
통상	Thông thương
통상	Thông thường
통신	Thông tin
통역	Thông dịch
통용	Thông dụng
통일	Thống nhất
통치	Thống trị
통행	Thông hành
퇴위	Thoái vị
투자	Đầu tư
투쟁	Đấu tranh
투항	Đầu hàng
특권	Đặc quyền
특급	Đặc cấp
특명	Đặc mệnh
특별	Đặc biệt
특산	Đặc sản
특색	Đặc sắc
특성	Đặc tính
특수	Đặc thù
특유	Đặc hữu
특은	Đặc ân
특정	Đặc định
특종	Đặc chủng
특징	Đặc trưng
특파	Đặc phái
특혜	Đặc huệ
파괴	Phá hoại
파산	Phá sản
판결	Phán quyết
판권	Bản quyền
판단	Phán đoán
패전	Bại trận
팽창	Bành trướng
편집	Biên tập
평균	Bình quân
평등	Bình đẳng
평론	Bình luận
평원	Bình nguyên
폐막	Bế mạc
폐인	Phế nhân
폐품	Phế phẩm
포괄	Bao quát
포병	Pháo binh
포함	Bao hàm
포화	Bão hòa
폭동	Bạo động
폭력	Bạo lực
폭행	Bạo hành
표류	Phiêu lưu
표시	Biểu thị
표준	Tiêu chuẩn
표피	Biểu bì
표현	Biểu hiện
품격	Phẩm cách
품행	Phẩm hạnh
풍경	Phong cảnh
풍부	Phong phú
풍속	Phong tục
피동	Bị động
하계	Hạ giới
하등	Hạ đẳng
하류	Hạ lưu
하마	Hà mã
하원	Hạ viện
학기	Học kỳ
학력	Học lực
학문	Học vấn
학비	Học phí
학생	Học sinh
학설	Học thuyết
학술	Học thuật
학습	Học tập
학식	Học thức
학원	Học viện
학위	Học vị
학자	Học giả
한국	Hàn Quốc
한문	Hán văn
한정	Hạn định
합력	Hợp lực
합리	Hợp lý
합법	Hợp pháp
합작	Hợp tác
항거	Kháng cự
항고	Kháng cáo
항공	Hàng không
항목	Hạng mục
항생	Kháng sinh
항의	Kháng nghị
항전	Kháng chiến
항해	Hàng hải
해군	Hải quân
해답	Giải đáp
해독	Giải độc
해리	Hải lý
해마	Hải mã
해방	Giải phóng
해부	Giải phẫu
해산	Giải tán
해삼	Hải sâm
해적	Hải tặc

해체	Giải thể
해학	Hài hước
행군	Hành quân
행동	Hành động
행복	Hạnh phúc
행성	Hành tinh
행위	Hành vi
행정	Hành chính
향료	Hương liệu
허공	Hư không
허무	Hư vô
헌법	Hiến pháp
헌병	Hiến binh
헌신	Hiến thân
헌장	Hiến chương
험악	Hiểm ác
혁명	Cách mạng
현대	Hiện đại
현명	Hiển minh
현물	Hiện vật
현상	Hiện tượng
현실	Hiện thực
현장	Hiện trường
현재	Hiện tại
현행	Hiện hành
혈관	Huyết quản
혈구	Huyết cầu
혈맥	Huyết mạch
혈압	Huyết áp
혈육	Huyết nhục
혈전	Huyết chiến
혈통	Huyết thống
협력	Hợp lực
협정	Hiệp định
협회	Hiệp hội
형법	Hình pháp
형벌	Hình phạt
형사	Hình sự
형성	Hình thành
형식	Hình thức
형태	Hình thái
호의	Hảo ý
호흡	Hô hấp
혼돈	Hỗn độn
혼란	Hỗn loạn
혼례	Hôn lễ
혼미	Hôn mê
혼약	Hôn ước
혼인	Hôn nhân
혼잡	Hỗn tạp
혼전	Hỗn chiến
혼합	Hỗn hợp
홍삼	Hồng sâm
홍옥	Hồng ngọc
홍학	Hồng hạc
화동	Hòa đồng
화려	Hoa lệ
화상	Hòa thượng
화상	Hỏa thương
화석	Hóa thạch
화장	Hỏa táng
화장	Hóa trang
화평	Hòa bình
화학	Hóa học
화합	Hòa hợp
화해	Hòa giải
확인	Xác nhận
환영	Hoan nghênh
환자	Hoạn giả
환호	Hoan hô
활동	Hoạt động
활발	Hoạt bát
황금	Hoàng kim
황망	Hoang mang
황실	Hoàng thất
황족	Hoàng tộc
황폐	Hoang phế
황후	Hoàng hậu
회고	Hoài cổ
회관	Hội quán
회담	Hội đàm
회복	Hồi phục
회비	Hội phí
회상	Hồi tưởng
회생	Hồi sinh
회원	Hội viên
회의	Hoài nghi
회의	Hội nghị
회의	Hội ý
회장	Hội trưởng
회춘	Hồi xuân
회항	Hồi cảng
회향	Hồi hương
회화	Hội thoại
효과	Hiệu quả
효도	Hiếu đạo
효력	Hiệu lực
효율	Hiệu suất
후방	Hậu phương
후예	Hậu duệ
훈련	Huấn luyện
훈장	Huân hương
흉기	Hung khí
흡수	Hấp thụ
흥망	Hưng vong
흥분	Hưng phấn
희망	Hy vọng
희생	Hy sinh